D1680860

திரைக்கதை எழுதலாம் வாங்க

திரைக்கதை எழுதலாம் வாங்க

கருந்தேள் ராஜேஷ்

எழுத்து பிரசுரம்

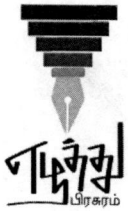

திரைக்கதை எழுதலாம் வாங்க
Thiraikathai Ezhuthalaam Vaanga © 2020 Karunthel Rajesh

First Edition: 2014
First Edition by Ezutthu Prachuram: January 2020
(An imprint of Zero Degree Publishing)
ISBN: 978-93-88860-69-7
Title No. EP: 108

All rights reserved. No part of this publication may be reproduced, stored in a retrieval system, or transmitted, in any form or by any means, electronic, mechanical, photocopying, recording, psychic, or otherwise, without the prior permission of the publishers.

Zero Degree Publishing
No. 55(7), R Block, 6th Avenue,
Anna Nagar,
Chennai - 600 040

Website : www.zerodegreepublishing.com
E Mail : zerodegreepublishing@gmail.com
Phone   : 98400 65000

Cover Art : Karthikeyan Maddy
Layout: Creative Studio
Printed at Repro India, Mumbai

சிறந்த திரைக்கதை ஒன்றை எழுதவேண்டும்
எனும் ஆர்வம் கொண்ட அனைவருக்கும்...

ஒரு கோடி ரூபாய் சம்பளம் கேளுங்கள்!

சினிமாவிற்கான கதைகள் சினிமாவிற்கு வெளியே இருந்து வர வேண்டும். அதற்கு, சினிமாவில் இல்லாதவர்கள் திரைக்கதை எழுதினால் மட்டுமே சாத்தியம். நீங்கள் ஒரு வக்கீலாகவோ, டாக்டராகவோ, குடும்பத் தலைவியாகவோ, கால் டாக்ஸி டிரைவராகவோ, ஜெயில் கைதியாகவோ அல்லது இதுபோன்ற சினிமாவுக்கு வெளியே இருக்கும் நபராக இருக்கும்பட்சத்தில்... உங்களிடம் இருக்கும் கதை எங்களிடம் இருக்காது என்று உறுதியாகக் கூறமுடியும். அதனால் தயவு செய்து திரைக்கதை எழுதுவதை ஒரு பொழுதுபோக்காக நினைத்தாவது முயற்சியுங்கள்.

உங்களிடம் ஒரு கதை இருக்கிறது. அதை நியாயமான, நல்ல ரசனையுடைய சினிமா ஆர்வலர்கள் சிலரிடம் கூற, அவர்களும் "நன்றாக இருக்கிறதே" என்று கொளுத்திப் போட, நீங்கள் அதை இரண்டு மணி நேர திரைக்கதையாக மாற்ற முடிவு செய்கிறீர்கள் என்றால், அன்றிலிருந்து உங்களுக்குச் சனி பிடிக்கிறது; உங்கள் வாழ்க்கையில் ஒரு அதிபயங்கர காலகட்டத்திற்குள் நுழைகிறீர்கள் என்று அர்த்தம். இந்தக் காலகட்டத்தில் கடுமையான மன உளைச்சல், மூளைக்காய்ச்சல், குடும்பம் மற்றும் நட்பு வட்டாரங்களில் இருந்து அந்நியப்படுதல், கதையின் மீதே அவநம்பிக்கை, பணப்பிரச்னைகள் என்று மாறி மாறி சுழற்றி அடிக்கும். அடிக்காவிட்டால், நீங்கள் முயற்சிக்கவில்லை என்றுதான் அர்த்தம்.

இந்தக் கஷ்ட நஷ்டமெல்லாம் தாண்டிதான் உங்களால் சகித்துக் கொள்ள முடிந்த ஒரு திரைக்கதையை எழுத முடியும். மிகவும் மோசமான அந்தத் திரைக்கதையை யாரிடமும் காட்டவும் முடியாது. ஆனால், உங்களுக்குள் ஒரு சிறு வெளிச்சம் இதற்குள் தோன்றியிருக்கும். இதை வைத்துக்கொண்டு உங்களுக்குத் தோன்றிய திருத்தங்கள் செய்து மெருகேற்றி, ஒரு சுமாரான திரைக்கதைக்கு வந்தடைவீர்கள். இந்தத்

திரைக்கதைதான் உங்களுடைய Rough Draft.

இந்த draftஐ, முதலில் ஓகே சொன்ன அதே நல்ல நண்பர்களிடம் படிக்கக் கொடுத்து, அவர்கள் சொல்லும் கருத்துகளில் நியாயமானதை எடுத்துக்கொண்டு, மீண்டும் மீண்டும் பட்டை தீட்டினால் வருவதுதான் ஒரு திரைக்கதையின் First Draft. இதற்குப் பிறகும் குறைந்தது பத்து versionகளாவது போகலாம். பெரிய மாற்றங்களோ அல்லது சிறு சிறு பூச்சு வேலைகளோ எல்லாம் முடித்து வாசித்தால் இறுதியாக ஒரு நல்ல திரைக்கதை கிடைக்கும். அப்படிப்பட்ட ஒரு திரைக்கதையைத் தடுக்க யாராலும் முடியாது. அது திரையில் வந்தே தீரும். அதை வெள்ளித் திரையில் பார்க்கும்போது வருமே... அதற்குப் பெயர்தான் பரவசம்.

உங்களால் சகித்துக்கொள்ள முடிந்த படங்களின் ஒவ்வொரு திரைக்கதையும் மிக மிக அதிகமான பயிற்சிகளும் நேரமும் திறமையும் செலவழித்துத்தான் உருவாக்கப்பட்டிருக்கிறது. அதிலும் சிறந்ததாகக் கொண்டாடப்படும் திரைக்கதைகள், பயிற்சி, உழைப்பு இதையெல்லாம் தாண்டி ரசனை சம்பந்தப்பட்டது. அதனால்தான் உறுதியாகச் சொல்கிறேன், டன் கணக்காக வாசிக்கும் பழக்கம் இல்லையென்றால், திரைக்கதை எழுதுவது உங்களுக்குச் சரிப்படாது. திரைக்கதை நுணுக்கங்களை ரசிப்பதோடு நிறுத்திக்கொள்ளுங்கள். 'ச்சே, தெரியாமல் புத்தகம் வாங்கிவிட்டோமே' என்று வருத்தம் வேண்டாம். நல்ல வாசிக்கும் பழக்கம் உள்ள யாருக்காவது இரவலாகக் கொடுத்துப் பாருங்கள், ஏதாவது க்ளிக் ஆகிறதா என்று!

இப்பொழுது மெத்தப் படித்த கலா ரசிகர்களுக்கு வருவோம். உங்களுக்கும் திரைக்கதை எழுதுவது ஏற்ற விஷயம்தான் என்றாலும், பிரச்னை என்னவென்றால், இந்தப் புத்தகத்தை வாங்கும் ஆயிரக் கணக்கான வாசகர்களில், ஓரிருவர்தான் திரைக்கதை ஆசிரியர்களாக மாறப் போகிறீர்கள். அதில் ஒருவராக நீங்கள் இருக்க எல்லாம் வல்ல இறைவனையோ இயற்கையையோ வணங்கிவிட்டு, போராட்டத்தைத் தொடங்குங்கள். சற்றுக் கிண்டலாகச் சொன்னாலும், மேலே சொன்ன எதுவும் மிகைப்படுத்தல் இல்லை.

திரைக்கதை என்பது எப்பேர்ப்பட்ட பொறுப்பு என்று சற்று யோசித்துப் பாருங்கள். திரைக்கதையில் நீங்கள் எழுதும் ஒரே ஒரு பத்திக்கு, சில சமயம் கோடிகளில் செலவாகலாம். நூற்றுக்கணக்கான பேரின் உழைப்பு தேவைப்படலாம். வார்த்தை வித்தைகள் செல்லுபடியாகாது. இது 'ஒரு படத்திற்கான ப்ளூ ப்ரின்ட்' என்பதை எப்பொழுதும் நினைவில் கொள்க. மேலும், நீங்கள் எழுதிய திரைக்கதை படமாகும்பட்சத்தில், அந்த இரண்டரை மணி நேரத்தை, தமிழகத்தில் ஒரு கோடி பேர்

பார்க்கிறார்கள் என்று வைத்துக் கொண்டால், கோடி பேர் இரண்டரை மணி நேரம் என்றால், மனித இனம் எவ்வளவு நேரம் செலவழிக்கிறது என்று யோசித்து, பொறுப்புணர்ந்து செயல்படுக.

இதையெல்லாம் தாண்டி இந்தப் புத்தகம் மூலம் ஒரு பத்துத் திரைக் கதை ஆசிரியர்களாவது தமிழ் சினிமாவுக்குக் கிடைத்தால், ராஜேஷுக்கு வாழ்நாள் சாதனையாளர் விருது ஒன்றை வழங்கிக் கௌரவிப்போம் என்று தெரிவித்துக்கொள்கிறேன். உண்மையில் இப்போது சினிமாவில் கடும் பஞ்சம், திரைக்கதை ஆசிரியர்களுக்குத்தான். நீங்கள் ஒரு திறமையான திரைக்கதை ஆசிரியராக இருக்கும்பட்சத்தில், உங்களிடம் மாதம் பத்துத் திரைக்கதைகளாவது கேட்டு நச்சரிப்பார்கள். அவ்வளவு டிமாண்ட் திரைக்கதைகளுக்கு. இதில் அழகு என்னவென்றால், இந்தப் பஞ்சம், எல்லா மொழிகளிலும், எல்லாக் காலகட்டங்களிலும் இருக்கும் ஒரு எவர்கிரீன் பஞ்சம். அதனால் பொறுமையாக வெற்றிக்குத் தயாராகி, மாதம் பத்து எல்லாம் எழுதாமல் வருடத்துக்கு ஒன்று சிறப்பாக எழுதி, ஒரு கோடி ரூபாய் சம்பளம் கேளுங்கள். இவையெல்லாம் என் பேராசைகள், தயவு செய்து நிறைவேற்றுங்கள்.

நன்றி.

நலன் குமரசாமி
இயக்குநர், 'சூது கவ்வும்'

முன்னுரை

உலகின் முதல் ஆவணப்படுத்தப்பட்ட இலக்கியப் படைப்பு என்று கருதப்படும் மெஸபடோமியாவின் 'கில்காமேஷ்' காவியத்தில் இருந்து இன்று எழுதப்படும் கமர்ஷியல் திரைக்கதைகள் வரை, ஒரே ஒரு விஷயம் மட்டுமே முக்கியமானதாகக் கடைப்பிடிக்கப்படுகிறது. அது சுவாரஸ்யம். சிறுகதைகள், நாவல்கள், நாடகங்கள் போன்ற புனைவுகளில் எல்லாமே முதலில் கதாபாத்திரங்களை அறிமுகம் செய்தல், அதன்பின்னர் அவர்களுக்குள் நடக்கும் பிரச்னைகள் மற்றும் இறுதியில் சுமுகமான (அல்லது சோகமயமான) தீர்வு என்பதுதான் பொதுவானவை. உலகம் உருவான நாளில் இருந்து பெரும்பாலும் எந்த நாட்டுப் படைப்பாக இருந்தாலும் இப்படித்தான் இருக்கும். விதி விலக்காக தீவிர இலக்கியத்தைச் சொல்லலாம்.

உலகின் பெரும்பாலான மனிதர்களுக்குப் பொழுதுபோக்கு என்ற அம்சம் மனதில் தோன்றும் போது அவர்கள் எதிர்பார்ப்பது அந்தப் படைப்பு அவர்களைக் கவரவேண்டும் என்பதையே. இதனால்தான் விறுவிறுப்பு, நகைச்சுவை, பயம், மர்மம், காதல் போன்ற அடிப்படை உணர்ச்சிகளை வைத்துப் பின்னப்படும் படைப்புகளை அவர்கள் விரும்புகிறார்கள். ஜேம்ஸ் கேமரூனின் 'அவதார்' படம் வரும் வரை அவரது முந்தைய படமான 'டைட்டானிக்'தான் உலகெங்கும் வசூலில் முன்னிலை வகித்தது என்பதை மறக்கக்கூடாது. காரணம், 'காதல்' என்பது எஸ்கிமோவுக்குக் கூடப் புரியும். இப்படி இயல்பாகவே ஒரு குறிப்பிட்ட அமைப்பில் அமைந்தவைதான் ஹாலிவுட் திரைக்கதைகள். அறிமுகம் பிரச்னைகள் முடிவு என்பதுதான் அந்த அமைப்பு. இதனை 3 Act Structure என்பது வழக்கம்.

இந்த மூன்று பாகத் திரைக்கதை அமைப்பின் பிதாமகர் சிட் ஃபீல்ட். அமெரிக்காவின் முதல் திரைக்கதை ஆசான். எப்படி நியூட்டன் புவியீர்ப்பு விசையைக் கண்டு பிடிக்க வில்லையோ, அப்படி சிட்

ஃபீல்ட் இந்தத் திரைக்கதை அமைப்பைக் கண்டு பிடிக்கவில்லை, அதுவரை இருந்த திரைக்கதைகளை ஆராய்ச்சி செய்து அவற்றின் பொதுவான அம்சங்களை நன்றாக விளக்கியதுதான் அவரது பணி. அப்போதுதான் அவற்றில் இருந்த இந்தத் திரைக்கதை அமைப்பை அவர் கவனித்தார். அதனை விரிவாக எழுதினார். அவரது புத்தகத்தை ஹாலிவுட் உடனடியாக சுவீகரித்துக் கொண்டது. உலகம் முழுக்க எக்கச்சக்கமான மொழிகளில் அவரது புத்தகம் வெளிவந்தது. அவருக்குப் பின்னர் பல திரைக்கதை ஆசான்கள் உருவாவதற்குக் காரணம் இந்தப் புத்தகம்தான்.

அப்படிப்பட்ட சிட் ஃபீல்டின் 'Screenplay: The Foundations of Screen-writing' என்ற புத்தகத்தை மையமாக வைத்துக்கொண்டு தமிழ்த் திரைப்படங்களை விரிவாக ஆராய்ந்து எழுதப்பட்ட நூல்தான் இது. பக்கம் பக்கமாக அப்படியே சிட் ஃபீல்டின் புத்தகத்தை நகல் எடுக்கவில்லை. மாறாக அவரது மையக் கருத்துகளை மட்டும் வைத்துக்கொண்டு தமிழில் திரைப்படங்கள் பலவற்றை உதாரணமாக எடுத்துக்கொண்டு அவைகளின் திரைக்கதை அமைப்பை அலசி யிருக்கிறது.

எனது வலைத்தளத்தில் 2011ல் என் மனம் போன போக்கில் இதனை எழுத ஆரம்பித்தேன். 23 பகுதிகளாக அதில் எழுதி இந்தப் புத்தகத்தின் பாதியை எட்டிப்பிடித்திருந்த வேளையில்தான் 'தினகரன் வெள்ளி மலர்' இணைப்பிதழின் முதன்மை ஆசிரியர் கே. என். சிவராமன் இதனை எங்கள் இணைப்பிதழில் எழுத முடியுமா என்று கேட்டார். அப்படி ஆரம்பித்ததுதான் 'திரைக்கதை எழுதலாம் வாங்க'. 2013 மே மாதத்தில் இருந்து 2014 ஜூன் வரை ஒரு வருடத்துக்கும் மேலாக 'தினகரன் வெள்ளி மலரில் வாராவாரம் இத்தொடர் வெளிவந்தது. இத்தனை வாரங்கள் எந்தவொரு தமிழ் வெகுஜன இதழிலும் இப்படிப்பட்ட திரை சார்ந்த கருத்துகளைக் கற்பிக்கும் தொடர் வெளிவந்ததில்லை என்ற வகையில் இது ஒரு முக்கியமான முயற்சி.

தமிழுக்குத் திரைக்கதை விதிகள் சாத்தியமா? திரைக்கதை விதிகள் என்று யோசிக்க ஆரம்பித்தால் படைப்பின் சுதந்திரம் பறிபோய் விடாதா? அவசியம் அப்படி நடக்காது. காரணம் முதலிலேயே பார்த்ததுதான். உலகின் எந்த நாட்டில் எடுக்கப்படும் ஜனரஞ்சகப் படமாக இருந்தாலும் சரி, அவைகள் இந்தப் புத்தகத்தில் உள்ள அடிப்படை விதிகளைக் கொண்டுதான் அறிந்தோ அறியாமலோ எடுக்கப்படுகின்றன. கலைப்படங்கள் என்ற Art Cinema மட்டும்தான் இந்த விதிகளில் சேராது.

எந்தப் படமாக இருந்தாலும் ஹீரோ/ ஹீரோக்கள், வில்லன்/ வில்லன்கள்,

ஒரு லட்சியம், அதை நோக்கிய பயணம், இடையூறுகள், இறுதியில் சுபம் என்பதுதான் மனிதன் தோன்றிய நாட்களில் இருந்தே நாடகங்கள்/ கதைகள்/ புதினங்கள், கவிதைகள், திரைப்படங்கள் ஆகியவற்றின் கருக்களாக இருக்கின்றன.

தமிழில் முதலிலிருந்தே திரைக்கதைகள் இருந்து வந்தாலும், இப்போதுதான் அவற்றுக்கான முக்கியத்துவம் வெளிவர ஆரம்பித்திருக்கிறது. ஸ்ரீதர், மணிரத்னம், பாக்யராஜில் தொடங்கி, ஷங்கர், கௌதம் வாசுதேவ், வெற்றிமாறன் என்று வந்து இப்போது கார்த்திக் சுப்பராஜ், நலன் குமரசாமி என்று நிலைகொண்டிருக்கிறது தமிழ்த் திரைக்கதை அமைப்பு. இவர்கள் இதில் முக்கியமானவர்கள் என்பதால் இங்கு அவர்களின் பெயர். அவர்கள் இல்லாமல் இன்னும் பலரின் திரைக்கதைகள் பற்றிப் புத்தகத்தில் காணலாம்.

ஆங்கிலப் புத்தகத்தில் இருந்து எடுத்துக்கொண்ட கருத்துகளைத் தமிழில் எழுத அனுமதி கொடுத்த சிட் ஃபீல்டுக்கு எனது முதல் நன்றி. துரதிருஷ்டவசமாக அதன்பின் அவர் இறந்துவிட்டார். தொடரை எழுதத் தூண்டிய திரு.சிவராமனுக்கு நன்றி. தொடரைப் படித்து ஆதரவு கொடுத்த திரைக்கதை ஆர்வலர்களுக்கு எனது முக்கியமான நன்றி. நள்ளிரவில் ஒவ்வொரு வாரமும் எழுதி முடிக்கையில் கொஞ்சம்கூட முகம் சுளிக்காமல் என்னை எனது இயல்புகளோடு ஏற்றுக்கொண்ட எனது மனைவி ஸ்ரீவாணிக்கு எனது இறுதி நன்றி. இந்தப் புத்தகம், தமிழில் திரைக்கதை எழுத விரும்பும் யாரேனும் ஒருவருக்கு உபயோகப்பட்டாலும்கூட எழுதப்பட்ட லட்சியம் ஈடேறி விட்டது என்பதுதான் உண்மை.

பெங்களூரு,
20ம் ஜூலை 2014

‘கருந்தேள்’ ராஜேஷ்,
www.karundhel.com
rajesh.scorpi@gmail.com

இரண்டாம் பதிப்பிற்கான என்னுரை

செப்டம்பர் 2014ல் ‘திரைக்கதை எழுதலாம் வாங்க’ புத்தகத்தின் முதற்பதிப்பு, சூரியன் பதிப்பகத்தாரால் சிறப்பாக வெளியிடப்பட்டது. அதற்கு முன்னர் தினகரன் வெள்ளிமலரில் ஓராண்டு காலம் இது தொடராக வெளியானது. இந்தத் தொடர் எழுதப்பட்டதற்கு, அச்சமயத்தில் வெள்ளிமலரின் முதன்மை ஆசிரியராக இருந்த திரு. கே.என். சிவராமனே முழுமுதல் காரணம்.

நான்காண்டுகள் கழித்து, இப்போது வாசகசாலை பதிப்பகத்தின் மூலம் இந்தப் புத்தகத்தின் வெர்ஷன் 2.0 வெளியாவது மிகுந்த மகிழ்ச்சியைக் கொடுக்கிறது. நான்கு வருடங்கள் கழித்துப் புதிதாக வெளிவருவதால், நான் தனிப்பட்ட முறையில் திரையுலகில் பெற்ற அனுபவங்களில் துவங்கி, தமிழில் திரைக்கதை எழுத்தாளராக ஒருவர் வரவேண்டும் என்றால் தங்களை எப்படித் தயார் செய்து கொள்ளவேண்டும் என்பதை என் அனுபவத்தில் எழுதி, இப்புத்தகத்தின் இரண்டாம் பாகமாகச் சேர்த்திருக்கிறேன.

இது ஏன் என்றால், திரைக்கதை எழுதக் கற்றுக்கொள்வது ஒருபுறம் இருந்தாலும், தமிழ்த் திரையுலகம் என்ற ஒரு பிராந்தியத்தில் திரைக்கதை எழுதுவது என்பதில் இன்னும் சில விஷயங்களைக் குறிப்பிட்டுச் சொல்லவேண்டும் என்று தோன்றியது. எனவே திரைக்கதை பற்றி அவ்வப்போது நான் ஃபேஸ்புக்கில் எழுதியவைகளைத் தொகுத்து, அவற்றில் சில புதிய அம்சங்களையும் சேர்த்து இதில் எழுதியிருக்கிறேன்.

நான் அடிக்கடி சொல்வதுபோல, திரைக்கதை எழுதுதல் என்பது ஒரு மிகப்பெரிய சமுத்திரத்தை ஆராய்ந்து அளப்பது போன்றது. அது ஒவ்வொருவருக்கும் ஒவ்வொரு அனுபவத்தை வழங்கும். ஒவ்வொருவருக்கும் திரைக்கதை எழுதும் கலை ஒவ்வொரு வடிவில் தன்னை வெளிப்படுத்திக்கொள்ளும். எனவே, திரைக்கதை எழுதுவதற்கு 'இது இப்படித்தான்' என்ற குறிப்பான வழிமுறை இல்லை. இருப்பினும்,

திரைக்கதை எழுதலாம் வாங்க

வணிக சினிமா என்பதை எடுத்துக்கொண்டால் உலகம் முழுதும் என்னென்ன வழிமுறைகள் பின்பற்றப்படுகின்றன என்பதை, சிட்ஃபீல்டின் வழிமுறைகளை வைத்துக்கொண்டு இதில் எழுதியிருப்பது, திரைக்கதை கற்றுக்கொள்ள நினைக்கும் ஆர்வலர்களுக்கு முதலில் ஒரு துவக்கத்தை ஏற்படுத்திக்கொடுக்கவே. இப்புத்தகத்தைப் படித்தபின், திரைக்கதை வடிவம் ஓரளவு புரிந்தபின்னர், இந்தப் புத்தகத்தை ஒட்டுமொத்தமாகக் கூட நீங்கள் நிராகரிக்கலாம். அதில் தவறே இல்லை. அப்படி நிராகரித்துவிட்டு, உங்களுக்கு எப்படி வருகிறதோ அப்படி எழுதலாம். எது எப்படி இருந்தாலும், யாரேனும் சில ஆர்வலர்களை இப்புத்தகம் திரைக்கதை எழுதத் தூண்டினால், அதுவே இப்புத்தகத்தின் வெற்றி என்பதில் எனக்கு நான்கு வருடங்கள் கழிந்தும் சந்தேகமில்லை.

புத்தகத்துக்கு மிகச்சிறப்பான முறையில் அட்டை ஓவியத்தை வடிவமைத்துக் கொடுத்திருக்கும் திரு. கார்த்திகேயன் மேடிக்கும் எனது வாழ்த்துகள் மற்றும் நன்றிகள். புத்தகத்தைப் படியுங்கள். தொடர்ந்து உரையாடுவோம்.

பெங்களூரு,
10ம் டிசம்பர் 2018

'கருந்தேள்' ராஜேஷ்,
www.karundhel.com
rajesh.scorpi@gmail.com

பாகம்-1

01

எந்த ஒரு திரைப்படம் நமக்குப் பிடித்துப்போவதற்கும் பிடிக்காமல் பாதியிலேயே நாம் எழுந்து வெளியே ஓடி வந்து விடுவதற்கும் ஒரேயொரு அடிப்படை விஷயம்தான் காரணம். அதுவே திரைக்கதை. இந்தத் திரைக்கதை என்பது என்ன? அது ஒரு வடிவம். இந்த வடிவத்தை எந்த வகையில் பயன்படுத்திக் கொள்ள வேண்டும்? எப்படியெல்லாம் இந்த வடிவத்துக்குள் புகுந்து விளையாடலாம்?

இப்படிப்பட்ட கேள்விகள், கிட்டத்தட்ட நாற்பது வருடங்கள் முன்னர் பல நூறு திரைக்கதைகளை, தான் வேலைக்கு சேர்ந்திருந்த ஸ்டுடியோவுக்காக தரம் பிரித்து, திரைப்படமாக உருவாகும் தகுதி வாய்ந்தவைகளை தனியாகப் பிரிக்கும் வேலையில் ஈடுபட்டிருந்த சிட் ஃபீல்ட் என்ற அமெரிக்கரின் மனதில் உதித்தன. எழுபதுகளின் ஆரம்பம் அது.

தினமும் தபால்காரரின் பெரிய பெரிய பார்சல்கள் இவரது மேஜையை நிரப்பும். அத்தனை பார்சல்களிலும் பல திரைக்கதைகள். எங்கெங்கு பார்த்தாலும் திரைக்கதைகள். தவிர, இவரது முதலாளி, பொதுமக்களிடமிருந்து வசூல் செய்தே திரைப்படம் உருவாக்கப் போவதாக அறிவித்திருந்தார். ஆகவே, ஆயிரக்கணக்கான திரைக்கதைகள் இவருக்கு வரத் தொடங்கின. இந்தத் திரைக்கதைகளைத் தரம் பிரிப்பதற்காக, ஏற்கெனவே ஒரு சில திரைக்கதைகளை எழுதி யிருந்த சிட் ஃபீல்டை அவர் வேலைக்கு அமர்த்தியிருந்தார்.

இப்படி திரைக்கதைகளால் தாக்குண்ட சிட் ஃபீல்ட், நல்ல திரைக்கதை என்ற ஒரு வடிவத்தை மெதுவாக உணர ஆரம்பித்தார். தினமும் ஒவ்வொரு திரைக்கதையாகப் படிக்கத் தொடங்கும்போது, அதன் முதல் பதினைந்து பக்கங்களை மட்டுமே ஊன்றிப் படிப்பார். அந்தப் பதினைந்து பக்கங்களில் தன்னை அத்திரைக்கதை கவராவிடில், மேற்கொண்டு படிக்கமாட்டார். ஆக, திரைக்கதையின் முதல் மிகமுக்கியமான விஷயமாக, அத்திரைக்கதையின் முதல் பதினைந்து பக்கங்களில் கதை ஆரம்பித்து விட வேண்டும் என்பது சிட் ஃபீல்ட் மனதில் பதிந்தது. இப்படியாக, ஒவ்வொரு திரைக்கதையைப் படிக்கும் போதும் நல்ல திரைக்கதைகளைச் சாதாரணத் திரைக்கதைகளிலிருந்து

பிரிக்கும் விஷயங்களை ஒவ்வொன்றாக இனம் கண்டு கொண்டார். இப்படிக் கண்டு கொண்டதோடு இவர் அடங்கிவிடவில்லை. தனக்குத் தெரிந்த விஷயங்களை உலகுக்கே உரத்துச்சொல்ல ஆரம்பித்தார் (பணம் வாங்கிக்கொண்டுதான். எதில் கில்லாடியாக விளங்குகிறோமோ, அதைப் பணம் வாங்காமல் இலவசமாக செய்யக் கூடாது என்பது இளம் வயதிலேயே இவர் கண்டுகொண்ட உண்மை). வெகுவிரைவில், உலகின் மிக அனுபவம் வாய்ந்த திரைக்கதை வல்லுநராக மாறினார். 77 வயதில், இந்தத் தொடர் வெள்ளிமலரில் வெளியாகிக்கொண்டிருந்தபோதே மறைந்துவிட்ட இவர், திரைக்கதை குறித்த பல விரிவுரைகளைப் பல்கலைக் கழகங்களில் ஆற்றியிருக்கிறார். இந்தியாவில், ஷாருக் கான் நடித்த 'My Name is Khan' படத்தின் திரைக்கதைக்கு உதவியிருக்கிறார்.

இப்படி யோசித்துப் பாருங்கள். கவிதை எழுதுவது எப்படி என்று பாரதி ஒரு புத்தகம் எழுதியிருந்தால்? கதை எழுதுவது எப்படி என்று வியாஸன் ஒரு புத்தகம் எழுதியிருந்தால்? அப்படித்தான் திரைக்கதை எழுதுவது எப்படி என்று சிட் ஃபீல்ட் எழுதியிருக்கும் இந்தப் புத்தகத்தை நாம் புரிந்து கொள்ள வேண்டும்.

- திரைக்கதை என்றால் என்ன?

திரைக்கதை என்பதை இப்படிச் சொல்கிறார் சிட் ஃபீல்ட். காட்சிகள், வசனங்கள் மற்றும் விவரிப்பின் மூலமாகச் சொல்லப்பட்டு, விறுவிறுப்பான ஒரு கட்டமைப்பினுள் வைக்கப்படும் ஒரு கதையே திரைக்கதை எனப்படும். ஒரு நல்ல கட்டமைப்பு என்பது, ஐஸ்கட்டிக்கும் தண்ணீருக்கும் உள்ள உறவைப் போன்றது என்பது சிட் ஃபீல்டின் உதாரணம். ஐஸ்கட்டி தண்ணீரில் கரையும் போது, இரண்டுக்கும் வேறுபாடு என்பதே இல்லாமல் போய்விடுகிறதல்லவா? அதைப் போலவே, இந்தக் கட்டமைப்பே, கதையை சுவாரஸ்யமாக்குகிறது. கட்டமைப்பும் கதையும் ஒன்றில் ஒன்று கரைந்துவிட்டால், நமக்கு நல்லதொரு திரைப்படம் கிடைக்கிறது. கீழே கொடுத்திருக்கும் படத்தை, ஆற அமரப் பாருங்கள். இந்தப் படத்தில், திரைக்கதை அமைப்பை மிகத் தெளிவாக விளக்கியிருக்கிறார் சிட் ஃபீல்ட். இதன்படி, திரைக்கதை அமைப்பை மூன்று பகுதிகளாகப் பிரித்திருக்கிறார்.

- முதல் பகுதி

- செட்டப்

திரைப்படம் எடுப்பதன் மூல விதி என்னவெனில், திரைக்கதையின் ஒரு பக்கம், திரைப்படத்தின் ஒரு நிமிடத்துக்குச் சமம். எனவே, நூறு நிமிடங்கள் (ஒரு உதாரணத்துக்கு) ஓடும் ஒரு படத்துக்குத் தோராயமாக நூறு பக்கங்களில் உள்ள திரைக்கதையே எழுதப்பட வேண்டும்.

ஆனால், இதற்குச் சில விதிவிலக்குகளும் உள்ளன. 'லார்ட் ஆஃப் த ரிங்ஸ்' படங்களின் வரிசையில் முதல் படமான 'ஃபெலோஷிப் ஆஃப் த ரிங்' படத்தின் திரைக்கதை, மொத்தம் 118 பக்கங்கள் மட்டுமே. ஆனால், படமோ, மூன்று மணி நேரத்துக்கும் மேல். திரைக்கதையின் Act-1 அல்லது முதல் பகுதி, கிட்டத்தட்டமுப்பது பக்கங்கள் இருக்க வேண்டும் என்கிறார் சிட் ஃபீல்ட். இந்த முதல் பகுதியில் பிரதானமாக இருப்பது, செட் அப். அதாவது, தொடக்கம். கதையை செட்டப் செய்வது. திரைக்கதையின் இந்த முதல் பகுதியில், திரைப்படம் எதனைப் பற்றியது என்பது புரியவேண்டும். திரைப்படத்தில் வரும் கதாபாத்திரங்கள் அனைவரும், இந்தப் பகுதியில் தான் அறிமுகம் செய்து வைக்கப்படுவார்கள். அதேபோல், இந்தக் கதாபாத்திரங்களுக்கு இடையே உள்ள உறவுமுறையும் (குடும்ப உறவு இல்லை. கதாபாத்திரங்கள் எவ்வாறு ஒருவரோடொருவர் சம்பந்தப்பட்டிருக்கிறார்கள் என்பதும் இந்த முதல் பகுதியில்தான் சொல்லப்படும். கதாபாத்திர அறிமுகம், திரைப்படத்தின் மையக்கரு எதனைப் பற்றியது என்ற அறிமுகம் ஆகியவை இந்த முதல் பகுதியின் பிரதான விஷயங்கள். இந்த விஷயங்களைப் பார்வையாளர்களுக்குப் புரிய வைக்க ஒரு திரைக்கதையாசிரியருக்குத் தரப்படும் நேரம் முதல் பத்து அல்லது பதினைந்து நிமிடங்கள் மட்டுமே. அதாவது, ஒரு திரைக்கதையின் முதல் பத்து அல்லது பதினைந்து பக்கங்கள். ஒரு திரைப்படத்தின் ஆரம்பப் பத்து நிமிடங்களில், அந்தப் படம் என்ன சொல்ல வருகிறது என்பது ரசிகர்களுக்குப் புரியவில்லை என்றால், அப்படம் காலி என்பது சிட் ஃபீல்ட் சொல்லும் முக்கியமான விஷயம். ஆகவே, திரைக்கதையின் ஆரம்பப் பத்துப் பக்கங்களில், பிரதான கதாபாத்திரங்கள் அறிமுகப்படுத்தப்பட்டு கதை ஆரம்பித்துவிட வேண்டும்.

- **இரண்டாம் பகுதி**
- **எதிர்கொள்ளல்**

திரைக்கதை வடிவத்தின் இரண்டாவது பகுதி, confrontation அல்லது எதிர்கொள்ளுதல் என்று அழைக்கப்படுகிறது. இந்த இரண்டாவது பகுதி, முதல் பகுதியின் முடிவில் இருந்து அதாவது, இருபது அல்லது முப்பதாம் பக்கத்தில் இருந்து, கிட்டத்தட்டமொத்தம் ஐம்பது அல்லது அறுபது பக்கங்கள் வரை எழுதப்படும் பகுதி. அதாவது, திரைக்கதையின் எண்பது அல்லது தொண்ணூறாவது பக்கம் வரை. அப்படியென்றால், நமது திரைக்கதை விதிப்படி, படத்தின் முப்பதாம் நிமிடத்திலிருந்து படத்தின் தொண்ணூறாம் நிமிடம் வரை. இந்தப் பகுதியில், படத்தின் மையக் கதாபாத்திரம் தனது நோக்கத்தை நிறைவேறப் பாடுபடும் போது, ஒவ்வொன்றாகக் கஷ்டங்களை எவ்வாறு எதிர்கொள்கிறது

என்பது விளக்கப் பட்டிருக்கும். நோக்கம் என்பது, திரைப்படத்தில் அந்தக் கதாபாத்திரம் அடைய நினைக்கும் குறிக்கோள் அல்லது லட்சியம் என்று பொருட்படும். இந்த நோக்கம் தெரிந்துவிட்டால், பல தடைகளை நாம் உருவாக்கி, திரைக்கதையில் சுவாரஸ்யம் ஊட்டலாம். ஆகவே, முதல் பகுதியில் அறிமுகப்படுத்தப்பட்ட கதாபாத்திரம், இரண்டாம் பகுதியில் தனது நோக்கத்தை நிறைவேற்ற முயலுகையில், பல எதிர்ப்புகளையும் கஷ்டங்களையும் தடைகளையும் எதிர்கொள்கிறது.

- **மூன்றாவது பகுதி**
- **தெளிவான முடிவு**

திரைக்கதை வடிவத்தின் மூன்றாவது பகுதி, Resolution அல்லது தெளிவான முடிவு என்று அழைக்கப்படுகிறது. திரைக்கதையின் எண்பது அல்லது தொண்ணூறாவது பக்கத்தில் இருந்து, சுமார் முப்பது பக்கங்கள் அதாவது, நூற்றிருபதாம் பக்கம் வரை எழுதப்படுவதே இந்த Resolution. திரைப்படத்திலும், எண்பது அல்லது தொண்ணூறாம் நிமிடத்தில் இருந்து இறுதிவரை வரும் காட்சிகள் இதில் அடங்கும். இந்தப் பகுதி என்ன சொல்கிறது? திரைப்படத்தின் மையக் கதாபாத்திரம், தான் அடைய நினைக்கும் லட்சியத்தை அடைந்ததா? அல்லது அடையவில்லையா? என்பதை, ரசிகர்களுக்கு குழப்பம் இல்லாமல் சொல்வதே இந்த மூன்றாவது பகுதி. Resolution என்பதற்கு, முடிவு (Ending) என்று பொருள் கொள்ளாமல், விடை என்றே பொருள் கொள்ளுமாறு சிட் ஃபீல்ட் அறிவுறுத்துகிறார்.

The Syd Field "Paradigm"

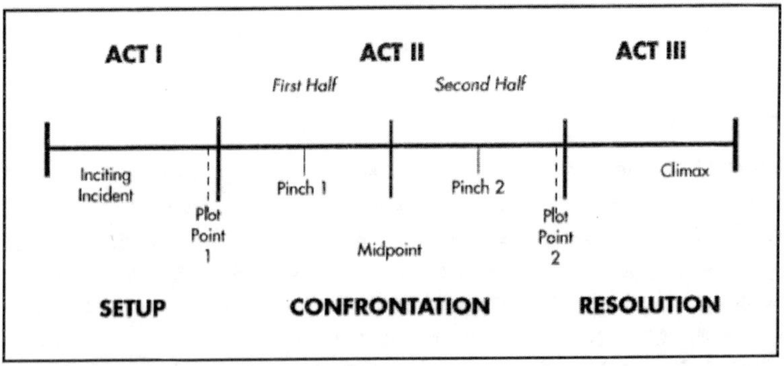

ACT I
ACT II
ACT III
First Half
Second Half
Inciting Incident
Plot Point 1
Pinch 1
Midpoint
Pinch 2
Plot Point 2
Climax
SETUP
CONFRONTATION
RESOLUTION

மேலே இருக்கும் திரைக்கதையின் வடிவத்தை விளக்கும் படத்தில், Plot Point 1 மற்றும் Plot Point 2 என்று இரண்டு விஷயங்கள் இருப்பதைக் கவனித்தீர்கள் அல்லவா? Plot Point என்பதற்கு சிட் ஃபீல்ட் கொடுக்கும்

விளக்கம் ஏதோ ஒரு சம்பவம், கதையின் போக்கைத் திசைதிருப்பி, வேறொரு பக்கம் பயணிக்கச் செய்தால், அதுவே Plot Point. இந்த விளக்கத்தை வைத்து, கதையின் போக்கை, திரைக்கதையின் ஆரம்பத்தில் (Setup) இருந்து திசை திருப்பி, இரண்டாம் பகுதிக்குச் செலுத்துவது Plot Point 1 என்றும், இரண்டாம் பகுதியில் (Confrontation) இருந்து திசை திருப்பி மூன்றாம் பகுதிக்குச் (Resolution) செலுத்துவது, Plot Point 2 என்றும் புரிந்து கொள்ளலாம். திரைப்படங்களில், திடீரென்று கதை ஒரு திருப்பம் அடையும்போது, 'நான் ஏற்கெனவே இப்படி நினைச்சேன்' என்றோ, 'நான் அப்பவே சொன்னேன்ல?' என்றோ நாம் சொல்கிறோமே? அந்தத் திருப்பமே இந்த ப்ளாட் பாயின்ட்கள்.

இத்துடன், இந்த முதல் அத்தியாயம் திரைக்கதை என்றால் என்ன? முடிவடைகிறது. இந்த அத்தியாயத்தில் நாம் பார்த்த விஷயங்கள் சுருக்கமாக என்னென்ன? திரைக்கதை என்றால் என்ன என்று பார்த்தோம். திரைக்கதையின் மூன்று பகுதிகளைப் பற்றிப் பார்த்தோம். Plot Point பற்றித் தெரிந்து கொண்டோம். என்னதான் இவையெல்லாம் இருந்தாலும், கதை உறுதியாக இருக்கவேண்டும்; அது, சம்பந்தமில்லாத விஷயங்களைப் பற்றிப் பேசக்கூடாது என்பதையும் புரிந்துகொண்டோம். திரைக்கதையின் முதல் பத்து பக்கங்களுக்குள் கதை ஆரம்பித்துவிட வேண்டும் என்றும் அறிந்து கொண்டோம். திரைக்கதையின் அமைப்பை ஒரு வாறு மேலோட்டமாகப் பார்த்தா யிற்று. அடுத்தது நமக்காக என்ன சொல்ல வருகிறார் சிட் ஃபீல்ட்?

02

பிளாட் பாயிண்ட்ஸ்

● **முதல் பகுதி – செட்டப்**

எல்லோருக்கும் தெரிந்த ஒரு படத்தை எடுத்துக் கொள்வோம். 'Lord of the Rings: Fellowship of the Ring' படத்தின் முதல் ஆறு நிமிடங்களிலேயே, மோதிரத்தின் முன் கதை நமக்குக் காண்பிக்கப் படுகிறது. கூடவே, ஷையரில் பில்போவைப் பார்க்கிறோம். ஃப்ரோடோவையும். காண்டால்ஃப் தனது வண்டியில் வருவது, முதல் ஆறு நிமிடங்களுக்குள்தான். மிடில் எர்த் பற்றிய அறிமுகமும் நமக்குக் கிடைத்துவிடுகிறது. ஆக, படத்தைப் பற்றிய ஒரு தெளிவான அறிமுகம் நமக்கு முதல் சில நிமிடங்களிலேயே வந்து விடுகிறது.

அதேபோல், China town படத்தில், கதாநாயகன் ஜாக் நிகல்ஸன், படத்தின் முதல் செகண்டிலேயே நமக்கு அறிமுகம் செய்து வைக்கப் பட்டு விடுகிறார். அடுத்த நொடியிலேயே, அவர் ஒரு தனியார் துப்பறிவாளர் என்பதும் நமக்குத் தெரிந்து விடுகிறது. படத்தின் இரண்டாவது நிமிடத்தில், அவரைப் பார்க்க ஒரு பெண் வருகிறார். இந்தப்பெண், தனது கணவனின் நடத்தையில் சந்தேகம் இருப்பதாகவும், அதனைத் துப்பறிய வேண்டும் என்றும் ஜாக் நிகல்ஸனிடம் கேட்டுக்கொள்ள, படத்தின் கதை, நான்காவது நிமிடத்தில் தொடங்குகிறது. ஜாக் நிகல்ஸன் இந்தக் கேஸில் துப்பறிய ஆரம்பிப்பதுதான் படத்தின் முதுகெலும்பு.

எனவே, எந்தத் திரைக்கதை எழுதப்படும்போதும், முதல் பத்து நிமிடங்களுக்குள் கதாபாத்திரங்கள் அறிமுகப்படுத்தப்பட்டு, படத்தின் மையக்கரு ஆடியன்ஸுக்குப் புரிந்து விடவேண்டும்.

- **இரண்டாம் பகுதி - எதிர்கொள்ளல்**

Fellowship of the Ring படத்தையே எடுத்துக்கொள்ளலாம். இதில், திரைக்கதையின் முதல் பகுதியில் அறிமுகப்படுத்தப்பட்ட ஃப்ரோடோ என்ற கதாபாத்திரம், திரைக்கதையின் இரண்டாம் பகுதியில் (கிட்டத்தட்ட முதல் முப்பது நாற்பது நிமிடங்கள் கழித்து) தனது நோக்கமான மோதிரத்தை அழிப்பது என்ற லட்சியத்தை நிறைவேற்றும் பயணத்தை மேற்கொள்கிறது. வழியில் மற்ற கதாபாத்திரங்களோடு சேர்ந்து எண்ணிலடங்கா எதிர்ப்புகளையும் எதிர்கொள்கிறது.

- **மூன்றாம் பகுதி - தெளிவான முடிவு**

உங்களுக்குத் தெரிந்த எந்தப் படத்தையும் எடுத்துக்கொள்ளலாம். படத்தின் கடைசி அரைமணி நேரத்தில் படம் தெளிவாக முடிவடைகிறதா அல்லது உங்களுக்குத் திருப்தியில்லாமல் போகிறதா என்று யோசித்தால் விளங்கிவிடும். இந்த மூன்று பகுதிகளே, திரைக்கதையின் துண்டுகளை ஒன்றிணைத்து, முழுக்கதையாக்கும் பகுதிகள்.

இப்போது ஒரு கேள்வி எழும். முதல் பகுதியில் இருந்து இரண்டாம் பகுதிக்கு எப்படிக் கதையை நகர்த்துவது? அதேபோல், இரண்டாம் பகுதியில் இருந்து மூன்றாம் பகுதிக்குக் கதை எப்படிச் செல்லும்? இதற்கு விடை, மிகச்சுலபம். Plot Points.

திரைக்கதையில், கதாபாத்திரங்களை அறிமுகப்படுத்தியாயிற்று. அடுத்தது என்ன செய்ய வேண்டும்? நடுப்பகுதியை நோக்கிக் கதை நகர வேண்டும். அதாவது, பிரதான கதாபாத்திரம் அடைய நினைக்கும் விஷயத்தின் பாதையில், தடைகள் உருவாக்கப்பட வேண்டும், இதற்கு உதவுவதுதான் Plot Point-1. அதாவது, திரைக்கதையின் முதல் பகுதியில் இருந்து இரண்டாம் பகுதிக்குக் கதையை நகர வைக்கும் ஒரு காரணி. இந்த Plot Point இல்லாமல், திரைக்கதை எழுதவே முடியாது. எப்படி முக்கினாலும், திரைக்கதையின் ஆரம்பத்தில் இருந்து கதை நகர்வதற்கு, ஏதோ ஒரு காரணி இல்லாமல் முடியாது. அதேபோல் திரைக்கதையின் இறுதியை நோக்கிச் செலுத்தும் காரணியும் அவசியம் தேவை (Plot Point 2).

Plot Point என்பதற்கு சிட் ஃபீல்ட் கொடுக்கும் விளக்கம் ஏதோ ஒரு சம்பவம், கதையின் போக்கைத் திசைதிருப்பி, வேறொரு பக்கம் பயணிக்கச் செய்தால், அதுவே Plot Point. இந்த விளக்கத்தை வைத்து, கதையின் போக்கை, திரைக்கதையின் ஆரம்பத்தில் (Setup) இருந்து திசைதிருப்பி, இரண்டாம் பகுதிக்குச் செலுத்துவது Plot Point 1 என்றும், இரண்டாம் பகுதியில் (Confrontation) இருந்து திசைதிருப்பி மூன்றாம்

பகுதிக்குச் (Resolution) செலுத்துவது, Plot Point-2 என்றும் புரிந்து கொள்ளலாம்.

இப்போது, சில உதாரணங்கள் பார்க்கலாம். 'ஆரண்ய காண்டம்' படத்தை எடுத்துக்கொள்வோம். இந்தப் படம், மிகத் தெளிவாக எழுதப்பட்ட ஒரு படம். படத்தின் முதல் பகுதி Setup. இதில், கதாபாத்திர அறிமுகங்கள் (சிங்கப்பெருமாள், அவனது இளம் மனைவி, சப்பை, பசுபதி, கொடுக்காப்புளி, அவனது தந்தை ஆகிய கதாபாத்திரங்கள், அவர்கள் செய்யும் தொழில், ஒருவருக்கொருவர் சம்பந்தப்பட்டிருக்கும் விதம்) சொல்லப்பட்டிருக்கும்.

அதேபோல், இரண்டாம் பகுதி Confrontation. இதில், பிரதான கதாபாத்திரமான பசுபதி தப்பிக்க முயற்சி செய்வது, அதற்கு ஏற்படும் இன்னல்கள், கொடுக்காப்புளியும் அவனது தந்தையும் போதை மருந்தை எடுத்துக்கொண்டு தப்பிப்பது, அவர்களுக்கு ஏற்படும் தடைகள், சிங்கப்பெருமாள் பசுபதியைக் கொல்ல முயல்வது, சப்பையும் சிங்கப்பெருமாளின் மனைவியும் தப்பிக்க முயலுதல், அதற்கு ஏற்படும் தடைகள் என மிகத் தெளிவாக சொல்லப்பட்டிருக்கும்.

மூன்றாம் பாகம் – Resolution இந்தக் கதாபாத்திரங்கள் அடைய நினைத்த விஷயங்கள் என்னவாயின என்பதை விளக்கும். சிங்கப்பெருமாள், பசுபதியைக் கொல்லமுடியாமல், இறக்கிறான். பசுபதி, தாதாவாக ஆகிறான். எதிரி தாதா கும்பலைக் கொல்கிறான். கொடுக்காப்புளி, தனது தந்தையைக் காப்பாற்றுகிறான். சிங்கப்பெருமாளின் மனைவி, தப்பிக்கிறாள். இப்படி, தெளிவான ஒரு திரைக்கதையாக இருக்கிறது 'ஆரண்யகாண்டம்'.

இதில், Plot Pointகள் எங்கே வருகின்றன? முதல் பகுதியில், கதாபாத்திர அறிமுகத்துக்குப் பின்னர், கதை எங்கே தொடங்குகிறது? கவனியுங்கள். எந்தப் புள்ளி, முதல் பகுதியையும் இரண்டாம் பகுதியையும் இணைக்கிறது? இரண்டு நிகழ்ச்சிகளை எடுத்துக் கொள்ளலாம்.

முதல் நிகழ்ச்சி 'நீங்க என்ன டொக்காயிட்டீங்களா?' என்று சிங்கப்பெருமாளிடம் பசுபதி கேட்பது. இரண்டாம் நிகழ்ச்சி, காரில் சென்றுகொண்டிருக்கும் பசுபதியின் அடியாட்களை, சிங்கப்பெருமாள் ஃபோனில் அழைப்பது. 'பசுபதியைக் கொன்று விடுங்கள்' என்று கட்டளையிடுவது. இந்த இரண்டு நிகழ்ச்சிகளில், எந்தச் சம்பவம், திரைக்கதையின் முதல் பாகத்திலிருந்து, இரண்டாம் பாகத்துக்குக் கதையை செலுத்துகிறது?

முதல் நிகழ்ச்சி என்று சிலரும். இரண்டாம் நிகழ்ச்சி என்று சிலரும் சொல்லக்கூடும். என்னதான் பசுபதி கேட்ட கேள்வி சிங்கப்பெருமாளைக்

கடுப்பாக்கினாலும், சிங்கப்பெருமாளின் வெளிப்படையான எண்ணமாகிய பசுபதியைக் கொல்வது என்பது எங்கே தெரியவருகிறது? இரண்டாம் நிகழ்ச்சியில்தானே? அதேபோல், 'டொக்காயிட்டீங்களா' என்று பசுபதி கேட்கும் கேள்வியால், இரண்டாம் பகுதியான பசுபதி துரத்தப்படுவது ஆரம்பிப்பதில்லை.

பசுபதியைக் கொல்லச் சொல்வதன் மூலமாகவே, பசுபதி ஓடும் இரண்டாம் பகுதி ஆரம்பிக்கிறது. ஆகவே, ஆரண்ய காண்டத்தின் Plot Point1, சிங்கப்பெருமாள், பசுபதியைக் கொல்லச் சொல்வது. இதில் இருந்துதான், இரண்டாம் பகுதி தொடங்குகிறது. சரி. Plot Point 2, இந்தப் படத்தில் எங்கு வருகிறது?

மறுபடியும் ஒருமுறை Plot Point என்பதற்கு விளக்கத்தைப் பார்த்துக்கொள்வோம். ஏதோ ஒரு சம்பவம், கதையின் போக்கைத் திசைதிருப்பி, வேறொரு பக்கம் பயணிக்கச் செய்தால், அதுவே Plot Point. இரண்டாம் பகுதியான துரத்தப்படுதல் என்பது, எப்போது க்ளைமேக்ஸான மூன்றாம் பகுதியை நோக்கிப் பயணிக்கிறது?

ஒரு மிகச்சிறிய நிகழ்ச்சியின் மூலம். பசுபதி, இன்ஸ்பெக்டரிடம், எதிரி தாதா கும்பலிடம் தூது செல்லச் சொல்லும் காட்சி நினைவிருக்கிறதா? படத்தில் அவ்வளவாக முக்கியத்துவம் இல்லாத ஒரு காட்சியைப் போல் மேலோட்டமாகத் தோன்றினாலும், படத்தின் முக்கியமான காட்சிகளில் இதுவும் ஒன்று. இந்தக் காட்சி வரும் சூழலைக் கொஞ்சம் யோசிப்போம்.

அதுவரை சிங்கப்பெருமாளாலும், எதிரி தாதா கும்பலாலும் துரத்தப் படும் பசுபதி, யோசிக்கிறான். தன்னைத் துரத்தும் இந்த இரண்டு கும்பல்களுக்கும் சண்டை மூட்டிவிட்டால், தனது எதிரிகள் காலி. இதன்மூலம், பிழைத்திருப்பது சிங்கப்பெருமாளும், வேறு சில சில்லறை அடியாட்களும்தான். ஆகவே, அவர்களை எளிதில் கொன்றுவிடலாம். அவர்களில் சிலர் தன்னுடைய ஆட்களாகவும் இருந்ததால், எளிதில் அவர்களைப் பயமுறுத்தியும் விடலாம். ஆகவே, இரண்டு கும்பலுக்கும் சண்டை மூட்டிவிட என்ன செய்ய வேண்டும்?

எதிரிக்கு எதிரி நண்பன். இதுதான் பசுபதி யோசிப்பதன் சாராம்சம். இந்த யோசனை செயல்வடிவம் பெறுவது எப்போது? இன்ஸ்பெக்டரிடம் பசுபதி பேசும் சிறிய காட்சியில். அந்தக் காட்சிக்குப் பின்னர்தான் தாதா கும்பலின் ஆள் போலீஸ் ஸ்டேஷனுக்கு வருவதும், அவன் கொல்லப்படுவதும். அதுதான் எதிரி தாதாவின் மனதில் சந்தேகத்தை விளைவிக்கிறது. அதுதான் இறுதியில் அவர்களைப் பசுபதி சொல்லுமிடத்துக்குத் தயங்காமல் வர வைக்கிறது. அதுதான் அவர்களின் மரணத்துக்கும் காரணமாகிறது.

ஆகவே, பசுபதி இன்ஸ்பெக்டரிடம் பேசும் காட்சியே, 'ஆரண்ய காண்ட'த்தின் Plot Point 2. இந்த ரீதியில் யோசித்தால், எந்தப் படமாக இருந்தாலும், பிரதான இரண்டு PlotPointகளை மிகச் சுலபமாகக் கண்டு பிடித்து விடலாம். PlotPointகளைப் பற்றிய முக்கியமான விஷயம் என்னவென்றால், அவை, பரபரப்பான ஒரு காட்சியாகத்தான் இருக்க வேண்டும் என்று அவசியமில்லை. மிகச் சிறிய ஒரு ஷாட்டாகக்கூட இருக்கலாம். ஆனால், கதையை, ஒரு பகுதியிலிருந்து சட்டென்று அடுத்த பகுதியை நோக்கி அது திருப்ப வேண்டும். அதுவே ஒரே விதி.

இப்போது ஒரு கேள்வி. திரைக்கதை, தெளிவாக மூன்று பகுதிகளாகப் பிரிக்கப்பட்டு, ப்ளாட் பாயிண்ட்கள் சரியாக அமைந்திருந்தால், அந்தப் படம் சுவாரஸ்யமாகிவிடுமா?

பதில், கட்டாயம் இல்லை. ஒரு திரைக்கதை சுவாரஸ்யமாக இருக்க வேண்டும் என்றால், கதை உறுதியாக இருக்க வேண்டும். கதையே இல்லாமல், திரைக்கதையை மட்டும் தொழில்நுட்ப ரீதியில் பிரித்தால், அந்தப் படம் தேறாமல் போய் விடும். எந்தவிதமான திரைக்கதை விதிகளையும் பின்பற்றாமலேயே, கதை மட்டும் உறுதியாக எழுதப்பட்டாலே போதும். இதை இப்புத்தகம் துவங்கும் இந்த நேரத்திலேயே நாம் மனதில் உறுதியாக உருவாக்கிக்கொண்டு விட வேண்டும். திரைக்கதை விதிகள் என்பதெல்லாமே, நன்றாக எழுதப்பட்ட ஒரு கதையை எப்படி மேலும் சுவாரஸ்யமாக்கலாம் என்பதற்காக மட்டுமே.

03

மும்மூர்த்திகள்

முதல் பகுதியான Setup என்பது கிட்டத்தட்ட திரைக்கதையின் முதல் முப்பது பக்கங்களில் விளக்கப்படவேண்டும் என்பதையும், அதில் கதாபாத்திரங்களின் அறிமுகம் மற்றும் அவர்கள் ஒருவரோடொருவர் எப்படி சம்மந்தப்பட்டிருக்கிறார்கள் என்பதை விளக்கிவிடவேண்டும் என்பதையும் சென்ற இரு அத்தியாயங்களில் பார்த்தோம்.

இப்போது இந்த முதல் முப்பது பக்கங்களை இன்னும் ஆழமாகப் பிரித்துப் பார்ப்போம். முதல் பத்துப் பக்கங்கள் (பிரதான கதாபாத்திர அறிமுகம்). இரண்டாவது பத்துப் பக்கங்கள் (பிரதான கதாபாத்திரத்தின் மீதான கவனம்) Plot point 1 கதை எதைப்பற்றி என்பதை விளக்குதல் கதையின் சூழ்நிலையை விளக்குதல்.

இதுதான் திரைக்கதையமைப்பின் முதல் பகுதியான Setup (ஆரம்பம்). இதில், முதல் பத்து பக்கங்களில் நமது திரைக்கதையின் பிரதான கதாபாத்திரம் (அல்லது) கதாபாத்திரங்களை அறிமுகப் படுத்திவிட வேண்டும். பழைய படங்களிலெல்லாம் யாராவது ஒருவர் கொலையான பின்னர், க்ளைமாக்ஸுக்கு சற்று முன்னர் திடீரென ஒரு கதாபாத்திரம் அறிமுகமாவதைக் காட்டிவிட்டு, அவன் (அல்லது) அவள் தான் கொலைகாரன் (அல்லது) கொலைகாரி என்று காட்டுவார்கள். அதெல்லாம் திரைக்கதை விதிப்படி செல்லாது. அப்படி அறிமுகப்படுத்த வேண்டுமென்றால், கதையின் ஆரம்பத்திலேயே அந்தக் கதாபாத்திரத்தைப் பற்றிய க்ளூவைத் தரவேண்டும்.

உதாரணத்துக்கு 2013ல் வெளியாகியிருக்கும் 'சூது கவ்வும்' திரைப்படத்தையே எடுத்துக்கொள்வோம். அதில், முதல் பத்து நிமிடங்களில் என்னென்ன நடக்கிறது என்று பார்ப்போம். முதல்

நிமிடத்திலேயே கேசவன், சேகர் மற்றும் பகலவன் ஆகியவர்கள் அறிமுகப்படுத்தப்படுகிறார்கள். அப்போதே செய்தித்தாளில் ரவுடி இன்ஸ்பெக்டரைப் பற்றியும், சினிமா எடுக்கும் டாக்டரைப் பற்றியும் செய்திகள் ரசிகர்களுக்குக் காட்டப்படுகின்றன. இதன்மூலம் அந்த இரண்டு கதாபாத்திரங்களும் படத்தில் பின்னால் வரப்போகிறார்கள் என்ற க்ளூ கிடைக்கிறது.

இதனையடுத்து அரசியல்வாதி ஞானோதயம், தாஸ் ஷாலு அறிமுகம். இதெல்லாமே முதல் பத்து நிமிடங்களுக்குள் நடந்து விடுகின்றன. அதேபோல் படம் எதைப்பற்றி என்ற க்ளூவும் ஆடியன்ஸுக்கு அப்போதே காட்டப்பட்டு விடுகிறது. தாஸ் அறிமுகமாகும் காட்சியே ஆள்கடத்தல் காட்சி என்பதால் படம் அதைப்பற்றித்தான் என்பது புரிகிறது. அதேபோல் ஞானோதயத்தைக் காட்டும் முதல் காட்சியிலேயே, படத்தில் பின்னால் தாஸிடம் வந்து ஞானோதயத்தின் மகனைக் கடத்தச் சொல்லும் 'நம்பிக்கை கண்ணனும்' அறிமுகம். இதுவும் படத்தின் மையக் கருவுக்கான க்ளூதான். இத்தனை விஷயங்களும் படத்தின் முதல் பத்து நிமிடங்களில் வந்து விடுகின்றன. எனவே முதல் பத்து பக்கங்களில் இருக்கும் மூன்று விஷயங்களும் நிறைவேறி விடுகின்றன.

சரி. இப்போது 'சூது கவ்வும்' படத்தின் இரண்டாவது பத்து நிமிடங்களுக்கு வருவோம். கேசவனுக்கு வேலை போய்விடுகிறது. சேகருக்கு வேலை போய்விட்ட ஃப்ளாஷ்பேக் வருகிறது. படத்தின் ஆரம்பத்திலேயே பகலவனுக்கு வேலை இல்லை என்பதையும் தெரிந்து கொள்கிறோம். சேகர், கேசவன், பகலவன் கும்பல் டாஸ்மாக் போவது அங்கே சண்டை, இவர்கள் மூவரும் தாஸுடன் அவனது வீட்டுக்குப் போவது, தாஸ் தனது மனநோயைப் பற்றி சொல்வது, தாஸின் வேலை ஆள்கடத்தல் என்பதை மூவரும் தெரிந்து கொள்வது ஆகிய நிகழ்ச்சிகள் படத்தின் இரண்டாம் பத்து நிமிடங்களில் நடக்கின்றன.

இரண்டாம் பத்து நிமிடங்களில் பிரதான கதாபாத்திரத்தின் மீதான கவனம் செலுத்துதல் வேண்டும் என்று மேலே பார்த்தோம் அல்லவா? அதற்கு இதுதான் உதாரணம். பிரதான கதாபாத்திரமான தாஸைப் பற்றி நிறையத் தெரிந்து கொள்கிறோம். தாஸின் கிட்நாப்பிங் கொள்கைகள், மூவரும் தாஸுடன் சேர்வது என்பது இதன்பின்னர் நடக்கிறது. திரைக்கதையில் 20–25 நிமிடங்கள் கடந்த பின்னர் முதல் Plot Point வருகிறது.

அது என்ன?

தாஸ்–கோ வரிசையாக ஆட்களைக் கடத்தும் 'கம்னா கம் கம்னாட்டி கோ...' பாடல் முடிந்ததும், இவர்களால் கடத்தப்படும் குண்டுப்பையன்

வரும் காட்சி நினைவிருக்கிறதா? அந்தக் காட்சியின் இறுதியில் தாஸின் பாக்கெட்டில் அந்தப் பையனின் தந்தையின் செல்ஃபோன் மாட்டிக் கொண்டு விடுகிறது. அந்தப் பையனின் தந்தையிடமிருந்து தாஸுக்கு செல்ஃபோனில் அழைப்பு வரும் காட்சியே படத்தின் முதல் Plot Point.

ஏன்?

இந்தக் காட்சியின் மூலம்தான் படத்தின் முதல் பகுதியிலிருந்து இரண்டாம் பகுதிக்குத் திரைக்கதை திரும்புகிறது. அதுவரை கதாபாத்திரங்களையும், அவர்களின் செய்கைகளையுமே பார்த்துக் கொண்டிருந்த நமக்கு, படத்தின் நோக்கம் புரியவைக்கப்படுகிறது. அது, அமைச்சர் ஞானோதயத்தின் மகன் அருமை பிரகாசத்தை கடத்துவது.

இதுதான் சிட் ஃபீல்ட் சொல்லும் தெளிவான Setup (ஆரம்பம்). திரைக்கதையின் முதல் முப்பது பக்கங்கள். எனவே திரைப்படத்தின் முதல் முப்பது நிமிடங்கள். ஆனால் சிட் ஃபீல்ட் முதல் முப்பது பக்கங்கள்' என்று சொல்லியிருப்பதால், கனகச்சிதமாக முப்பதே பக்கங்களில் முதல் பகுதி முடிந்து விடவேண்டும் என்பது அர்த்தமில்லை. முன்னே பின்னே சில பக்கங்கள் இருக்கலாம். அடுத்து, திரைக்கதை அமைப்பின் இரண்டாவது பகுதியான Confrontation (எதிர்கொள்ளல்) என்பதை அலசுவோம்.

முதல் பகுதியில் அறிமுகமான கதாபாத்திரங்களுக்கு அவர்களது குறிக்கோளை நிறைவேற்றுவதில் நேரும் சிக்கல்களை எப்படி அவர்கள் எதிர் கொள்கிறார்கள் என்பதே இந்த 'எதிர்கொள்ளல்' என்னும் இரண்டாம் பகுதி. திரைக்கதையில் முதல் முப்பது பக்கங்களுக்குப் பின்னர் வரும் அறுபது பக்கங்கள் இந்த இரண்டாம் பகுதியைக் குறிக்கும். முதல் பகுதியின் இறுதியில் வரும் முதல் ப்ளாட் பாயிண்டின் முடிவே இந்த இரண்டாம் பகுதியின் ஆரம்பம்.

முதல் பாதி (திருப்பம்) இடைவேளை இரண்டாம் பாதி (திருப்பம்) Plot Point 2- இதுதான் திரைக்கதையின் இரண்டாம் பகுதியான Confrontation (எதிர்கொள்ளல்) என்பதை விளக்கும் வரி. இந்த அறுபது பக்கங்களை ஒரேயடியாக எழுதுவது கடினம் என்பதால், அவற்றை முப்பது முப்பது பக்கங்களாகப் பிரித்துக் கொள்வது நல்லது. முதல் முப்பது பக்கங்கள் (முதல் பாதி) இரண்டாம் முப்பது பக்கங்கள் (இரண்டாம் பாதி) ஆகிய இரண்டு பகுதிகளுக்கும் இடையே இருப்பதே இடைவேளை.

இது இந்தியப் படங்களில் இன்றியமையாத பங்கு வகிக்கிறது. இடைவேளை இல்லாமல் இரண்டு மணி நேரம் ஓடுவது நமக்குச்

சரிப்படாது. ஆனால், இடைவேளை சாதாரணமாகவும் இருக்கக்கூடாது. அங்கே ஒரு ட்விஸ்ட் இருக்கவேண்டும். அப்போதுதான் நமக்கு ஒரு சுவாரஸ்யம் எழும்.

'சூது கவ்வும்' படத்தில் இந்த இரண்டாம் பகுதி (Confrontation) எப்படி எழுதப்பட்டிருக்கிறது?

படத்தில் நம்பிக்கைக் கண்ணனிடமிருந்து ஃபோன் வருவதோடு முதல் பகுதியான Setup (அறிமுகம்) முடிகிறது. இதன்பின் இரண்டாம் பகுதி தொடங்குகிறது. மூவர் குழு, தாஸை அருமை பிரகாசத்தின் கடத்தலுக்கு சம்மதிக்க வைத்தல், அதன்பின்னர் அருமை பிரகாசத்தை கண்காணித்தல், அதன்பின்னர் அருமை பிரகாசத்தை கடத்தச் செல்லும்போது ஏற்கெனவே அவனை யாரோ கடத்துதல் என்று கதை செல்கிறது. இங்கே வேறு ஒரு கும்பல் அருமை பிரகாசத்தை கடத்துவதே முதல் பாதியின் 'திருப்பம்'.

இதன்பிறகு அருமை பிரகாசத்தை தாஸ் குழுவினர் தூக்கி வருதல், அருமை பிரகாசத்தின் ப்ளானை தெரிந்து கொள்ளல், அதன்பிறகு அருமை பிரகாசத்தின் உதவியோடு அமைச்சரிடம் பணம் கேட்பது, பணம் அருமையின் தாய் மூலம் வருவது, அதன்பின்னர் பணத்தை பொம்மை ஹெலிகாப்டரில் கடத்துவது என்று செல்லும் கதையில், இடைவேளை ட்விஸ்ட் என்பது, கார் விபத்து.

இதற்குப்பிறகு இடைவேளை முடிந்து, இரண்டாம் பாதி தொடங்குகிறது. பணத்தோடு அருமை பிரகாசம் ஓடுவது, தாஸ் குழுவினரைப் பிடிக்க பிரம்மா வருவது, தாஸ் குழுவினர் தப்பிப்பது, டாக்டர் தாதா வருகை என்று கதை செல்கிறது. இங்கே பிரம்மாவிடமிருந்து தாஸ் &கோ தப்பிப்பதுதான் இரண்டாம் பாதியில் இருக்கும் 'திருப்பம்'. அதன்பின்னர் அருமை பிரகாசம் இவர்களின் காரில் வந்து அமர்வது, அருமை பிரகாசத்திடம்தாஸ் & கோ பேசுவதை டாக்டர் தாதா வீடியோ எடுப்பது, அந்த வீடியோ டேப் ஆட்டோவில் மாட்டி சிதறுவது என்று செல்லும் கதையில், தாஸ்-கோ கோர்ட்டில் சரணடைவதுதான் திரைக்கதையின் இரண்டாவது ப்ளாட் பாயிண்ட்.

ஏன்?

இவர்கள் சரணடைவதால்தான் அங்கே அருமை பிரகாசம் வந்து இவர்கள் தன்னைக் கடத்தவில்லை என்று சொல்கிறான். அதனால் விடுதலையாகும் மூவரையும் இதனால்தான் பிரம்மா கடத்துகிறார். அப்படிக் கடத்துவதனால் க்ளைமேக்ஸ் தொடங்குகிறது.

திரைக்கதையமைப்பின் இரண்டாம் பகுதியான Confrontation (எதிர்கொள்ளல்) என்பதன் விளக்கத்தை இங்கே நினைவு

கொள்ளவேண்டும். பிரதான கதாபாத்திரங்கள் தங்கள் குறிக்கோளை நிறைவேற்றப் பாடுபடும்போது அனுபவிக்கும் பிரச்னைகளே ‘எதிர்கொள்ளல்’ என்று அழைக்கப்படும்.

இங்கே பிரதான கதாபாத்திரங்களான தாஸ் & கோவின் குறிக்கோள் என்ன? அருமை பிரகாசத்தை கடத்தி, இரண்டு கோடியைச் சம்பாதிப்பது. அது நிறைவேறாமல் பல இடர்ப்பாடுகளை இவர்கள் சந்திக்கிறார்கள் அல்லவா?

இதன்பின்னர் பிரதான கதாபாத்திரங்கள் தங்களது லட்சியத்தில்' வெற்றி பெற்றார்களா என்று விளக்கி, படத்தை தெளிவாக முடித்துவைப்பது, திரைக்கதையமைப்பின் மூன்றாவது பகுதியான Resolution (தெளிவான முடிவு). ‘சூது கவ்வும்’ படத்தின் தெளிவான முடிவில் எளிதாக இந்த மூன்றாவது பகுதியை இனம் காணலாம்.

இப்படியாகத் திரைக்கதையமைப்பின் மூன்று பகுதிகளான Setup (அறிமுகம்), Confrontation (எதிர்கொள்ளல்) - resolution (தெளிவான முடிவு) ஆகியவை எழுதப்படவேண்டும்.

04

சப்ஜெக்ட் என்னும் உயிர்நாடி

'*மு*தல் மரியாதை' திரைப்படம். படநாயகன் மலைச்சாமி தேவரைப் பார்க்கிறோம். அவரது மனைவி, இளம் பெண் குயிலு, குயிலுக்கும் மலைச்சாமிக்கும் மெல்ல அரும்பும் காதல், அழகான பாடல்கள், நகைச்சுவை ஆகிய அனைத்தையும் சந்தோஷமாகப் பார்க்கிறோம். நேரம் போனதே தெரியாமல் படம் முடிகிறது. படம் முடிந்தபின்னும், மலைச்சாமிக்கும் குயிலுக்கும் அரும்பிய காதலின் மகிழ்வான நிமிடங்கள், நமது மனதில் தங்கி நிற்கின்றன. படஆரம்பத்தில் மரணப் படுக்கையில் இருக்கும் மலைச்சாமி தேவரைப் பார்த்தவுடன், 'இவர் யார்? ஏன் இந்த நிலையில் கிடக்கிறார்? என்ற கேள்வி நமது மனதில் எழுவது இயல்பு. இந்தக் கேள்விக்குப் பதிலாகவே, படம் செல்கிறது. இந்தக் கேள்விக்கு விடையே, Subject எனப்படுகிறது.

ஒரு திரைக்கதையை எழுத, நமக்கு என்ன தேவைப்படுகிறது? ஒரு சிறியகரு. தமிழ்த்திரையுலகில் 'ஒன்லைன்' என்று அழைக்கப்படும் வஸ்து. ஆனால், திரைக்கதையை எழுதி முடிக்க, இந்த ஒன்லைன் போதுமா? ஐடியா வேண்டும் என்பது அவசியம்தான். ஒரு ஐடியாவை மட்டும் வைத்துக்கொண்டு, நூற்றிருபது பக்கங்களை நிரப்ப முடியாதே?

திரைக்கதை எழுத நமக்குத் தேவை, Subject. சப்ஜெக்ட் என்ற வார்த்தைக்கு நேரடிதமிழ் அர்த்தம், 'பொருள்'. இந்த வார்த்தைக்கு 'பாடம்' என்ற மற்றொரு அர்த்தம் இருந்தாலும், 'பொருள்' என்பதே நெருக்கமான அர்த்தம். திரைக்கதைக்குத் தேவையான 'பொருள்' என்று நாம் புரிந்து கொள்ளலாம்.

இந்த Subject *(*பொருள்*)* என்பது, Action *(*நிகழ்வு*)* மற்றும் Character (கதாபாத்திரம்) என்று இரண்டாக விளக்கப்படுகிறது. 'நிகழ்வு' என்பது, கதையில் நிகழக்கூடிய சம்பவங்கள். கதை எதைப்பற்றி என்று விளக்குவது. 'கதாபாத்திரம்' என்பது, கதையின் பிரதான பாத்திரம் அல்லது பாத்திரங்கள். கதை யாரைப்பற்றி என்று விளக்குவது. ஒவ்வொரு திரைக்கதையிலும், கதாபாத்திரங்கள் ஒன்றோ பலவோ வருகின்றன. அவர்களுக்கு என்ன நடக்கிறது என்பதும் எழுதப்படுகிறது. ஒரு திரைக்கதை எழுத்தாளராக, கதையில் யாருக்கு என்ன நடக்கிறது என்பது தெளிவாக நமக்குத் தெரிந்திருக்க வேண்டும். இது தெரியவில்லை என்றால், திரைக்கதை தெளிவில்லாமல் போய்விடும்.

பல சமயங்களில், திடீரென்று ஒரு திரைக்கதை எழுதவேண்டும் என்ற எண்ணம் நம்மைச் சூழ்ந்து கொள்ளும். ஆனால், எதை எழுதுவது என்பது தெரியாது. இதைப் போன்ற தருணங்களில், சப்ஜெக்ட் என்ற பொருளை நாம் தேட வேண்டும். அதாவது, எதைப்பற்றி, யாரைப் பற்றிய திரைக்கதையை நாம் எழுதப் போகிறோம் என்ற விவரம். செய்தித்தாள்களில் அது கிடைக்கலாம். தொலைக்காட்சியில் கிடைக்கலாம். அல்லது நமது வாழ்வில் நடைபெற்ற சம்பவமாக அது இருக்கலாம். 'நடுவுல கொஞ்சம் பக்கத்தைக் காணோம்' திரைப்படம் இப்படி நிஜவாழ்வில் நடைபெற்ற சம்பவம்தான். அல்லது முழுக்கக் கற்பனையாகவும் இருக்கலாம்.

உங்கள் திரைக்கதையின் Subject (பொருள்) என்ன? எதனைப் பற்றி? யாரைப்பற்றி? ஒருசில வார்த்தைகளால் உங்கள் திரைக்கதையை உங்களால் சொல்ல முடியுமா? உதாரணமாக, கிராமத்தில் அமைதியான வாழ்க்கையைத் தனது மகனுடனும் மகளுடனும் வாழ்ந்து வந்த ஒரு பண்ணையார், நகரத்துக்கு வந்து சீரழிந்த கதையைப் பற்றிய திரைக்கதையை எழுத விரும்புகிறீர்களா? (மகாநதி). ஆம் என்றால், அந்தப் பண்ணையார் யார்? அவருடைய குடும்ப அங்கத்தினர்கள் யார்? அவர்களுடைய பின்னணி என்ன? பண்ணையார் செய்த தவறுகள் என்னென்ன? எதனால் அவரது வாழ்க்கை பறிபோனது? ஏன் அவர் அந்தத் தவறுகள் செய்தார்? திரைக்கதையின் இறுதியில், அவருக்கு என்ன ஆகிறது? இத்தனை கேள்விகளுக்கும் விடை, திரைக்கதை எழுதத் தொடங்குமுன்னரே உங்களுக்குத் தெரிந்திருந்தால் திரைக்கதை எழுதுவது ஒரு எளிய வேலையாக மாறிவிடுகிறது. நம்பிக்கையுடன் திரைக்கதை எழுத ஆரம்பிக்கலாம்.

இந்தக் கேள்விகளுக்கு விடைகள் தெரியாவிடில், திரைக்கதை நம்மை எங்கெங்கோ இழுத்துக் கொண்டு சென்றுவிடும். கதை சரியாக அமையாது. என்ன செய்கிறோம் என்று தெளிவாகத் தெரிந்திருந்தால், அதனை மிகச்சிறந்த முறையில் செய்து முடிக்கலாம். இல்லையெனில் திண்டாட்டம்தான்.

திரைக்கதை எழுதலாம் வாங்க

திரைக்கதையில் யாருக்கு, என்ன நடக்கிறது என்று தெளிவாகத் தெரிந்து வைத்திருப்பதே, திரைக்கதை எழுதுவதன் அடிப்படை. எந்தத் திரைக்கதையாக இருந்தாலும், Subject (பொருள்) எனப்படும் இந்த விஷயம் இருந்தே தீரும். 'அவதார்' என்ற ஹாலிவுட் திரைப்படம், கால்களை இழந்த ஒரு ராணுவ சார்ஜெண்ட் வேற்றுக் கிரகம் ஒன்றுக்குச் சென்று, இழந்த தனது நம்பிக்கையையும் வாழ்வையும் மீண்டும் பெறுவது பற்றிச் சொல்கிறது. இப்படத்தில், Character (கதாபாத்திரம்) என்பது, அந்த ராணுவ சார்ஜெண்ட். Action (நிகழ்வு) என்பது, அவனுக்கு என்ன நடக்கிறது, எப்படி அவன் இழந்த வாழ்வை மீண்டும் பெற்றான் என்ற விஷயம்.

'டெர்மினேட்டர் 2 : ஜட்ஜ்மெண்ட் டே' என்ற ஹாலிவுட் படம், வருங்காலத்தில் இயந்திரங்களால் ஏற்படப்போகும் உலக அழிவைப் பற்றிப்பேசிய சாரா கான்னர் என்ற பெண்ணையும், அவளது மகனையும் பற்றிய கதை. இதில் பிரதான கதாபாத்திரங்கள் சாரா கான்னர், அவளது மகன் மற்றும் அவர்களைக் காக்கும் எந்திரம். Action (நிகழ்வு) என்பது எப்படி அந்த இயந்திரம் இவர்களை, வில்லன் எந்திரத்திடம் இருந்து காக்கிறது என்பதே.

'மூன்றாம் பிறை' என்ற படம், மனநிலை பாதிக்கப்பட்ட பெண்ணையும், அவளைக் காப்பாற்றும் இளைஞன் ஒருவனைப் பற்றியும் சொல்லப்பட்ட படம். இளைஞனும் பெண்ணும் கதாபாத்திரங்கள். அவர்களுக்கு நடக்கும் சம்பவங்களே Action (நிகழ்வு). இப்படி ஒவ்வொரு கதையும் Action (நிகழ்வு) Character (கதாபாத்திரம்) என்று பிரிகிறது. இதனை மிக எளிதாக, சிட் ஃபீல்ட் இப்படிச் சொல்கிறார்.

"எப்போது உங்களால், உங்களது ஐடியாவை, Action (நிகழ்வு) மற்றும் Character (கதாபாத்திரம்) என்று தெளிவாகப் பிரித்துச் சொல்ல முடிகிறதோ, அப்போது இந்த நபருக்கு, இந்த இடத்தில், இந்தச் சம்பவங்களின் வாயிலாக இன்னின்ன நடக்கிறது என்று திரைக்கதை வழியே எழுத ஆரம்பிக்கிறீர்கள் என்று பொருள்.'

சரி. என் கதையை, Action-character என்று பிரித்தாயிற்று. இப்போதாவது நான் எழுத ஆரம்பிக்கலாமா..? பொறுங்கள். அதற்கு முன்னர், இன்னொரு விஷயம் செய்ய வேண்டுமே? அதுதான் ஆய்வு.

கேள்வி: ஆராய்ச்சியா? அது எதற்கு? கதையை முடிவு செய்துவிட்டேன். எங்கு, எப்போது யாருக்கு நடக்கிறது என்பதும் தயார். இனி, நேராக எழுத ஆரம்பிக்காமல், அது என்ன ஆய்வு அது இது என்று..?

பதில்: சிட் ஃபீல்டின் கூற்றுப்படி, தொண்ணூறு சதவிகித ஹாலிவுட் திரைக்கதைகள், ஐடியா உருவானவுடன் கடகட என்று எழுத

ஆரம்பிக்கப்பட்டவையே. இதனாலேயே, திரைக்கதையில் ஒரு ஆழம் கிடைக்காமல், அரைவேக்காடாக முடிந்தும் விடுகின்றன.

அதாவது, ஒன் லைன் கதை வடிவம் தெரிந்தவுடன் ஒரு திரைக்கதை ஆரம்பிக்கப்பட்டால், முதல் இருபது முப்பது பக்கங்கள் வரை அது ஒரு குறிப்பிட்ட வடிவத்தில் எழுதப்படுகிறது. அதன்பின், சரக்கு தடாலென்று தீர்ந்துவிடுகிறது. இதனால், ஒரேயடியான பேச்சு, அல்லது சம்பவங்களின் பற்றாக்குறை அல்லது கதை சீக்கிரம் முடிந்து விடுதல் ஆகிய பிரச்னைகளால் தொய்வடைந்து, யாராலும் சீந்தப்படாமல் போய் விடுகிறது (இந்த இடத்தில், கதை தீரும்போதெல்லாம் காமெடிகள் அல்லது பாடல்களால் இட்டு நிரப்பப்படும் பல படங்கள் உங்களுக்கு நினைவு வரலாம்).

இதைவிடவும் பெரிய ஆபத்து என்னவென்றால், ஒரு திரைக்கதை எழுத்தாளராக, கதையில் அடுத்து என்ன நடக்கப்போகிறது என்பதே நமக்குத் தெரியாமலும் போய் விடலாம். இதனால் சிறுகச் சிறுக எரிச்சல் வந்து, திரைக்கதை எழுதுவதன் மீதே ஆர்வம் போய் விடலாம். ஆக, கதை முடிவானவுடன், நாம் செய்யவேண்டியது ஆய்வு.

ஆய்வில் இரண்டு வகைகள் இருக்கின்றன. ஒன்று புத்தக ஆய்வு. அதாவது, நூலகங்கள் சென்றோ, இன்டர்நெட் மூலமாகவோ, புத்தகங்கள் படித்தோ, நமக்குத் தேவையான கதாபாத்திரம் குறித்தோ அல்லது காலகட்டம் குறித்தோ அல்லது வேறு பல விஷயங்கள் குறித்தோ நாம் சேகரிக்கும் தகவல்கள். இது, திரைக்கதையை மெருகேற்றப் பயன்படும்.

உதாரணம்: 'ஹேராம்' திரைப்படத்தில், வெவ்வேறு கால கட்டங்களைக் குறிக்கும் காட்சிகள் வரும்போதெல்லாம், அந்தக் காலத்தைச் சேர்ந்த 'ஆனந்த விகடன்' புத்தகத்தை சாகேத்ராம் கதாபாத்திரம் படித்துக்கொண்டிருக்கும். அந்தப் புத்தகங்களும், தத்ரூபமாக அந்தக் காலகட்டத்தைச் சேர்ந்த புத்தகங்களாகவே வடிவமைப்பில் இருக்கும். அதேபோல், காட்சிகளின் பின்னணிகள், இப்படத்தில் சிறப்பாகவே கையாளப்பட்டிருக்கும். இது, கமல் டீமின் ரிஸர்ச். அதேபோல், 'காந்தி' திரைப்படம். இப்படத்தில், நிஜமான பல பிரபலங்கள் வருவதால், அப்படத்தின் காட்சிகளையும் கதாபாத்திரங்களையும் கவனித்தால், தத்ரூபமாக அக்காலத்தில் எழுதப்பட்டவை போலவே இருக்கும். இவை சரித்திரப் படங்களுக்கான உதாரணம்.

அதுபோல், இக்காலத்தில் நடக்கும் கதைகளாக இருந்தால், அப்போதும், கதைக்களனைக் குறித்த ஆய்வு அவசியம் தேவை. போலீஸ் துறையில் நடக்கும் கதையா? ('யுத்தம் செய்' – 'ராட்சசன்'), ஒரு பெரிய டிபார்ட்மெண்டல் ஸ்டோரில் நடக்கும் கதையா ('அங்காடித் தெரு')

கதைக்களனைப் பற்றிய ரிஸர்ச் இல்லாமல் முடியாது. ஆய்வின் இரண்டாவது வகை, நேரடி ஆய்வு. இது, கதை எங்கே அல்லது யாரைப்பற்றி நடக்கிறதோ, அந்த இடத்துக்கே நேரில் சென்று, சம்மந்தப்பட்டவைகளைப் பற்றிய ஆய்வில் ஈடுபடுவது. கதையில் சம்மந்தப்படும் நபர்களிடம் நேரில் பேசுவது, அவர்களுடன் கொஞ்ச காலம் வாழ்வது. கதையில் தேவைப்படும் தகவல்களைப் பற்றி, அந்த விஷயங்களைச் செய்து கொண்டிருக்கும் மனிதர்களிடமே நேரில் பேசி, கேள்வி கேட்டுப் புரிந்துகொள்வது ஆகியன இந்த வகையில் அடங்கும்.

இதில் ஒரு வகைதான் 'மெதட் ஆக்டிங்' என்று அழைக்கப் படுகிறது. கதாபாத்திரமாகவே மாறுவது. மார்லன் ப்ராண்டோ, டானியல் டே லூயிஸ், ராபர்ட் டி நீரோ போன்ற ஹாலிவுட் ஜாம்பவான்கள் இதைத்தான் செய்கிறார்கள். இப்படி நேரில் சென்று தகவல்கள் சேகரிப்பதில் உள்ள அனுகூலங்கள் எக்கச்சக்கம்.

ஒரு துணுக்குச் செய்தியாக 'த லாஸ்ட் ஸாமுராய்' படத்தை எடுக்க, இயக்குநர் எட்வர்ட் ஸ்விக், ஒரு வருட காலம், ஜப்பானிய கலாச்சாரத்தைப்பற்றிய ஆய்வு செய்திருக்கிறார். இந்த ஒரு வருட காலத்துக்குப் பின்பே திரைக்கதையின் முதல் வரி எழுதப்பட்டது. திரைக்கதையின் முக்கியமான விதிகளில் ஒன்றாக எவ்வளவுக்கு எவ்வளவு நமக்குத் தெரிகிறதோ, அவ்வளவுக்கவ்வளவு நம்மால் அதனை எளிதாகவும், புரியும்படியும் சொல்ல இயலும்.

மிகச் சிக்கலான விஞ்ஞானப் படங்களோ அல்லது சரித்திர கால படங்களோ அல்லது இன்னும் இதைப்போன்ற படங்களுக்கோ மட்டும்தான் ஆய்வுகள் தேவைப்படும் என்று இல்லை. எந்தப் படமாக இருந்தாலும் அதில் இடம்பெறும் விஷயங்களைப் பற்றி நம்மை நாமே தயார்படுத்திக் கொள்வது சிறந்தது.

தொடர்ந்து, இந்த அத்தியாயத்தில் பார்த்த Action (நிகழ்வு) மற்றும் Character (கதாபாத்திரம்) ஆகியவற்றை இன்னும் விரிவாகப் பார்ப்போம்.

05

அகம் புறம் ஆக்ஷன்புரம்

கேரக்டர் என்ற பதத்தையே 'கதாபாத்திரம்' என்று பார்த்தோம். அதேபோல், இந்தப் பதத்துக்கு 'தன்மை' என்ற பொருளும் உள்ளது. அதாவது, கதாபாத்திரத்தின் தன்மை. இதனையும் அவ்வப்போது நினைவுபடுத்திக் கொள்ளவேண்டும். இதைப்பற்றி இந்த அத்தியாயத்தில் இனிமேல் பார்க்கப்போகிறோம். ஆக்ஷன் என்பது இரண்டு வகைப்படுகிறது.

» Physical Action

» Emotional Action.

Physical Action என்பதை 'வெளிப்படையான நிகழ்வு' என்று சொல்லலாம். அதாவது, கதாபாத்திரங்களுக்குத் திரைக்கதையில் வெளிப்படையாக நடக்கும் சம்பவங்கள். இன்னமும் தெளிவாகச் சொல்லப் போனால், ஒரு போர்க்களக் காட்சி ('க்ளாடியேட்டர்', 'லார்ட் ஆஃப் த ரிங்ஸ்', 'ப்ரேவ்ஹார்ட்', 'பாகுபலி'), அல்லது கார் சேஸிங் காட்சி (எண்ணற்ற தமிழ்ப் படங்கள்), அல்லது ஒரு கைகலப்பு சம்பவம் அல்லது துப்பாக்கியால் சுட்டுக் கொள்ளும் பரபரப்பான ஒரு காட்சி இத்யாதி. புறத்தில் நடக்கும் காட்சிகள்.

இதற்கு நேர் மாறாக, Emotional Action என்பதை 'உட்புறநிகழ்வு' என்று சொல்லலாம். கதாபாத்திரங்களுக்கு உள்ளே உணர்வுபூர்வமாக நடக்கும் விஷயங்களைப் பற்றிச் சொல்லும் காட்சிகளே இவை. அதாவது, கதாபாத்திரங்களின் மனநிலையைப் பற்றிச் சொல்லும் காட்சிகள் (உதாரணங்களாக, 'மகாநதி', 'அன்பே சிவம்', 'அமெரிக்கன் ப்யூட்டி', 'ஷஷாங்க் ரெடெம்ப்ஷன்' போன்ற படங்கள்).

இவை போன்ற படங்களில் புறவயமான ஆக்ஷன் காட்சிகள் அதிகமாக இருக்காது. மாறாகக் கதாபாத்திரங்களின் உணர்ச்சிகளைச் சார்ந்த காட்சிகளே அதிகமாக இருக்கும். சுருக்கமாக விளக்க வேண்டும் என்றால், இந்த இரண்டையும் புறவய நிகழ்வு மற்றும் அகவய நிகழ்வு என்று தூய தமிழில் சொல்லலாம். எந்தப் படமாக இருந்தாலும், Physical மற்றும் Emotional Action கலந்த கலவையாகவே இருக்கும். ஆனால், இவற்றில் ஏதோ ஒன்று, படம் முழுக்க வியாபித்திருக்க, இன்னொன்று, அதற்குத் துணைபுரியும் விதமாக இருக்கும். திரைக்கதை எழுதுவதன் முன்பாக, அது ஒரு Action படமா? (Physical Action) அல்லது உணர்வுபூர்வமான படமா? (Emotional Action) என்பதில் தெளிவாக இருக்க வேண்டும் என்று சொல்கிறார் சிட் ஃபீல்ட்.

எழுதப் போகுமுன்னர், எந்த வகையான கதையை எழுதப் போகிறோம்? அவுட்டோர் ஆக்ஷன் கதையா அல்லது உறவுமுறைகளைப் பற்றிய உருக்கமான கதையா என்பதையெல்லாம் தெளிவாக முடிவு செய்துவிட்டால், அதன்பின் கதாபாத்திரங்களுக்குள் பயணித்து நல்ல திரைக்கதையை எழுதமுடியும். இப்படியாக, Action (நிகழ்வு) என்பது, Physical Action (வெளிப்புற நிகழ்வு) மற்றும் Emotional Action (உட்புற நிகழ்வு) ஆகிய இரண்டு வகைகளாகப் பிரிகிறது.

அடுத்தது, Character (கதாபாத்திரத்தின் தன்மை). இதுவும் இரண்டு வகைப்படுகிறது. Define the need (தேவையை விளக்குதல்) மற்றும் Action is Character (ஒரு கதாபாத்திரம் புரியும் செயலே அந்தக் கதாபாத்திரத்தை விளக்குகிறது).

முதலில், திரைக்கதையில் நமது கதாபாத்திரத்தின் தேவையைத் தெளிவாகப் பிரித்துக்கொள்ள வேண்டும் (define the need). நமது கதாபாத்திரம் (அல்லது கதாபாத்திரங்கள், எந்த நோக்கத்துக்காக திரைக்கதை முழுதும் பாடுபடப்போகிறது? கதையின் இறுதியில் கதாபாத்திரத்தின் நோக்கம் வெற்றியடைந்ததா? 'லார்ட் ஆஃப் த ரிங்ஸ்' படத்தில், மோதிரத்தை அழிப்பதே பிரதான கதாபாத்திரத்தின் நோக்கம். அது இறுதியில் வெற்றியடைகிறது. அதேபோல், 'மகாநதி'யில், தனது தொலைந்து போன மகனையும் மகளையும் கண்டுபிடித்து, இழந்த வாழ்க்கையை மீண்டும் வாழ்வதே பிரதான கதாபாத்திரத்தின் நோக்கம். அதுவும் இறுதியில் நடக்கிறது.

கதாபாத்திரத்தின் தேவையைத் தெளிவாகப் புரிந்து வைத்திருக்க வேண்டும். கதாபாத்திரத்தின் தேவை என்பதே, கதையின் போக்கையும் நமக்கு விளக்கி விடுகிறது. கதாபாத்திரம் தனது நோக்கத்தை அடைந்ததா அல்லது அடையவில்லையா என்பதே கதையின் மையமாக அமைந்தும் விடுகிறது. எனவே, கதாபாத்திரத்தின் தேவை

தெரிந்தால், அந்த விஷயத்தை அது அடைவதற்குப் பல தடைகளை உருவாக்கலாம். அப்படி உருவாக்குவதன் மூலம் இந்தத் தடைகளை, வெளிப்படையாகவும் உணர்ச்சிபூர்வமாகவும் நமது கதாபாத்திரம் எப்படி வெற்றி கொள்கிறது என்பதைச் சுவாரஸ்யமான திரைக்கதையாக எழுதிவிடலாம்.

அதேபோல், ஒரு கதாபாத்திரம், திரைக்கதையில் செய்யும் செயல்களை வைத்து, அந்தக் கதாபாத்திரத்தை விளக்கிவிடலாம். அதுவே 'Action is Character' எனப்படுகிறது. ஒரு கதாபாத்திரம் பல விஷயங்களைப் பற்றிப் பேசக்கூடும். ஆனால், அது என்ன செய்கிறது என்பதைக் கவனித்தால், அதுவே அந்தக் கதாபாத்திரம் யார் என்பதை நமக்குச் சொல்கிறது.

உதாரணம்: பல படங்களில், பயங்கரக் கெட்டவனாக நமது கதாநாயகன் இருப்பான். வில்லனின் செயல்களை ஆதரித்தும் பல பக்கங்கள் வசனம் பேசுவான். ஆனால், இறுதியிலோ அவன் ஒரு போலீஸாக இருப்பான். அதற்காகவே பல கெட்டவர்களைப் படத்தில் கொன்றும் இருப்பான். இங்கே அந்தக் கதாபாத்திரம் அவனைப்பற்றி 'ரவுடி' என்று பேசுவது அந்தக் கதாபாத்திரத்தின் உண்மையான தன்மை இல்லை. அந்தக் கதாபாத்திரம் யார்? அவன் என்ன செய்கிறான் என்ற விஷயங்களே அந்தக் கதாபாத்திரத்தை விளக்குகின்றன. இதுதான் Character என்பதன் இரண்டு வகைகள்.

நமது திரைக்கதை எதைப்பற்றியது? யாரைப்பற்றியது? இந்த இரண்டு கேள்விகளின் விடையே Subject என்ற பொருள்'. இந்தக் கேள்விகளின் விடையைப் பொறுத்தே திரைக்கதை தெளிவாகவோ அல்லது குழப்பமாகவோ ஆகிறது.

திரைக்கதையின் Action (நிகழ்வு) மற்றும் Character (கதாபாத்திரத்தின் தன்மை) என்ற இரண்டு முக்கியமான அம்சங்களைத் தெரிந்து வைத்துக்கொண்டால், கதாபாத்திரத்தின் நோக்கத்தை விளக்கலாம். அப்படி விளக்கிவிட்டு அந்த நோக்கத்துக்கான சிக்கல்களை அமைக்கலாம். இந்த இடையூறுகளை வெளிப்படையாகவும் உணர்வுபூர்வமாகவும் எப்படி நமது கதாபாத்திரம் வெற்றி கொள்கிறது என்பதே திரைக்கதையின் விடை.

திரைக்கதை எழுத்தாளரின் வேலையே, அந்தத் திரைக்கதையைப் படிக்கும் தயாரிப்பாளரோ அல்லது திரைப்பட நிறுவனத்தின் பிரதி நிதியோ, அதன் பக்கங்களை சுவாரஸ்யமாகப் படிக்க வேண்டும் என்பதுதான். திரைக்கதையைப் படிக்கும் நபருக்கு எங்குமே அலுப்பு தட்டக்கூடாது. கதை எப்போதும் முன்னோக்கியே நகர்ந்து, தெளிவாக முடிய வேண்டும்.

திரைக்கதை எழுதலாம் வாங்க

ஆடுகளம்' படத்தை எடுத்துக்கொள்வோம். இதில் கதாநாயகன் கருப்புவின் லட்சியம் என்ன? காதலித்த பெண்ணுடன் வாழ்வது. ரயில்வே ஸ்டேஷனில் ஒரு கடை ஆரம்பித்து அந்தப் பெண்ணை சந்தோஷமாகப் பார்த்துக்கொள்வது. படத்தின் முதல் பாதியில் எந்த லட்சியமும் இல்லாமல் திரியும் கருப்பு, போட்டியில் பணத்தை வென்றவுடன், துரை தனக்கு ஒரு ஒயின்ஷாப் ஆரம்பித்துக் கொடுப்பதாக சொல்ல, தனது காதலிக்கு அது பிடிக்கவில்லை என்று தெரிந்ததும் உடனடியாக ரயில்வே ஸ்டேஷனில் கடை வைக்கும் முடிவுக்கு வருகிறான். மனது முழுக்க எதிர்காலத்தைப் பற்றிய கனவுடன் பேட்டைக்காரரிடம் இருக்கும் தனது பணத்தை அவரையே எடுத்து வரச் சொல்கிறான்.

ஆனால் என்ன நடக்கிறது? பேட்டைக்காரரின் பொறாமை யினால் கருப்பின் வாழ்க்கையே சிதைகிறது. கருப்பின் நோக்கம், பேட்டைக்காரரின் நோக்கத்தோடு மோதுகிறது. பேட்டைக்காரரையே நம்பியிருக்கும் கருப்பிற்கு வெளியுலகின் கொடிய நிஜம் புரிகிறது. இதுதான் முரண். இத்தகைய முரண்பாடுகள் திரைக்கதைக்கு அழுத்தத்தைச் சேர்க்கின்றன. இந்த முரண்பாடுகள் இல்லாமல் திரைக்கதையில் நிகழ்வுகள் (Action) இல்லை. நிகழ்வுகள் இல்லாமல் கதாபாத்திரம் (Character) இல்லை. கதாபாத்திரத்தின் செய்கைகள் தான் அந்தக்கதாபாத்திரத்தின் தன்மையை புரிய வைக்கின்றன. தான் ஒரு நல்லவன் என்று பேட்டைக்காரர் சொல்லிக் கொள்வதற்கும், அவரது கேவலமான நடத்தைக்கும் ஏதேனும் பொருத்தம் இருக்கிறதா? பேட்டைக்காரர் பணத்தை ஒளித்து வைப்பதையும், கருப்பிடம் பொய் சொல்லுவதையும், கருப்புக்கும் துரைக்கும் சண்டை மூட்டிவிடுவதையும் பார்த்தாலே பேட்டைக்காரர் ஒரு வில்லன் என்று புரிந்து விடுகிறது. எனவே, ஒரு கதாபாத்திரத்தை விளக்க இது போன்ற காட்சிகள் தேவை. வசனங்களால் விளக்குவதைவிட, காட்சிகளால் விளக்குவது அழுத்தத்தைக் கூட்டுகிறது.

திரைக்கதையைப் பற்றிய நுணுக்கங்களைத் தெரிந்து கொள்ள சிட் ஃபீல்ட் ஒரு சிறிய பயிற்சியைப் பரிந்துரைக்கிறார். அதாவது, திரைக்கதைக்குத் தேவையான ஒரு பொருளை (Subject) எடுத்துக் கொள்ளுங்கள். செய்தித்தாளைப் பிரித்தாலே இப்படிப்பட்ட பல விஷயங்களை எடுக்கலாம். அல்லது அது சொந்தக்கதையாக இருக்கலாம். முற்றிலுமான கற்பனையாகவும் கூட இருக்கலாம். எங்காவது, யாராவது நமது கவனத்தைக் கவர்ந்திருந்தால், அவரையும் எடுத்துக் கொள்ளலாம். இப்படி நமக்குத் தேவையான பொருளைத் தேர்வு செய்த பின்னர், அந்தக் கதையை Action (நிகழ்வு) மற்றும் Character (கதாபாத்திரத்தின் தன்மை) என்று பிரித்துக் கொள்ள

வேண்டும். அதாவது, கதை எதைப்பற்றி?' மற்றும் 'யாரைப்பற்றி?' என்று பிரித்துக்கொள்ளவேண்டும். இப்படிப் பிரித்துக்கொண்ட பின்னர், சில வரிகளில் நிகழ்வு மற்றும் கதாபாத்திரம் ஆகியவற்றைப் பற்றி எழுதிக் கொள்ளவேண்டும்.

எப்படி?

முதலில், கதை ஒரு ஆக்ஷன் கதையா அல்லது உணர்ச்சிபூர்வமான கதையா என்று முடிவு செய்து கொள்ளவேண்டும். அதாவது, வெளிப்புற நிகழ்வா அல்லது உட்புற நிகழ்வா என்பது. இதுதான் இந்த அத்தியாயத்தின் ஆரம்பத்தில் நாம் பார்த்த Action' (செயல்பாடு). அதன்பிறகு, கதாபாத்திரம் (Character) என்பதை எடுத்துக்கொண்டு, கதாபாத்திரத்தின் நோக்கம் என்ன என்பதையும் (Define the need), அந்தக் கதாபாத்திரத்தின் செயல்பாடுகள் மூலம் எப்படி அதன் நோக்கத்தையும் இயல்பையும் விளக்கலாம் என்பதையும் (Action is character) முடிவு செய்யவேண்டும்.

எடுத்த எடுப்பில் இப்படி எழுத வராமல் போகலாம். குழப்பங்கள் நேரலாம். ஆனால், மனதில் எண்ணிக்கொண்டே இருப்பதைவிட, அதனை எழுதிவிடுவதால் ஓரிரு பக்கங்களில் அந்தக் குழப்பங்கள் தீர்ந்து, கதாபாத்திரம் மற்றும் நிகழ்வு ஆகியவற்றைப் பற்றிய தெளிவு பிறக்கும்.

இதுதான் திரைக்கதை எழுதுவதன் முதல்படி. இப்படி கதாபாத்திரத்தையும் நிகழ்வையும் பிரித்துக்கொண்டால்தான் திரைக்கதை எழுதுவதற்கான நோக்கம் தெளிவாகும்.

சரி. இதுவரை வந்த அத்தியாயங்களையப் படித்தாயிற்று. திரைக்கதையின் மூன்று பிரிவுகள் தெரியும். கதையையும் முடிவு செய்தாயிற்று. கதையை ஆக்ஷன்மற்றும் கதாபாத்திரத்தின் தன்மை என்றும் பிரித்தாயிற்று. அடுத்தது உடனடியாகத் திரைக்கதை எழுதத் தொடங்கலாமா? இல்லை. அதற்கு முன்னால், இந்த அத்தியாயத்தில் பார்த்த ஒரு விஷயத்தை இன்னும் விரிவாக, தெளிவாகத் தயார் செய்து கொள்ளவேண்டும்.

06

வெற்றிவேல் வீரவேல்

ஹுஸேன் பாய் மிகவும் நல்லவர். கொடுத்த வாக்கை மீற மாட்டார். அண்டியவர்களை வாழ வைப்பார். அவரை கேல்கர் என்ற இன்ஸ்பெக்டர் கைது செய்து லாக்கப்பில் கொன்றுவிடுகிறார். அந்த இன்ஸ்பெக்டரை ஹுஸைன் பாயின் வளர்ப்பு மகனான வேலு அடித்தே கொல்கிறான்.

என்ன படம் என்று தெரிகிறதல்லவா? மணி ரத்னம் எழுதி இயக்கி, கமல்ஹாஸன் நடித்த 'நாயகன்'. நிஜவாழ்வில் இதை கற்பனை செய்து பாருங்கள். ஒரு இளைஞனால் ஒரு இன்ஸ்பெக்டரைக் கொல்ல முடியுமா? ஆனால், திரைப்படத்தில் அது நிகழ்ந்தபோது, அதனை படம் பார்த்த நம்மால் எந்தக் கேள்வியும் இல்லாமல் ஏற்றுக்கொள்ள முடிந்ததுதானே? அந்தக் காட்சியில் எப்படி நம்மால் லயிக்க முடிந்தது? 'நாயகன்' படத்தில் வேலு என்பவன் இந்தச் சம்பவம் நிகழ்கையில் ஒரு இளைஞன்தான். ஆனால், எப்படிப் பட்ட சூழலில் வளர்கிறான்? அவனது பின்னணி என்ன? ஹுஸைன் பாய் என்பவர் பம்பாயில் ஒரு கடத்தல்காரர். அவரது வளர்ப்பு மகனான வேலு ஒரு நாள் தந்தையை ஓய்வெடுக்கச் சொல்லி விட்டு, அவரது தொழிலைச் செய்வதற்காக கடலுக்குச் செல்கிறான். கூலியாக அதுவரை தந்தை வாங்கிவந்த மிகச் சிறிய தொகையைக் கேட்காமல், பெரிய தொகை ஒன்றை கேட்டு வாங்கிவருகிறான். அதுதான் அவனது வளர்ப்புத்தந்தையின் மரணத்துக்குக் காரணமாக அமைகிறது. அந்த மரணத்தை விளைவித்த இன்ஸ்பெக்டரையே வேலு கொல்கிறான். அந்தக் கொலைக்கு இப்படிப்பட்ட பலமான பின்னணி இருக்கிறது.

இப்போது, இன்னொரு காட்சி.

அன்பான பெற்றோர்; சுட்டித் தங்கை; இயல்பான, ஜாலியான நண்பர்கள் என்ற அருமையான சூழலில் வாழும் இளைஞன் வேலு, கபடி விளையாட மதுரை செல்கிறான். அங்கே வில்லன் முத்துப்பாண்டியால் துரத்தப்படும் தனலட்சுமியை காப்பாற்றுகிறான்.

இப்படி யோசித்துப் பாருங்கள். நிஜவாழ்வில் தெருவில் நடந்து செல்கிறோம். அப்போது இதேபோல் ஒரு பெண்ணை ஒரு வெறிபிடித்த கும்பல் துரத்துவதைப் பார்க்கிறோம். இதோ நமக்கு மிக அருகில் அந்தப் பெண் பரிதாபமாக ஓடிவருகிறாள். அவளைப் பார்த்தாலே பாவமாக இருக்கிறது. துரத்தி வருபவர்களால் அந்தப் பெண்ணுக்கு அவசியம் ஆபத்து நேரப்போகிறது என்பது நன்றாகவே நமக்குத் தெரிகிறது. அந்த நேரத்தில் நமது எதிர்வினை எப்படி இருக்கும்?

நமது தந்தை போலீஸில் பெரிய பதவி வகித்தாலோ, அல்லது கவுன்சிலராகவோ வட்ட செயலாளராகவோ அல்லது அரசியல் தொடர்புடன் இருந்தாலோ மட்டுமே நம்மால் செயலில் இறங்கி அந்தப் பெண்ணைக் காப்பாற்ற முடியும் அல்லவா? சாதாரண மனிதனாக இருக்கும் நம்மால் இந்தக் கும்பலை எதிர்க்க முடியாது. அதுதான் நிதர்சனம். இல்லாவிடில் போலீஸில் தகவல் கொடுக்கலாம். இதைத்தவிர நம்மால் வேறு எதுவும் செய்ய இயலாது. நிஜ வாழ்வில் நமது இயலாமைக்கு ஒரு பதிலாக அமைந்திருப்பதே கில்லி படத்தில் மதுரையில் தனலட்சுமியை முத்துப்பாண்டியிடமிருந்து காப்பாற்றும் வேலுவின் கதாபாத்திரம். 'கில்லி'யில் வேலு தனலட்சுமியைக் காப்பாற்றும்போது படம் பார்க்கும் நமக்கு மனதில் ஒரு நிம்மதி ஏற்படுகிறது. வழக்கமாகக் கதாநாயகன் அத்தனை எதிரிகளையும் பந்தாடி நாயகியைக் காப்பது போல் இல்லாமல், சராசரி இளைஞன் ஒருவன் சமயோசிதமாக யோசித்து அந்த இடத்தில் கதாநாயகியைக் காப்பது போல 'கில்லியில் திரைக்கதை எழுதப்பட்டிருக்கும் (படம் தெலுங்கு 'ஒக்கடு'வின் முறையான ரீமேக் என்றாலும்). படத்தின் ஆரம்பத்தில் இருந்து விஜய்யின் கதாபாத்திரம் ஒருதுறுதுறுப்பான இளைஞனாகவேதான் கட்டமைக்கப்பட்டிருக்கும். அந்தக் கதாபாத்திர உருவாக்கத்துக்கு இந்தக் காட்சியால் எந்தப் பாதிப்பும் இருக்காது. வேலு போன்ற இளைஞன் ஒருவன் இப்படித்தான் செய்திருப்பான் என்றே யோசித்துப் பார்த்தால் நமக்குப் புரியும்.

'நாயகனில்' வேலு இன்ஸ்பெக்டர் கேல்கரை அடித்துக் கொல்வது ஒரு சம்பவம். 'கில்லி'யில் வேலு தனலட்சுமியைக் காப்பாற்றுவது ஒரு சம்பவம்.

'நாயகனில்' இன்ஸ்பெக்டர் கேல்கரை வேலு கொல்வதில் இருந்துதான் திரைப்படம் சூடு பிடிக்கிறது. கேல்கரை எதுவும் செய்யாமல் வேலு இருந்திருந்தால் அந்த இளைஞன் தாதா ஆகியிருக்க முடியாது. 'வேலு

நாயக்கர்' என்று அழைக்கப்பட்டிருக்க மாட்டான். 'நாயகன்' கதையே இருந்திருக்காது. அதேபோல், 'கில்லி' திரைப்படத்தின் கதை, வேலு தனலட்சுமியைக் காப்பதில் இருந்து டாப் கியருக்குச் செல்கிறது. அந்த சம்பவம்தான் அந்தப் படத்துக்கே அடிப்படை.

'சம்பவம்' என்ற வார்த்தைதான் இங்கு மிக முக்கியம். ஆங்கிலத்தில் இது 'Incident' என்று சொல்லப்படுகிறது. பொதுவாக, இப்படிப்பட்ட பிரதான சம்பவம் ஒன்றை வைத்தே திரைக்கதைகள் எழுதப்படுகின்றன. ஒரு முக்கியமான சம்பவத்துக்கு, திரைக்கதையின் பிரதான கதாபாத்திரம் எப்படி எதிர்வினை புரிகிறது என்பதை வைத்துத்தான் அந்தத் திரைப்படத்தின் கதை அமைகிறது.

நமது வாழ்விலும்கூட, குறிப்பிட்ட எதாவது ஒரு சம்பவத்துக்கு நாம் எப்படி ரியாக்ட் செய்கிறோம் என்று பார்த்தாலே நமது குணம் தெரிந்துவிடுகிறது அல்லவா? மேலே உள்ள உதாரணங்களில், நாயகனில் வேலுவின் கதாபாத்திரத்தின் இயல்பு, எவருக்கும் பயப்படாத தன்மை; தன்னை நம்பியவர்களைக் காப்பாற்றும் தன்னம்பிக்கை. தனது சேரியில் இருப்பவர்களைக் காக்கும் வீரம். இதெல்லாமே இன்ஸ்பெக்டர் கேல்கரை வேலு கொல்லும் காட்சியில் எளிதில் நமக்கு விளங்குகின்றன. அதேபோல் 'கில்லி' யில் வேலுவின் கதாபாத்திரத்தின் இயல்பு, துறுதுறுப்பு. கூடவே தைரியம், சமயோசிதம். இதெல்லாமே தனலட்சுமியை அவன் காப்பாற்றும் காட்சியைப் பார்த்தாலே ஆடியன்ஸின் மனதில் தோன்றி விடுகின்றன. 'நாயகன்' மற்றும் 'கில்லி' போன்ற படங்களில் இந்தக் காட்சிகள் நமக்கு மிகவும் பிடித்துப் போனதற்குக் காரணம், மனதளவில் நம்மையே திரையில் நாம் பார்த்ததுதான். திரையில் தோன்றும் கதாபாத்திரங்களை நமது வாழ்க்கையோடு தொடர்புபடுத்திப் பார்க்கும் எந்தப் படமும் சுவாரஸ்யமாகத்தான் இருக்கும்.

திரைக்கதையில் நாம் உருவாக்கும் சம்பவங்களே நமது கதாபாத்திரங் களின் தன்மையை ஆடியன்ஸுக்கு வெளிக்காட்ட வேண்டும். ஒரு குறிப்பிட்ட சம்பவத்திற்கு எப்படி ஒரு கதாபாத்திரம் எதிர்வினை செய்கிறது? என்ன பேசுகிறது? என்ன செய்கிறது? இவற்றையெல்லாம் கவனித்தாலே கதாபாத்திரத்தின் அடிப்படைத் தன்மை புரிந்துவிடவேண்டும்.

இதுதான் கதாபாத்திர உருவாக்கம். அதாவது, கதாபாத்திர உருவாக்கம் என்பது, கதாபாத்திரத்தின் பெயரைத் திரைக்கதையில் எழுதி, அதற்கான வசனங்களைக் கடகடவென்று எழுதுவது அல்ல. மாறாக, ஒரு கதாபாத்திரத்தின் தன்மையைக் காட்சிகளின் வாயிலாக எப்படி வெளிக்கொணர்வது என்று யோசித்து, அதற்கேற்ற

இயல்பான சம்பவங்களை உருவாக்குவதே கதாபாத்திர உருவாக்கம் என்று சொல்லப்படுகிறது.

சரி. அப்படியென்றால், கதாபாத்திரம் என்பதை முதலில் எப்படி உருவாக்குவது? அப்படி உருவாக்கிய கதாபாத்திரத்துக்கும் அதன் இயல்புக்கும் நமது திரைக்கதைக்குமான தொடர்பை எப்படி நிறுவுவது? அந்தக் கதாபாத்திரம் சைக்கிள் ஓட்டுகிறது அல்லது கார் ஓட்டுகிறது அல்லது நடந்தேதான் செல்கிறது, அது ஒரு பாடல்கள் மட்டுமே பிடிக்கும் அல்லது கர்நாடக சங்கீதம் மட்டும்தான் பிடிக்கும் அல்லது இது எதுவுமே இல்லாமல் ஆங்கிலப் பாடல்கள் தான் பிடிக்கும். அது ஒரு பூனையோ யானையோ அல்லது பல்லியையோ வளர்க்கிறது, மொட்டை அடித்துக்கொண்டிருக்கிறது அல்லது பழையகால பாகவதர் க்ராப் வைத்துக் கொண்டிருக்கிறது, பாரதி மீசையா அல்லது ஜெமினி மீசையா அல்லது விருமாண்டி மீசையா அல்லது மொழுமொழுவா? அதன் வீட்டில் சமந்தாவின் ஃபோட்டோவை ஒட்டிவைத்திருக்கிறதா அல்லது சமந்தா ஃபாக்ஸ் ஃபோட்டோவா?

இதையெல்லாம் எப்படி முடிவு செய்வது? 'திரைக்கதை' என்ற விஷயத்தின் முக்கியமான அஸ்திவாரங்களில் ஒன்றுதான் கதாபாத்திரம். எனவே, திரைக்கதையின் ஆரம்பத்தில் 'உ' என்று எழுதி அடிக்கோடு இடுவதற்கு முன்னரே கதாபாத்திரங்களைப் பற்றிய தெளிவான ஹோம்வொர்க் செய்திருக்க வேண்டும்.

எந்தத் திரைக்கதையாக இருந்தாலும் சரி, தொடக்கத்திலிருந்து முடிவு என்ற விஷயத்தை நோக்கிதான் திரைக்கதை பயணிக்கிறது. எப்படிப்பட்ட படமாக இருந்தாலும், எத்தனை சிக்கலான திரைக் கதையாக இருந்தாலும் இப்படித்தான். இப்படி கதையை முன்னோக்கி செலுத்துவது எப்படி என்று யோசித்தால், கதாபாத்திரத்தின் செயல்பாடுகளையும், கதையின் போக்கில் அந்தக் கதாபாத்திரம் மேற்கொள்ளும் முடிவுகளையும் பற்றி திரைக்கதையில் கவனம் செலுத்துவதே சரியான வழி என்று புரிகிறது

கதாபாத்திரம் என்றால் என்ன?

கதாபாத்திரம் என்ன செய்கிறதோ அதுதான் அதன் இயல்பை நமக்குப் புரியவைக்கிறது. நாம் மேலே பார்த்த இரண்டு 'வேலுக்களைப் போல. Actionis Character. ஒருகதாபாத்திரம் என்னவேண்டுமானாலும் சொல்லலாம். சொல்வதெல்லாம் அந்தக் கதாபாத்திரத்தின் இயல்பு ஆகிவிடாது. திரைப்படம் என்பது காட்சிகளால் ஆனது. எனவே, கதாபாத்திரம் என்பதையும் காட்சிகளாலேயே காட்ட வேண்டும். ஒரு கதாபாத்திரம் சந்திக்கும் சம்பவங்களுக்கு அதன் எதிர்வினை எப்படி இருக்கிறது என்பது மூலமாகவே கதாபாத்திரத்தைப் புரியவைக்க

வேண்டும். அந்த சம்பவங்களை வெற்றிகரமாக கையாளுகிறதா அல்லது தோற்றுவிடுகிறதா?

ஒரு திரைக்கதையை எழுதும் போது ஒருவேளை நாம் மனதில் நினைத்தது போல ஒரு கதாபாத்திரம் இல்லாமல் எண்ணங்கள், செயல்கள், உணர்வுகள் ஆகியவற்றில் பலவீனமாக, அலுப்பான கதாபாத்திரமாக இருந்தால், முதலில் நாம் செய்ய வேண்டியது அந்தக் கதாபாத்திரம் திரைக்கதையில், தானே வலிந்து செயல்களை சுறுசுறுப்பாக ('கில்லி' வேலு மற்றும் 'நாயகன்' வேலு போல) செய்யக்கூடிய வகையில் இருக்கிறதா அல்லது திரைக்கதையில் வரும் சம்பவங்களுக்கு வெறுமனே ரியாக்ட் மட்டுமே செய்கிறதா என்று பார்ப்பதே. திரைக்கதை முழுவதும் இப்படி 'தேமே' என்று ரியாக்ட் மட்டுமே செய்து கொண்டிருந்தால், அந்தக் கதாபாத்திரம் மக்களைக் கவராமல் போய்விடும். எனவே, கதாபாத்திரம் என்பது, துணிந்து பல செயல்களை செய்யக்கூடிய பாத்திரமாக இருக்க வேண்டும். திரைக்கதையில் வரும் சம்பவங்களில் சுயமாக முடிவெடுத்து இலக்கை நோக்கிப் பயணப்படும் பாத்திரமாக இருக்கவேண்டும்.

ஆனால், இதெல்லாம் பின்னால் செய்ய வேண்டியவை. முதலில் நமக்குத் தெரிய வேண்டியது நமது திரைக்கதையின் பிரதான கதாபாத்திரம் யார் என்பதே.

திரைக்கதை யாரைப்பற்றிய கதை? எந்தக் கதாபாத்திரத்துக்கு திரைக்கதையில் இன்னல்கள் நேர்கின்றன? எந்தக் கதாபாத்திரம் தனது நோக்கத்துக்காக இறுதிவரை பாடுபடுகிறது? ஒருவேளை திரைக்கதையில் பல கதாபாத்திரங்கள் இருந்தாலும் ('சுப்ரமண்யபுரம்', 'நாடோடிகள்', பழைய நினைத்தாலே இனிக்கும்', 'சூது கவ்வும்' இத்யாதி), எந்தக் கதாபாத்திரம் அவற்றில் முக்கியமான பாத்திரமாக இருக்கிறது? இரண்டு மூன்று கதாநாயகர்களில் யார் பிரதான நாயகன்? போன்ற விஷயங்களில் தெளிவாக இருக்கவேண்டும். ஆங்கிலத்தில் ஒருவேளை இப்படிப்பட்ட பல கதாபாத்திரப் படங்களுக்கு உதாரணம் வேண்டும் என்றால், 'Lord of the Rings', 'The good bad and the Ugly', 'Ocean's Eleven', 'Snatch', 'Pulp Fiction' போன்றவை சில உதாரணங்கள்.

அப்படி நமது திரைக்கதையில் இருக்கும் பல கதாபாத்திரங்களுக்கு இடையே பிரதான பாத்திரத்தை உருவாக்கிய பின்பு திரைக்கதை எழுதுவது சற்றே சுலபமாகிறது.

பிரதான கதாபாத்திரத்தை நிறுவிய பின்னர் என்ன செய்வது? இனிதான் முக்கியமான வேலையே ஆரம்பிக்கிறது. அது என்ன? எப்படி? ஏன்?

07

உள்ளொன்று வைத்து புறமொன்று பேசுவோம்!

'**சி**கப்பு ரோஜாக்கள்' திரைப்படம் நினைவிருக்கிறதா? அதில் கதாநாயகனின் பெயர் திலீப். பணக்கார இளைஞன். படத்தின் வில்லனும் அவன்தான். படம் நெடுக இளம் பெண்களின் மீது அவனுக்கு இருக்கும் வெறிக்குக் காரணம் என்ன? எதனால் பெண்களைக் கொன்று, வீட்டின் தோட்டத்தில் புதைக்கிறான்?

இதற்கு விடையாக, அவனது சிறுவயதில் அவனுக்கு நிகழ்ந்த பாலியல் ரீதியான சம்பவங்களே காரணம் என்று படத்தில் அறிந்து கொள்கிறோம். அந்தச் சம்பவங்களால் அவனுக்கு இளம்பெண்களின் மீது வெறுப்பு. அந்த வெறுப்பே அவர்களைக் கொலை செய்யும் அளவு திலீப்பைத் தூண்டியிருக்கிறது. திலீப் என்ற அந்தக் கதாபாத்திரத்தின் சிறுவயது நிகழ்ச்சிகள் திரைப்படத்தில் சிறிது நேரமே வந்தாலும், படம் பார்க்கும் ஆடியன்ஸுக்கு அவனது நிலை தெளிவாகப் புரிந்து விடுகிறது. சிகப்பு ரோஜாக்களை பாரதிராஜாவுடன் சேர்ந்து எழுதியவர் பாக்யராஜ் என்பது தெரிந்திருக்கும்.

இதே போன்று ஒரு ஆங்கிலப்படத்தை மிகச்சுருக்கமாக கவனிப்போம். இந்த உதாரணத்தைப் படிக்குமுன்னர் படம் பார்த்திருக்கக் கூடத் தேவையில்லை. 'தெல்மா – லூயிஸ்' (Thelma & Louise) என்ற படம், புகழ்பெற்ற இயக்குநர் ரிட்லி ஸ்காட்டால் இயக்கப்பட்டு 1991ல் வெளிவந்தது.

இந்தப் படம், இரண்டு தோழிகளான தெல்மா மற்றும் லூயிஸ் ஆகிய பெண்களைப் பற்றியது. இருவரும் தங்களது அலுப்பான வாழ்விலிருந்து விடுதலையாக இரண்டு நாட்கள் சுற்றுலா செல்ல முடிவெடுத்து, யாருக்குமே சொல்லாமல் காரை எடுத்துக்கொண்டு கிளம்புகின்றனர். செல்லும் வழியில் ஓர் உணவு விடுதியில் இரவு

உணவு உண்ண இவர்கள் முற்படும்போது அங்கே ஹார்லான் என்பவனால் தெல்மா பலாத்காரம் செய்யப்பட இருக்கையில், லூயிஸ் அவனைச் சுட்டுக் கொன்று விடுகிறாள். இதன்பின் முழுப்படமும் இந்த இரண்டு பெண்களை போலீஸ் துரத்துவது பற்றியும், இறுதியில் என்ன நடந்தது என்றும் நமக்கு விளக்குகிறது. அந்த வருடத்தின் சிறந்த திரைக்கதைக்கான ஆஸ்கர் விருது பெற்ற படம் இது. அந்தத் திரைக்கதைதான் அதை எழுதிய கேல்லி ஃகௌரி என்ற பெண்ணின் முதல் திரைக்கதை.

இந்தப் படத்தில் ஒரு சம்பவம். ஹார்லானைக் கொன்றபின்னர் அமெரிக்காவிலிருந்து அண்டை நாடான மெக்ஸிகோவுக்குத் தப்பிச் செல்ல முடிவெடுக்கிறார்கள் இரண்டு பெண்களும். அவர்கள் தேர்வு செய்யும் வழியில் டெக்ஸாஸ் நகரம் இருக்கிறது. ஆனால், டெக்ஸாஸ் பக்கம் தலைவைத்துக் கூட படுக்கமாட்டேன் என்று லூயிஸ் உறுதியாக தெல்மாவிடம் சொல்லிவிட, வேறுவழியே இல்லாமல் ஊரைச் சுற்றிக்கொண்டு நீண்டதூரம் இருவரும் பயணம் செய்ய நேர்கிறது. இதனால் போலீஸ் அவர்களை நெருங்கிவிடுகிறது. போலீஸால் தங்களது உயிருக்கே ஆபத்து வந்தாலும் டெக்ஸாஸ் செல்லமாட்டேன் என்று லூயிஸ் ஏன் அடம் பிடிக்கிறாள்?

இதற்கு விடையாக, அவளுக்கு மிகச் சிறிய வயதில் டெக்ஸாஸில் நடந்த துயரம் படம்பார்க்கும் ஆடியன்ஸுக்கு ஒரு க்ளூவாக, படத்தின் ஒரே ஒரு வசனத்தில் வருகிறது. டெக்ஸாஸில்தான் லூயிஸ் தனது சிறுவயதில் பலாத்காரம் செய்யப்பட்டிருக்கிறாள். அந்த சம்பவத்தின் பாதிப்பால்தான் தனது தோழியைக் கற்பழிக்க முயன்ற ஹார்லானை அவள் சுட்டு விடுகிறாள். உண்மையில் ஹார்லானைசுட்டது அந்தக் காலகட்டத்தில் அங்கே இருந்த லூயிஸ் அல்ல. சிறுவயதில் பலாத்காரம் செய்யப்பட்ட லூயிஸ் என்ற சிறுமி. அந்த பலாத்காரத்தின் பாதிப்பால்தான் லூயிஸ் டெக்ஸாஸ் போக மறுக்கிறாள். அது அவர்களது உயிருக்கு ஆபத்து விளைவிக்கும் தருணமாகப் படத்தின் இரண்டாம் பாதியில் வருகிறது.

மேலே நாம் பார்த்த இரண்டு உதாரணங்களால் நமக்கு தெரியவருவது என்ன?

பிரதான கதாபாத்திரங்களின் சிறுவயதில் நடைபெற்ற சம்பவங்களே, திரைப்படத்தில் அவர்கள் செய்யும் முக்கியமான விஷயங்களுக்குக் காரணமாக இருக்கின்றன. நன்மையோ தீமையோ, அந்தக் கதாபாத்திரங்கள் புரியும் எதிர்வினைக்குக் காரணம் என்ன என்று பார்த்தால், மிகச் சிறுவயதில் அவர்களுக்கு நடந்த சம்பவங்களின் தாக்கம் அவர்களின் மனதில் இருந்து அகலாமல் இருப்பதே என்று தெரிந்து கொள்கிறோம்.

பிரதான கதாபாத்திரத்தைப் பற்றிய முழு விவரங்களும் திரைக்கதை எழுதும் நமக்குத் தெரிந்திருக்காவிட்டால், இப்படிப்பட்ட சம்பவங்களைத் திரைக்கதையில் அமைக்க இயலாது.

ஒரு கதாபாத்திரத்தோடு ஆடியன்ஸ் ஒன்றினால்தான் படம் சுவாரஸ்யமாக இருக்கும் என்பதைச் சென்ற அத்தியாயத்தில் படித்திருக்கிறோம். கதாபாத்திரம் செய்யும் காரியங்களும் எதிர்வினைகளும் படம் பார்ப்பவர்களின் மனதில் தாக்கத்தை ஏற்படுத்த வேண்டும். அதற்கு, அந்தக் கதாபாத்திரம் வலுவாக வடிவமைக்கப்படவேண்டும்.

கேள்வி: ஒரு கதாபாத்திரத்தை எப்படி வலுவாக வடிவமைப்பது?

பதில்: இப்படி யோசித்துப் பாருங்கள். சிறுவயதிலிருந்து நமக்குத் தெரிந்த நண்பர்கள், அதன் பின்னர் நமக்குப் பரிச்சயமான நண்பர்கள், அலுவலகத் தோழர்கள், அக்கம்பக்கத்து நண்பர்கள் என்றெல்லாம் நமது நண்பர்கள் பலவகையாக இருப்பார்கள். இதில் நமது நெருங்கிய நண்பர்களாக, சிறிய வயதிலிருந்தே நமக்குப் பரிச்சயம் மானவர் கள்தான் இருப்பார்கள். காரணம், அவர்களைப் பற்றி உள்ளும் புறமும் நமக்கு நன்றாகவே தெரிந்திருக்கும். எப்போது ஒருவரைப் பற்றி முழுமையாக நாம் அறிகிறோமோ, அப்போதுதான் அவர் நமக்கு நெருக்கமாக ஆகிறார். ஆணானாலும் சரி பெண்ணானாலும் சரி.

இதுதான் ஒரு கதாபாத்திரத்தை வடிவமைக்கும் எளிய லாஜிக்கும்கூட.

அது எப்படி என்று விரிவாகப் பார்ப்போம். முதலில், நமது பிரதான பாத்திரம் (அல்லது) பாத்திரங்களின் வாழ்க்கையை இரண்டாகப் பிரித்துக்கொள்ளவேண்டும். Interior மற்றும் Exterior. தமிழில், உட்புற உருவாக்கம் மற்றும் வெளிப்புற உருவாக்கம்.

உட்புற உருவாக்கம் என்பது, நமது கதாபாத்திரம் பிறந்ததில் இருந்து நமது திரைக்கதை தொடங்கும் சமயம் வரை அந்தக் கதாபாத்திரம் என்ன செய்து கொண்டிருந்தது என்பதை எழுதிக்கொள்வது. வெளிப்புற உருவாக்கம் என்பது, திரைக்கதை தொடங்கும் நிமிடத்தில் இருந்து, திரைக்கதை முடிவு வரை நமது கதாபாத்திரம் என்ன செய்கிறது என்பது. அதாவது, உட்புற உருவாக்கம் என்பது கதாபாத்திரத்தை உருவாக்குவது (Formation). வெளிப்புற உருவாக்கம் என்பது கதாபாத்திரத்தை வெளிப்படுத்துவது (Reveal).

மேலே சொல்லியது என்ன என்பது திரைப்படத்துறையில் இருப்பவர்களுக்குத் தெளிவாகப் புரிந்திருக்கும். 'கேரக்டர் ஸ்கெட்ச்' என்பதுதான் அது. கதாபாத்திரத்தைப் பற்றிய விஷயங்களைத் தெளிவாக எழுதுவது. கதாபாத்திரத்தை டெவலப் செய்வது.

சரி. அது என்ன உருவாக்குதல் மற்றும் வெளிப்படுத்துதல்? திரைப்படம் என்பது காட்சிகளால் நிரம்பியது. ஆகவே, கதாபாத்திரத்தின் குணங்கள் காட்சிகளால் காட்டப்பட வேண்டுமே தவிர, நாடகத்தனமாக சொல்லப்படக்கூடாது. நமக்கே கதாபாத்திரத்தைப் பற்றி சரியாகத் தெரியவில்லை என்றால், எப்படி கதாபாத்திரத்தின் குணநலன்களைச் சுவாரஸ்யமாகக் காட்டுவது? இதனால்தான், கதாபாத்திரத்தை நமது மூளையில் உருவாக்கிய பின்னர், திரைக்கதை எழுதுகையில் அந்த உருவாக்கப்பட்ட கதாபாத்திரத்தை வெளிப்படுத்த வேண்டும்.

இன்னொன்று, நாம் மேலே பார்த்த சிகப்பு ரோஜாக்கள்' மற்றும் 'தெல்மா – லூயிஸ்' படங்களில் வரும் கதாபாத்திரங்களைப் போல், ஒரு குறிப்பிட்ட சம்பவமோ அல்லது சிச்சுவேஷனோ வரும்போது, நமது பிரதான கதாபாத்திரங்கள் எப்படி அந்த இடத்தில் ரியாக்ட் செய்கின்றன என்பதை எழுத, அந்தக் கதாபாத்திரத்தை நன்றாக நாம் அறிந்து கொண்டிருக்க வேண்டும். உங்களுக்குப் பரிச்சயமே இல்லாத ஒரு நபரைப் பற்றி யூகிப்பதற்கும், நமது உயிர் நண்பனைப் பற்றி யூகிப்பதற்கும் வேறுபாடு இருக்கிறது அல்லவா?

கதாபாத்திரம் நமது உயிர் நண்பனைப் போன்றது. உள்ளும் புறமும் அந்தக் கதாபாத்திரத்தைப் பற்றி நன்றாகத் தெரியவேண்டும்.

இப்போது, இந்த உட்புற உருவாக்கம் (Interior) மற்றும் வெளிப்புற உருவாக்கம் (Exterior) ஆகியவற்றைப் பற்றிக் கொஞ்சம் பார்க்கலாம்.

முதலில் உட்புற உருவாக்கம். நமது பிரதான கதாபாத்திரம், ஆணா பெண்ணா? எந்த ஊரில் பிறந்தது? பெற்றோர்கள் யார்? எத்தனை சகோதர சகோதரிகள்? எந்தப் பள்ளியில் படித்தது? எப்படிப்பட்ட பள்ளிப் பருவமாக அது இருந்தது? சந்தோஷமாகவா அல்லது சோகமயமாகவா? அந்தக் கதாபாத்திரம் உடல் ரீதியாகவோ மனரீதியாகவோ ஏதாவது தொல்லைகளை அனுபவித்ததா? குழந்தைப் பருவத்தில் மிகவும் சுறுசுறுப்பாக இருந்ததா? அல்லது சோம்பேறியா? பெற்றோர்களுடன் அதன் உறவு எப்படி இருந்தது? அமைதியான குழந்தையா அல்லது அதிரடியான குழந்தையா? குழந்தை பெற்றோரிடம்தான் வளர்ந்ததா? அல்லது வேறு யாரிடமுமா? பெற்றோர் எந்தவகையான வேலையில் இருந்தனர்? அவர்களுக்குள் உறவுமுறை எப்படி இருந்தது? ஏழைகளா பணக்காரர்களா?

இவைகளைத் தெளிவாக விளக்கிக்கொள்வது, திரைக்கதைக்குப் பலவிதங்களிலும் பேருதவி புரியும்.

இதன்பின், கதாபாத்திரத்தின் பத்து முதல் இருபது வயதில் எப்படிப்பட்ட நண்பர்கள் அமைந்தனர்? அந்த நண்பர்களின் தாக்கம் இந்தக் கதாபாத்திரத்திடம் இருந்ததா? பள்ளியில் எந்த விளையாட்டுகளில்

கதாபாத்திரம் ஈடுபட்டது? அல்லது வெறுமனே படித்துக்கொண்டே இருந்ததா? எப்படிப்பட்ட ஆசிரியர்கள்? ஆசிரியர்கள் மூலமாக ஏதேனும் நல்ல/ கெட்ட அனுபவங்கள்? காதல்(கள்)? முதல் செக்ஸ் அனுபவம் (அப்படி ஏதாவது இருந்தால்)? சகோதர சகோதரிகளுக்குள் ஏதாவது சண்டைகள்? வாழ்வையே மாற்றியிருக்கக்கூடிய ஏதாவது சம்பவம் அந்தக் கதாபாத்திரத்தின் பள்ளி / கல்லூரிப் பருவத்தில் நடந்திருந்ததா? ஒரு விஷயம் விடாமல் அத்தனையும் தயார் செய்து வைக்கவேண்டும் என்கிறார் சிட் ஃபீல்ட்.

இதன்பின் கதாபாத்திரம் செய்யும் வேலை. அதற்கு வேலை கிடைத்ததா? வெட்டி ஆஃபீஸரா? காதலி என்ன ஆனாள்? இன்னும் காதல் தொடர்கிறதா? கதாபாத்திரத்தின் பெற்றோர், சகோதர சகோதரிகள் என்ன ஆனார்கள்? திரைக்கதை ஆரம்பிக்கும் தருணத்தில் கதாபாத்திரம் திருமணம் செய்து கொண்டாயிற்றா? ஆம் எனில் யாருடன்? எத்தனை வருடங்களாக? இல்லை எனில், காதல் தோல்வியில் தாடி மற்றும் நாயுடன் தெருத்தெருவாக அலைகிறதா? அல்லது விவாகரத்தா? அல்லது ஜாலியாக காதல் கீதல் இல்லாமல் வாழ்கிறதா?

சுருக்கமாக, திரைக்கதை ஆரம்பிக்கும் தருணம் வரை, கதாபாத்திரத்தின் அனைத்து விவரங்களும் நமது விரல் நுனியில் இருக்கவேண்டும்.

இந்த இடத்தில், ஒரு விஷயம். மேலே உள்ள விவரங்களைப் பார்த்து, 'இது மிகவும் அதிகமாக இருக்கிறது; இதெல்லாம் எனக்குத் தேவையில்லை. என்னால் இதெல்லாம் இல்லாமலேயே ஒரு திரைக்கதையை எழுதமுடியும்' என்று நமக்குத் தோன்றலாம். அப்படியும் நாம் எழுதலாம். ஆனால், திரைக்கதையின் முக்கியமானசில காட்சிகளில், முன் விவரம் எதுவும் தெரியவில்லை என்றால், அந்தக் கதாபாத்திரம் முற்றிலும் தவறான வகையில் ரியாக்ட் செய்து, படம் பார்ப்பவர்கள் அதனை எள்ளி நகையாடும் விதமாக அமைந்துவிடலாம் என்பதை மறந்துவிடக்கூடாது.

அப்படியே இன்னொரு விஷயம், திரைக்கதை என்பது, சும்மா கடையில் சென்று அரைக்கிலோ தக்காளி வாங்கிவிடுவது போன்ற விஷயம் அல்ல. அது ஒரு வேலை. உருவாக்கம். இந்த வேலை சுலபத்தில் நடந்து விடாது. ஒரு முழுத் திரைப்படத்துக்கான திரைக்கதை, ஒரே முயற்சியில் உருவாகிவிடாது. படிப்படியாக, ஒவ்வொரு காட்சியையும் பலமுறை அடித்துத் திருத்தியே உருவாக்கப்படுகிறது. பல சமயங்களில், முழுத் திரைக்கதையே பலமுறை மாற்றப்படுவதும் உண்டு. நமது திறமையை அடியோடு சோதிக்கும் விஷயம் இது. ஆகவே, ஜாலியாக, எந்த ஹோம் வொர்க்கும் இல்லாமல் திரைக்கதை உருவாகிவிடாது. இதனை மறந்து விடவேண்டாம். இது சிட் ஃபீல்டின் கூற்று.

08

ஸ்கெட்ச் போட்டு ரவுண்டு கட்டுங்கள்

இந்த அத்தியாயத்தில் வெளிப்புற உருவாக்கத்தைக் கவனிப்போம். கதாபாத்திரம் பிறந்தது முதல் திரைக்கதை தொடங்கும்வரை அதன் வாழ்க்கையில் நடந்த நிகழ்வுகளை விளக்கியாகிவிட்டது. அடுத்தது, திரைக்கதை தொடங்கியதிலிருந்து முடிவு வரை நமது கதாபாத்திரத்தை விளக்குவது. திரைக்கதையில் நமது கதாபாத்திரத்தைச் சுற்றியிருப்பவர்கள் யார்? கதாபாத்திரத்துக்கும் அவர்களுக்கும் நிலவும் உறவுமுறை என்ன? போன்ற கேள்விகளுக்கு விடையைத் தேடுவது. அப்போதுதான், இந்த உறவை வைத்துக்கொண்டு திரைக்கதையில் மேலும் வலு சேர்க்கும் வகையில் காட்சிகளை அமைக்க முடியும் உதாரணத்துக்கு 'மைனா' படத்தை எடுத்துக்கொள்ளலாம். கிட்டத்தட்ட படம் முழுவதிலுமே கதாநாயகன் சுருளிக்கும், இன்ஸ்பெக்டர் பாஸ்கர் மற்றும் கான்ஸ்டபிள் ராமையாவுக்கும் இடையே இருக்கும் உறவுதான் மையமாக இருக்கிறது. சுருளியுடன் இருக்கும் மைனா, இந்தக் கதாபாத்திரங்களுக்கு இடையே நிலவும் உறவை மேலும் சுவாரஸ்யப் படுத்துகிறாள். சுருளிக்கும், மைனாவுக்கும் இடையே நிலவும் காதல், இன்ஸ்பெக்டருக்கும், கான்ஸ்டபிளுக்கும் இடையே நிலவும் மரியாதை கலந்த உறவு, கான்ஸ்டபிளுக்கும் சுருளிக்கும் இடையே நிலவும் நகைச்சுவையான நட்பு ஆகிய விஷயங்கள் படத்தில் தெளிவாக சொல்லப்பட்டிருக்கும்.

அதைப்போலவே, ஒவ்வொரு கதாபாத்திரத்தின் மனதில் ஓடிக் கொண்டிருக்கும் எண்ணங்களும் இந்தப் படத்துக்கு வலு சேர்க்கும். தலைதீபாவளியை கொண்டாட முடியாமல் ஒரு கைதியோடு காட்டுப்பகுதியில் நடந்து கொண்டிருக்கும் எரிச்சல் இன்ஸ்பெக்டரிடம் பிரதிபலிக்கும். அதே சமயம் தனது காதலியோடு காட்டுக்குள் உலவும் மகிழ்ச்சி சுருளிக்கு இருக்கும். இதுதான் திரைக்கதை அமைப்பில் நாம் மேலே பார்த்த வெளிப்புற உருவாக்கம்.

பிற கதாபாத்திரங்கள் நமது பிரதான கதாபாத்திரங்களோடு எப்படிச் சம்மந்தப்பட்டிருக்கின்றன என்பதைச் சுவாரஸ்யமாக விளக்குதல். இதைத் தெளிவாக விளக்கினால்தான் கதாபாத்திரங்கள் நம்பும்படி இருக்கும். கூடவே கதாபாத்திர அமைப்பில் ஓர் ஆழம் கிடைக்கும். அதேபோல் பிரதான கதைக்குள் சில சுவாரஸ்யமான குட்டிக்குட்டி கதைகள் அமைத்து ஆடியன்ஸுக்கு அலுப்பு தட்டாமல் திரைக்கதையைச் சொல்லமுடியும் ('மைனா'வில் சுருளியின் கதையைத் தவிர்த்து, இன்ஸ்பெக்டரின் கதை, கான்ஸ்டபிளின் கதை போன்ற குட்டிக்குட்டி சம்பவங்களைப் போல).

'மைனா'வின் கதாபாத்திரங்களைப் போல் நமது கதாபாத்திரங்களை இயல்பாக, நம்பும்படி, பல்வேறு குணாதிசயங்களை உடைய மனிதர்களாகக் காட்டுவது எப்படி?

கதாபாத்திரத்தின் வாழ்க்கையை திரைக்கதை ஆரம்பம் முதல் இறுதிவரை மூன்று பகுதிகளாக பிரித்துக் கொள்ளவேண்டும் என்பது சிட் ஃபீல்ட் கருத்து. தொழில் (Professional life), தனிப்பட்ட வாழ்க்கை (Personal Life), அந்தரங்க வாழ்க்கை (Secretlife) என்று .

முதலில் தொழில். திரைக்கதையில் நமது கதாபாத்திரம் பிழைப்புக்கு என்ன செய்கிறது? இது நமக்குத் தெரிந்தே ஆகவேண்டும். நமது கதாபாத்திரம் வேலை செய்கிறதா? என்னவாக வேலை செய்கிறது: முதலாளியா அல்லது தொழிலாளியா? மருத்துவரா? எஞ்சி னியரா: போலி டாக்டரா? விஞ்ஞானியா? திருட்டுத் தொழிலா: எத்தனைக்கெத்தனை தெளிவாக இந்த விவரங்கள் இருக்கின்றனவோ, அத்தனைக்கத்தனை நமது கதாபாத்திரமும் இயல்பாக, நம்பும்படி இருக்கும்.

தங்களது வாழ்க்கையில் சந்தோஷமாக நமது கதாபாத்திரங்கள் இருக்கின்றனவா? அல்லது, வாழ்க்கை வேறுமாதிரி இருந்தால் நன்றாக இருக்குமே என்று எண்ணிக்கொண்டு வருத்தத்திலேயே நடைப்பிணம் போல உலவுகின்றனரா? பேசும்படத்தில் ஹீரோ ஒரு பணக்காரனை கட்டிப்போட்டுவிட்டு அந்தப் பணக்காரனின் வாழ்க்கையை வாழ்கிறான். இதைப்போல் சிலசமயம் நமக்கு இன்னொருவரின் மீது பொறாமையாக இருக்கும். அந்த நபரின் வாழ்க்கையை வாழவேண்டும் போல் இருக்கும். நமது கதையில் அப்படிப்பட்ட பாத்திரங்கள் வருகின்றனவா?

வேலை செய்யும் இடத்தில் அல்லது தொழில் செய்யும் இடத்தில் நமது கதாபாத்திரம் பிறருடன் எப்படிப் பழகுகிறது? சந்தோஷமாகவா அல்லது சோகமாகவா அல்லது கோபமாகவா அல்லது இயல்பாகவா? அங்கே இருக்கும் பிறர் யார்? தொழிலில் அல்லது வேலையில்

திரைக்கதை எழுதலாம் வாங்க

நமது கதாபாத்திரத்துக்கு ஏதேனும் போட்டி இருக்கிறதா? அடுத்த நாள் வேலை போய்விடும் என்ற மனநிலை யிலேயே வாழ்கிறதா? போட்டி, பொறாமை முதலியவைகளில் எப்படி நமது கதாபாத்திரம் ரியாக்ட் செய்கிறது?

இந்த விவரங்களை பக்கம் பக்கமாக எழுதிக் குவிக்கத் தேவை யில்லை. ஒன்று அல்லது இரண்டு பக்கங்களில் கதாபாத்திரத்தின் தொழிலைப்பற்றி மனதில் தோன்றும் விவரங்களைத் தயார் செய்து வைத்துக்கொள்ளலாம். மேலே நாம் பார்த்தது போக வேறு ஏதாவது கேள்விகள் இருந்தால் அதற்கும் பதில் ரெடி செய்யலாம். இந்த விவரங்கள் எல்லாமே, கதாபாத்திரத்தின் பர்ஸனாலிட்டியை உருவாக்குவதில் பெரும்பங்கு வகிக்கின்றன.

இரண்டாவது தனிப்பட்ட வாழ்க்கை. திரைக்கதையில் நமது கதாபாத்திரம் தனியாக வாழ்கிறதா? திருமணம் ஆகிவிட்டதா? ஆம் எனில், யாருடன்? எப்போது? காதலியை (அல்லது) காதலனை மணம் செய்து கொண்டதா அல்லது நிச்சயிக்கப்பட்ட திருமணமா? மணம் செய்து கொண்டவரின் பின்னணி என்ன? செல்வந்தரா? ஏழையா? இருவருக்கும் அந்தஸ்தில் எதாவது பிரச்னை இருக்கிறதா? திருமணம் ஆகி நீண்டகாலம் ஆகிவிட்டதா அல்லது புதிதாக மணம் செய்து கொண்டவர்களா? இந்த விவரத்தை வைத்துத்தான் அவர்களின் உறவின் ஆழத்தை காண்பிக்க முடியும். புதிதாக மணம் செய்து கொண்டவர்களுக்கும், நீண்டகாலம் திருமணம் ஆகி வாழ்பவர்களுக்கும் உறவு பழகுவதில் வித்தியாசம் இருக்குமல்லவா? அதற்காகத்தான் இப்படி. பிறகு, இருவருக்கும் நிறைய நண்பர்கள் உள்ளனரா அல்லது தனிமை விரும்பிகளா? இருவரும் வெளியே அடிக்கடி செல்வதுண்டா? கதாபாத்திரத்துக்கு திருமணத்தை மீறிய வேறு எதாவது தொடர்பு உண்டா? அல்லது விவாகரத்து செய்து கொண்டு எரிச்சலுடன் வாழ்கிறதா? யாருடனாவது காதல் இருக்கிறதா? அல்லது காதலையே அடியோடு வெறுக்கும் பாத்திரமா? யாரை விவாகரத்து செய்தது? அவர்களைப் பற்றிய விவரங்கள் என்ன? காதலாக இருந்தால் அந்த விபரங்கள்.

இது போன்ற விவரங்களைத் தயார் செய்வதன் மூலம் நமது கதாபாத்திரங்களின் உறவைக் காட்சிகளில் இயல்பாகக் காண்பிக்க முடியும். இருவருக்கும் இருக்கும் உறவை ஒருசில ஷாட்களில் தெளிவாக விளக்கிவிடலாம்.

ஒரு உதாரணமாக, 'சிந்து பைரவி' படத்தில் ஒரே ஒரு ஷாட்டை எடுத்துக் கொள்ளலாம். கதாநாயகன் நள்ளிரவு ஆகியும் வீடு திரும்பாமல் இருப்பான். எங்கோ குடித்துக் கொண்டிருப்பான். அவனது மனைவி, அவனுக்காகப் பல உணவுப் பதார்த்தங்களை

செய்து வைத்துக்கொண்டு டைனிங் டேபிளில் காத்திருப்பாள். அவளது மனதில் கணவன் இரவில் எங்கே சென்றானோ என்ற பதைபதைப்பு இருக்கும். இதையெல்லாம், கதாநாயகி வீட்டில் வேறு யாரிடமாவது கணவனைப் பற்றியும், அவள் செய்து வைத்திருக்கும் உணவைப் பற்றியும் சோகத்துடன் பேசுவது போன்று காண்பிக்காமல், ஒரே ஒரு ஷாட்டில், வெகுசில நொடிகளில் விளக்கியிருப்பார்கள்.

எப்படி? ஒரே ஒரு ட்ராலி ஷாட். டைனிங் டேபிளின் ஒரு பக்கத் திலிருந்து மறுபக்கம் வரை கேமரா நகரும். மறுபக்கத்தில் முகம் முழுக்க சோகத்துடன் மனைவி. கேமரா இந்தப் பக்கத்திலிருந்து அந்தப் பக்கம் நகர்கையில் டைனிங் டேபிளில் இருக்கும் உணவுகளும் நன்றாகவே நமக்குத் தெரியும். இதை வைத்தே அந்த சிச்சுவேஷனை எளிதில் யூகித்துவிடலாம்.

மூன்றாவது அந்தரங்க வாழ்க்கை. திரைக்கதையில் நமது கதாபாத்திரம் தனிமையில் இருக்கும்போது என்ன செய்கிறது? டிவி பார்த்துக்கொண்டே இருக்கிறதா? அல்லது, ஜாலியாகக் கொலைகள் செய்து, தலைகளை ஃப்ரிட்ஜில்வைக்கிறதா? ஜிம்முக்குப் போகிறதா? யோகா செய்கிறதா? கலெக்டருக்கு பெட்டிஷன் எழுதுகிறதா? இண்டர்நெட்டில் கதைகளைப் படிக்கிறதா? எழுதுகிறதா? பக்கத்து ஃபிளாட்டில் நடப்பதை பைனாக்குலரில் பார்க்கிறதா? இத்யாதி. வீட்டில் எதாவது வளர்ப்புப் பிராணிகள் உள்ளனவா? ஆம் எனில் என்ன பிராணி? கதாபாத்திரத்தின் ஹாபி என்ன? தனிமையில் நமது கதாபாத்திரம் இருக்கும்போது, என்ன நடக்கிறது?

இப்படியெல்லாம் நமக்குத் தோன்றும் விவரங்களை ஒவ்வொரு பகுதிக்கும் ஒன்று அல்லது இரண்டு பக்கங்களில் எந்தக் கத்தரியும் போடாமல் அப்படியே எழுதி வைத்துக்கொண்டால், திரைக்கதையில் அவ்வப்போது சும்மா கதாபாத்திரம் யாரையாவது துரத்திக்கொண்டே இருப்பதையோ, காமெடி களையோ அல்லது சண்டைக்காட்சிகளையோவைத்து ஒப்பேற்றாமல் இவற்றைப் பற்றிய காட்சிகளைக் காண்பித்து, அதன்மூலம் கதாபாத்திரத்தின் இயல்புத்தன்மையைக் கூட்டலாம். இதன்மூலம் படம் பார்க்கும் ஆடியன்ஸுக்கும் திரைப்படத்தின்மேல் சுவாரஸ்யம் அதிகரிக்கும்.

கதாபாத்திரத்தைப் பற்றிய அத்தனை விவரங்களும் அடங்கிய இந்த கேரக்டர் ஸ்கெட்ச் எந்த வகையில் நமக்கு உதவுகிறது?

பிரதான கதாபாத்திரங்களைப் பற்றிய நுணுக்கமான விவரங்களை வெளிப்படுத்துவதன் மூலம், திரைக்கதையின் நம்பகத்தன்மையை இந்த கேரக்டர் ஸ்கெட்ச் கூட்டுகிறது. இதன் மூலம் திரைக்கதையில் ஏதேனும் பிரச்னைகளை உருவாக்கலாம், அதன் மூலம் திரைக்கதையில்

சுவாரஸ்யத்தைக் கூட்டலாம். இப்படிப்பட்ட கேரக்டர் ஸ்கெட்சை தயார் செய்யும்போதே சில சமயங்களில் கதாபாத்திரங்களைப் பற்றிய சம்பவங்கள் நமது மனதில் தோன்றவும் வாய்ப்புகள் உண்டு. அவைகளையும் திரைக்கதையில் சேர்க்கலாம். எனவே, கேரக்டர் ஸ்கெட்ச் மூலம் நமது கதாபாத்திரங்களை உருவாக்கி (Formation), அவைகளைத் தக்க காட்சிகளின் மூலம் வெளிப்படுத்தலாம் (Reveal).

இப்படியாக இந்த அத்தியாயத்தை முடிக்கையில் நமக்கு ஒரு பயிற்சியைக் கொடுக்கிறார் சிட் ஃபீல்ட். யாரைப் பற்றிய திரைக் கதை என்பதை முடிவு செய்துகொண்ட பின்னர், அந்தக் கதையின் பிரதான கதாபாத்திரத்தைத் தேர்வு செய்து கொண்டு, அதைப்பற்றிய கேரக்டர் ஸ்கெட்ச் தயார் செய்யவேண்டும். அந்தக் கதாபாத்திரத்தைப் பற்றி நமது மனதில் தோன்றுவதையெல்லாம் அப்படியப்படியே எழுதிக் கொள்ளவேண்டும். எழுத்துப் பிழைகள், இலக்கணம் போன்றவற்றையெல்லாம் கவனிக்கவே தேவையில்லை.

கதாபாத்திரத்தின் பிறப்பிலிருந்து தொடங்கலாம். வரிசையாக பிறப்பு, படிப்பு என்று எழுதவேண்டும் என்ற அவசியம் இல்லை . நான் லீனியராக மனதில் தோன்றுவதை எழுதலாம். முதல் பத்து வருடங்கள், இரண்டாவது பத்து வருடங்கள், மூன்றாவது பத்து வருடங்கள் என்று தேவைக்கேற்றபடி பிரித்துக்கொள்ளலாம். எத்தனை பக்கங்களில் இதெல்லாம் முழுக்க எழுதி முடிக்கமுடிகிறதோ அத்தனை பக்கங்கள் எழுதலாம்.

இந்தப் பயிற்சி முடிந்ததும், இந்த அத்தியாயத்தில் நாம் பார்த்த தொழில், தனிப்பட்ட வாழ்க்கை, அந்தரங்க வாழ்க்கை ஆகியவற்றை பற்றிய விவரங்களை எழுதலாம். கதாபாத்திரம் அவனை/அவளைச் சுற்றியுள்ள மனிதர்களோடு எப்படிப் பழகுகிறது என்பதைப்போன்ற நுணுக்கங்கள் அவசியம் தேவை. நமது கதாபாத்திரத்தைப் புரிந்து கொள்ளுதல் திரைக்கதை எழுதுவதற்கு அவசியம் தேவையான விஷயம். இத்தகைய குறிப்போடு சிட் ஃபீல்டின் புத்தகத்தின் நான்காவது அத்தியாயமான 'The Creation of a Character' முடிகிறது.

நமது திரைக்கதையில் வரக்கூடிய கதாபாத்திரம் (அல்லது) கதாபாத்திரங்களை உருவாக்கியாயிற்று. அவர்களைப் பற்றிய விரிவான பின்னணி விபரங்களை எழுதிக்கொண்டாயிற்று. திரைக்கதையில் இந்தக் கதாபாத்திரங்கள் பிறரோடு எப்படிப் பழகுகின்றனர் என்பதும் தெரியும். இதன்பின் என்ன செய்வது? கதாபாத்திரத்தை உருவாக்கினால் மட்டும் போதாதே? அந்தக் கதாபாத்திரத்தை எப்படிக் கட்டமைப்பது? திரைக்கதையின் ஆரம்பம் முதல் இறுதிவரை எப்படி அந்தக் கதாபாத்திரத்தை உயிர்ப்புள்ள, வெற்றிகரமான பாத்திரமாக நடமாட வைப்பது?

09

நாலு மூலை

நாம் இதுவரை பார்த்திருக்கும் திரைப்படங்களில், எந்தெந்தப் படங்கள் நமது மனதில் நீங்காத இடத்தைப் பிடித்திருக்கின்றன? இந்த ரீதியில் யோசித்தால், எந்தெந்தப் படங்களில் கதாபாத்திரங்கள் இயற்கையாக இருக்கின்றனவோ, அந்தப் படங்களே நம் மனதில் மறக்கமுடியாமல் இருக்கின்றன என்பது புரியும். சமீபகால உதாரணங்களாக 'சைரத்', 'பரியேறும் பெருமாள்', 'சுப்ரமண்யபுரம்', 'பருத்தி வீரன்', 'ஆரண்ய காண்டம்', 'ஆடுகளம்' ஆகிய படங்களைச் சொல்லமுடியும். கொஞ்சம் பின்னால் சென்றால், 'இருவர்' படத்தில் அப்படிப்பட்ட கதாபாத்திரங்களைக் காணமுடியும். இன்னமும் பின்னால் சென்றால் 'தளபதி', 'நாயகன்', 'வேதம் புதிது', 'கடலோரக் கவிதைகள்', 'முதல் மரியாதை', 'மூன்றாம் பிறை', 'பதினாறு வயதினிலே' போன்ற படங்கள். இப்படி ஒவ்வொருவருக்கும் ஒரு பட்டியல் இருக்கும்.

இதுபோன்ற படங்களின் கதாபாத்திரங்கள் எப்படி இன்னும் நமது நினைவில் இருக்கின்றனர்? 'பருத்தி வீரன்' திரைப் படத்தின் ஆரம்பக் காட்சியில் பருத்தி வீரன்' ஊர்த்திருவிழாவில் ஒரு நபரை வெட்டும் காட்சியில் இருந்து, படத்தின் முக்கால் பங்கு வரை ரவுடியாக, ஒரே ஒரு லட்சியத்துடன் (தொலைக்காட்சி செய்திகளில் எப்படியாவது வந்து விடவேண்டும்) திமிராக வாழ்வதும், படத்தின் இறுதியில் தனது காதலியுடன் ஊரைவிட்டே போகவேண்டும் என்று முடிவு செய்வதும், அது முடியாமல் காதலி இறந்ததும் தானும் மவுனமாக ஊர் மக்களிடம் அடிவாங்கி இறப்பதுமாக, அந்தக் கதாபாத்திரம் மிகவும் உயிர்ப்புடன் எழுதப்பட்டிருக்கும். இது போன்று ஒரு கதாபாத்திரத்தைத் திரைக்கதை முழுதும் இடம்பெற வைப்பது அத்தனை சுலபம் அல்ல.

படம் முழுக்க ஆடியன்ஸின் கவனத்தைக் கவரும் பருத்தி வீரனைப்

போன்ற ஒரு கதாபாத்திரத்தை எழுதும்போது மிகுந்த கவனம் தேவை. இதைப்போலவே ஆடுகளத்தின் கே.பி. கருப்பையும் சொல்லலாம். பழைய படரசிகர்களுக்காக ஒரு உதாரணம் வேண்டும் என்றால், 'தங்கப் பதக்கம்' படத்தின் எஸ்.பி. சௌத்ரியைச் சொல்லலாம். அந்தக் கதாபாத்திரம், சிவாஜி கணேசனின் ரசிகர்களால் மறக்க இயலாத பாத்திரங்களில் ஒன்று. எஸ்.பி. சௌத்ரியைப்போல், கே.பி. கருப்பைப்போல், பருத்திவீரனைப்போல் ஒரு அருமையான கதாபாத்திரத்தைப் படம் முழுக்க இடம்பெற வைக்க என்ன செய்ய வேண்டும்?

இதுபோன்ற கதாபாத்திரங்களைப் பற்றிச் சொல்லும்போது, சிட் ஃபீல்ட் ஒரு கேள்வியைக் கேட்கிறார். "அன்றாட வாழ்க்கையில், மனிதர்களின் வாழ்க்கையை விளக்கும் குணாதிசயங்கள் என்னென்ன?"

இந்தக் கேள்வியின் காரணம் என்னவென்றால், மனிதர்களாகிய நம்மைப் போன்ற ஒரு கதாபாத்திரம் தான் திரையில் காண்பிக்கப் படுகிறது. ஆகவே, நம்மிடம் இருக்கும் குணாதிசயங்கள் தானே அவற்றிலும் இருக்கும்? இந்த ரீதியில் யோசித்துப் பார்த்தால், உலகின் மனிதர்கள், தங்களது தேவைகள், பயங்கள், ஆசைகள், விருப்பு வெறுப்புகள் போன்ற பல விஷயங்களில் ஒரே போன்றுதான் சிந்திக்கின்றனர் என்பதும் புரியும். அப்படி இல்லாமல் செயற்கையாக உருவாக்கப்படும் கதாபாத்திரங்கள் மக்களின் மனதில் நிலைத்து நிற்காது. இந்த ரீதியில், தனது திரை வாழ்க்கையில் நூற்றுக்கணக்கில் திரைக்கதைகளைப் படித்துப் பார்த்த சிட் ஃபீல்ட், ஒரு கதாபாத்திரத்தை சிறந்து விளங்கச் செய்யும் விஷயங்களாக மனித வாழ்வின் சில பொதுவான அம்சங்களைப் புரிந்து கொண்டார். சிட் ஃபீல்டின் விளக்கத்தின்படி, ஒரு நல்ல கதாபாத்திரத்தை விளக்குவதற்கான அம்சங்கள் நான்கு.

1. கதாபாத்திரத்துக்கு உறுதியான, தெளிவான தேவை ஒன்று இருக்கவேண்டும் (Dramatic need).

2. கதாபாத்திரத்துக்கு ஒரு கருத்து நிலை இருக்கவேண்டும் (Point of View).

3. கதாபாத்திரம் ஒரு உறுதியான மன நிலையைக் கொண்டிருக்கவேண்டும் (Attitude).

4. திரைக்கதையில் அந்தக் கதாபாத்திரத்துக்கு ஏதேனும் ஒருவித மாற்றம் நிகழ்ந்திருக்கவேண்டும் (Transformation).

இந்த நான்கு விஷயங்களும் ஒரு கதாபாத்திரத்துக்கு இருந்தால், அக்கதாபாத்திரம் மறக்கமுடியாத கதாபாத்திரமாக மாறுகிறது.

இவை ஒவ்வொன்றையும் பார்ப்போம்.

'கதாபாத்திரத்தின் தேவை' என்ற விஷயத்தை இந்தப் புத்தகத்தின் ஆரம்ப அத்தியாயங்களில் சிறிது பார்த்திருக்கிறோம். அதாவது, நமது திரைக்கதையில், நமது கதாபாத்திரம் அடைய நினைக்கும் விஷயம் என்ன? ஒரு விளையாட்டில் வெற்றி பெற நினைக்கிறதா? யாரையாவது மணமுடிக்க நினைக்கிறதா? வில்லனைக் கொல்ல வேண்டுமா? புதையலை அடைய வேண்டுமா? இதுபோன்றவையே கதாபாத்திரத்தின் தேவை எனப்படுகிறது. இந்தத் தேவைதான் திரைக்கதை முழுக்கவே நமது கதாபாத்திரத்தைச் செலுத்தும் விஷயமாக இருக்கிறது. திரும்பத்திரும்ப அடிவாங்கும் கதாபாத்திரம், தனது முயற்சியைக் கைவிடாமல் இறுதிவரை போரிடுவது தனது தேவையை நிறைவேற்றத்தான்.

பொதுவாக, இப்படிப்பட்ட தேவையை ஓரிரு வரிகளில் விளக்கிவிட முடியும். 'ஆடுகளத்தில் கே.பி கருப்பின் தேவை, தனது காதலியை மணந்து, ரயில்வே ஸ்டேஷனில் ஒரு கடையை வைப்பது. 'பொல்லாதவனில் பிரபுவின் தேவை, காணாமல் போன தனது பல்ஸர் பைக்கை கண்டுபிடிப்பது. பருத்தி வீரனின் தேவை, தனது காதலியுடன் வேறு ஊருக்குச் சென்று வாழ்வது. 'டெர்மினேட்டர் 2' படத்தில் ரோபோவின் தேவை, சிறுவனையும் அவனது தாயையும் பத்திரமாக வில்லன் ரோபோவிடம் இருந்து பாதுகாப்பது. இதுபோல், உங்களுக்குப் பிடித்த படங்களில், கதாநாயகன் தேவை தெளிவாக விளக்கப்பட்டிருக்கிறதா என்று கவனியுங்கள். படத்தில் கதாநாயகனுக்கு என்ன தேவை என்பதே தெரியாமலோ அல்லது அந்தத் தேவை மிகவும் சாதாரணமாகவோ விளக்கப்பட்டிருக்கும் சில படங்கள் இருக்கக்கூடும். அப்படங்களில் நமது கவனம் வெகு சீக்கிரம் சிதறிவிடும்.

சில படங்களில் கதாபாத்திரத்தின் தேவை மாறக்கூடும். அதாவது, கொஞ்ச நேரம் ஒரு விதமான தேவை இருக்கும். ஆனால், சீக்கிரம் அது மாறும். 'மகாநதி' திரைப்படத்தின் ஆரம்பத்தில் கதாநாயகனின் தேவை என்னவாக இருக்கிறது? நகரத்தில் ஃசிட்பண்ட் தொடங்க வேண்டும் என்பதே அந்தத் தேவை. ஆனால், கதை செல்லச் செல்ல, அவனது குடும்பம் சிதறி, அதனைக் கண்டுபிடிப்பதே அவனது தேவை என்று ஆகிறதல்லவா? மேலே நாம் பார்த்த 'பருத்தி வீரன்' படத்திலும் முதல் பாதி வரை கதாபாத்திரத்தின் ஒரே லட்சியம், தான் செய்யும் திருட்டின் மூலமாகத் தொலைக்காட்சியில் வருவதுதான். இரண்டாம் பாதியில்தான் தனது காதலியுடன் சென்று வாழவேண்டும் என்ற தேவை அவனுள் எழுகிறது.

ஆங்கிலப்படங்களைப் பொறுத்தவரையில், இப்படி மாறும் தேவை என்பது, Plot Point-1ல் இருக்கும். அதுவரை ஒருவிதமான விஷயத்தை நோக்கிக் கதாபாத்திரம் நகர்ந்து கொண்டிருக்கும். முதல் ப்ளாட்

பாயிண்ட் முடிந்ததும், கதாபாத்திரத்தின் உண்மையான தேவை விளக்கப்பட்டுவிடும்.

ஒரு கதாபாத்திரத்துக்கு எத்தனை தேவைகள் வேண்டுமானாலும் இருக்கலாம். ஆனால், எந்தத் தேவைக்காகப் படத்தில் அவன் பாடுபடுகிறான்? எது அவனது மிக முக்கியமான தேவை? எந்தத் தேவைக்காகத் தனது உயிரையும் இழப்பதற்கு அவன் தயாராக இருக்கிறான் என்று பார்த்தோம் என்றால், அதுவே அந்தத் திரைக்கதையில் நிகழும் கதையை விளக்கிச் செல்கிறது என்று புரிந்துவிடும். எனவே, கதாபாத்திரத்தைச் சிறப்பாக வடிவமைக்கும் விஷயங்களில் முதலாவதாகத் தெளிவான தேவை என்பது வருகிறது. அடுத்த விஷயம், கருத்து நிலை (Point of View). இதை, 'நோக்கு' என்றும் 'கண்ணோட்டம்' என்றும் சொல்வதுண்டு.

ஒரு விஷயம் என்று இருந்தால், ஒவ்வொருவருக்கும் ஒருவிதமான கருத்து இருக்கும். ஒரு விஷயத்தை ஒரு கதாபாத்திரம் எவ்விதம் நோக்குகிறது? அதுவே Point of view. யோக வாசிஷ்டம் என்ற பழங்கால இந்திய நூலில் இருந்து ஒரு உதாரணத்தை விளக்குகிறார் சிட் ஃபீல்ட் (இந்த நூல், 'வாசிட்டம்' என்ற பெயரில் தமிழிலும் இருக்கிறது). 'The world is as you see it'. அதாவது, உலகம் என்பது, உனது கண்ணோட்டத்தில்தான் இருக்கிறது.'

பொதுவாகவே, நமது மனதில் இருக்கும் எண்ணங்கள், நமது நம்பிக்கைகள், நமது கலாசாரம் ஆகியவற்றில் இருந்துதான் நாம் வெளியுலகைப் பார்க்கிறோம். நம் நம்பிக்கைக்கு எதிராக ஒருவர் நடந்து கொண்டால், நாம் இருக்கும் நிலைக்குத் தகுந்தவாறு, அவரை வெறுக்கிறோம் அல்லது விலகிப்போகிறோம் அல்லது ஆள் வைத்து அவரைக் கொல்கிறோம் அல்லது அவருடன் சேர்கிறோம் அல்லவா? இந்த வெளியுலகை நோக்கும் பார்வையே பாயிண்ட் ஆஃப் வ்யூ. அதுவே எந்த ஒரு விஷயத்தை எடுத்துக் கொண்டாலும், அதைப்பற்றிய நமது கருத்தாகவும் இருக்கிறது.

திரைக்கதையில் நமது பிரதான கதாபாத்திரம் ஒரு தந்தையாகவோ தாயாகவோ இருந்தால், ஒரு தந்தையின் தாயின் Point of View பிரதிபலிக்கப்பட வேண்டும். ஒருவேளை கதாபாத்திரம் ஒரு மாணவனாக இருந்தால், வெளியுலகை ஒரு மாணவனின் கண்ணோட்டத்தில் அவன் காணவேண்டும்.

உங்கள் கதாபாத்திரத்தின் பாயிண்ட் ஆஃப் வ்யூ என்ன என்பது உங்களுக்குத் தெரியுமா?

உங்கள் கதாபாத்திரம் ஒரு போலீஸ்காரரா? அல்லது ஒரு சைக்கோ

கொலைகாரரா? விதியிலும் ஜோதிடத்திலும் நம்பிக்கை உடையவரா? பில்லி சூனியத்தை நம்புபவரா? எதிலுமே நம்பிக்கை யில்லாமல் திரியும் மனிதனா? சமூகத்தின் மேல் கோபம் உடைய கதாபாத்திரமா? உங்கள் கதாபாத்திரம். எதுவாக இருந்தாலும், அதற்கேற்ற பாயிண்ட் ஆஃப் வ்யூ விளக்கப்பட்டிருக்கிறதா?

பாயிண்ட் ஆஃப் வ்யூ என்பது, நாம் நம்பும் விஷயங்களைப் பொறுத்தே அமைகிறது. கடவுள் நம்பிக்கை இருக்கிறது என்பது ஒரு கருத்து நிலை. கடவுள் நம்பிக்கை இல்லை என்பதும் ஒரு கருத்து நிலைதான். கடவுள் இருக்கிறாரா அல்லது இல்லையா என்பது எனக்குத் தெரியவில்லை என்பது கட்டாயம் ஒரு கருத்து நிலை. இதில் எதிலுமே நல்லது, கெட்டது போன்ற எதுவும் இல்லை. பாயிண்ட் ஆஃப் வ்யூ என்பது அப்படித்தான். அதை நல்லது கெட்டது என்று தரம் பிரித்துவிட முடியாது. ஆனால் ஒருவருக்கு நல்லதாக இருக்கும் பாயிண்ட் ஆஃப் வ்யூ அடுத்தவருக்குக் கெடுதலாக இருக்கமுடியும். ஒவ்வொரு மனிதனுக்கும் ஒரு தனிப்பட்ட பாயிண்ட் ஆஃப் வ்யூ உள்ளது என்பதை மட்டும் நினைவுபடுத்திக்கொள்ளுங்கள்.

நமது கதாபாத்திரத்தின் பாயிண்ட் ஆஃப் வ்யூவை விளக்கும் வகையில் ஏதேனும் சம்பவங்கள் எழுதப்பட்டிருந்தால், அது திரைக்கதைக்கு வலு சேர்க்கும் என்பது சிட் ஃபீல்டின் கூற்று. கதாபாத்திரம் ஊழலற்ற இந்தியாவை ஆதரிக்கிறதா? அண்ணா ஹசாரே டி ஷர்ட் அணிந்து கொண்டு உண்ணாவிரதத்தில் அது அமர்ந்திருப்பது போன்ற ஒரு ஷாட் போதுமானது. அதேபோல் கதாபாத்திரம் பக்கா வெஜிடேரியனாக இருப்பது ஒரு பாயிண்ட் ஆஃப் வ்யூ. காரணம், மிருக வதை தவறு என்பது அதன் மனதில் இருக்கும் எண்ணமாக இருக்கிறது. நான் வெஜிடேரியனாக இருப்பதும் பாயிண்ட் ஆஃப் வ்யூதான். காரணம் அது ஒரு உணவு வகைதானே என்ற எண்ணம் அதன் மனதில் இருப்பது.

நமது கதாபாத்திரத்தின் பாயிண்ட் ஆஃப் வ்யூ தெரிந்தால், அதை வைத்து திரைக்கதையில் சில முக்கியமான சம்பவங்களை எழுத முடியும். சிலமுறை அந்த சம்பவமே, எதிர் பாயிண்ட் ஆஃப் வ்யூ கொண்டவர்களுக்குப் பிரச்னையாக முடிவது போலத் திரைக்கதையைச் சுவாரஸ்யம் ஆக்கமுடியும்.

இதுவரை ஒரு கதாபாத்திர வடிவமைப்பில் இருக்கும் நான்கு விஷயங்களில் இரண்டே இரண்டைத்தான் பார்த்திருக்கிறோம். அடுத்த அத்தியாயத்தில் பாக்கியிருக்கும் இரண்டு விஷயங்களை விரிவாகக் கவனிப்போம்.

10
கருத்து கந்தசாமிதான் வெற்றியின் அடையாளம்

ஒரு கதாபாத்திரத்தை சுவாரஸ்யமாக்கும் மூன்றாவது விஷயம் Attitude. கதாபாத்திரத்தின் உறுதியான மனப்பான்மை. ஒவ்வொரு மனிதனுக்கும் ஒவ்வொரு குணாதிசயம் இருக்கும். இந்தக் குணாதிசயம், உள்மனதில் ஒரு மனிதன் சரி என்று நம்பும் கருத்தைப் பொறுத்தே அமையும். உதாரணத்துக்கு, ஒரு அலுவலகத்தில் டை கட்டிக்கொண்டுதான் தனக்குக்கீழ் வேலை செய்பவர்கள் வரவேண்டும் என்று ஒரு அதிகாரி நினைத்தால் அதுதான் மனப்பான்மை என்ற attitude. அதுதான் சரி என்று உறுதியாக அந்த அதிகாரி நம்புகிறார். டை கட்டாமல் வருபவர்களுக்குப் பயங்கர டோஸ் விழுகிறது. ஆனால், சென்ற அத்தியாயத்தில் நாம் பார்த்த பாயிண்ட் ஆஃப் வ்யூ என்ற மனநிலைக்கும் இந்த ஆட்டிட்யூட் என்ற மனப்பான்மைக்கும் என்ன வித்தியாசம்? இரண்டும் ஒன்றே போல் தோன்றுகிறது அல்லவா? ஒரு சிறிய வித்தியாசம் இரண்டுக்கும் நடுவே இருக்கிறது.

பாயிண்ட் ஆஃப் வ்யூ என்பது ஒரு பார்வை மட்டுமே. அதில் சரி தவறு என்று முடிவெடுக்கும் தன்மை இல்லை. ஆனால், ஆட்டிட்யூட் என்ற மனப்பான்மையில், அறிவு சார்ந்த முடிவு எடுக்கப்படுகிறது. அது, சரி/தவறு என்று தரம் பிரிக்கப்படுகிறது.

ஒரு உதாரணம் : லஞ்சம் வாங்குபவனைக் கொல்லவேண்டும் என்று 'இந்தியன்' படத்தில் சேனாபதி தாத்தா நினைப்பது ஆட்டிட்யூட். அதில் 'லஞ்சம் வாங்குபவன் தவறு செய்கிறான்' என்ற கருத்தும், அதைத் தடுக்க வேண்டும் என்ற முடிவும், அவனது மரணம் என்ற தீர்ப்பும் இருக்கிறது. இது சேனாபதியின் மனப்பான்மை. அவரது ஆட்டிட்யூட். இதே கருத்து 'அந்நியன்' திரைப்படத்துக்கும் பொருந்தும்.

இந்தியனில் லஞ்சம் என்றால், அந்நியனில் தவறு செய்வது என்ற பொதுவான விஷயம்.

இன்னொரு உதாரணமாக, 'தங்கப்பதக்கம்' படத்தின் சௌத்ரியை சொல்லலாம். வாழ்க்கை முழுவதும், தான் கடைப்பிடிக்கும் கொள்கைக்காக தனது மகனையே கொல்லும் கதாபாத்திரம் அது.

அதேபோல், 'ரோஜா' திரைப்படத்தில் இந்தியக் கொடி எரிக்கப்படும் போது அதை அணைக்கும் கதாநாயகனின் பாத்திரத்தைச் சொல்லலாம். 'நாம் எப்போதும் சரியாகவே இருக்கிறோம்' என்று நினைப்பது ஆட்டிட்யூட். ஆக, அறிவுசார்ந்த ஒரு முடிவை எடுத்து, தான் செய்வது சரி என்ற எண்ணத்தை, உறுதியாக வெளிப்படுத்தினால் அது ஆட்டிட்யூட். பாயிண்ட் ஆஃப் வ்யூவில் இப்படிப்பட்ட தன்மைகள் இருக்காது. அது வெறும் கருத்து மட்டுமே.

ஏன் இப்படி ஒரு கதாபாத்திரத்தின் மனப்பான்மையையெல்லாம் ஆராய வேண்டும்?

அப்போது தான் அவர்களது கதாபாத்திரம் இயல்பாக வெளிப்படும் என்பதால். திரைக்கதையில் அந்தக் கதாபாத்திரம் செய்யும் செயல் மட்டுமே இருந்தால், அந்தக் கதாபாத்திரத்தின் தனிமனித இயல்புகள் ஆடியன்ஸுக்குத் தெரியாமல் போய்விடும். அப்போது அந்தப் படம் சுவாரஸ்யத்தை இழக்க நேரிடலாம். உங்களுக்குப் பிடித்த கதாபாத்திரம் எது என்று யோசித்துப் பாருங்கள். 'முள்ளும் மலரும்' காளி எப்படிப்பட்டவன்? 'பதினாறு வயதினிலே' சப்பாணி? இதுபோன்ற கதாபாத்திரங்களுக்கு இப்படிப்பட்ட தன்மைகள் விளக்கப்பட்டிருக்கும். தனிமனித இயல்புகள் (குணம், மனப்பான்மை, இயல்பு போன்றவை) அவசியம் அந்தக் கதாபாத்திரத்தின் செய்கைகளில் வெளிப்படும். அப்போதுதான் அந்தப் படமும் சுவாரஸ்யமாக இருக்கும். சிலசமயம், இப்படி பாயிண்ட் ஆஃப் வ்யூ (கருத்து) என்பதற்கும், ஆட்டிட்யூட் (மனப்பான்மை) என்பதற்கும் வித்தியாசம் கண்டு பிடிப்பதில் குழப்பம் ஏற்படலாம். இரண்டுமே ஒன்று போலவே தோன்றலாம். அப்போதெல்லாம், ஒரு பெரிய மெழுகு உருண்டையை எடுத்து, அதிலிருந்து நாம் இங்கு சொல்லும் நான்கு வடிவங்களை உருவாக்குகிறோம் என்று எண்ணிக்கொள்ளுங்கள் என்கிறார் சிட்ஃபீல்ட். அந்த நான்கு வடிவங்களும் முழுமையானவைதானே? அதில் பாயிண்ட் ஆஃப் வ்யூ எது, ஆட்டிட்யூட் எது என்றெல்லாம் யார் வித்தியாசம் கண்டு பிடிக்கப்போகிறார்கள்? நமக்குத் தேவையெல்லாம், இது போன்ற கதாபாத்திரத்தின் குணாதிசயங்கள் விளக்கப்பட வேண்டும் என்பதே. ஆகவே, அப்படிப்பட்ட குழப்பங்கள் வந்தாலும் அதைப்பற்றிக் கவலைப்படாமல் நமக்குத் தேவையான விஷயங்களை விளக்கலாம்.

நாம் பார்க்கப்போகும் நான்காவது அம்சம், 'மாற்றம்' (Transformation) என்பது. இயல்பு வாழ்க்கையில் நமக்குப் பல அனுபவங்கள் ஏற்படுகின்றன. அந்த அனுபவங்களிலிருந்து பல பாடங்கள் கிடைக்கின்றன. அப்படிப்பட்ட விஷயங்களை அனுபவிப்பதால் மெல்ல நாம் மாறுகிறோம். நமது வாழ்க்கை மாறுகிறது. இப்படிப்பட்ட மாறுதல் நமது வாழ்க்கையை அர்த்தமுள்ளதாக ஆக்குகிறது.

'முள்ளும் மலரும்' படத்தில், காளியின் கதாபாத்திரத்தை மட்டும் எடுத்துக் கொண்டால், படத்தின் ஆரம்பத்தில் இருந்த முரட்டு ஆசாமியான காளி, தனக்கு விபத்து நடந்தவுடன் மெல்ல மாற ஆரம்பிக்கிறான். படத்தின் இறுதியில், ஒரு காலத்தில் இருந்த முரட்டு காளி முற்றிலும் மாறி, வாழ்க்கையைப் புரிந்து கொண்ட பக்குவமானகாளியாக ஆகிவிடுகிறான்.

ஒரு ஆடம்பரமான இளவரசனாக இருந்த சித்தார்த்தன், மெல்ல புத்தராக மாறினான் அல்லவா? அதுதான் மாற்றம்.

இப்படிப்பட்ட மாற்றத்தை வலிந்து நமது திரைக்கதையில் திணிக்கக்கூடாது. அப்படிப்பட்ட ஒரு மாற்றத்தை நமது கதாபாத்திரம் அனுபவிக்கவேண்டும் என்று கதைக்குத் தேவைப்பட்டால் மட்டுமே அந்தக் காட்சிகளை வைக்கவேண்டும். மனிதர்கள் எல்லோருக்குமே வாழ்க்கையில் ஒரு மாற்றம் தேவைப்படுகிறது. மாற்றம் என்றவுடன், இடமாற்றம் அல்லது அந்தஸ்து மாற்றம் என்று எண்ணிக் கொள்ளக்கூடாது. நமது இயல்புகளே மாறி, அதுவரை இருந்த மனிதன் இறந்து போய், புதிய மனிதனாக நாம் உருவெடுப்பதே மாற்றம். வாழ்க்கையில் மாறாத ஒரே விஷயம், இந்த மாற்றம் என்பதால், அப்படிப்பட்ட மனக்கிளர்ச்சியோடு கலந்த மாற்றம் நமது திரைக்கதையில் இருந்தால் அது கதாபாத்திரத்தை அர்த்தமுள்ளதாக்கும்.

எத்தனை படங்களில் வில்லன் மனம் திருந்திய மனிதனாக வாழ்வதைக் கவனித்திருக்கிறோம்? அதேபோல்தான் உறுதியான மனம் படைத்த கதாபாத்திரங்களின் மனம் உருகி அவர்கள் முற்றிலும் மாறுவதையும் பார்த்திருக்கிறோம் அல்லவா?

ஆகவே, இதுவரை கதாபாத்திரங்களை சுவாரஸ்யமானவைகளாக மாற்றும் தன்மையுடைய நான்கு அம்சங்களாவன:

கதாபாத்திரத்துக்கு உறுதியான, தெளிவான தேவை ஒன்று இருக்கவேண்டும் (Dramatic need). கதாபாத்திரத்துக்கு ஒரு கருத்து நிலை இருக்கவேண்டும் (Point of view). கதாபாத்திரம் ஒரு உறுதியான மன நிலையைக் கொண்டிருக்கவேண்டும் (Attitude). திரைக்கதையில் அந்தக் கதாபாத்திரத்துக்கு ஏதேனும் ஒருவித மாற்றம் நிகழ்ந்திருக்கவேண்டும் (Transformation).

இவை தவிர ஒரு கதாபாத்திரத்தைத் திரைக்கதை முழுக்க நடமாட விடுகையில் நாம் கருத்தில் கொள்ளவேண்டிய விஷயங்கள் இன்னமும் சில இருக்கின்றன. அவற்றையும் பார்த்துவிட்டு இந்த அத்தியாயத்தை முடிப்போம்.

திரைக்கதையை எழுதும்போது, பிரதான கதாபாத்திரம் சுறுசுறுப்பாக இருக்கவேண்டும். திரைக்கதையின் சம்பவங்களை இந்தக் கதாபாத்திரம்தான் உருவாக்க வேண்டும். தனக்கு நடக்கும் சம்பவங்களுக்கு ரியாக்ஷன் (எதிர்வினை) மட்டும் செய்து கொண்டிருந்தால் படம் பார்க்கும் ஆடியன்ஸுக்கு அந்தப் படம் அலுக்க ஆரம்பித்துவிடும். அந்தக் கதாபாத்திரமே உயிர்ப்பில்லாமல் வலுவற்ற கதாபாத்திரமாக ஆகிவிடும். எப்போதாவது சிலசம்பவங்களுக்கு எதிர்வினை செய்யலாம். ஆனால், எப்போதுமே அப்படி இருக்கக்கூடாது. அப்படி இருந்தால், திரைக்கதையின் சிறிய கதாபாத்திரங்களே இந்தப் பிரதான பாத்திரங்களை விட சுவாரஸ்யமாக இருக்கும் நிலை ஏற்பட்டுவிடலாம்.

கதாபாத்திரத்தின் சாரமாக, அதன் செயல்பாடு இருக்கவேண்டும். ஒரு கதாபாத்திரம் என்ன செய்கிறதோ அதுதான் அதனை விளக்குகிறது. நமது கதாபாத்திரம், சொன்ன நேரம் தவறாமல் பிறரைச் சந்திக்கிறதா அல்லது எப்போதுமே மிகவும் தாமதமாகச் செல்கிறதா? ரோட்டில் திடீரென்று நிற்கவைத்து விரட்டும் போலீஸ்காரரிடம் எப்படிப் பேசுகிறது? கோபமாகவா அல்லது குழைந்து, இளித்துக்கொண்டே அவர் கேட்கும் பணத்தை எடுத்துக்கொடுக்கிறதா? இதுபோன்ற குட்டிக்குட்டி விஷயங்கள் போதும் நமது திரைக்கதையில் இருக்கும் பிரதான பாத்திரத்தின் இயல்பைப் புரிந்து கொள்ள.

திரைக்கதையை எழுத ஆரம்பிக்கும் போது, முதல் ஐம்பது அறுபது பக்கங்களில் நாம் நினைப்பது நடக்காமல் போகலாம். கதாபாத்திரங்கள் பேசும் வசனம் மிகவும் செயற்கையாக இருக்கலாம். எதிர்பார்த்த சுவாரஸ்யம் இல்லாமல் போகலாம். என்னதான் ஆழமான ஆராய்ச்சிகள் எல்லாம் நாம் செய்திருந்தாலும் நமது கையில் கதாபாத்திரங்களைப் பற்றிய அத்தனை விஷயங்களும் முழுமையாக இருந்தாலும், திரைக்கதை எழுதும்போது கதாபாத்திரங்களோடு நாம் முழுதாகக் கலக்க சிறிது அவகாசம் தேவைப்படும். முதல் பக்கத்தின் முதல் எழுத்திலிருந்தே அது நடக்காமல் போகக்கூடிய வாய்ப்புதான் அதிகம். அது இயற்கைதான் என்கிறார் சிட் ஃபீல்ட்.

அதேபோல, கதாபாத்திரங்கள் பேசும் வசனம் என்பதும் கதாபாத்திரத்தோடு தொடர்புடைய விஷயம்தான். கதாபாத்திரத்தின் குணநலன்கள் நமக்கு நன்றாகத் தெரிந்திருந்தால், கதை செல்லச் செல்ல வசனங்கள் இயல்பாகவே வெளிப்படத் தொடங்கும். பல

திரைக்கதை எழுதலாம் வாங்க

சமயங்களில் திரைக்கதைகளில் வசனம் மிகவும் செயற்கையாகவோ, ஒரே மாதிரியோ இருக்கக்கூடும். வசனங்களை எழுதுவது என்பதும் ஒரு படிப்படியான விஷயமே. எத்தனை முறை எழுதுகிறோமோ அந்த அனுபவத்துக்கு ஏற்ப இன்னமும் சுலபமாக அடுத்தமுறை எழுதமுடியும். எழுதுவது என்பது இங்கே சொந்தமாக நாமே பலமுறை எழுதிப்பார்ப்பதுதான்.

ஒரு திரைக்கதையில், வசனம் என்பது இரண்டு வேலைகளைச் செய்கிறது. ஒன்று கதையை முன்னால் நகர்த்துவது அல்லது பிரதான கதாபாத்திரத்தைப் பற்றிய தகவல்களை வெளிப்படுத்துவது. இந்த இரண்டையும் வசனம் செய்யவில்லை என்றால் அதனை எடுத்து விடுவது உத்தமம். ஏனெனில் இவை இரண்டு மே இல்லை என்றால் அந்த வசனம் வெறுமனே எந்த நோக்கமும் இல்லாமல் அந்த ஸீனை முடிப்பதற்கென்றே செயற்கையாக எழுதப்பட்டிருக்கும் வாய்ப்பு அதிகம். நமது திரைக்கதையை முதன் முதலில் எழுதத்தொடங்கும்போது, முதல் ஐம்பது அறுபது பக்கங்களில் இப்படிப்பட்ட செயற்கையான, அலுப்பான வசனங்கள் இருப்பதில் தப்பில்லை. கிட்டத்தட்ட பாதி திரைக்கதையை தாண்டிய பின்னர் மெதுவாக வசனங்கள் கையகப்பட ஆரம்பிக்கும். காரணம், அதுவரை விடாமல் எழுதிக்கொண்டிருந்த அனுபவம். அதன்பின் முதல் ஐம்பது அறுபது பக்கங்களுக்கு மறுபடி சென்று வசனங்களை மாற்றலாம். வசனங்களைப் பற்றி பின்னால் பார்க்கப்போவதால், இப்போதைக்கு இது போதும்.

இப்படியாக, சிட் ஃபீல்டின் புத்தகத்தின் நான்காவது அத்தியாயமான 'Building a Character' முடிகிறது. அத்தியாயங்கள் 9 மற்றும் 10ல் சொல்லப்பட்டிருக்கும் விஷயங்களை கணக்கில் எடுத்துக்கொண்டால், நமது திரைக்கதையில் இயல்பான, நம்பத்தகுந்த, இயற்கையான சூழலில் இருக்கும் நிஜமான கதாபாத்திரங்கள் நமக்குக் கிடைப்பார்கள். அதுதானே நமக்குத் தேவை?

அடுத்தது என்ன பார்க்கப்போகிறோம்? கதாபாத்திரங்களை உருவாக்கும் போது என்னென்ன செய்ய வேண்டும் என்று பார்த்தாயிற்று. அதேபோல் கதாபாத்திரங்களை உயிர்ப்புடன் திரைக்கதையில் நடமாட விடுவதற்கும் என்ன செய்யவேண்டும் என்று பார்த்து விட்டோம். இதற்கெல்லாம் தேவையான ஒரு விஷயம் என்ன? அதுதான் கதாபாத்திரம். அதனை எப்படி எளிதாக சிட் ஃபீல்ட் உருவாக்குகிறார் என்ற மிகவும் சுவாரஸ்யமான விஷயத்தைத்தான் அடுத்த அத்தியாயத்தில் பார்க்கப்போகிறோம்.

11

தங்க நாற்கர சாலை

'அவதாரம்' படத்தை எடுத்துக்கொள்ளலாம். அதில் வரும் கதாநாயகனின் பெயர், குப்புசாமி. கிராமத்தில் கூத்து கட்டும் நடிகர்களைப் பெரும் அதிசயத்தோடு பார்த்து வரும் அப்பாவி. அவனுக்கும் கூத்து கட்டி ஆடவேண்டும் என்ற ஆசை இருக்கிறது. ஆனால், அதற்கான நெளிவு சுளிவுகள் எதுவும் தெரியாமல், அந்த நடிகர்களின் கூடவே பொழுதைக் கழிக்கிறான். அந்த ஊரில் பாண்டி வாத்தியார் பிரபல கூத்துக் கலைஞர். மிகுந்த சிரமத்திலும் ஒரு கூத்துக் குழுவை வைத்து நடத்தி வருகிறார். அவரிடம் கூத்து கற்றுக்கொள்ள குப்புசாமிக்கு ஆசை.

குப்புசாமியின் கதாபாத்திரம் எப்படிப்பட்டது? கூத்து கற்றுக்கொள்ள உயிரையும் விடக்கூடிய கதாபாத்திரம் அது. அதன் லட்சியம், எப்படியாவது மேடையில் ஏறி வேடங்கள் போட்டு ஆடவேண்டும் என்பதே. அதே சமயம், அந்தப் படத்தில் வரும் பிற கதாபாத்திரங்களைப் போல் அவ்வளவு விவரம் அறிந்த நபர் இல்லை குப்புசாமி. பிறரைப் பார்த்து பயந்து, பிறரால் சுலபத்தில் ஏமாற்றப்படக்கூடிய பாத்திரம்.

இங்கே, குப்புசாமியின் அடங்காத கூத்து ஆசைதான் அந்தக் கதாபாத்திரத்தின் தெளிவான தேவை (Dramatic need). கூத்து கட்டும் ஒரு அப்பாவியின் நிலையில் இருந்துதான் குப்புசாமி உலகைப் பார்க்கிறான். ஆகவே, அந்தக் குழுவில் இருக்கும் பாசியை புரிந்து கொள்ளாமல் அவனை சுற்றிச் சுற்றி வருகிறான். அந்தப் படத்தில் பின்னர் நகரத்துக்கு பொன்னம்மாவுடன் வரும்போது கூட பாசியை மிகவும் நம்புகிறான் குப்புசாமி. அந்த நம்பிக்கையே பொன்னம்மாவின் மரணத்துக்கு காரணமாகிறது.

இதுதான் குப்புசாமியின் கருத்து நிலை (Point of View). படத்தின் இறுதி நெருங்கும்போதுதான் குப்புசாமிக்கு உண்மை புரிகிறது. தனது காதல் மனைவியைக் கொலை செய்த பாசியின்மேல் குப்புசாமிக்கு ஒருவித வெறி வருகிறது. அதனால் நரசிம்ம அவதாரத்தின் வேடம் போட்டு பாசியைத் துரத்தி, அவனை வயிற்றைக் கிழித்து கொல்கிறான் குப்புசாமி. அது அவனது உறுதியான மனநிலை (Attitude). பொன்னம்மாவின் அன்பினால் குப்புசாமி மெல்ல தைரியமானவனாக மாறி, நகருக்கு வந்து வாய்ப்பு தேடுகிறான். அதேபோல் மிகுந்த அப்பாவியாக இருந்த குப்புசாமி, படத்தின் இறுதியில் வெறிபிடித்த சிங்கம் போல் மாறி பாசியைக் கொல்கிறான். இதில்தான் குப்புசாமியின் மாற்றம் இருக்கிறது (Transformation).

இப்படி, ஒரு கதாபாத்திரத்தை மேலும் மேலும் சுவாரஸ்யமாக்கி, அந்தக் கதாபாத்திரத்தின் மீது படம் பார்க்கும் ஆடியன்ஸுக்கு பரிதாபமும் அன்பும் கொள்ளச் செய்வதே சிறந்த கதாபாத்திர உருவாக்கம். அப்படி இந்த குப்புசாமியின் கதாபாத்திரத்தை உருவாக்கியிருப்பது நாசர். அவர் இயக்கிய படம் இது.

அடுத்த உதாரணம், குப்புசாமியின் கதாபாத்திரத்துக்கு நேர் எதிரான பாத்திரம். சீதாராமனை உங்களுக்குத் தெரியுமா? பெயரைக் கேட்டவுடன், பக்தி ரசம் சொட்டும் பெயராக இருக்கிறதே என்று நினைத்து விட வேண்டாம். இந்த சீதாராமன், எரியும் வீட்டில் பீடிக்கு நெருப்பை பற்றவைப்பவன். இறந்த பிணத்தின் நெற்றியில் இருக்கும் ஒரு ரூபாயை அமுக்குவதற்காக அந்தப் பிணத்தை கட்டித்தழுவி அழுபவன். உலகமகா ரவுடி. பயங்கர குசும்பு பிடித்த கதாபாத்திரம். 'பருத்தி வீரன்' கதாபாத்திரத்துக்கெல்லாம் ஒரு ரோல் மாடல் பாத்திரம் என்று சீதாராமனை சொல்லலாம். ஆனால், இதில் இருக்கும் நகைச்சுவை என்னவென்றால், கிட்டத்தட்ட படம் முடியும் நேரத்தில்தான் அந்தக் கதாபாத்திரத்தின் பெயர் சீதாராமன் என்று சூட்டப்படுகிறது. அதுவும், சீதாராமனின் மனைவியால். சீதாராமனின் கதாபாத்திரம் இடம்பெற்ற படம், 'புதிய பாதை'. படத்தின் பாதி வரை அந்தக் கதாபாத்திரம் எந்தவித இரக்கமும் இல்லாத ஒரு கயவனாகவே காட்டப்படுகிறது. யாருக்கும் பயப்படாதவன். பணம் கொடுத்தால் என்ன வேண்டுமானாலும் செய்வான். வயதானவர், குழந்தை, பெண்கள் என யாரையும் கண்டு கொள்ளாமல் மிகுந்த சுயநலத்துடன் இருக்கும் பாத்திரம் அது. படத்தில் இவனை உபயோகப்படுத்திக்கொள்வது, அந்த ஏரியாவின் அரசியல்வாதியான 'தொகுதி'.

பணம் என்பதை மட்டுமே குறியாக வைத்துச் செயல்படுவது சீதாராமனின் நோக்கம். இரக்கமே இல்லாத ஒரு ரவுடியின் பார்வையில் பிறரை எப்படி அவன் பார்ப்பான்? யாருமே நல்லவர்கள் இல்லை ;

எல்லாருமே சுயநலம் பிடித்தவர்கள்; இவர்களை ஏமாற்றியோ அடித்தோ மிரட்டியோ பணம் பறித்து வாழ்வதில் தவறில்லை. இதுவே அந்த பாத்திரத்தின் கருத்து நிலை (Point of View). இதுவேதான் அவனது மனநிலையும் கூட (Attitude).

அந்த பாத்திரம், படத்தில் ஆரம்பத்தில் இருந்து இறுதிவரை அவன் கூடவே இருந்து அவனது மனதை மாற்றி நல்லவனாக்கும் சீதா என்ற பெண்ணினால் எப்படியெல்லாம் மாறுகிறது? அதுவே சீதாராமனின் மாற்றம். படத்தின் ஆரம்பத்தில் ஒரு குழந்தையை மிதித்தே கொல்லத் தயாராக இருப்பவன் சீதாராமன் (அது வேறு ஒரு காரணத்துக்காக என்றாலும்). அப்படிப்பட்டவன், படத்தின் இறுதியில், வில்லனான 'தொகுதியைக் கொன்றுவிட்டால், தனது குழந்தை நடுத்தெருவில் தன்னைப்போலவே அனாதையாகிவிடும் என்பதை உணர்ந்து, வில்லனை விட்டுவிட்டு தம் குழந்தையைத் தூக்கிக்கொண்டு செல்கிறான். அப்படிப்பட்ட பக்குவமான மனிதனாக அவன் மாறியது அவனது மனைவி சீதாவால் தான். இத்தகைய மாற்றம் திரைக்கதையை சுவாரஸ்யப்படுத்துவதில் முக்கியமான பங்கு வகிக்கிறது.

இந்த சீதாராமனை உருவாக்கியிருப்பது பார்த்திபன். இது அவரது முதல் படமும் கூட. அடுத்த இரண்டு உதாரணங்களில், 'புதிய பாதை' மற்றும் 'அவதாரம்' பிரதான பாத்திரங்களைப் போல, கமர்ஷியல் தமிழ்ப்படங்களில் முத்திரை பதித்த வேறு இரண்டு கதாபாத்திரங்களைப் பார்ப்போம்.

'அந்தி சாயுற நேரம் மந்தாரச்செடி ஓரம்...' என்று ஒரு அப்பாவி நரிக்குறவரைப்போல ஒரு கும்பலைச் சேர்த்துக்கொண்டு பாடிக்கொண்டே வருகிறது நமது கதாபாத்திரம். அதேபோல் குறவர்களின் பாஷையைப் போன்ற ஒரு மொழியையும் பேசுகிறது. அந்தக் கதாபாத்திரம் அங்கே வந்திருப்பது, சாராயம் வாங்குவதற்காக. இப்படிப் பேசியே சாராயம் விற்கும் இடத்துக்குச் செல்லும் அந்தக் கதாபாத்திரம், அதிரடியாக அனைவரையும் அடித்துப் போட்டு விடுகிறது. அங்கிருக்கும் ஒவ்வொருவராக அழைத்துச்சென்று லாக்கப்பில் தள்ளுகிறது.

அந்தக் கதாபாத்திரம்தான் டி.எஸ்.பி அலெக்ஸ் பாண்டியன். 'மூன்று முகம்' திரைப்படத்தில் ரஜினி நடித்த பாத்திரம். இதுவரை வந்திருக்கும் ரவுடி போலீஸ் பாத்திரங்களுக்கெல்லாம் இதுதான் முதல். தமிழ்த் திரைப்படங்களில் ஃப்ளாஷ்பேக் காட்சிகளில் ஆடியன்ஸை மிகவும் சுவாரஸ்யப்படுத்திய படங்களில் ஒன்று (மணிரத்னத்தின் 'மௌன ராகம்' இப்படிப்பட்ட முக்கியமான ஃப்ளாஷ்பேக் அடங்கிய இன்னொரு படம்). அலெக்ஸ் பாண்டியனின் ஃப்ளாஷ்பேக்தான் மூன்று முகத்தின்

திரைக்கதை எழுதலாம் வாங்க

பிரதான பகுதி. படத்தை இயக்கியவர் ஜெகன்னாதன்.

அலெக்ஸ் பாண்டியன் கதாபாத்திரம் எப்படிப்பட்டது? மிகவும் ஆக்ரோஷமான போலீஸ் அதிகாரி. அதே சமயம், மிகவும் நேர்மையான பாத்திரமும் கூட. தவறு செய்பவர்களை எந்தத் தயக்கமும் இல்லாமல் கைது செய்யும் கதாபாத்திரம். அந்தப் பகுதியின் அரசியல் செல்வாக்கு மிகுந்த ஏகாம்பரத்தையே அனைவர் முன்னிலையில் லாக்கப்பில் தள்ளக்கூடிய நபர். எப்படிப்பட்ட கொம்பனாக இருந்தாலும், தவறு செய்தால் சட்டத்தின் முன்னிலையில் போலீஸிடம் சிக்கியே ஆகவேண்டும் என்ற உறுதியான, தெளிவான நோக்கம் (Dramatic Need) உடைய பாத்திரம். அதன் கருத்துநிலையும் (Point of View) இதுதான். யாருக்கும் அஞ்சாத போலீஸின் மனநிலை (Attitude) இந்தப் பாத்திரத்துக்கு இருக்கிறது.

இந்த அலெக்ஸ் பாண்டியன் பாத்திரம் ஒரு உறுதியான நோக்கமுடைய கதாநாயகன் என்பதால் அதற்கு எந்தவித மாற்றமும் (Transformation) தேவையில்லை. நாம் மேலே பார்த்த குப்புசாமியைப் போலவோ அல்லது சீதாராமனைப் போலவோ இறுதியில் எந்தவித மாற்றமும் தேவைப்படாத பாத்திரம் இது. காரணம் மிக எளிதாகவே இந்தப் படம் பார்ப்பவர்களுக்குப் புரிந்து விடும். கதாபாத்திரத்தின் நோக்கம் தெளிவில்லாமல் இருந்தாலோ, அல்லது பாத்திரம் ஒரு வில்லனாக இருந்து, பின்னர் மனம் திருந்தக்கூடிய வாய்ப்பு இருந்தாலோ, அல்லது இது போன்ற உறுதியான குணநலன் சார்ந்த மாற்றங்கள் நேர்ந்தாலோ, ஒரு கதாபாத்திரம் ஏற்கெனவே இருந்த நிலையை விட்டுவிட்டு வேறொரு நிலைக்கு செல்கிறது (கடலோரக் கவிதைகளில் வரும் ரவுடியான முட்டம் சின்னப்பதாஸ், டீச்சரின் அன்பினால் மாறுவது போல). அதுதான் மாற்றம். ஏற்கெனவே மிகுந்த பாஸிடிவான பாத்திரமாக எழுதப்பட்டிருக்கும் அலெக்ஸ் பாண்டியனுக்கு அதைப் போன்ற மாற்றங்கள் எதுவும் தேவையில்லையல்லவா?

இந்த அத்தியாயத்தில் கடைசியாக நாம் பார்க்க இருக்கும் கதாபாத்திரத்தின் பெயர், சக்திவேல். வெளிநாட்டில் பெரிய படிப்பு படித்து விட்டு, தனது கிராமத்துக்கு வந்து, தான் காதலிக்கும் பெண்ணைத் தனது தந்தையிடம் காட்டி அவரது அனுமதி பெறுவதற்காக ஊருக்கு வரும் பாத்திரம். ஆரம்பத்தில் பொறுப்பே இல்லாமல், தனது காதலி, தனது வாழ்க்கை என்று இருக்கும் பாத்திரம் இது. ஊரில் இருப்பவர்கள் நாகரிகத்தில் மிகவும் பின் தங்கிய நிலையில் இருக்கிறார்கள் என்று நினைக்கும் அந்த கதாபாத்திரத்தால் கிராமத்தில் தங்கவே முடிவதில்லை. மிக விரைவிலேயே மறுபடி வெளிநாட்டுக்கே செல்லப்போகிறது. தனது தந்தையிடமும் அப்படியே சொல்கிறது. ஆனால், ஒரு சிறிய விஷயத்தால் கிராமத்தில் மிகப்பெரிய பிரச்னை

உருவாவதால், அதன் பின்னர் நடக்கும் சம்பவங்களால் மெல்ல மனம் மாறுகிறது. அந்த சமயத்தில் சக்திவேலின் தந்தையும் இறந்துவிடுகிறார். அதன்பின் நிரந்தரமாக அந்தக் கிராமத்திலேயே தங்கி, சந்தர்ப்ப சூழ்நிலையால் அதுவரை பழகிய காதலியை விட்டுவிட்டு, அங்கேயே இருக்கும் ஒரு பெண்ணையும் திருமணம் செய்து கொள்கிறது. கிராமத்தாரின் அன்புக்கும் ஆளாகிறது.

அந்தப் படம், 'தேவர் மகன்'. சக்திவேலாக நடித்தது, கமல்ஹாஸன். இந்தப் படத்தின் தொடக்கத்தில் சக்திவேலின் மனநிலை எப்படி இருக்கிறது என்று கவனித்தோம் என்றால், தன்னைச்சுற்றி எது நடந்தாலும் அதில் தலையிடக்கூடாது என்றே அந்தக் கதாபாத்திரம் நினைக்கிறது. சக்திவேலின் தந்தையிடம் (சிவாஜி) அந்தக் கதாபாத்திரம் பேசும் ஒரு முக்கியமான காட்சியில், 'இருநூறு வருடங்கள் பின்தங்கியிருக்கும் கிராமத்தில் தனது படிப்பை விரயம் செய்யத் தயாராக இல்லை ' என்றே உறுதியாக சொல்கிறது. அப்போது அவரது தந்தை, சக்திவேலின் படிப்பிற்கு பணம் அனுப்பஉழைத்த அந்தக் கிராம மக்களுக்கு எதாவது செய்துவிட்டுப் போகவேண்டியதுதானே என்று சக்திவேலிடம் கடுமையாகப் பேசுவார். அதுதான் சக்திவேலுக்கு அந்தப் படத்தின் இரண்டாம் பாதியில் நடக்கிறது. அந்தக் கதாபாத்திரம் மெல்ல மெல்ல ஒரு மாற்றத்தைச் சந்திக்கிறது. பொறுப்பில்லாமல் இருந்த சக்திவேல், அந்தக் கிராமத்துக்காக தனது வாழ்க்கையை விட்டுவிட்டு அந்த ஊரின் மரியாதையைப் பெறுகிறான்.

அந்தக் கதாபாத்திரம் ஆரம்பத்தில் எப்படி இருந்தது? இரண்டாம் பாதியில் எப்படி மாறியது என்பதைக் கவனித்தால், ஒரு கதாபாத்திரத்துக்குத் தேவையான நான்கு முக்கிய விஷயங்கள் என்று சிட் ஃபீல்ட் சொல்லியிருப்பவைகளை நாம் புரிந்து கொள்ளலாம்.

அடுத்து இப்படிப்பட்ட கதாபாத்திரங்களை எப்படி உருவாக்கலாம் என்று சுவாரஸ்யமான ஒரு பயிற்சியின் மூலம் பார்க்கப்போகிறோம்.

12

புள்ளி வைத்து கோலம்

கேள்வி: திரைக்கதை என்ற ஒன்றை எப்போது எழுதத் தொடங்குகிறோம்?

பதில்: திரைக்கதை எழுதுவதில் இரண்டு விதங்கள் இருக்கின்றன. ஏதேனும் ஒரு கதைக்கான கரு (தமிழ்த் திரையுலகில் இது 'ஒன்லைன் அல்லது 'லைன்' என்று அழைக்கப்படுகிறது) கிடைக்கும்போது திரைக்கதை எழுதப்படுகிறது. செய்தித்தாள் படிக்கும் போதோ, நாவல்கள் வாசிக்கும்போதோ, பேசாமல் அமர்ந்து விட்டத்தை வெறிக்கும்போதோ, புத்தகம் படிக்கும் போதோ, பாத்ரூமில் பாடிக்கொண்டே குளிக்கும் போதோ அல்லது திரைப்படங்கள் பார்க்கும்போதோ திடீரென்று ஒரு ஒன்லைன் கிடைக்கக் கூடும். அந்த ஒன் லைனை விரிவுபடுத்தி, நமக்குத் தேவையான கதாபாத்திரங்களை உள்ளே நுழைத்து, அவைகளுக்கான சீன்களை யோசித்து திரைக்கதை எழுதுவது ஒரு விதம்.

இதற்கு உதாரணமாக, 'திருடப்பட்ட ராக்கெட்டை தேடிச் செல்லும் உளவாளி' என்று ஒரு ஒன்லைன் தோன்றினால், அதை 'விக்ரம்' என்று கமல்ஹாசனை வைத்து 1986ல் எடுக்கலாம். 'ஒரு தந்தையின் இரண்டு மனைவிகளுக்குப் பிறந்த இரண்டு மகன்கள் மோதிக்கொண்டால் என்ன ஆகும்?' என்ற ஒன்லைனை வைத்து 'அக்னி நட்சத்திரம்' என்று 1988ல் மணிரத்னத்தின் படமாக எடுக்கலாம். சாதாரண பாக்ஸர் ஒருவன், உலகின் ஹெவிவெய்ட் சாம்பியனோடு மோதும் சூழ்நிலை 'Rocky' என்ற சில்வெஸ்டர் ஸ்டாலோன் படம்.

திரைக்கதை எழுதுவதின் இன்னொரு வகை, கதாபாத்திரம் ஒன்றை உருவாக்கிவிட்டு, அந்தக் கதாபாத்திரத்துக்குள்ளிருந்து ஒரு தேவை, ஒரு செய்கை போன்றவற்றை வெளிப்பட வைத்து, இறுதியாக அந்தக் கதாபாத்திரத்திலிருந்தே ஒரு கதையை வெளிப்பட வைப்பது. இன்னும் எளிதாக சொல்லப்போனால், நமது மனதில் எதாவது ஒரு கதாபாத்திரம்

திடீரெனத் தோன்றுகிறது என்று வைத்துக்கொள்வோம். அந்தக் கதாபாத்திரத்தை நினைவிலேயே வைத்துக்கொண்டு, அதை வைத்து ஒரு கதையை உருவாக்கினால் அதுவே சிட் ஃபீல்ட் சொல்லும் இரண்டாவது வகை.

மணிரத்னத்தின் 'நாயகன்', 'தளபதி', 'குரு', 'இருவர்' போன்ற படங்களை இந்த வகைக்கு உதாரணமாகச் சொல்லமுடியும். இந்தப் படங்களின் பிரதானகதாபாத்திரங்களைக்கவனித்தால், அவை மிகவும் உறுதியான பாத்திரங்கள். அதே போல் இந்தப் படங்களின் பிரதான பாத்திரங்களில், நிஜ வாழ்க்கையில் இருந்த மனிதர்களின் சாயல் இருக்கும். அப்படிப்பட்ட கதாபாத்திரங்களை எடுத்துக்கொண்டு அவைகளைச் சுற்றிலும் ஒரு கதையைப் பின்னினால், அதுவே சிட் ஃபீல்ட் சொல்லும் இரண்டாவது திரைக்கதை எழுதும் விதம். இந்தப் புத்தகம் முழுவதும் சிட் ஃபீல்ட் சொல்லும் முதல் வகையைத்தான் பார்த்துக் கொண்டிருக்கிறோம். இனிமேலும் பார்க்கப் போகிறோம். ஆனால், இரண்டாவது வகையாலும் நல்ல திரைக்கதைகளை எழுத முடியும் என்பது அவரது கூற்று. ஆகவே, அதை மெய்ப்பிக்கும் வகையில் அவர் கடைப்பிடிக்கும் ஒரு விஷயத்தையே இனிமேல் பார்க்கப்போகிறோம்

பொதுவாக உலகமெங்கும் சுற்றிச் சுழன்று திரைக்கதையைப் பற்றிய பல்வேறு வகுப்புகளை எடுப்பது சிட் ஃபீல்டின் பிரதான பணிகளில் ஒன்று. அப்படிப்பட்ட வகுப்புகள் அனைத்திலுமே தவறாமல் அங்கு குழுமியிருக்கும் அவரது மாணவ மாணவிகளைப் பார்த்து, ஒரு கதாபாத்திரத்தை உருவாக்கலாம் என்று சொல்வார். உடனே அனைவரும் சேர்ந்து ஒவ்வொரு அம்சமாக ஒரு கதாபாத்திரத்தை உருவாக்குவார்கள். அப்படி உருவாக்கிய பின்னர் அந்தக் கதாபாத்திரத்திலிருந்தே ஒரு கதையையும் அவர்கள் உருவாக்குவார்கள். இது அனைவரும் சேர்ந்து செய்வதால் மிகவும் உயிர்ப்புடனும் சந்தோஷத்துடனும் உருவாகும். அதைப்பற்றி விரிவாக விளக்குவதே இந்த அத்தியாயம்.

அத்தியாயத்தில் சிட் ஃபீல்ட் விளக்கியிருக்கும் கதையும் கதாபாத்திரங் களும் அமெரிக்காவைக் களமாகக் கொண்டு உருவாக்கப்பட்டவை. அவற்றை அப்படியே கவனித்தால் மிகவும் அந்நியமாக இருக்கும். அதனால் நம்மூரில் நடப்பது போன்று அந்தக் கதையைச் சற்றே மாற்றிப் பார்ப்போம். முதலில் சிட் ஃபீல்ட் உருவாக்கும் விஷயம், கதாபாத்திரம் ஆணா பெண்ணா என்பதை. அவரது மாணவர்களை அவர் கேட்க, பெரும்பாலானவர்கள் சொல்லும் பதிலே கதாபாத்திரம் ஆண் அல்லது பெண் என்பதை தீர்மானிக்கிறது. இதன்பின் அந்தக் கதாபாத்திரத்தின் ஊர் எது என்று இதேபோல் கேள்வி கேட்கப்பட்டு முடிவு செய்யப்படும். சிலசமயங்களில், முதலில் ஒரு

திரைக்கதை எழுதலாம் வாங்க

நகரம் தேர்வு செய்யப்பட்டு, அதன்பின் கதாபாத்திரம் ஆணா அல்லது பெண்ணா என்பது உருவாக்கப்படுவதும் உண்டு. அதன் பிறகு கதாபாத்திரத்தின் வயது. அதிலும் பெரும்பாலானவர்களின் பதிலே உபயோகப்படுத்தப்படுகிறது. ஒருவேளை நமது கதாபாத்திரம், யாராவது ஒரு நடிகரையோ அல்லது நடிகையையோ மனதில் வைத்து உருவாக்கப்படுமானால், அவர்களின் வயதை அந்தக் கதாபாத்திரத்துக்குப் பயன் படுத்துவது நல்லது என்பது சிட் ஃபீல்ட் சொல்லும் பொதுவான விஷயம். சில சமயங்களில் அது மாறலாம் (கதாபாத்திரம் வயதானதாக இருக்கும் போது அல்லது இதைப்போன்ற சில நேரங்கள்).

இதன்பின் கதாபாத்திரத்துக்கு ஒரு பெயரும் சூட்டப்படுகிறது. இந்த நேரத்தில் கதாபாத்திரத்தின் பெயர் தெரியும். எந்த மற்றும் எவ்வளவு வயது என்பதும் நமக்குத் தெரியும். எனவே, சிட் ஃபீல்ட் உதாரணப்படி, கதாபாத்திரம், சென்னையைச்சேர்ந்த 28 வயது நிலா என்ற பெண் என்ற வைத்துக்கொள்ளலாம். அடுத்து நமக்குத் தேவை நிலாவுக்கான கதை. இந்தக் கதைக்கான முதல்படியாக நிலாவைச் சுற்றியுள்ளவற்றை விளக்கலாம் என்று முடிவு செய்யப்படுகிறது. இதுவே கதாபாத்திர விளக்கம். 'கேரக்டர் ஸ்கெட்ச்' என்று முன்னர் நாம் பார்த்த விஷயம்.

'நிலா' என்கிற கதாபாத்திரத்தை விளக்க, முதலில் அவளது பெற்றோர்களை எடுத்துக்கொள்கிறார்கள் சிட் ஃபீல்டும் அவரது மாணவர்களும். நிலாவின் தந்தை ஒரு மருத்துவர் என்றும், அவளது தாய் எந்த வேலையிலும் இல்லாமல் வீட்டில் இருப்பவர் என்றும் ஒருமித்த முடிவு செய்யப்படுகிறது. தந்தையின் பெயர்? மயில்சாமி. மயில்சாமியின் பின்னணி என்ன? சில விவாதங்களுக்குப் பிறகு, மயில்சாமி சென்னையைச் சேர்ந்த உயர் நடுத்தரவர்க்க ஆசாமி என்றும், பிரபல மருத்துவக் கல்லூரியில் படித்து விட்டு சென்னை யிலேயே ப்ராக்டீஸ் செய்து கொண்டிருக்கிறார் என்றும் முடிவு செய்யப்படுகிறது.

மயில்சாமியின் மனைவியின் பின்னணி இனி ஆராயப்படுகிறது. அவரது பெயர், ப்ரியா என்று முடிவு செய்யப்படுகிறது. மயில்சாமியைத் திருமணம் செய்வதற்கு முன்னர் சென்னையில் ஒரு பள்ளியில் டீச்சராக இருந்தவர் ப்ரியா. மருத்துவம் படிக்க வந்த மயில்சாமியுடன் ப்ரியா பழக நேர்கிறது. காதல். மருத்துவப் படிப்பை மயில்சாமி படித்து முடிக்கும் வரை டீச்சராக இருக்கிறார் ப்ரியா. இருவருக்கும் ஒருவரையொருவர் பிடித்துப்போக, திருமணம். அதன்பின் மயில்சாமி மருத்துவராக வேலை செய்ய, வேலையை ராஜினாமா செய்து விடுகிறார் ப்ரியா. அது பிறக்கப்போகும் குழந்தையை மனதில் வைத்து எடுத்த முடிவு. இப்படியாக ப்ரியாவின் பின்னணி தெளிவாகிறது. இதன்பின்,

இருவரும் எப்போது திருமணம் செய்து கொண்டார்கள் என்றும் நிலாவின் இப்போதைய வயதை (28. ஆகவே திருமணம் சராசரியாக 29 அல்லது 30 வருடங்கள் முன்னர் நடந்திருக்கிறது) வைத்து முடிவு செய்யப்படுகிறது.

அடுத்ததாக, நிலாவின் பெற்றோர்களுக்கு இடையே நிலவும் உறவுமுறையைப் பற்றிய கேள்வி எழுகிறது. அது மிகவும் சராசரியான உறவு என்றும், பெரிய ஈர்ப்பு எதுவும் இப்போது இல்லை என்றும் ஒருமுகமான முடிவு செய்யப்படுகிறது. இதன்பின்னர் நிலாவுக்கு சகோதர சகோதரிகள் யாரேனும் இருக்கின்றனரா என்ற கேள்வி. இல்லை நிலா ஒரே பெண் என்ற விஷயம் முடிவு செய்யப்படுகிறது. ஒரே பெண்ணான நிலாவின் குழந்தைப்பருவம் எப்படி இருந்தது? தனிமை. சிறுவயதில், தன்னுடன் விளையாட யாரேனும் தம்பி தங்கைகள் வேண்டும் என்று எதிர்பார்த்தாள் நிலா. அப்படி யாரும் இல்லாததால், தனது நாட்களை எப்பொழுதுமே தனிமையில் கழித்தாள். மெதுவாக, தனது தாயிடம் நட்பு பாராட்ட ஆரம்பித்தாள். அவளது டீன் ஏஜ் வரை அது தொடர்ந்தது. அதன்பின் வழக்கமான பெற்றோர் மகள் பிரச்னைகள். இதன்பின்னர், நிலாவுக்கும் அவளது தந்தைக்கும் இடையே நிலவிய உறவுமுறையைப் பற்றிய கேள்வி கேட்கப்படுகிறது.

நிலாவின் தந்தை, ஒருவேளை தனக்குக் குழந்தையாக ஒரு மகனை விரும்பியிருக்கலாம். அதனால், நிலா ஒரு மகனைப் போலவே தந்தையால் வளர்க்கப்பட்டாள். ஆகவே, தந்தையின் அன்பு தனக்குக் கிடைக்கும் வழிகளை எப்போதும் அவள் எண்ணிவந்தாள். தந்தை விரும்பிய மகனைப்போல் மாறிவிட்டால் அவரது அன்பு எப்போதும் கிடைக்கும். ஆனால், இந்தக் காரணத்தாலேயே, சிறுகச் சிறுக அவளது தாயின் கோபத்துக்கும் அவள் ஆளாகிறாள். இந்த விஷயம், கதையில் பிற்பாடு ஆண்களுடன் நிலா பழகும் முறையைத் தீர்மானிக்கிறது. இந்தப் பிரச்னைகள் எதற்கு? கதையில் தடைகள் இருந்தால்தான் திரைக்கதை சுவையாக இருக்கும் என்று முன்னர் பார்த்தோமல்லவா? அதற்காகத்தான். இந்த இடத்தில், சிட் ஃபீல்ட், கதாபாத்திரத்தின் தன்மைகள் குறித்துப் பேசுகிறார். அதாவது, பல பெண்கள், தாங்கள் சந்திக்கும் ஆண்களில் தங்களது தந்தையைத் தேடுகின்றனர். அதேபோல், ஆண்கள், பெண்களிடம் தங்களது தாயைத் தேடுகின்றனர். இது உளவியல் ரீதியான உண்மை. இது போன்ற சின்னச்சின்ன விஷயங்களை கதாபாத்திரத்தின் ஒரு கூறாக வைத்தால், அது திரைக்கதையைக் கொஞ்சம் சுவாரஸ்யமாக்கும்.

உதாரணத்துக்கு, திரைக்கதையில் பின்னர் நிலா சந்திக்கப்போகும் ஒரு மனிதர் அவளது தந்தையைப் போல் அவளுக்குத் தோன்றலாம். அதனால் அவர் சொல்லுவதை யெல்லாம் நம்பி, அவரது அன்புக்குப்பாத்திரமாக

வேண்டும் என்று நிலாவுக்குத் தோன்றலாம். அதனால் ஏதாவது சிக்கல் நேரலாம். அதேபோல், நிலாவின் தாயார், சமுதாயத்தின் ஆண்களைப் பற்றி நிலாவை எச்சரித்திருக்கலாம். அதனாலேயே நிலா ஆண்களைக் கண்டு எச்சரிக்கையாக இருந்திருக்கலாம். அப்படி தேவையில்லாத அதீதமான எச்சரிக்கையால் ஏதாவது கேடு நிகழலாம். இப்படி எது நமக்கு சரி என்று படுகிறதோ, அதனை திரைக்கதையில் எழுதவேண்டும் என்கிறார் சிட் ஃபீல்ட்.

இவையெல்லாம் முடிவு செய்யப்பட்டபின், நிலாவின் பள்ளிப் பருவம் எப்படிக் கழிந்தது என்று விவாதிக்கப்படுகிறது. அவளது பள்ளி நாட்கள் சுறுசுறுப்பாக இருந்தன. நிலா அனைவரிடமும் பழகக்கூடியவளாக இருந்தாள். படிப்பிலும் அதிகம் முயற்சிக்காமலேயே சிறப்பாக விளங்கினாள். அவளுக்குப் பல நண்பர்கள் இருந்தனர். பள்ளி தன்மீது விதிக்கும் பல விதிகளை உடைக்கக்கூடியவளாகவே, ஒரு புரட்சிகரமான சிந்தனையோடு இருந்தாள். சுருக்கமாக நிலா ஒரு அராத்து. அவளது பெற்றோர்களுக்கு இது தெரிந்திருந்தும், பொறுமையாக ஆனால், தகுந்த புரிதல் இல்லாமல் அவளைக் கவனித்து வந்தனர்.

வட இந்தியாவின் புகழ்பெற்ற ஒரு கல்லூரியில் அரசியல் படிக்க நிலா முடிவு செய்கிறாள். தன்னைச்சுற்றி இருக்கும் சமூகத்தை மாற்ற வேண்டும் என்ற துடிப்பு அவளுக்குள் இருக்கிறது. ஆகவே, தன் தாயாரின் எதிர்ப்பையும் மீறி, அரசியல் படிக்க முடிவு செய்கிறாள். அவளது புரட்சிகரமான செயல்பாடு, கூர்மையான நோக்கு, உறுதியான எண்ணங்கள் ஆகியன அவளது கதாபாத்திரத்தின் தனித்தன்மைகளாக விளங்குகின்றன. இப்படியாக, அரசியல் படிப்பை முடித்து, சென்னை திரும்புகிறாள் நிலா. கல்லூரியில் படிக்கும்போது சக மாணவன் ஒருவனையும் காதலிக்கிறாள். அடுத்தது என்ன? சென்னை திரும்பிய நிலா, தில்லிக்குச் சென்று வேலை செய்ய விரும்புகிறாள். அவள் படித்த அரசியல் படிப்புக்குத் தில்லியில் சரியான தீனி கிடைக்கும் என்பது அவளது எண்ணம். மயில்சாமி இதனை ஏற்கிறார். ஆனால், தாயார் ப்ரியா ஒப்புக்கொள்வதில்லை. ப்ரியாவுக்கு, நிலா ஒரு சராசரியான இந்தியப் பெண்ணாக, படித்து முடித்தவுடன் திருமணம் செய்து கொண்டு குழந்தை பெற்றுக்கொள்ளவேண்டும் என்பதே எண்ணமாக இருக்கிறது.

ஒன்றை எப்போதும் மறக்கக்கூடாது. திரைக்கதையில் எப்போதும் தடைகள் சிக்கல்கள் இருக்க வேண்டும். ஆகவே, இந்த இடத்தில், ப்ரியாவுக்கும் நிலாவுக்குமான மனப்போராட்டத்தை சற்றே விரிவாகக்கூட நாம் எழுதலாம். அது, கதையில் சுவாரஸ்யத்தைக் கூட்டக்கூடும். ஆக, நிலா தில்லிக்குச் செல்வது, கதாபாத்திர உருவாக்கத்தில் ஒரு முக்கியமான திருப்பம்.

13

நிலா அது தில்லிக்கு மேலே...

இப்போது, மேலே தொடருமுன், ஒரு விஷயத்தைப் பற்றிப் பார்த்து விடுவோம். அதாவது, திரைக்கதையிலிருந்துதான் கதாபாத்திரங்கள் உருவாக்கப்பட வேண்டும்; மாறாக, ஒரு கதாபாத்திரத்தை உருவாக்கிவிட்டு, அதனை ஆராய்ந்து, அக்கதாபாத்திரத்தைச் சுற்றிலும் நிகழும் இயற்கையான சம்பவங்களை வைத்து ஒரு திரைக்கதையை உருவாக்குவது சரியல்ல என்ற நம்பிக்கை பொதுவாக இருக்கிறது. ஆனால், சிட் ஃபீல்ட், இரண்டு வகையிலும் நமக்குத் தேவைப்பட்ட கதையை உருவாக்க முடியும் என்கிறார்.

இந்த இடத்தில் ஒரு சந்தேகம் எழுவது இயல்பு. கதாபாத்திரத்தை முதலில் உருவாக்கினால், அதன்பின் நாம் எழுதப்போகும் திரைக்கதை அந்த அளவு தத்ரூபமாக இல்லாமல் போய்விட்டால் என்ன செய்வது? காரணம், முதலில் ஒரு கதாபாத்திரத்தை உருவாக்கிவிட்டு, அதன்பின் அதனை வைத்து ஒரு கதையை தயார் செய்வது என்பது அவ்வளவாகச் சரியில்லாத வழிமுறையாகத் தோன்றுகிறதே?

இதற்கு விடையாகச் சென்ற அத்தியாயத்திலேயே சில தமிழ்ப்பட உதாரணங்களைப் பார்த்தோம். அவையெல்லாம் நன்றாக ஓடிய படங்கள் தான். சிட் ஃபீல்டும் ஹாலிவுட்டிலிருந்து பல உதாரணங்களைத் தருகிறார். 'The Hours' படத்தில் வரும் 'Virginia Woolf' கதாபாத்திரம் ஓர் உதாரணம் (வாழ்க்கையின் முரண்பாடுகளுக்கிடையே, எழுத்தில் நிம்மதி தேடும் ஒரு கதாபாத்திரத்தின் கதை). 'The pianist' படத்தின் கரு, போரில் இருந்து உயிர்பிழைத்த ஒரு வீரனைப் பற்றிப் படித்ததும் உருவானது என்று ரோமன் பொலான்ஸ்கி சொல்லியிருக்கிறார். 'Lost in Translation' படத்தின் கதையுமே, தனிமையில் தள்ளப்படும்

திரைக்கதை எழுதலாம் வாங்க

ஒரு மத்தியதர மனிதனைப் பற்றி யோசித்ததும் எழுதியது என்று சோஃபியா கேப்பலா சொல்லியிருக்கிறார்.

எனவே, சில சமயங்களில் நமது மனதில் ஒருவேளை ஏதேனும் கதாபாத்திரம் பற்றிய எண்ணங்கள் எழுந்தால், அதனை வைத்து அந்தக் கதாபாத்திரத்தை விரிவுபடுத்தினால் அதற்கேற்ற கதை கிடைக்கக்கூடும். இனி, நிலா தில்லிக்குச் செல்வதிலிருந்து தொடருவோம். நமது திரைக்கதையில், சென்ற அத்தியாயத்தில் நாம் பார்த்த நிலாவின் பிறப்பிலிருந்து அவள் தில்லி செல்லும் வரையிலான சம்பவங்களைக் காட்டப்போகிறோமா?

இல்லை . காரணம், இதுவரை நாம் பார்த்தது, நிலா என்ற கதாபாத்திரத்தின் உட்புற கதாபாத்திர விளக்கம் (Interior). இந்த உட்புற, வெளிப்புற (Interior - Exterior) கதாபாத்திர விளக்கங்களை சில அத்தியாயங்கள் முன்னர் நாம் பார்த்தது நினைவிருக்கிறதல்லவா? இந்த உட்புற கதாபாத்திர விளக்கம் என்பது, ஒரு கதாபாத்திரம் திரைக்கதையில் மேற்கொள்ளும் முடிவுகளையும், அதன் பழகும் முறையையும், அதற்கு நேரும் சிக்கல்களையும் பற்றி அதன் வாழ்க்கையில் அக்கதாபாத்திரம் அது வரை வாழ்ந்து வந்ததன் மூலமாகவே விளக்குவது. உதாரணமாக, கதாபாத்திரம் முன்கோபி என்றால், அதனால் பிரச்னைகளை சந்திக்கக்கூடும். கதாபாத்திரத்துக்கு தந்தை வயதுள்ள ஆண்களிடம் பழகி, அவர்களின் வாஞ்சையைப்பெறுவது பிடிக்கும் என்றால், அதன்மூலம் பின்னால் ஏதாவது பிரச்னையை அது சந்திக்கக்கூடும். ஆகவே, நிலாவைப்பற்றி இதுவரை நாம் பார்த்த இந்த உட்புற விளக்கம் திரைக்கதையில்வராது. நிலா என்ற கதாபாத்திரத்துக்குத் திரைக்கதையில் நிகழும் சில சம்பவங்களுக்கு அக்கதாபாத்திரம் எப்படி ரியாக்ட் செய்கிறது என்பதை வைத்தே, நிலா தைரியமானவள், புத்திசாலி, ஒரே பெண், அரசியல் படித்தவள் ஆகிய விஷயங்களை விளக்கிவிட முடியும். இங்கே நிலாவின் பிறப்பில் இருந்து தில்லிக்குச் செல்வது வரை நாம் ஆராய்ந்தது, திரைக்கதை எழுத ஆரம்பிக்குமுன் கதாபாத்திரத்தைப் பற்றி ஒரு தெளிவான புரிதல் நமக்கு இருக்கவேண்டும் என்பதற்காகத்தான்.

இதுவரை நிலா என்ற கதாபாத்திரத்தின் சூழலை (Context) கவனித்தோம். இனி, திரைக்கதையின் உட்பொருளை (Content) கவனிப்போம். நிலா தில்லி வந்துவிட்டாள். அங்கே ஒரு வீட்டை வாடகைக்கு எடுத்துக்கொண்டு தங்குகிறாள். அவளது பணக்கார அப்பா, நிலாவின் தாய்க்குத் தெரியாமல் அவளுக்கு மாதாமாதம் பணம் அனுப்பி உதவுகிறார்.

அடுத்து? அவள் ஒரு வேலையில் சேர்கிறாள். என்ன விதமான வேலை? நிலாவைப்பற்றி நமக்குத் தெரியும். பணக்கார வர்க்கத்தைச்

சேர்ந்த, சுதந்திரமான. புரட்சிகரமான, சொந்தக் காலில் நிற்க விரும்பும் பெண் அவள். அப்படியென்றால், அவளுக்கு எந்த விதமான வேலை செய்வது பிடிக்கும்? எந்த விதமான வெளிப்புற சூழல் நிலாவைச் சுற்றி இருக்கிறது? தில்லி என்பது இந்திய அரசியலின் தலைமையகம். பல்வேறு கட்சிகளைச் சேர்ந்த பல அரசியல்வாதிகள் உலவும் இடம். இவர்கள், பல வருடங்களாக அரசியலே தொழிலாக இருப்பவர்கள். அரசியலில் பழம் தின்று கொட்டை போட்டவர்கள். லஞ்சம், ஊழல், ஏய்ப்பு, ஃபிக்ஸிங் போன்ற பிரச்னைகள் தலைவிரித்து ஆடும் இடம்.

அரசியலைப் படித்த நிலா, தில்லிக்கு சென்று எதாவது மென்பொருள் அலுவலகத்தில் சேர்வாள் என்றா எதிர் பார்க்கமுடியும்? அவசியம் அரசியல் சார்ந்த ஒரு வேலையில்தான் அவள் சேரப்போகிறாள் என்பது இதுவரை அவளது கதாபாத்திரத்தை ஆராய்ந்த எவருக்குமே புலப்பட்டு விடும். அதிலும் அவளுக்குப் பல புரட்சிகரமான சிந்தனைகள் வேறு இருக்கின்றன.

எனவே, தனது படிப்பிற்கும் சிந்தனைகளுக்கும் தீனி போடும் வகையில், நிலா ஒரு பத்திரிக்கையில் வேலைக்குச் சேர்கிறாள். அல்லது ஒரு தொலைக்காட்சி செய்தி நிறுவனத்தில் நிருபராகப் பணியில் அமர்கிறாள் என்பதே இயல்பான முடிவாக இருக்கும்.

இங்கிருந்துதான் இனி நமது கதைக்கான கருவை நாம் முடிவு செய்யப்போகிறோம். திரைக்கதையின் குறிக்கோள் என்ன? பிரதான கதாபாத்திரம் வரிசையாகப் பல தடைகளைச் சந்திக்க வேண்டும். அந்தத் தடைகளை ஒவ்வொன்றாக முறியடித்து, தனது குறிக்கோளில் வெற்றிகாண வேண்டும். ஆக, நிலாவின் குறிக்கோள் என்ன என்று முடிவு செய்வதில்தான் மொத்தத் திரைக்கதையும் இருக்கிறது. நிலாவின் குறிக்கோளை முடிவு செய்துவிட்டால், திரைக்கதையில் அந்தக் குறிக்கோளை அடைவதில் தடைகளை உருவாக்கிவிட முடியும்.

ஒரு அரசியல் நிருபருக்கு அவளது வாழ்வில் என்ன லட்சியம் இருக்க முடியும்? அந்த லட்சியத்தை அடைவதில் எப்படிப்பட்ட தடைகளை உருவாக்க முடியும்? நிலாவைப் பற்றியும், அவளது படிப்பைப் பற்றியும், அவள் சென்று சேர்ந்திருக்கும் தில்லியைப் பற்றியும், அவளது நிருபர் வேலையைப் பற்றியும் யோசித்தால் நிலாவின் லட்சியத்தை உருவாக்க முடியும். அந்த லட்சியம் நிலாவை ஒரு குறிப்பிட்ட திசையில் செயல்பட வைக்கப்போகிறது. இப்படி லட்சியத்தை உருவாக்கும் முயற்சியில் நமது மனதில் பல்வேறு எண்ணங்கள் தோன்றலாம். அந்த எண்ணங்கள் எல்லாமே சரியாக இருக்கும் என்று சொல்லமுடியாது. ஆனால், அதைப்பற்றியெல்லாம் கவலைப்படாமல் நமக்குத் தேவையான விஷயத்தை, கதாபாத்திரத்தை சுற்றியுள்ள அம்சங்களை வைத்துக்கொண்டு யோசித்தால் அவசியம்

திரைக்கதை எழுதலாம் வாங்க

லட்சியம் சிக்கிவிடும்.

அரசியலை நிலா படித்தது வெறுமனே அல்ல. தான் படித்த அரசியல் படிப்பை வைத்துக்கொண்டு நாட்டை முன்னேற்ற தன்னால் இயன்ற பங்களிப்பைச் செய்யவேண்டும் என்பதால்தான் அவள் அரசியல் படித்தாள். அதனால்தான் தில்லிக்கு வந்து, ஒரு நிருபராக வேலைக்கும் சேர்ந்திருக்கிறாள்.

தில்லியில் நிலாவுக்கு பல்வேறு அரசியல் தொடர்புகள் இருக்கின்றன. இவர்கள் மூலம் முக்கியமான செய்திகளை நிலா சேகரிப்பது வழக்கம். அப்படிப்பட்ட ஒரு நபர், நிலாவை ஒரு குறிப்பிட்ட இடத்துக்கு வரச்சொல்கிறார். அவரிடம் சில முக்கியமான விவரங்கள் இருப்பதாகவும், நாட்டின் முக்கியமான பதவியில் இருப்பவரைப்பற்றிய அந்த விவரங்கள் அவசியம் வெளியேவரவேண்டும் என்றும் அவர் சொல்கிறார்.

மறுநாள் இரவு, அந்த இடத்தில் நிலா காத்திருக்கிறாள். ஆனால், அம்மனிதர் வரவில்லை. நீண்ட நேரம் அங்குக் காத்திருந்தபின், சலிப்படைந்த நிலா அங்கிருந்து செல்கையில், சற்று தூரத்தில் மக்கள் பரபரப்பாக அங்குமிங்கும் ஓடுவதைப் பார்க்கிறாள். அங்கு ஒரு மனிதர் இறந்து கிடக்கிறார். தனக்கு அந்த முக்கியமான விஷயத்தைத் தருவதாகச் சொன்ன நபர்தான் இறந்திருக்கிறார் என்பது நிலாவுக்குப் புரிகிறது. அவரிடம் ஆதாரம் இருப்பதை தெரிந்து கொண்ட யாரோ ஒருவர்தான் இந்தக் கொலையைச் செய்திருக்க வேண்டும் என நிலா நினைக்கிறாள். அந்த ஆதாரத்தைக் கைப்பற்றியே ஆகவேண்டும் என்பது அவளது குறிக்கோள் ஆகிறது.

இதன்பின் எப்படியெல்லாம் நிலா போராடுகிறாள் என்றும், அவளது எதிரிகளால் எப்படியெல்லாம் அவளுக்கு ஆபத்து வருகிறது என்றும் நமது கதையை எடுத்துச் செல்லமுடியும்.

இந்தத் திரைக்கதையை மூன்று பகுதிகளாக பிரித்துக்கொண்டால், முதல் பகுதியில், ஒரு மிகப்பெரிய புள்ளி, ஊழல் அல்லது அதைப்போன்ற செயல் எதையாவது செய்வதையும், அதை போலீஸ் கண்டுபிடிப்பதையும், ஆனால், அவர்களிடம் போதுமான ஆதாரம் இல்லாததையும், இதனால் அந்தப் பெரும்புள்ளி வெளியே வந்து விடுவதையும், இதனுடன் நிலாவின் அறிமுகத்தையும் காட்டலாம். அந்த அனாமதேயமான நபரின் மூலம் நிலாவின் கைக்கு ஆதாரம் வர இருக்கும் மேலே பார்த்த காட்சியை முதல் ப்ளாட் பாயிண்ட்டாக வைக்கலாம்.

அதன்பின் அந்த நபர் இறக்கிறார். ஆதாரம் அவரிடமும் இல்லை. அந்த புள்ளியின் கையிலேயே ஆதாரம் சிக்கிவிடுகிறது. அந்த ஆதாரத்தை

அடைய எப்படி நிலா போராடுகிறாள்? பல தடைகள் அவளுக்கு முன்னே இருக்கின்றன. தன்னையே அவளால் நம்பமுடியாத சூழல். வெளியே அவளைக் கொல்லும் முயற்சிகள் நடக்கலாம். இந்த நேரத்தில், யாருடனாவது அவள் பேச வேண்டும். யாராவது நம்பிக்கைக்குரிய நபர் வேண்டும். அவளுக்கு ஒரு காதலனை உருவாக்கலாம். காதலனுடன் அவளுக்கு இருக்கும் உறவுமுறை எப்படிப்பட்டது? தெளிவானதா? அல்லது பல பிரச்னைகளுடன் இருக்கிறதா? இதைக் காண்பிக்கும் சில காட்சிகள் வைக்கலாம். அதன்பின், நிலாவின் அலுவலகத்தில் அவளுக்கு நேரும் பிரச்னைகள். யாருமே உதவ முன்வராதது. இதுபோன்ற துடிப்பான, வேகமான சம்பவங்களால் நிரப்பப்படுவதே இந்த இரண்டாம் பகுதி. அதன் இறுதியில் வரும் இரண்டாம் ப்ளாட் பாயின்ட் எது? நிலா தேடிக்கொண்டிருந்த ஆதாரம், பல தடைகளுக்குப் பிறகு அவள் கையில் கிடைக்கிறது. இதன் பின் என்ன ஆகிறது? ஆதாரத்தை வைத்துப்பெரும்புள்ளியைக் கைது செய்யவேண்டும். அது எப்படியெல்லாம் நடக்கிறது என்பது க்ளைமேக்ஸ்.

இந்த இடத்தில், க்ளைமேக்ஸ்களைப் பற்றி சிட் ஃபீல்ட் சில விஷயங்களைச் சொல்கிறார்.

களைமேக்ஸ்கள் மூன்று வகைப்படும். பாஸிடிவ் முடிவுகள் என்ற முதல் வகையில், எல்லாமே நல்லதாக முடியும். உதாரணம், வில்லன் இறந்து ஹீரோ வெற்றிபெறும் படங்கள். குழப்பமான முடிவுகள் என்ற இரண்டாவது வகையில், படம் எப்படி முடிந்தது என்பது படம் பார்க்கும் ஆடியன்ஸின் முடிவுக்கே விடப்படும். அதாவது, இறுதியில் நடப்பதை நாமே புரிந்து கொள்ளவேண்டும். நெகட்டிவ் முடிவுகள் எனப்படும் மூன்றாவது வகையில், இறுதியில் நடப்பது நெகட்டிவாக சித்திரிக்கப்பட்டிருக்கும். வில்லன் வெற்றிபெறுவது, கதாநாயகன் இறப்பது, நல்ல குடும்பம் தற்கொலை செய்து கொள்வது ஆகியவை இந்த வகையில் அடங்கும்.

சிட் ஃபீல்ட், நமது படங்கள் வணிகப்படங்களாக இருந்தால், பாஸிடிவாக முடிப்பதே நல்லது என்று அறிவுறுத்துகிறார். படம் பார்க்கும் மக்களைத் திருப்திப்படுத்தினால்தான் படம் வெற்றிபெறும் என்பது அவரது கணிப்பு. ஆனால் இந்த விதி, வணிகப் படங்களுக்கு மட்டுமே என்பதையும் மறவாதீர்கள். நாம் மேலே பார்த்த நிலாவின் கதை சிலருக்குப் பிடிக்காமல் போக வாய்ப்புண்டு. ஆனால், குறுகிய காலத்தில் ஒரு கதாபாத்திரத்தை உருவாக்கி, அதிலிருந்து ஒரு திரைக்கதையை நம்மால் உருவாக்க முடிந்ததல்லவா? அதுதான் சிட் ஃபீல்ட் சொல்லும் விஷயம். இத்துடன், சிட் ஃபீல்டின் புத்தகத்தின் ஐந்தாவது அத்தியாயமான Story and Character முடிகிறது.

14

முன்கதைச் சுருக்கம்

திரைக்கதையைத் தொடங்குவதற்கான சிறந்த வழி எது? படம் பார்க்கும் ஆடியன்ஸின் கவனத்தை எந்த சீன் அல்லது காட்சி கவரும்? பிரதான கதாபாத்திரம் கையில் துப்பாக்கியுடன் எதையோ யோசிப்பது போன்ற காட்சியை முதலில் எழுதலாமா? அல்லது கதாநாயகனும் நாயகியும் டூயட் பாடும் காட்சியைத் திரைக்கதையின் ஆரம்பத்தில் வைக்கலாமா? அல்லது வில்லன் கதாபாத்திரம் யாரையோ சித்திரவதை செய்வது போன்றதொரு காட்சியுடன் திரைக்கதையை ஆரம்பிக்கலாமா? இல்லையேல், ஒரு அழகான குடும்பத்தைக் காண்பிக்கும் காட்சியுடன் தொடங்கலாமா?

ஒரு திரைக்கதையை எண்ணற்ற விதங்களில் ஆரம்பிக்க முடியும் என்று சிட் ஃபீல்ட் சொல்கிறார். இதுவரை, திரைக்கதை பற்றிய சில பொதுவான அம்சங்களைப் பார்த்தோம். இனிமேல் திரைக்கதையின் இன்றியமையாத பிரதான அம்சங்களைப் பார்க்கப் போகிறோம். ஆகையால், இது வரை பார்த்ததைச் சுருக்கமாக ஒருமுறை மறுபடி பார்த்துக் கொள்வோம் என்கிறார் சிட். ஆகவே, இதோ இதுவரை நாம் பார்த்த முக்கிய பகுதிகள்.

எல்லாத் திரைக்கதைகளிலும், Subject (பொருள்) என்ற ஒன்று இருந்தே தீரும். இந்த Subject என்பது, Action (எதைப்பற்றி) மற்றும் Character (யாரைப்பற்றி) என்று இரண்டாகப் பிரியும். Character என்பது பிரதான கதாபாத்திரம் அல்லது கதாபாத்திரங்கள். Action என்பது, இந்தப் பிரதான கதாபாத்திரங்களுக்குத் திரைக்கதையில் என்ன நடக்கிறது என்ற விஷயம்.

Action என்ற இந்தச் சம்பவங்கள், இரண்டு வகைப்படும். Physical (வெளிப்புறம்) மற்றும் Emotional (உட்புறம்) Action. Physical Action என்பது, கதாபாத்திரங்களுக்கு வெளிப்புறமாக புறவயமாக நடக்கும் விஷயங்கள். ஒரு கார் சேஸ், சண்டை முதலியன. Emotional Action என்பது, கதாபாத்திரங்களின் மனதில், உணர்வுகளோடு சம்மந்தப்பட்டு நடக்கும் உட்புற விஷயம். முத்தம், தவறாகப் புரிந்து கொள்ளுதல் ஆகியன.

கதையின் பிரதான கதாபாத்திரத்துக்கு ஒரு குறிக்கோள் இருக்க வேண்டும். எதையோ அடைய அது முயல வேண்டும். அது நடந்ததா இல்லையா என்பதைத் திரைக்கதையின் இறுதியில் தெளிவாகச் சொல்ல வேண்டும் என்பதையும் பார்த்தோம். இந்த Character என்ற விஷயத்தை, Interior மற்றும் exterior என்றும் இரண்டாகப் பிரித்தோம். Interior என்பது, கதாபாத்திரம் பிறந்தது முதல், திரைக்கதை நிகழும் கணம் வரையிலான அதன் வாழ்வு. Exterior என்பது, திரைக்கதையின் ஆரம்பம் முதல் திரைக்கதையின் இறுதிவரை அக்கதாபாத்திரத்துக்கு நடக்கும் சம்பவங்கள் மற்றும் அதனைச் சூழ்ந்துள்ள உறவுகள் இத்யாதி.

Character என்ற கதாபாத்திரத்துக்கு இருக்கவேண்டிய நான்கு விசேட குணங்கள் பற்றியும் (Dramatic need, Point of view, Attitude - Transformation முறையே தெளிவான தேவை, கருத்து நிலை, மனநிலை, மாற்றம்) பார்த்தோம். Content (கதாபாத்திரத்தின் சூழல்) மற்றும் Context (திரைக்கதையின் உட்பொருள்) என்பவை பற்றியும் விரிவாகப் பார்த்தோம். இவை, பொதுவான அம்சங்கள். இனி என்ன? அடுத்து என்ன செய்யப்போகிறோம்? திரைக்கதை எழுதும்போது, அதிவேக ரயில் வண்டி ஒன்றை நினைவில் கொள்வோம். இந்த ரயிலின் பிரதான பணி என்ன? ஒரு குறிப்பிட்ட இடத்திலிருந்து, இன்னொரு குறிப்பிட்ட இடம் வரை ஒரே சீராக செல்வதுதான் அல்லவா? அப்படி அந்த ரயில் செல்லும் பாதையில் பல்வேறு இடைப்பட்ட ஸ்டேஷன்கள் வரலாம். அங்கெல்லாம் ஒரு நிமிடமோ ஐந்து நிமிடங்களோ அரைமணி நேரமோ அதன் வசதிப்படி அந்த வண்டி நிற்கும்.

இப்போது, பாயிண்ட் A என்ற இடத்திலிருந்து, பாயிண்ட் Z என்ற இடத்துக்கு நமது திரைக்கதை பயணிக்கிறது என்று வைத்துக் கொள்ளலாம். A என்பது ஆரம்ப நிகழ்வு. Z என்பது க்ளைமேக்ஸ். பாயின்ட் A வில் இருந்து பாயின்ட் Z வரை ஒரே திசையில் திரைக்கதை செல்கிறது. பகுதி பகுதியாக, 'விருமாண்டி' படம் போலவோ அல்லது 'ஆய்த எழுத்து', 'அலைபாயுதே', 'Pulp Fiction' போலவோ கதை சொல்லப்பட்டாலும் சரி; கதை முழுதும் ஃப்ளாஷ் பேக்கில் சொல்லப்பட்டாலும் சரி; ஒரே சீரான கதையாக இருந்தாலும் சரி நாம் நினைவு கொள்ளவேண்டிய ஒரே ஒரு முக்கியமான விஷயம் திரைக்கதை

திரைக்கதை எழுதலாம் வாங்க

என்பது, ஒன்றுக்கொன்று சம்மந்தப்பட்ட நிகழ்ச்சிகளைக்கொண்டு, ஒரு முடிவை நோக்கிக் கதையை நகர்த்துவதே. அதேபோல், ரயில்வண்டி வேகமாக இருந்தால்தான் விரைவில் நாம் செல்லும் இடத்தை அடைய முடியும். இடையே ரயிலின் வேகம் குறைந்தாலோ அல்லது எங்காவது வெகுநேரம் நின்றாலோ, பயணிகளுக்கு அலுப்பு ஏற்பட்டுவிடுகிறது.

நமது கதை, ஆரம்பத்தில் இருந்து இறுதிவரை முன்னோக்கி நகர வேண்டும் என்று புரிந்து கொண்டோம். படம் பார்க்கும் ஆடியன்ஸுக்குக் கதையில் சுவாரஸ்யம் ஏற்படுத்த நமக்குத் தரப்பட்டுள்ளது, திரைப்படத்தின் முதல் பத்து நிமிடங்கள் மட்டுமே! முதல் பத்து அல்லது பதினைந்து நிமிடங்களில் எதுவும் நிகழாமல் கதை போரடிக்கிறது என்று ஆடியன்ஸுக்குத் தோன்றினால், அதன் பின் படம் படுத்துவிடும். ஆகவே, ஆடியன்ஸுக்கு மூன்று விஷயங்களை, படம் வரம்பிக்கும் பத்து நிமிடங்களில் சொல்லிவிட வேண்டும்.

1. படத்தின் பிரதான கதாபாத்திரம் அல்லது பாத்திரங்கள் எவர்?
2. படத்தின் கதை, எதைப்பற்றி?
3. படத்தின் சிச்சுவேஷன் என்ன?

இப்போது, அத்தியாயத்தின் துவக்கத்தில் கேட்ட கேள்வியை நினைவில் கொள்வோம். திரைக்கதையைத் தொடங்குவதற்கான சிறந்த வழி எது?

பதில்: திரைக்கதையின் முடிவைத் தெரிந்து கொள்வதே! முடிவு என்றதும், திரைப்படம் முடியும் கடைசி ஷாட் அதாவது, கதாபாத்திரங்கள் எல்லாம் சேர்ந்து நின்றுகொண்டு, அசட்டு ஜோக் ஒன்றை யாராவது அடித்ததும் பகபகவென்று சத்தம் போட்டு சிரிக்கும் ஷாட் என்று குதர்க்கமாக நினைத்துக்கொள்ளக் கூடாது.

திரைக்கதையின் முடிவு என்பது, திரைக்கதையின் இறுதியில் என்ன நடக்கிறது? பிரதான கதாபாத்திரம் ஜெயித்ததா அல்லது தோற்றதா? என்ற கேள்விக்கு விடை. திரைக்கதையின் முதல் வரி எழுதப்படும் முன்பே, திரைக்கதை எப்படி முடிகிறது என்பது நமக்குத் தெளிவாகத் தெரிந்திருக்க வேண்டும். திரைக்கதையின் முடிவு, பிரதான பாத்திரங்களுக்கும் ஏற்றதொரு முடிவாக இருக்க வேண்டும். கதாநாயகர்களுக்கு அவர்கள் தொலைத்த பணப்பெட்டி கிடைத்ததா? கதாநாயகன் தனது தொலைந்த காதல் மனைவியைக் கண்டு பிடித்தானா இல்லையா? பேங்க்கைக் கொள்ளையடித்த திருடர்கள் தப்பினார்களா இல்லையா? தான் காதலித்த பெண்ணை இன்னொருவன் திருமணம் செய்து கொள்ள வரும்போது கதாநாயகனுக்கு அவனது காதலி கிடைத்தாளா இல்லையா?

சிட் ஃபீல்ட் சொல்லும் விஷயம் ஹாலிவுட்டில் பலரும் தங்களது

திரைக்கதையின் முடிவு என்ன என்று யோசிப்பதற்குள்ளாகத் திரைக்கதை எழுத ஆரம்பித்துவிடுகிறார்கள் என்பது. இதனால் கதையின் பாதியில், என்ன நடக்கப்போகிறது என்று தெரியாமல் இழுத்தடிக்கும் படலம் அரங்கேறுகிறது. பல கதாபாத்திரங்கள் திடீரென்று உட்புகுவதற்கும், இறப்பதற்கும், காணாமல் காணாமல் போவதற்குமே இது காரணமாக அமைகிறது. ஒரு நாவலிலோ அல்லது கதையிலோ முடிவு தெரியாமல் எழுத ஆரம்பித்தால் கூட ஏதாவதொரு முடிவை நிர்ணயிக்க முடியும். ஆனால், திரைக்கதையில் அது நடவாத காரியம் ஏன்?

திரைக்கதையில் மொத்தமே 110 அல்லது 120 பக்கங்களே உள்ளன. நாவலைப் போல் அது ஐந்நூறு பக்கங்கள் உடையது அல்ல. ஆகவே, இந்த 110 பக்கங்களுக்குள் ஒரு விறுவிறுப்பான கதையைச் சொல்லவேண்டும் என்றால், முடிவு கட்டாயம் தெரிந்திருக்க வேண்டும் என்பது சிட் ஃபீல்டின் வாதம். முடிவு தெரிந்திருந்தால்தான் கதாபாத்திரங்களை அம்முடிவை நோக்கி நகர்த்த முடியும். நல்ல திரைப்படங்கள் எப்போதும் தெளிவாக முடிகின்றன.

உதாரணம்: 'மௌனராகம்'. படத்தில், இறந்த காதலனின் நினைவால் கணவனை ஏற்றுக்கொள்ள முடியாத ஒரு மனைவி, படத்தின் இறுதியில், தான் கேட்டபடியே விவாகரத்து கொடுக்கும் கணவனைப் புரிந்து கொண்டு அவனுடன் வாழ முடிவு செய்கிறாள். அந்த முடிவில் ஒரு தெளிவு இருக்கிறது. இதைப்போல் இயல்பான முடிவுடன் கூடிய பல படங்கள் இருக்கின்றன. இயக்குநர் பாக்யராஜின் பல படங்கள் இப்படி திருப்திகரமாக முடிபவையே. 'அந்த ஏழு நாட்கள்', இன்னொரு சிறந்த உதாரணம். 'கல்யாணப்பரிசு', 'முந்தானை முடிச்சு', 'முதல் மரியாதை', 'சேது' போன்ற பல படங்களின் முடிவு நமக்கெல்லாம் நன்றாக நினைவிருக்கிறதல்லவா? எப்படி சமையல் செய்யும்போது, ஆரம்பிக்கும் முன்னரே நாம் செய்யவேண்டிய பதார்த்தத்தின் வடிவமும் சுவையும் நமது மனதில் தெளிவாக இருக்கிறதோ, அப்படி திரைக்கதை எழுதத் துவங்கும் முன்னரே நமது கதை எப்படி முடிகிறது என்பது நமக்குத் தெரியவேண்டும். அதற்காக, மிக சாதாரணமாக, எந்த சுவாரஸ்யமும் இல்லாத முடிவுகள் இருந்தால், அது அலுப்பையே கொடுக்கும். எந்த வகையான முடிவு நமது கதைக்கு சிறந்த முடிவாக இருக்கும்? அந்த முடிவு உணர்வுபூர்வமாக இருக்கிறதா? அந்த முடிவு, திரைப்படம் பார்க்கும் ஆடியன்ஸின் மனதில் தாக்கத்தை உண்டு பண்ணுகிறதா? வலிந்து திணிக்கப்பட்ட முடிவாக இல்லாமல், உண்மையாக, நம்பும்படியாக, இயல்பானதொரு முடிவாக இருக்கிறதா?

பொதுவாக, ஒரு திரைப்படம் எப்படி முடிக்கப்படுகிறது என்று பார்த்தால், பெரும்பாலான உதாரணங்களில் திரைப்படத்தின் முடிவு

திரைக்கதை எழுதலாம் வாங்க

ஆற்றல் வாய்ந்ததொரு முடிவாக இல்லை என்பது புரியும். அதாவது, படம் முடிந்தபின்னும் அதைப்பற்றிய ஒரு நெருடல் ஆடியன்ஸின் மனதில் இருக்கக்கூடும். அந்த க்ளைமேக்ஸ் மிகவும் மெதுவாகவோ, எக்கச்சக்கமான வசனங்களோடு கூடியோ, முன்கூட்டியே எளிதில் ஊகிக்கப்படக்கூடியதாகவோ, நம்பவே முடியாததாகவோ எடுக்கப்பட்டிருக்கும். அல்லது, எங்கிருந்தாவது திடீரென்று ஒரு திருப்பம் வரும். அந்தத் திருப்பம் அறவே கதையோடு ஒட்டாது. தற்போதைய புதிய திரைக்கதையாசிரியர்கள், திரைக்கதையின் முடிவில் அனைவரும் சாவதே சிறந்த திரைக்கதை என்று எண்ணி, அப்படியே எழுதியும் விடுகிறார்கள் என்று சிட் ஃபீல்ட் குறிப்பிடுகிறார். அது ஒரு மிகப்பெரிய தவறு இல்லை எனினும், அதைவிட இன்னமும் நன்றாக எழுதுவது சாத்தியம் என்பது அவரது கருத்து. சிட் ஃபீல்ட், ஹாலிவுட்டில் தனது வாழ்க்கையைத் தொடங்குகையில், அவர் செய்த வேலை மலைமலையாகக் குவிந்திருக்கும் திரைக்கதைகளில், திரைப்படமாக எடுக்கத்தக்க திரைக்கதைகளைத் தரம் பிரிப்பது. இந்த வேலையை அவர் பல வருடங்கள் செய்திருக்கிறார். ஸ்டுடியோவுக்குத் தினமும் மூட்டைகளில் வரும் திரைக்கதை பார்சல்கள் இவரது மேஜையில் குவிந்திருக்கும். அவற்றை ஒவ்வொன்றாகப் படிப்பது அவரது வேலை. ஒரு காலகட்டத்தில் கனவுகளில் கூட எழுத்துக்கள் பளிச்சிடும் நிலைக்குத் தள்ளப்பட்ட சிட் ஃபீல்ட், அதிலிருந்து ஒரு எளிய வழியைக் கண்டுபிடித்தார். அந்த வழியை உபயோகித்து, அவரால் இன்னும் வேகமாகத் திரைக்கதைகளைப் படிக்க முடிந்தது.

அதுதான் அவர் இந்த அத்தியாயத்தில் ஏற்கெனவே சொல்லிய மூன்று விஷயங்கள் அவரது மனதில் உதிக்க வைத்த வழியாக இருந்தது. அதன்மூலம் நிறைய நேரத்தை மிச்சப்படுத்தினார் அவர். அந்த வழி? அடுத்த அத்தியாயத்தில்.

15

முதல் பத்து நிமிடங்கள்...

மிக அதிகமான திரைக்கதைகளைப் படிக்க நேர்ந்ததால், சிட் ஃபீல்ட், முதல் முப்பது பக்கங்களுக்குள் தன்னை கவராத திரைக்கதைகளை அதற்கு மேல் படிக்காமல் ஒதுக்கி வைக்க ஆரம்பித்தார். எந்தத் திரைக்கதையைப் படிக்க ஆரம்பித்தாலும், அதில் ஆடியன்ஸை கவரக்கூடிய சுவாரஸ்யம் இருக்கிறதா என்பதை வெகு எளிதில் கிரகிக்க ஆரம்பித்தார். முப்பது பக்கங்களுக்கு மேல் அலுப்பாக இருந்தால், உடனடியாக அந்த திரைக்கதை, அங்கிருந்த ஒரு குப்பைத்தொட்டிக்குள் வீசப்பட்டது.

தனது பிற்கால வாழ்க்கையில் எல்லா ஊர்களிலும் எல்லா திரைக்கதை பயிற்சிப் பட்டறைகளிலும் தொடர்ந்து அவர் வலியுறுத்தும் ஒரு முக்கியமான அம்சம் இப்படியாக சிட் ஃபீல்டின் ஆரம்ப கால வாழ்க்கையில் அவரது மனதில் ஆழமாகப் பதிந்தது. எனவே, நமது திரைக்கதையின் ஆரம்பம் எப்படிப்பட்டது ? இந்தக் கேள்வி மிகவும் முக்கியமானது. வணிக ரீதியிலான திரைப்படங்களுக்கு, மக்களைச் சுண்டியிழுக்கக் கூடிய ஆரம்பம் அவசியம் தேவை. 'காக்க காக்க' படத்தின் ஆரம்பத்தை எடுத்துக் கொள்வோம். படத்தின் முதல் ஷாட்டில், ஒரு அழகிய வீட்டை நாம் காண்கிறோம். 'பனையூர் ஏரி' என்ற டைட்டில். அந்த வீடு ஓரிரு ஷாட்களில் நமக்குக் காண்பிக்கப்படும் போதே, தடாலென்று வீட்டின் மாடியிலிருந்து ஒரு மனிதன் அதன் மரச் சுவர்களை உடைத்துக்கொண்டு வெளியே ஆற்றுக்குள் விழுகிறான். அவனது உடலெங்கும் காயங்கள்.

இப்படி ஒரு காட்சி காட்டப்பட்ட பின்னர், அடுத்து என்ன நடக்கப்போகிறது என்ற கேள்வி நமது மனதில் எழுகிறது அல்லவா? அவன் யார்? அவன் எப்படிக் காயப்பட்டான்? வீட்டினுள் யார் யார் இருந்தார்கள்? அவர்களுக்கு என்ன ஆயிற்று? இப்படிப்பட்ட

கேள்விகளின் விடையாகவே, அதன் பின் ஃப்ளாஷ் பேக் தொடங்குகிறது.

1989ல் வெளிவந்த 'அபூர்வ சகோதரர்கள்' திரைப்படம் இன்னொரு உதாரணம். அந்தப் படத்தின் ஆரம்பத்தில், மிக எளிமையான குடிசை ஒன்று காட்டப்படும். அங்கிருந்து அப்போதுதான் கிழவி ஒருத்தி, கைக்குழந்தையை எடுத்துக்கொண்டு அதன் தாயாரிடம் சென்றிருப்பாள். உடனேயே குடிசையின் கூரையை பிய்த்துக்கொண்டு ஒரு கார் பாய்ந்து செல்லும். பின்னாலேயே அந்தக் காரை துரத்திச் செல்லும் இன்ஸ்பெக்டர் சேதுபதியாக கமல்ஹாஸனின் அறிமுகம். படத்தின் இரண்டாம் பாதியில் வில்லன்களை அப்பு கதாபாத்திரம் கொடூரமாகக் கொலை செய்வதற்கான முன்கதை இது. அப்புவின் தந்தையை வில்லன்கள் எப்படிக் கொன்றார்கள் என்று சுவாரஸ்யமாகப் படத்தின் முதல் பத்து நிமிடங்களில் சொல்லியிருப்பார்கள்

பாக்யராஜை எடுத்துக்கொள்வோம். அவரது பெரும்பாலான படங்களில் ஆரம்பம் என்பது சுவாரஸ்யமாகவே எழுதப்பட்டிருக்கும். 'சின்னவீடு' திரைப்படத்தின் ஓப்பனிங் எப்படி இருக்கிறது? படத்தின் பெயருக்கு ஏற்றவாறு, ஊரில் சின்னவீடு வைத்திருப்பவர்களின் குறும்புகளே படத்தின் டைட்டில் பாடல் முழுக்க சொல்லப்படுகின்றன. அதேபோல், படம் ஆரம்பித்தவுடன், மாப்பிள்ளை திருமணத்தில் இருந்து ஓடிவிடும் காட்சி. இவற்றை பார்க்கும்போதே படத்தில் ஒரு சுவாரஸ்யம் வந்துவிடுகிறது.

இதேபோல், அவரது 'ராசுக்குட்டி' படத்தின் ஆரம்பத்தில், விதவிதமான ஃபோட்டோக்களில் அறிமுகமாகும் பாக்யராஜ், ஒவ்வொரு உடையாக அணிந்து கொண்டு, மிகவும் கெத்தாக புல்லட்டில் செம்புலி சகிதமாக கிளம்பி, எங்கே போகிறார் என்று பார்த்தால் மரத்தடியில் சீட்டு விளையாடத்தான் இத்தனை பில்டப்பும் என்று புரிகிறது. இதுபோன்ற காட்சிகள்தான் படம் தொடங்கும் போதே ஆடியன்ஸுக்கு திரைப்படத்தைப் பற்றிய எதிர்பார்ப்பை ஏற்படுத்துவதில் பெரும் பங்கு வகிக்கின்றன.

நகைச்சுவை கலந்த படங்களுக்குத் திரைக்கதை அமைக்க 'சின்னவீடு' மற்றும் 'ராசுக்குட்டி' போன்ற உதாரணங்கள் உதவும். சமீபத்தில் வெளிவந்த படங்களில், படத்தின் முதல் 15 நிமிடங்களில் படத்துக்குத் தேவையான அறிமுகத்தையும் சுவாரஸ்யத்தையும் வழங்குவதில் 'சூது கவ்வும்' படத்தை உதாரணமாக சொல்லலாம். இந்தப் படத்தின் திரைக்கதை பற்றி இந்தத் தொடரின் மூன்றாவது அத்தியாயம் முழுக்கவே நாம் பார்த்திருக்கிறோம்.

எந்தக் காட்சியை நமது முதல் காட்சியாக வைக்கப்போகிறோம்? அந்தக் காட்சிக்கு திரைக்கதையின் முதல் காட்சியாக இருக்கும்

தகுதி இருக்கிறதா? அந்தக் காட்சியைப் பார்த்ததும், ரசிகர்கள் கதையில் ஒன்றிப்போகும் வாய்ப்பு உள்ளதா? கதாநாயகன் பட்டாசு வெடியுடன் கும்பல் புடைசூழ திரையை நோக்கிக் கும்பிடுவது போன்ற காட்சிகளைச் சொல்லவில்லை. கதையை நிஜமாகவே தனது தோளில் ஏற்றிக்கொண்டு, கதையின் பாரம் முழுவதையும் தாங்கிக் கொள்ளக்கூடிய திறமை படைத்த காட்சிகளைப் பற்றியே நாம் பார்க்கிறோம்.

அதேசமயம், எப்படிப்பட்ட காட்சிகளைப் படத்தின் ஆரம்பத்தில் வைக்கக்கூடாது?

ஒரு உதாரணமாக, தமிழின்மிகச்சிறந்த படங்களில் ஒன்றான , 'ஆரண்ய காண்டம்' படத்தை எடுத்துக்கொண்டால், அதன் முதல் காட்சியாகக் காட்டப்படும் வில்லன் சிங்கப்பெருமாளுக்கும் அவனது மனைவிக்கும் இடையிலான காட்சிகள் மிகவும் மெதுவானவை. அந்தக் காட்சிகளை மட்டும் ஒருவர் பார்க்க நேர்ந்தால், அந்தப் படம் மெதுவான படம் என்ற முடிவுக்கே வர நேரிடும். ஆனால், அந்தக் காட்சி மட்டும்தான் அந்தப் படத்திலேயே மிகவும் மெதுவான காட்சி. படம் முழுக்க அதன் பின் மிகவும் அருமையாக எடுக்கப்பட்டிருக்கும்.

இந்த இடத்தில் தான் ஷேக்ஸ்பியரைப் பற்றிப் பேசுகிறார் சிட் ஃபீல்ட். ஷேக்ஸ்பியர், ஆரம்பங்களின் மன்னன் என்பது சிட் ஃபீல்டின் கருத்து. அவரது நாடகங்களில் பெரும்பாலும் ஒரு அதிரடியான தொடக்கமோ அல்லது கதாபாத்திரங்களைப் பற்றி ஆடியன்ஸுக்கு தகவல்கள் சொல்லக்கூடிய வகையிலான ஆரம்பமோதான் இருக்கும். உதாரணம்: ஹேம்லட்டில், சுவரின் மீது நடக்கும் பேய், மேக்பெத்தில் எதிர்காலத்தைப் பற்றிச் சொல்லும் சூனியக்காரிகள். இது, முதல்வகை. இரண்டாம் வகைக்கு உதாரணம், கிங் லியரில், தனது மூன்று மகள்கள், எந்த அளவு தன்னை நேசிக்கிறார்கள் என்று லியர் மன்னன் அவர்களை வினவுகிறான். ரோமியோ ஜூலியட்டில், அவர்களைப் பற்றிய ஒரு கதைச்சுருக்கம், ஆரம்பத்திலேயே வருகிறது.

ஷேக்ஸ்பியரின் ஆடியன்ஸ் எப்படிப்பட்டவர்கள்? மது பானங்களை அளவுக்கு மிஞ்சி அருந்தி விட்டு, நாடக நடிகர்களுடன் சண்டையிடக்கூடிய பதினேழாம் நூற்றாண்டின் அடித்தட்டு மக்களே அவரது நாடகங்களின் பெரும்பான்மையான பார்வையாளர்கள். அப்படிப்பட்ட பார்வையாளர்கள் தனது நாடகங்களைப் பார்க்க வருகையில், அவர்களை முதல் காட்சியிலேயே கட்டிப்போடவேண்டிய தேவை ஷேக்ஸ்பியருக்கு இருந்தது. ஆகவேதான் இந்த அதிரடி ஒப்பனிங் காட்சிகள். அவை, தேவையான பலனையும் அளித்தன.

இரண்டு வெற்றிகரமான ஹாலிவுட் படங்களை எடுத்துக்கொள்ளலாம்.

அவற்றின் முதல் பதினைந்து நிமிடங்கள் எப்படி இருந்தன என்று பார்ப்போம்.

Jurassic Park முதல் பதினைந்து நிமிடங்களில், கதாநாயகன் கதாநாயகி அறிமுகம்; இருவரும் டைனோஸர்களின் எலும்பைத் தோண்டுதல்; அவர்களுக்கு அரசு நிதி மறுக்கப்படுதல்; பணக்கார அட்டன்பரோ அறிமுகம்; தன்னுடன் வந்தால், இவர்களுக்குத் தேவையான நிதியை அளிப்பதாக அவர் வாக்குறுதி கொடுத்தல், பிரம்மாண்டமான தீவுக்கு இவர்களின் பயணம்: முதல் டைனோஸார். அறிமுகம். இத்தனையும் முதல் பதினைந்து நிமிடங்களில் நடக்கிறது. இதைப் படிப்பதே எவ்வளவு விறுவிறுப்பாக இருந்திருக்கும்?

Terminator 2: Judgement Day முதல் நிமிடத்திலேயே இரண்டு டெர்மினேட்டர்களும் பூமிக்கு வந்து விடுகின்றன; சிறுவன் ஜான் கான்னர் அறிமுகம்; அர்நால்ட் பாருக்குள் நுழைந்து அதகளப்படுத்துவது, ஜான் கான்னரின் வளர்ப்புப் பெற்றோர்கள் கொல்லப்படுவது: ஜான் கான்னரின் இடத்துக்கு வில்லன் ரோபோ வருவது. இத்தனை அதிரடி சம்பவங்கள்!

ஆக, நமது கதையே, எந்தவிதமான தொடக்கங்களை நம் திரைக்கதைக்கு வைக்கவேண்டும் என்பதை முடிவு செய்கிறது. எனவே, சிட் ஃபீல்ட் ஆணித்தரமாகச் சொல்வது என்னவெனில், நமது கதை கட்டாயமாக முதல் முப்பது பக்கங்களில் தொடங்கிவிட வேண்டும் என்பதையே. முதல் பத்து அல்லது பதினைந்து பக்கங்களில் கதாபாத்திர அறிமுகம், அதன்பின், அடுத்த பதினைந்து பக்கங்களில் முதல் ப்ளாட் பாயிண்ட் நோக்கிக் கதை நகர வேண்டும்,

அடுத்து முடிவுகள். திரைக்கதைகளின் முடிவுகள், பல சமயங்களில் நமது காலை வாரிவிட்டு விடும். இதற்குக் காரணம், படம் பார்க்கும் மக்கள் என்ன நினைப்பார்கள் என்று நாம் எண்ணுவதே, நமக்கு எப்படிக் கதையை முடிக்கத் தோன்றுகிறதோ, அப்படி முடிப்பதே நல்லது. அதை விட்டுவிட்டு, படம் பார்க்கும் மக்களுக்கு அது பிடிக்குமா? அவர்கள் அதை ஏற்றுக்கொள்வார்களா? ஆகிய கேள்விகள் வேண்டாம். நமது கதையை எப்படி முடிக்கவேண்டும் என்று நாம் பட்ஜெட், நடிகர்களின் கால்ஷீட், ஆடியன்ஸின் கருத்து ஆகிய எந்தவிதமான விஷயங்களையும் கருத்தில் கொள்ளாமல் யோசித்தால், அவசியம் நம் கதைக்குத் தேவையான முடிவு நமக்குக் கிடைக்கும். ஒரு சிறந்த முடிவை எது நிர்ணயிக்கிறது? நமது கதையைக் கச்சிதமாக முடித்துவைக்கக்கூடிய ஒரு க்ளைமேக்ஸாக அது இருக்கவேண்டும். திரைப்படம் முடிந்து ஆடியன்ஸ் வெளியே வருகையில், அவர்களின் மனம் முழுதும் எந்த நெருடலும் இன்றி மிகவும் திருப்திகரமாக

உணரவேண்டும். அதேபோல், அந்த முடிவு நம்பும்படி இருக்கவேண்டும் என்பதை சொல்லவே தேவையில்லை.

நாம் நமது கதைகளுக்கு எந்த முடிவை இறுதி செய்து வைத்திருக்கிறோமோ, அந்த முடிவைவிட சிறந்த சில முடிவுகள் திரைக்கதையை எழுதிக்கொண்டிருக்கும்போது தோன்றலாம். அப்படித் தோன்றும்போது நமது உள்மனதிலிருந்து வரும் அந்த யோசனையைச் செயல்படுத்தலாம்.

சிட் ஃபீல்ட் கூற்றுப்படி, திரைக்கதையின் முடிவு என்பது அந்த திரைக்கதையின் ஆரம்பத்திலிருந்தே வருகிறது. யாராவது, எந்த சம்பவமாவது நமது திரைக்கதையின் போக்கை முடிவு செய்கிறது. அந்தச் சம்பவங்கள் எப்படி முடிகின்றன என்பதே இறுதியில் நடக்கிறது. இனி, சில திரைப்படங்களின் முடிவுகளைப் பார்க்கலாம். 'பருத்தி வீரன்' திரைப்படத்தின் முடிவை மறக்க முடியுமா? தன் காதலியைக் கண்டம் துண்டமாக வெட்டும் கதாநாயகன் தமிழுக்குப் புதியவன். படத்தின் ஒட்டுமொத்த போக்குக்கும் அதன் முடிவுக்குமான வேறுபாடு குறிப்பிடத்தக்கது.

'மகாநதி' திரைப்படம், தனது மகளையும் மகனையும் தன்னிடமிருந்து பிரித்த வில்லனை, ஹீரோ பழிவாங்குவதை விளக்குகிறது. அதில் ஹீரோவின் கையுமே துண்டிக்கப்படுகிறது. இந்தப் படத்தில், அப்பாவியான ஹீரோ தன்னைச் சுற்றியுள்ள சமுதாயத்தினால் பாதிக்கப்பட்டு, மெல்ல மெல்ல மனதால் கெட்டிப்படுவது விளக்கப்படு கிறது. அந்தப் படத்துக்கு அப்படிப்பட்ட க்ளைமேக்ஸ் இயற்கைதான்.

Terminator 2: Judgement Day படத்தில், வில்லன் ரோபோவை அழித்த பின்னர், ஹீரோ ரோபோவுமே தன்னைத்தானே அழித்துக்கொள்கிறது. அப்படி செய்தால்தான் வருங்காலத்தில் மனிதர்களை இயந்திரங்களின் மூலம் ஆட்டிப்படைக்கும் 'ஸ்கைநெட்' நிறுவனத்துக்கு இந்த இயந்திரத்தின் தொழில்நுட்பம் உபயோகப்படாது. அப்படி அழிவதற்கு முன்னரே, மனிதனின் சிறப்பு இயல்புகளான அன்பு, நேசம், கருணை ஆகியவை அந்த இயந்திரத்துக்குள் எழும்பிவிட்டன என்பதும் காட்டப்படுகிறது. ஆகையால், மனித இனத்தின் மீதான அந்த எந்திரத்தின் உச்சபட்ச கருணையின் வெளிப்பாடே அது தன்னைத்தானே அழித்துக்கொள்ளுதல். இது, படத்துக்கு அருமையானதொரு முடிவை வழங்குகிறது.

இப்படியாக, ஆரம்பங்களும் முடிவுகளும் ஒரே நாணயத்தின் இரண்டு பக்கங்கள் என்று இந்த அத்தியாயத்தை முடிக்கிறார் சிட் ஃபீல்ட்.

16

இங்கு அடித்தால் அங்கு வலிக்கும்!

'ஒவ்வொரு வினைக்கும் அதற்கு இணையான எதிர்வினை உண்டு' என்பது நியூட்டனின் மூன்றாம் விதி. திரைக்கதைக்கும் இது பொருந்தும். அதாவது, திரைக்கதையில் எழுதப்பட்டிருக்கும் அத்தனையுமே ஒன்றோடொன்று தொடர்பு உடையவை. ஆகையால், ஒரு குறிப்பிட்ட பக்கத்தில் உள்ள ஒரு வசனத்தையோ அல்லது ஒரு காட்சியையோ மாற்றினால், வேறொரு பக்கத்தின் காட்சியோ வசனமோ கட்டாயம் பாதிக்கப்படும் என்பது சிட் ஃபீல்ட் கூற்று. அதேபோல், திரைக்கதையின் இறுதியை மாற்றினால், அதைப் பொறுத்து, திரைக்கதையின் தொடக்கத்தையும் மாற்ற வேண்டியிருக்கும் என்கிறார் அவர். திரைக்கதை என்பது, முழுமையான ஒன்று. இந்த முழுமையான விஷயம், அதன்பகுதிகளான சிறுசிறு விஷயங்களால் கோர்க்கப்பட்டு உள்ளது. எனவே இந்தச் சிறிய விஷயங்களான காட்சிகள், வசனங்கள் ஆகியவை எங்காவது மாற்றப்பட்டால், அது முழுமையான வடிவமாக அமைந்துள்ள திரைக்கதையையும் கட்டாயம் மாற்றும்.

ஒரு திரைப்படத்தின் முழுக்கதையையும் எப்படி சுவாரஸ்யமாக ஆடியன்ஸின் முன்னர் விவரிப்பது?

தமிழ் வணிகத் திரைப்படங்களில் சில உதாரணங்களைக் கவனிப்போம்.

முதலில் 1987ல் வெளிவந்த ஒரு திரைப்படத்தைக் கவனிப்போம். இந்தத் திரைப்படத்தில் ஒரு மிக வித்தியாசமான முயற்சி மேற்கொள்ளப்பட்டது. அந்த முயற்சி தமிழ்த் திரைப்படங்களில் அதற்கு முன்னர் கையாளப்பட்டது 1930களின் ஆரம்ப கட்டத்தில்தான். நாம் இங்கே எடுத்துக்கொள்ளும் படம், தென்னிந்திய மொழிகள்

அத்தனையிலும் வெளிவந்த படம். அத்தனை மொழிகளிலும் வெற்றி அடைந்தது. படத்தை இயக்கியவர், சிங்கீதம் சீனிவாசராவ். படத்தில் கதாநாயகனாக நடித்தவர் கமல்ஹாஸன்.

அதுதான் 'பேசும் படம்'. தமிழில் வெகு காலத்துக்குப் பிறகு வசனங்களே இல்லாமல் எடுக்கப்பட்ட படம். முப்பதுகளில் தமிழ்ப்படங்கள் பேச ஆரம்பித்த பிறகு, தமிழ் ஆடியன்ஸுக்கு மிகவும் வித்தியாசமான ஒரு அனுபவத்தை இந்தப் படம் வழங்கியது.

வசனங்களே இல்லாமல் எப்படிப் 'பேசும் படம்' (பெயரில் உள்ள நுணுக்கத்தை கவனித்தீர்களா?) ஆடியன்ஸை கவர்ந்தது?

காட்சியமைப்பில் புத்திசாலித்தனமாக அதே சமயம் பொழுதுபோக்கை நம்பி திரையரங்குக்குள் வரும் எளிய திரைப்பட ரசிகனுக்கும் புரியும் விதத்தில் எடுக்கப்பட்டிருப்பதால் இந்தத் திரைப்படம் இன்றும் சுவாரஸ்யமாக இருக்கிறது. திரைப்படத்தின் முதல் காட்சி, கதாநாயகனின் அன்றாட வாழ்க்கையின் தொடக்கமாகவும் இருக்கிறது. ஒரு மிகச் சிறிய லாட்ஜின் அறையில் தங்கியிருக்கும் கதாநாயகன், எழுந்து கிளம்புகிறான்.

இந்த மிகச் சிறிய வரி, திரைப்படத்தின் முதல் பத்து நிமிடங்களில் எப்படி காட்டப்பட்டிருக்கிறது என்று கவனித்தால், கதாநாயகன், பேஸ்ட்டை சிறுகச்சிறுகப் பிதுக்கிப் பிதுக்கி பல்துலக்குவது, தன்னிடம் இருக்கும்பழைய சிறுசிறு இரும்புச் சாமான்களை டீக்குள் எடுத்துப்போட்டு டீயின் அளவை அதிகப்படுத்துவது, காலைக்கடன் கழிக்க கழிவறை கிடைக்காமல் அவஸ்தைப்படுவது என்று வேலையில்லாத பட்டதாரிகளின் பிரச்னைகளை மிகவும் சுவாரஸ்யமாகவும் நகைச்சுவையாகவும் இந்தப் படம் பேசுகிறது. இந்தக் காட்சிகளின் வாயிலாகக் கதாநாயகனைப் பற்றிய பல செய்திகளை அறிந்து கொள்கிறோம். அவனது குணம் கூட, ஒரு வசனம் கூட இல்லாமல் புரியவைக்கப்படுகிறது. பிச்சைக்காரன் ஒருவனைக் கதாநாயகன் சந்திக்கும் காட்சி இதற்கு உதாரணம்.

இதற்குப்பின் கதாநாயகியின் அறிமுகம், அவள் கதாநாயகனைப் பணக்காரன் என்று தவறாக எண்ணுவது, படத்தின் பிரதான காட்சிகள் நடைபெறும் 'புஷ்பக்' என்ற பிரம்மாண்ட ஹோட்டல் (இந்த ஹோட்டலைக் காண்பிக்கும்போது, அதன் நிறுவனரின் வளர்ச்சியைப் பற்றிய மிகச்சிறிய மாண்டேஜ், அந்தச் சமயத்தின் புதுமையான அம்சங்களில் ஒன்று), படத்தின் நாயகன் கடத்தும் செல்வந்தன் என்று படத்தின் அத்தனை கதாபாத்திரங்களையும் அறிமுகப்படுத்துகிறது இதன் திரைக்கதை. இதிலேயே கதையும் ஒரே சீராக சொல்லப்படுகிறது.

திரைக்கதை எழுதலாம் வாங்க

கதாநாயகன் அந்தச் செல்வந்தனை அடைத்துவைத்து, அவனது பணக்கார வாழ்க்கையை வாழ்கிறான். அங்கேயே தங்கியிருக்கும் கதாநாயகியின் காதலைப் பெறுகிறான். ஆனால், செல்வந்தனைத் துரத்தும் கொலைகாரன், கதாநாயகன்தான் அந்தச் செல்வந்தன் என்று எண்ணிக்கொண்டு அவனைக் கொல்ல நினைக்கிறான். இடையிடையே விழுந்து விழுந்து சிரிக்க வைக்கும் பல காட்சிகள் இப்படத்தில் உள்ளன. இறுதியில் நெகிழ்வான முடிவோடு இந்தத் திரைப்படம் முடியும்போது, அதுவரை வசனங்களே இல்லாமல் வெறும் காட்சிகளிலேயே முழுக்கதையையும் குழப்பமே இல்லாமல் படத்தை எழுதிய இயக்குநர் சிங்கீதம் சீனிவாசராவ் சொல்லி முடித்திருப்பது தெரியவரும்.

அடுத்த உதாரணம் சற்றே பழைய உதாரணம். இந்தப் படமும் ஒரு நகைச்சுவைப் படம்தான். தமிழ்த் திரைப்பட வரலாற்றில் நம்மை மகிழ்வித்த மிகச்சிறந்த நகைச்சுவைப் படங்களில் இந்தப் படம் மிக முக்கியமான படம். படத்தின் சிறப்பம்சங்களில் ஒன்று, படத்தில் அந்த காலகட்டத்தில் நடித்த பலரும் புதிய அல்லது பிரபலமில்லாத நடிகர்களே. குறிப்பாக, அந்தப் படத்தின் கதாநாயகர்களில் ஒருவருக்கு அந்தப் படம் முதல் படம். அதன்பின் மிகவும் பிரபலமான நடிகராக அவர் வலம் வந்தார். அதேபோல், படத்தின் இன்னொரு கதாநாயகர் ஏற்கெனவே சில படங்களில் நடித்திருந்தாலும், இந்தப் படம் அவருக்குப் பெரும் புகழை ஈட்டித்தந்தது. அறுபதுகளில் வெளிவந்த மிகக்குறைவான வண்ணப்படங்களில் ஒன்று இது.

அதுதான் 'காதலிக்க நேரமில்லை'. இயக்குநர் ஸ்ரீதரின் மிக முக்கியமான படங்களில் ஒன்று. அந்தக் காலகட்டத்தின் வழக்கப்படி பாடல் ஒன்றில் ஆரம்பிக்கும் படம், பாடலில் உடனடியாகக் கதாநாயகர்களில் ஒருவரையும் (முத்துராமன்), அதன்பின் கதாநாயகனின் குடும்பத்தையும் அறிமுகப்படுத்துகிறது. அடுத்த காட்சியிலேயே படத்தின் பிரபல கதாபாத்திரங்களில் ஒருவரான விஸ்வநாதன் (பாலையா) அறிமுகமாகிறார். இவர்தான் கதாநாயகிகளின் அப்பா. அந்தக் காட்சி முடியும் போது விஸ்வநாதனின் மகனான செல்லப்பா (நாகேஷ்) வருகிறார். இதன்பின் மற்றொரு ஹீரோவான ரவிச்சந்திரன் அறிமுகம்.

ஒரே சீராக அமைக்கப்பட்டுள்ள சுவாரஸ்யமான காட்சிகளின் மூலமாகவே இத்தனையும் ஆடியன்ஸின் முன் வைக்கப்படுகிறது. இதன்பின்னர் இந்தக் கதாபாத்திரங்களுக்குள் நிகழும் குழப்பங்கள், மனம்விட்டுச் சிரிக்கும்படியான வேகமான திரைக்கதை மூலம் காண்பிக்கப்படுகின்றன. கூடவே அழகான லொகேஷன். இடையிடையே வரும் இனிமையான பாடல்களின் துணையோடு அழகான ஒரு காதல் கலந்த நகைச்சுவைக்கதையாக 'காதலிக்க நேரமில்லை'

எங்கேயும் அலுப்பே தட்டாமல் செல்கிறது. மூன்றாவது உதாரணம் ஒரே இயக்குநரின் இரண்டு காதல் திரைப்படங்கள். அழகான காதலுடன், திருமண வாழ்வின் சிக்கல்களை உணர்த்திய படங்கள் அவை. 'மௌன ராகம்' மற்றும் 'அலைபாயுதே' மணிரத்னம் எண்பதுகளின் காலகட்டத்தில் மிகவும் வித்தியாசமான ஒரு கதையுடன் மௌனராகத்தை எடுத்தார். மௌன ராகத்தின் டைட்டில்கள் ஆரம்பிக்கும் முதல் காட்சியிலேயே கதாநாயகியின் சிறு வயதுப் படங்கள் காண்பிக்கப்படும்.

அதன்பின்னர் கதாநாயகியின் (ரேவதி) அறிமுகத்துடன் தொடங்கும் திரைப்படம், அவளது ரசிக்கத்தக்க குறும்புகளை நமக்குக் காட்டுகிறது. அதன்பின் திருமணம் பற்றிய கதாநாயகியின் கருத்தை அறிகிறோம் ('முன்பின் தெரியாத ஆளைத் திருமணம் செய்ய இஷ்டமில்லை'). அதன்பின் கதாநாயகியைப் பெண்பார்க்க வந்திருக்கும் கதாபாத்திரம் வாயிலாகக் கதாநாயகன் (மோகன்) அறிமுகம். இதன்பின் கதாநாயகி, நாயகனிடம் வெளிப்படையாகப் பேசும் காட்சி. கதாநாயகன் அவளைத் தனக்குப் பிடித்ததாகச் சொல்லிவிட, திருமணம் நடக்கிறது. பின்னர் கதாநாயகனுடன் தில்லி செல்கிறாள். அவளுக்கு அவனுடன் வாழ இஷ்டமில்லை. அவளது மனதை எதுவோ அரித்துக்கொண்டிருக்கிறது.

அப்போதுதான் அவளது காதல் கதையை ஃப்ளாஷ்பேக்காக நாம் பார்க்கிறோம். மிகவும் அருமையான, குறும்பான, காதலான ஃப்ளாஷ்பேக்கின் மூலம் இறந்து போன அவளது காதலையும், அவளது மனதின் வலியையும் அறிகிறோம். இதன் பின் கதாநாயகனிடம் விவாகரத்து கேட்கிறாள் நாயகி. அதையும் அவளுக்குப் பிடிக்குமானால் அளிக்க முன்வருகிறான் நாயகன். அழகாக இதன்பின் படம் முடிகிறது.

அடுத்த படம் அதே மணிரத்னத்தின் 'அலைபாயுதே', 1986ல் திருமணம் அதன்பின் அழகான காதல் என்ற கதையை மௌன ராகத்தின் வாயிலாக ஆடியன்ஸுக்குக் காட்டிய மணிரத்னம், 2000ல் எடுத்த இதே சாயல் கொண்ட படம் 'அலைபாயுதே'. 'மௌன ராகத்தில் கதாநாயகியின் உடைந்த காதல், அதன் பின்னர் அவளது சம்மதம் இல்லாமலே நடைபெறும் திருமணம் என்று அவளது மனப்போராட்டத்தைச் சுவாரஸ்யமாகக் காண்பித்தவர், இந்த முறை கதாநாயகியின் காதல் வெற்றிபெற்றாலும், காதலனுடன் நடைபெறும் திருமணத்திற்குப் பின்னர் இருவருக்கும் இடையேயான உறவுச்சிக்கல்களை அவரது பாணியில் காட்டியிருப்பார்.

இந்தப் படம் முன்பின்னாக செல்லும் கதையை உடையது. தனது மனைவியை பரபரப்பாகத் தேடும் கதாநாயகனின் அறிமுகம்; அதன்பின் இரண்டு வருடங்களுக்கு முன்னர் அவளை எப்படி அவன் சந்தித்தான்

என்ற ஃப்ளாஷ்பேக்; அதன்பின் காதல்; மறுபடியும் நிகழ்காலத்தில் கதாநாயகனின் தேடல்; பின்னர் அவர்களின் ஃப்ளாஷ்பேக் திருமணம்; அதன் பின்னர் நிகழும் சிக்கல்கள் என்று செல்லும் திரைப்படம், அலுக்காமல் சுவாரஸ்யமான விதத்தில் சொல்லப்பட்டிருக்கும்.

இரண்டு படங்களிலும் 'காதல்' என்ற மைய இழை இருந்தாலும், அதனைச் சொல்ல வந்த விதத்தில் வித்தியாசப்படுத்தி, அதற்கேற்ற திரைக்கதை அமைத்து, முதலிலிருந்து இறுதிவரை படத்தை ஒரே சீரான வேகத்தில் ஆடியன்ஸுக்கு அளித்ததுதான் Setting up the Story (*கதையை நிறுவுதல்*). ஒவ்வொரு காட்சியும் மனதில் நீங்காமல் இருக்கக்கூடிய வேகம் மற்றும் சுவாரசியம் இரண்டு படங்களிலும் உண்டு.

இதுவரை நாம் பார்த்த நான்கு படங்களுமே எந்தவிதமான சண்டைக் காட்சிகளோ சஸ்பென்ஸ் காட்சிகளோ (அல்லது அதைப்போன்ற ஆக்ஷன்காட்சிகளோ இல்லாமல் எடுக்கப்பட்டிருக்கும்). படத்தில் மிகச் சிறிய சீக்வென்ஸ் ஒன்று ஐஸ் கத்தியை வைத்துக்கொண்டு வரும் வில்லனைப் பற்றி இருந்தாலும், கதையின் இன்றியமையாத பகுதி அது என்பதாலும், அதன் மூலம் கதாநாயகனின் மனதில் மாற்றத்தை விளைவிப்பதாலும், அந்த சீக்வென்ஸ் ஏற்றுக்கொள்ளப்படுகிறது), நகைச்சுவை அல்லது காதல் அல்லது இந்த இரண்டையுமே வைத்துக் கொண்டே இயல்பான மனிதர்களுக்குள் நிகழும் சுவாரஸ்யமான கதையை முதலிலிருந்து கடைசிவரை வேகம் பிசகாமல் நமக்குச் சொல்லிய படங்கள் இவை.

எப்போதுமே நாம் ஆக்ஷன் படங்களையே பார்ப்பதால், இந்த அத்தியாயத்தில் ஆக்ஷனே இல்லாத சுவாரஸ்யமான படங்களையும், அவைகளின் மூலமாகவும் கூட அழகான கதைகளைச் சொல்லமுடியும் என்பதையும் பார்த்தோம். இந்த ஒவ்வொரு படங்களின் காட்சிகள் எப்படிச் சொல்லப்பட்டிருக்கின்றன என்று பார்த்தாலேயே ஒரு கதையை எப்படி ஆடியன்ஸுக்கு அளிப்பது என்பது தெரியும்.

ஆகவே, திரைக்கதையின் முதல் பக்கத்தில் இருந்தே நமது கதையை சுவாரஸ்யமாக சொல்ல ஆரம்பிக்க வேண்டும். அப்படிச் சொல்லும் கதை, தெளிவான முறையில் இருக்க வேண்டும். கதையை வசனங்களின் மூலமாக நகர்த்துவது, சுவாரஸ்யத்தைக் கட்டாயம் குறைக்கும். திரைக்கதை என்பது காட்சிகளால் சொல்லப்படும் கதை என்பதை மறந்துவிட வேண்டாம். ஆகவே, காட்சிகளாலேயே கதை சொல்லப்படல் வேண்டும். வசனம் என்பது காட்சிகளுக்குத் துணைபுரியும் விஷயம் மட்டுமே.

கதையின் பிரதான கதாபாத்திரங்கள் யார், கதையின் கரு எது,

எதனை நோக்கிக் கதை நகர்கிறது ஆகிய விஷயங்கள், திரைக்கதையின் முதல் பத்துப் பக்கங்களில் அதாவது, திரைப்படத்தின் முதல் பத்து நிமிடங்களில் தெளிவாகச் சொல்லப்பட வேண்டும். கதையை ஒரு துடிப்பான சீக்வென்ஸிலோ ('விக்ரம்', 'காக்க காக்க', 'பருத்தி வீரன்', 'தீரன் அதிகாரம் ஒன்று', 'ராட்சசன்', 'வடசென்னை ') அல்லது ஒரு உணர்ச்சிபூர்வமான சீக்வென்ஸிலோ ('முதல் மரியாதை', 'Shawshank Redemption', 'ஆரண்யகாண்டம்') ஆரம்பிக்கலாம். அல்லது அது ஒரு நகைச்சுவைக் காட்சியில் கூடத் தொடங்கக்கூடும். அது, நமது கற்பனையைப் பொறுத்தது. மேலே நாம் பார்த்த பேசும் பட உதாரணத்தில் ஆரம்பம் ஒரு நகைச்சுவைக் காட்சியேதான். நமது மனதில் இருக்கும் கதையை எப்படி ஆடியன்ஸின் மனதிலும் ஒரே சீரான சுவாரஸ்யத்துடன் நிறுவுவது என்று இப்படியாக சிட் ஃபீல்ட் விளக்கி, இந்த Setting up the Story அத்தியாயத்தை நிறைவு செய்கிறார்.

சிட் ஃபீல்டின் ஃபார்முலாவில் மொத்தக் கதையையும் சொல்லி முடிக்க இன்னும் சில விஷயங்கள் தேவைப்படுகின்றன. குறிப்பாக இரண்டு சம்பவங்கள் தேவை. அவை என்ன சம்பவங்கள்? கதையில் எங்கே அவை வரவேண்டும்? அவற்றின் முக்கியத்துவம் என்ன?

17

உசுப்பிவிட்டு பட்டையைக் கிளப்பணும் பாஸ்

இப்போது நாம் பார்க்கப்போவது சிட் ஃபீல்ட் எழுதியுள்ள 'The two Incidents' அத்தியாயத்தை. Incident என்றால், ஏதாவது ஒரு குறிப்பிட்ட விஷயத்தோடு தொடர்புடைய நிகழ்ச்சி அல்லது சம்பவம்.

திரைக்கதை முழுதுமே சம்பவங்கள்தானே? அது என்ன இரண்டு சம்பவங்கள் என்ற கேள்வி, எழலாம். நாம் இந்தத் தொடரின் ஆரம்ப அத்தியாயத்தில் இருந்தே பார்த்து வருவதைப்போல், திரைக்கதை என்பது கிட்டத்தட்ட 120 பக்கங்களாவது இருக்க வேண்டிய ஒரு படைப்பு. இத்தனை பக்கங்களை எழுதக் கதை தெரிந்திருந்தால் மட்டும் போதாது. கதையில் இருக்கவேண்டிய சில முக்கியமான சம்பவங்களாவது தெரிந்திருக்க வேண்டும். எத்தகைய கதையிலும் ஒருசில திருப்பங்கள் அல்லது பிரதான சம்பவங்கள் இல்லாமல் போகாது. அப்படிப்பட்ட சம்பவங்களே திரைக்கதையைச் சுவாரஸ்யம் ஆக்குகின்றன. இந்தச் சம்பவங்களில் மிகவும் குறிப்பாக நமக்குத் தேவையான இரண்டு சம்பவங்களைப் பற்றித்தான் இந்த அத்தியாயம்.

'அஞ்சாதே' திரைப்படத்தை எடுத்துக்கொள்வோம். படம் எப்படி ஆரம்பிக்கிறது?

மாநகராட்சி மைதானத்தில் மூன்று நபர்கள் வந்து நிற்கிறார்கள். யாரையோ பார்த்துக் கத்துகிறார்கள். இவர்கள் வழக்கமாக உபயோகிக்கும் உடற்பயிற்சிச் சாதனத்தை வேறு யாரோ அன்று உபயோகிக்கிறார்கள். அந்த நபரை நோக்கித்தான் அதட்டுகிறார்கள். உடனேயே அந்த நபரைப் பார்க்கிறோம். அவன் கிருபாகரன். போலீஸாக கடும் முயற்சி செய்து கொண்டிருப்பவன். அவன் அலட்சியமாக உடற்பயிற்சி செய்து கொண்டே, 'இது கார்ப்பரேஷன் மைதானம். இங்கு யார் வேண்டுமானாலும் இந்தத் தளவாடங்களை உபயோகிக்கலாம்' என்கிறான். அடிக்கப்படுகிறான். உடனேயே

திரைப்படத்தின் இன்னொரு பிரதான கதாபாத்திரமான சத்யவான் என்கிற சத்யா அறிமுகம். நேராக மைதானத்துக்கு சென்று, தன் நண்பனை அடித்த ரௌடிகளை அடி பிரித்தெடுக்கிறான்.

இந்தக் காட்சியின் மூலம் படத்தில் வரும் இரண்டு கதாபாத்திரங்களையும் பற்றி எந்த வசனமும் யாரும் பேசாமலேயே தெரிந்து கொள்கிறோம். குறிப்பாக சத்யாவைப் பற்றி, அவன் கோபக்காரன் என்ற செய்தி கிடைக்கிறது. தனது நண்பனின் மேல் உயிரையே வைத்திருப்பவன் என்றும் புரிந்து கொள்கிறோம். அநியாயம் நடக்கும்போது அதை எதிர்க்கும் குணம் அவனுக்கு இருக்கிறது என்றும் புரிகிறது. இவையெல்லாவற்றுக்கும் மேலே திரைப்படம் சுவாரஸ்யமாக ஆரம்பிக்கவும் செய்கிறது.

இன்னொரு உதாரணமாக, இயக்குநர் ஷங்கரின் முதல் படமான 'ஜென்டில்மேன்' படத்தின் முதல் காட்சியைப் பார்ப்போம். உதகமண்டலத்தில் காடு ஏலம் விடுவதில் இருந்து படம் தொடங்குகிறது. ஏலப்பணம் மூன்றரைக் கோடி ரூபாய், அரசு அதிகாரிகளால் வண்டியில் ஏற்றப்படுகிறது. அதை ஒருவன் மறைந்திருந்து பார்க்கிறான். இதன்பின் முழு போலீஸ் பாதுகாப்புடன் ஜீப் கிளம்புகிறது. வழியில் ரயில்வே கேட் மூடியிருக்கிறது. அங்கே கேட் கீப்பராக நிற்கும் கவுண்டமணியிடம் போலீஸார் கேட்டை திறக்க சொல்கின்றனர். கவுண்டமணி முடியாது என்று சொல்ல, வாக்குவாதம் நடக்கிறது. அப்போது ஆடு மேய்த்துக்கொண்டு அங்கே வரும் சிறுவன், ஜீப்பின் டீஸல் டேங்க்கில் மண்ணைத் திணிக்கிறான். இதன்பின் போலீஸார் ஒவ்வொருவராக வழியிலிருந்து அகற்றப்படுகிறார்கள். தனியாக மாட்டிக்கொள்ளும் பணம் உள்ள ஜீப்பில் இருப்பவர்கள், ஒரு விபத்து நடந்த இடத்துக்கு வர, அங்கே கால் துண்டாகி உயிருக்குப் போராடிக்கொண்டிருக்கும் லாரி ட்ரைவரை மருத்துவமனைக்கு கொண்டு செல்ல வண்டியில் ஏற்றிக்கொள்கிறார்கள். இதன்பின், அவன் மாறுவேடத்தில் இருக்கும் திருடன் என்பது தெரிகிறது. திருடன் முழுப்பணத்தையும் கொள்ளையடித்துச் செல்கிறான். அவனை போலீஸ் அதிகாரி விடாமல் துரத்த, அவர் இருக்கும் ரயில் பெட்டியைக் கழற்றி விட்டுவிட்டு ஹீரோ தப்பிக்கிறான்.

கமர்ஷியல் படங்களுக்கே உரிய மசாலா மிகவும் தூக்கலாக இருக்கும் காட்சி என்றாலும், படம் பார்க்கும் ஆடியன்ஸை திரைப்படத்துக்குள் இழுக்கும் முதல் காட்சி இது. இப்படி ஒரு திருடனைக் காட்டிய பின்னர் கதை எப்படிப் போகப்போகிறது என்ற கேள்வியை ஆடியன்ஸின் மனதில் எழுப்பி, படம் நிகழும் சூழலுக்குள் அவர்களைக் கட்டிப் போடக்கூடிய ஓப்பனிங் இது.

இந்த இரண்டு உதாரணங்களிலும், படத்தின் பிரதான கதாபாத்திரங்கள்

முதலிலேயே வந்து விடுகின்றன. இந்தக் கதாபாத்திரங்கள் அந்தக் காட்சியில் செய்வதைத்தான் படம் முழுக்க இனி அவை செய்யப்போகின்றன. 'அஞ்சாதே'வில் தீயவர்களை அடித்து துவம்சம் செய்யும் சத்யா, படத்தின் பாதியில் போலீஸாக ஆன பின்னர் அதையேதான் செய்யப் போகிறான். அந்தக் குணம்தான் படத்தின் முடிவிலும் அவனுக்கு உதவப்போகிறது. அதேபோல் 'ஜென்டில்மேனில்' கதாநாயகன் கிருஷ்ணமூர்த்தி என்ற கிச்சா ஆரம்பத்தில் செய்த திருட்டைத்தான் படம் முழுவதும் செய்யப் போகிறான். அதற்கான காரணம் என்ன என்பது ஆடியன்ஸுக்குப் பின்னர் கிடைக்கப்போகும் செய்தி. இப்படிக் கதாபாத்திரத்தின் பிரதான குணத்தை முதலிலேயே காட்டி, ஆடியன்ஸை திரைப்படத்தின் கதைக்குத் தயார்ப்படுத்தும் வகையான ஆரம்பக் காட்சிகளையே சிட் ஃபீல்ட் பரிந்துரைக்கிறார்.

இரண்டு படங்களிலுமே மேலே நாம் பார்த்த ஆரம்பக் காட்சிகளில் வசனங்களே இருக்காது என்பதும் குறிப்பிடத்தக்கது.

இந்தச் சுவாரஸ்யமான ஆரம்பக் காட்சிகளே 'Inciting Incident' என்று சிட் ஃபீல்டால் அழைக்கப்படுகின்றன. தமிழில் 'Incite' என்ற வார்த்தைக்கு 'உசுப்புதல்' என்றே அர்த்தம். படத்தின் திரைக்கதையை உசுப்பிவிடும் ஆரம்பமாக இருப்பதால் சிட் ஃபீல்ட் இப்படிப்பட்ட பெயரை வைத்தார்.

இதைப்போல் இன்னும் சில படங்களின் ஆரம்பக் காட்சிகளை சுருக்கமாக கவனிப்போம். இந்த ஆரம்பக் காட்சிகளைத் தெளிவாகப் புரிந்து கொள்ள இவை உதவும்.

1986ல் வெளிவந்த 'விக்ரம்' திரைப்படத்தின் முதல் காட்சியில், நீதிபதி, அஷ்ரப் ஹுஸேன், ஃப்ரான்ஸிஸ் அடைக்கலராஜ், டி சி வோரா ஆகிய மூன்று குற்றவாளிகளுக்கும் 25 வருடங்கள் கடுங்காவல் தண்டனை விதிப்பதில் இருந்து படம் தொடங்குகிறது. இந்த மூவரும், வீசியடிக்கும் மழைக்காற்றில், போலீஸ்வேனில் ஏற்றப்படுகிறார்கள். காட்சி ஃப்ரீஸ் செய்யப்படுகிறது. படத்தின் டைட்டில் பாடல் தொடங்குகிறது.

'சுப்ரமண்யபுரம்' திரைப்படத்தின் முதல் காட்சி, மதுரை மத்திய சிறைச்சாலையில் இருந்து வெளிவரும் ஒரு மனிதனை, அங்கே காத்திருக்கும் இன்னொருவன் கத்தியால் குத்திவிட்டு ஓடுவதைக் காண்பிக்கிறது.

'Avatar' ஆங்கிலப்படத்தின் முதல் காட்சி: எங்கேயோ விசித்திரமான கானகம் ஒன்றினுள் ஓடுவதாக ஒரு கனவு கண்டு சட்டென்று விழித்துக்கொள்கிறான் கதாநாயகன். அப்போது அவனைப்பற்றிய கதை, வாய்ஸ் ஓவராக (பின்னணியில் ஒலிக்கும் குரலின் மூலம் கதையைச் சொல்வது) ஒலிக்கிறது. மெல்ல வெளியே வரும் கதாநாயகன்,

தான் ஒரு மிகப்பெரிய விண்வெளி ஓடத்தில் இருப்பதைத் தெரிந்து கொள்கிறான். அவனுக்குக் கால்கள் இல்லை என்பதை நாம் புரிந்து கொள்கிறோம். அவனது சகோதரன் இறந்துவிட்டதால், கிட்டத்தட்ட அவனைப் போலவே மரபணுக்கள் இருக்கும் இவனை ஒரு குறிப்பிட்ட பரிசோதனை முயற்சிக்காக அதிகாரிகள் தேர்வு செய்திருப்பதாக அந்த வாய்ஸ் ஓவர் சொல்கிறது. அப்போது விண்வெளி ஓடம் தரையிறங்குகிறது. தான் வந்திருப்பது நமது பால்வீதிக்குப் பக்கத்து பால்வீதியான ஆல்ஃபா செண்டாரியில் இருக்கும் ஒரு கிரகத்தின் சந்திரன் என்று தெரிந்து கொள்கிறான்.

'விக்ரம்' பட உதாரணத்தில், கைதிகளுக்கு விதிக்கப்படும் தண்டனை ஏன் காட்டப்பட்டது என்பது போகப்போக விளங்குகிறது. இந்திய அரசாங்கத்தின் ஏவுகணையை (ராக்கெட்) கடத்தும் சுகிர்தராஜா என்ற வில்லன், இந்த மூன்று கைதிகள் விடுதலை செய்யப்பட்டு, ஐந்து கோடி ரூபாயும் கொடுக்கப்பட்டால்தான் அதைத் திருப்பிக்கொடுப்பேன்; இல்லாவிடில் ராக்கெட்டை இந்தியாவின் முக்கிய நகரம் ஏதாவது ஒன்றின் மேல் செலுத்துவேன் என்று அரசை மிரட்டுகிறான். கைதிகள் மூவரும் மிகவும் கொடியவர்கள் என்று படத்தில் சொல்லப்படுகிறது. இந்தக்காட்சிகளில் அவர்களைப் பற்றிய விவரங்கள் வருவதால், ஆரம்பத்திலேயே ஆடியன்ஸுக்கு அவர்கள் காட்டப்பட்டு அவர்களுக்கு விதிக்கப்படும் தண்டனையும் சொல்லப்படுகிறது.

சுப்ரமண்யபுரத்தில் படத்தின் ஆரம்பத்தில் சிறையிலிருந்து வெளியே வந்து குத்தப்பட்ட நபரின் பெயர் காசி என்பதும், படத்தின் கதாநாயகன் பரமனுக்குத் துரோகம் செய்தவன் என்பதாலேயே குத்தப்பட்டான் என்பதும், இறுதியில் சாகாமல் மருத்துவமனையில் படுத்திருக்கும் அவனை அங்கே வந்து மூச்சுக்குழாயை அகற்றிக் கொலைசெய்யும் டும்காவையும் இவர்களின் கதையையும் படத்தில் முழுதாகப் பார்க்கிறோம்.

'அவதார்' படத்தில், கால்கள் இல்லாத கதாநாயகன், புதிய தொழில்நுட்பத்தில் அந்த நிலாவில் வாழும் பழங்குடியினரில் ஒருவனாக மாறி, அதன் மூலமாகச் சுயபரிசோதனை செய்து கொண்டு இறுதியில், தான் துரோகம் செய்ய வந்த பழங்குடியினரையே காப்பாற்றுவதாகப் படம் முடிகிறது.

திரைக்கதையைச் சுவாரஸ்யமாக தொடங்கும் இத்தகைய ஆரம்பமே சிட் ஃபீல்ட் விளக்கும் 'Inciting Incident'. இந்த ஆரம்பத்தினால் திரைக்கதையின் சில குறிக்கோள்கள் நிறைவேறுகின்றன. திரைப்படத்தின் கதை இந்தச் சம்பவத்தினால் ஆரம்பிக்கிறது. இதன்பின் ஒவ்வொரு சம்பவத்தினாலும் கதை மேலும் உறுதிப்பட இந்த ஆரம்ப சம்பவம்

வகை செய்கிறது. திரைப்படத்தைப் பார்க்கும் ஆடியன்ஸின் கவனம் பளீரென்று கவரப்படுகிறது.

ஆடியன்ஸுக்கு அந்தச் சம்பவம் மூலம் படத்தின் பிரதான கதாபாத்திரங்கள் (அல்லது) கதாபாத்திரத்தின் குணம் தெரிய வருகிறது. இங்கே ஒரு கேள்வி எழுகிறது. பெரும்பாலான படங்களில் கதாநாயகன் அறிமுகம் ஆகும் பாடலை 'Inciting Incident' என்று சொல்லலாமா? திரைப்படத்தின் ஆரம்பமாக அந்தப் பாடல்தானே இருக்கிறது?

பதில் : கதாநாயகன் அறிமுகமாகும் பாடலில், அந்தக் கதாபாத்திரத்தின் குணங்கள் வெளிப்பட்டு, அதில் வரும் சம்பவங்கள் திரைக்கதையை முன்நகர்த்திச்செல்ல உதவினால் தாராளமாக அந்த அறிமுகப்பாடலை 'Inciting Incident' என்று சொல்லமுடியும். அப்படி எதுவும் இல்லாமல் கதாநாயகனின் திரை அறிமுகமாக மட்டும் அந்தப் பாடல் இருக்கும் என்றால் அது 'Inciting Inicident' அல்ல.

இன்ஸைட்டிங் இன்ஸிடெண்ட் என்கிற விறுவிறுப்பான ஆரம்பம் இல்லாமல் கூட பல படங்கள் உள்ளன. உதாரணமாகப் பாலு மகேந்திராவின் 'வீடு' படத்தில் வணிகப்படங்களுக்கான எந்த அம்சமும் இருக்காது. அவரது 'சந்தியா ராகம்' திரைப்படமும் அப்படியே. ஆனால், இந்தப் படங்கள் 'வணிகப்படம்' என்ற கோட்பாட்டுக்குள் வராது. இவை எந்தச் சமரசமும் இல்லாமல் எடுக்கப்பட்ட படங்கள் என்பதால் இவைபோன்ற படங்களுக்கு சிட் ஃபீல்டின் கோட்பாடுகள் பெரும்பாலும் பொருந்தாது.

அதே சமயம், வணிக ரீதியான படங்களில் கூட சில படங்களில் ஆரம்பம் விறுவிறுப்பாக இல்லாமல் இருப்பதைக் காணமுடியும். படம் பார்க்க வரும் ஆடியன்ஸை முதல் ஷாட்டில் இருந்தே கட்டிப்போட்டாகவேண்டிய நிர்ப்பந்தம் வணிகப்படங்களுக்கு இருக்கிறது. இல்லாவிட்டால் ஆடியன்ஸ் நெளிய ஆரம்பிப்பதில் தொடங்கி, படம் அலுக்கிறது என்று ஆடியன்ஸின் தீர்ப்பு வேகமாகப் பரவ ஆரம்பித்துவிடும். எனவே, தனது இந்த அத்தியாயத்தைப் படிக்கும் வாசகர்கள், இதுவரை பார்த்த படங்களில் ஆரம்பங்கள் எப்படி இருந்தன என்று யோசித்துப் பார்க்கச் சொல்லி எழுதுகிறார் சிட் ஃபீல்ட். அதுதான் 'Inciting Incident' பற்றிய தெளிவான ஆய்வாக இருக்கும் என்றும் சொல்கிறார்.

சரி. நமது திரைக்கதையில் சுவாரஸ்யமான ஆரம்பத்தை எழுதியாகி விட்டது. எனவே 'Iinciting Incident' என்ற ஒரு சம்பவம் முடிந்துவிட்டது. ஆனால், இந்த அத்தியாயத்தின் தலைப்பு, இரண்டு சம்பவங்கள் என்றுதானே இருக்கிறது? அது என்ன இரண்டாவது சம்பவம்?

18

சுவாரஸ்யமான அறிமுகமான Inciting Incident-யை எழுதிய பின்னர், நமது திரைக்கதையில் கதையை எப்படி ஆரம்பித்து வைப்பது? நாம் அறிமுகப்படுத்திய கதாபாத்திரங்கள் நமது திரைக்கதையில் என்ன செய்யப் போகின்றனர்? அறிமுகத்தில் இருந்து பிரதான கதைக்குள் நமது திரைக்கதை எப்போது அடியெடுத்து வைக்கப்போகிறது அல்லது மிகுந்த வேகத்துடன் தலைதெறிக்க ஓடப்போகிறது?

Key Incident என்ற இரண்டாவது சம்பவம் இங்கேதான் வருகிறது. சென்ற அத்தியாயத்தில் பார்த்த படங்களையே தொடர்ந்து எடுத்துக்கொண்டால்தான் இந்தச் சம்பவத்தை நன்றாக விளங்கிக் கொள்ள முடியும். 'அஞ்சாதே' படத்தில், மைதானத்தில் ஒரு சண்டையில் கதாநாயகன் சத்யா அறிமுகமாகிறான் (Inciting Incident), அவனது நண்பன் கிருபாகரன், போலீஸில் சேர்வதற்கு மிகவும் கஷ்டப்பட்டு படித்துக்கொண்டிருக்கிறான். இந்த அறிமுகத்துக்குப் பிறகு, திரைப்படத்தில் கதை எங்கே ஆரம்பிக்கிறது?

ஆரம்ப நிகழ்ச்சிக்குப் பிறகு வரிசையான, சுவாரஸ்யமான சம்பவங்கள் வருகின்றன. வில்லனான லோகு (பாண்டியராஜன்) டாஸ்மாக்கில் சரக்கு எடுத்துவரும் பையனை அடிப்பதால், அவனது கார் வொர்க்ஷாப்பில் அவனை அடிக்கிறான் சத்யா, அங்கே இருக்கும் இன்னொரு நபர் இதனைப் பார்க்கிறான். அவன் பெயர் 'தயா' என்கிற தீனதயாளன் (பிரசன்னா). தயாவுக்கும் சத்யாவுக்கும் நேரடியான பிரச்னை, உத்ரா குளிக்கையில் அங்கே நுழையும் தயா, அவளை மானபங்கப்படுத்தப் பார்க்கும் நிகழ்ச்சியில் ஆரம்பிக்கிறது. அங்கே தயாவைப் பலமாக அடித்துவிடுகிறான் சத்யா. அப்போது அங்கே வரும் சத்யாவின் தந்தை, அனைவருக்கும் முன்னிலையில் அவனைச் செருப்பால் அடிக்கிறார். கிருபாகரனின் மூத்திரத்தைப் பிடித்துக் குடித்தால்தான் சத்யாவுக்குப் பொறுப்பு வரும் என்று அழுகிறார்.

அதன்பின் நண்பர்களுடன் குடித்து விட்டுத் 'தவமாய் தவமிருந்து திரைப்படத்தைச் சத்யா பார்க்கிறான். அதில் வரும் ராஜ்கிரண் கதாபாத்திரத்தைக் கண்டு, போதையில் நண்பர்களிடம், தன்னை எப்படித் தனது தந்தை அடிக்கலாம் என்று கத்துகிறான் சத்யா. கிருபாவின் மூத்திரத்தைக் குடிக்கச் சொன்ன சம்பவம் அவனது மனதைப் பாதித்திருக்கிறது என்பதை அப்போது புரிந்து கொள்கிறோம். அப்போது ஒரு நண்பன், 'கிருபா எஸ்.ஐ ஆயிருவான்; நீ ஆட்டோதான் வாங்கப்போற' என்று சொல்லும் நக்கலான வசனம் ஒன்று வரும்.

அந்த நேரத்தில்தான், தானும் எஸ்.ஐ ஆகவேண்டும் என்ற வெறி சத்யாவின் மனதில் எழுகிறது. அதுவரை அவனுக்கு அப்படிப்பட்ட எண்ணமே இருந்ததில்லை.

அவனுக்குத் தெரிந்த நபரிடம் (இவரை மாமா என்று அழைக்கிறான் சத்யா) செல்பவன், அவரது அரசியல் தொடர்புகளைப் பயன்படுத்தி தனக்காக எஸ்.ஐ தேர்வில் சிபாரிசு செய்யச் சொல்லிக் கேட்கிறான். அதன்படியே விடைத்தாளைத் திருத்துபவருக்கு லஞ்சம் அளிக்கப்படுகிறது. அங்கே நேர்முகத்தேர்வில் பங்கேற்கும் கிருபாவையும் சத்யாவையும் மாறிமாறிப் பார்க்கிறோம். கிருபா மிகவும் பணிவுடனும் தன்னம்பிக்கையுடனும் தேர்வில் பங்கேற்க, சத்யாவோ அலட்சியமாக டீ சாப்பிட்டுக் கொண்டே நேர்முகத்தேர்வில் பங்கேற்கிறான்.

இதன்பின் சத்யாவுக்கே வேலை கிடைக்கிறது. தொடர்ந்து என்ன நடக்கிறது என்பதே படத்தின் மீதிக்கதை. படத்தின் கதை தொடங்கும் இடம் தானும் போலீஸாகவேண்டும் என்று சத்யா அவனது 'மாமாவிடம் பேசும் இடம். அவனது அந்த முடிவால் தான் கிருபாவுக்கு வேலை கிடைக்காமல் போகிறது. அதனால்தான் கிருபா சமூக விரோதி ஆகிறான். அதனால் தான் படத்தில் பிற சம்பவங்களும் நிகழ்கின்றன. இத்தனை நிகழ்ச்சிகளுக்கும் ஆரம்ப ஆணிவேராக இருப்பது, சத்யாவின் மனதில் அந்த எண்ணம் எழும் காட்சி. இதுதான் 'அஞ்சாதே' படத்தின் Key Incident.

இப்போது Key Incident என்பதன் விளக்கத்தைப் பார்ப்போம். எந்த ஒரு சம்பவம் ஆரம்ப அறிமுகத்துக்குப் பிறகு கதையை நோக்கி திரைக்கதையைத் திருப்புகிறதோ அதுதான் Key Incident. படம் பார்க்கும் ஆடியன்ஸுக்கு, 'இனிமேல் திரைப்படம் இதோ இந்தச் சாலையில்தான் பயணிக்கப்போகிறது' என்று சொல்லும் சம்பவம் இது.

அஞ்சாதே' படத்தில் வரும் சுவாரஸ்யமான ஆரம்பக் காட்சிக்கும் (IncitingIncident), படத்தின் கதையைத் தொடக்கிவைக்கும் பிரதான சம்பவத்துக்கும் (Key Incident) தொடர்பு இருப்பது தெரிந்திருக்கும். படத்தின் முதல் காட்சியில் கிருபாவுக்கும் சத்யாவுக்கும் இருக்கும்

நட்பின் ஆழம் தெரிவிக்கப்படுகிறது. அதே நட்புதான் சத்யாவின் மனதில் எஸ்.ஐ ஆகவேண்டும் என்ற எண்ணம் உருவான பின்னர் கிருபாவின் மனதில் உடைகிறது. படத்தின் ஆரம்பத்தில் வரும் நட்பேதான் திரைப்படத்தின் முழுக்கதையிலும் ஊடுருவி நின்று, திரைக்கதையையும் சுவாரஸ்யப்படுத்துகிறது.

ஹாலிவுட்டின் கமர்ஷியல் படங்களில் பெரும்பாலும் இப்படி இரண்டு சம்பவங்களுக்கும் ஒரு தொடர்பு இருக்கும். அப்படித் தொடர்புடைய ஒவ்வொரு படத்திலும், இன்ஸைட்டிங் இன்ஸிடெண்ட்தான் படத்தின் கீ இன்ஸிடெண்ட்டுக்கு ஆடியன்ஸை அழைத்துச் செல்லக்கூடிய சம்பவமாக இருக்கும். 'அஞ்சாதே' திரைப்படத்தைப்போல்.

இந்த இரண்டு சம்பவங்கள் திரைக்கதைக்கு அவசியம் தேவை என்பது சிட் ஃபீல்ட் சொல்லும் விளக்கம். இதற்கு மேலும் சில சம்பவங்கள் இருக்கின்றன (ப்ளாட் பாயிண்ட்ஸ் இதை இந்தத் தொடரின் ஆரம்பத்தில் பார்த்தோம். இனி மேலும் விரிவாகப் பார்க்கப்போகிறோம்). இருந்தாலும், திரைக்கதை சுவாரஸ்யமாக இருக்க Inciting Incident - Key Incident ஆகிய இந்த இரண்டு சம்பவங்கள் இருக்க வேண்டும். இந்த இடத்தில் ஒரு முக்கியமான விஷயத்தை நாம் பார்த்தே ஆகவேண்டும். சிட்ஃபீல்டின் திரைக்கதை முறையைப் பற்றித் தெரியாமலேயே எடுக்கப்பட்டிருக்கும் படங்களில் கூட அவரது ஃபார்முலா கச்சிதமாகப் பொருந்துவதை நாம் காணமுடியும். அதாவது, வெற்றிகரமான, சுவாரஸ்யமான வணிகத்திரைப்படங்களில் உபயோகிக்கப்பட்டிருக்கும் முறைமைகளைப் பல வருட காலம் ஆராய்ந்து அவற்றைப்பற்றி எழுதியதே சிட் ஃபீல்டின் வெற்றிக்குக் காரணம் என்பதால், ஒரு கமர்ஷியல் திரைப்படம் எந்த நாட்டில் எந்த மொழியில் எடுக்கப்பட்டிருந்தாலும், அதன் திரைக்கதை சிட் ஃபீல்ட் அவதானித்த முறையில்தான் அமைந்திருக்கும். இதுவே சிட் ஃபீல்டின் ஃபார்முலாவின் சிறப்பம்சம்.

சென்ற அத்தியாயத்தில் நாம் பார்த்த மற்ற திரைப்படங்களையும் இனி பார்க்கலாம். அவைகளில் பிரதானமான சம்பவமாகிய கீ இன்ஸிடெண்ட் என்பது என்ன என்று கவனிக்கலாம்.

'ஜென்டில்மேன்' திரைப்படம், கதாநாயகனான திருடனை அறிமுகப்படுத்தும் சம்பவத்தில் (Inciting Incident) தொடங்குகிறது. அந்த சம்பவத்துக்குப் பின்னர் கதாநாயகன் கிச்சாவின் வீடு, அவனது அப்பள வியாபாரம் ஆகியவற்றைப் பார்க்கிறோம். அதன்பின் நகரின் பெரிய நகைக்கடை ஒன்றில் கிச்சா திருடுகிறான். அவனைப் பிடிக்க வரும் அழகர்நம்பி என்ற போலீஸ்காரரின் கண்முன்னர் அவரது முகத்தில் குத்த வரும் கிச்சாவின் முஷ்டி தெரிகிறது. அதில் அவன் அணிந்திருக்கும் தாலி வடிவத்திலான மோதிரம் தெரிகிறது. அந்த

திரைக்கதை எழுதலாம் வாங்க

மோதிரத்தை வைத்துதான் கதாநாயகனைப்பற்றிய துப்புகளை சேகரிக்கிறார் அழகர் நம்பி. இதன் மூலமேதான் படத்தில் மெல்ல ஒவ்வொன்றாக முடிச்சுகள் அவிழ்கின்றன. ஒவ்வொரு முறை கிச்சா திருடும்போதும் தனது விசாரணையில் ஒரு படி நெருங்குகிறார் அழகர்நம்பி. இறுதியில் தனது மனைவி திருடிய மோதிரத்தை வைத்து கிச்சாவின் வீட்டுக்கே வந்து அவனை அடையாளம் கண்டு கொள்கிறார்.

எனவே, கிச்சாவின் மோதிரத்தை அழகர்நம்பி பார்க்கும் காட்சியே 'ஜென்டில்மேன்' படத்தின் பிரதான சம்பவம் Key Incident.

'விக்ரம்' திரைப்படம், மூன்று பயங்கரவாதிகளுக்கு 25 வருட கடுங்காவல் தண்டனை விதிக்கப்படும் காட்சியில் தொடங்குகிறது. இதன்பின்னர் 'அக்னிபுத்திரன்' என்ற ஏவுகணையை சுகிர்தராஜா என்ற வில்லன் (சத்யராஜ்) கடத்துகிறான். இதுதான் படத்தின் Inciting Incident. இதன்பின்னர் போலீஸ் உயரதிகாரிகளின் கூட்டம் நடக்கிறது. அங்கே பல உளவாளிகளின் பெயர் பரிசீலிக்கப்படுகிறது. அதில் 'விக்ரம்' என்ற உளவாளியின் பெயரும் வருகிறது. அதேநேரத்தில் தனது புது மனைவியோடு தேனிலவு கொண்டாடிக் கொண்டிருக்கிறான் அவன். அப்போது சுகிர்தராஜாவின் ஆட்களால் அவன் குறிவைக்கப்பட, தவறுதலாக அவனது மனைவியின் மேல் குண்டு பாய்ந்து அவள் உயிரிழக்கிறாள். இதனால் பெரும் கோபமடையும் விக்ரம், இந்த கேஸை கண்டு பிடிக்கிறான். சுகிர்தராஜாவையும் கொல்கிறான்.

இங்கே விக்ரமின் மனைவி கொல்லப்படும் காட்சியே படத்தின் பிரதான சம்பவம். இதனால்தான் விக்ரம் அந்த கேஸை ஒப்புக்கொண்டு சுகிர்தராஜாவைத் தேடி பயணிக்கிறான். இந்தச் சம்பவத்தினால் தான் திரைப்படத்தின் கதை நமக்கு விளக்கப்படுகிறது.

'சுப்ரமண்யபுரம்' திரைப்படத்தின் Key Incident என்ன? படத்தில் நகைச்சுவையாகச் சென்று கொண்டிருக்கும் கதை எந்த இடத்தில் தீவிரம் அடைகிறது? எந்தச் சம்பவத்தால் திரைக்கதையின் போக்கு மாறுகிறது?

முன்னாள் கவுன்சிலர் சோமு, மாவட்டத் தலைவர் பதவியை பழனிச்சாமிக்கு அறிவித்ததை அடுத்து மனைவியிடம் அவமானப்படும் காட்சி நினைவிருக்கிறதா? அந்தக் காட்சியைத் தொடர்ந்து, எதாவது செய்யவேண்டும் என்ற எண்ணத்தில் தங்களது வீட்டையே சுற்றிவரும் பரமனையும் அழகரையும் அவர்களது நண்பர்களையும் லாட்ஜில் சந்திக்கும் சோமுவின் தம்பி கனகு, நைச்சியமாகப் பேசி, தனது அண்ணனுக்குப் போட்டியாக இருக்கும் மாவட்டத் தலைவர் பழனிச்சாமியைக் கொல்லச் சொல்லும் காட்சி இடைவேளைக்கு

முன்பாக வருகிறது.

இதுதான் படத்தின் பிரதான சம்பவம். இந்தக் காட்சியால்தான் திரைப்படத்தின் பிற சம்பவங்கள் வரிசையாக நடக்கின்றன. அழகரும் பரமனும் சிறை செல்கின்றனர். அங்கிருந்து வெளிவந்தவுடன் அடுத்த கொலை நடக்கிறது. இதன்பின்னர் கனகுவின் வஞ்சகத்தால் துளசியின் மூலமாக அழகர் இறக்கிறான். இதன்பின்னர் கனகுவை பரமன் கொல்கிறான். இதன்பின்னர் காசியின் துரோகத்தால் பரமன் இறக்க, நிகழ்காலத்தில் டோப்பனால் கத்தியால் குத்தப்பட்ட காசி (Inciting Incident) சாகாமல் மருத்துவமனையில் படுத்திருக்க, அங்கே வரும் டும்கா அவனது மூச்சுக்குழாயை அகற்றி அவனைக் கொல்வதோடு படம் முடிகிறது.

எனவே, இந்த எல்லாக் காட்சிகளுக்கும் அடிப்படை சம்பவம் அழகர் மற்றும் பரமனிடம் மாவட்டச் செயலாளரைக் கனகு கொல்லச் சொல்லும் காட்சி. கிட்டத்தட்ட இடைவேளைக்குச் சற்று முன்னால் வந்தால் கூட அதுதான் 'சுப்ரமண்யபுரத்தின் பிரதான சம்பவம் – Key Incident.

இப்படியாக, படத்தின் சுவாரஸ்யமான ஆரம்பக் காட்சி (Inciting Incident) மற்றும் படத்தின் கதைக்குள் ஆடியன்ஸை இட்டுச்செல்லும்.

இங்கே ஒரு சிறிய சந்தேகம் ஏற்படலாம். Inciting Incident என்ற காட்சிக்குப் பின், அடுத்து என்ன நடக்கப்போகிறது என்ற எதிர்பார்ப்பு ஆடியன்ஸுக்கு எழவேண்டும். அதுவரை சரிதான். ஆனால், அது படத்தின் ஆரம்பத்தில் மட்டும்தான் வரவேண்டுமா? நான் லீனியர் முறையில் அதாவது, திரைக்கதையின் ஆரம்பம், நடுப்பகுதி மற்றும் முடிவு ஆகியன வரிசையாக எழுதப்படாமல் மாற்றி மாற்றி எழுதப்பட்டிருந்தால், அப்போது எந்த இடத்தில் Inciting Incident வரவேண்டும்?

பதில்: நான் லீனியராகத் திரைக்கதை எழுதப்பட்டிருந்தாலும், எப்படியும் அத்திரைக்கதையின் ஆரம்பத்தில் அதாவது, படத்தின் தொடக்கத்தில் Inciting Incident வந்தால் தான் ஆடியன்ஸுக்கு அப்படத்தில் ஒரு சுவாரஸ்யம் ஏற்படும். Inciting Incident திரைக்கதையின் பாதிக்கு மேலோ அல்லது கடைசியிலோ வருவதால் திரைக்கதைக்கு எந்தப் பயனும் இல்லை. திரைக்கதையின் அடிப்படையை இந்த இரண்டு சம்பவங்களும் தாங்கி நிறுத்துகின்றன.

திரைக்கதையின் ஆரம்பத்தில் வரும் இன்ஸைட்டிங் இன்ஸிடெண்ட், திரைக்கதையைத் தொடங்கி வைக்கிறது. அதே போல் கீ இன்ஸிடெண்ட், திரைக்கதையை நிறுவும் வேலையைக் கச்சிதமாகச் செய்து முடிக்கிறது.

இதனால், இந்த ஒரு பிரதான சம்பவத்திலிருந்துதான் ஒட்டுமொத்த திரைக்கதையுமே முளைக்கிறது என்றும் இதனைப் புரிந்து கொள்ளலாம். எனவேதான் நமது கதையை வரிசையாகவோ அல்லது ஃப்ளாஷ்பேக்கின் மூலமாகவோ அல்லது நான்லீனியர் முறையிலோ சொல்ல முடிகிறது. நான்லீனியர் என்று சொல்லும்போதே திரைப்பட ரசிகர்களுக்கு ஒரு குறிப்பிட்ட படம் நினைவு வராமல் போகாது. உலகத் திரைப்பட வரலாற்றிலேயே மறக்க முடியாத படம் அது. நமது சிட் ஃபீல்டையே ஒரு ஆட்டு ஆட்டிய படம் அது.

அந்தப் படத்தைத்தான் மிகவும் விரிவாக அடுத்த அத்தியாயத்தில் பார்க்கப்போகிறோம்.

19

நான்-லீனியர் திரைக்கதையிலும் லீனியர் உண்டு

சினிமா ரசிகர்களால் Pulp Fiction படத்தை மறக்க முடியாது. காரணம், அந்தப் படத்தின் மிகவும் வித்தியாசமான திரைக்கதை. ஹாலிவுட் இயக்குநர் க்வெண்டின் டாரண்டினோவின் மேதைமை பளிச்சிட்ட திரைக்கதை அது. ஹாலிவுட் திரைக்கதை அமைப்பைப் பற்றிய சிட் ஃபீல்டின் புத்தகம், 'பல்ப் ஃபிக்ஷன்' திரைப்படம் இல்லாமல் எப்படி முழுமை அடையும்?

உலக சினிமா வரலாற்றில் குறிப்பிடத் தகுந்த படம் என்பதால், இதுவரை பெரும்பாலும் தமிழ்ப்பட உதாரணங்களையே பார்த்துவந்த நாம், இந்த அத்தியாயத்தில் மட்டும் ஆங்கிலப் படமான Pulp Fiction திரைக்கதையை அலசப்போகிறோம். அந்தப் படத்தை நீங்கள் இதுவரை பார்த்ததில்லை என்றால் எப்படியாவது அதனைப் பார்த்துவிடுங்கள். இந்த அத்தியாயத்தை படித்துவிட்டு படத்தைப் பாருங்கள். படத்தைப் பார்த்த பிறகு மீண்டும் இந்த அத்தியாயத்தைப் படித்துப் பார்த்தால் இன்னும் ஆழமாக அந்தப் படத்தை விளங்கிக்கொள்ள முடியும். இந்தப் படத்தை வைத்துதான் சென்ற இரண்டு அத்தியாயங்களில் நாம் பார்த்த Inciting Incident மற்றும் Key lincident ஆகியவைகளை மிகவும் விரிவாக சிட் ஃபீல்ட் விளக்குகிறார்.

Inciting Incident மற்றும் Key Incident ஆகியவற்றை சிட் ஃபீல்ட் Pulp Fiction படத்தில் தேடிய போது, முதலில் பயங்கரமாகக் குழம்பியே போயிருந்திருக்கிறார். ஏனெனில், படம் முழுக்க முன்பின்னாகப் பல சம்பவங்கள் நடக்கின்றன. மட்டுமல்லாமல், படமே நான் லீனியர் ஸ்டைலில் இருக்கிறது. இவை மட்டுமல்லாமல், Pulp Fiction படத்தின் திரைக்கதை ஆரம்பிக்கும் போதே, Pulp Fiction என்பதன்

இரண்டு அகராதி விளக்கங்கள் திரைக்கதையின் முதல் பக்கங்களில் கொடுக்கப்பட்டிருக்கிறது (ஹாலிவுட்டில் பிரபல திரைப்படங்களின் திரைக்கதைகள் உடனடியாக புத்தகங்களாக வந்துவிடும்). கூடவே, 'மூன்று கதைகளைப் பற்றிய ஒரு கதை' என்ற விளக்கமும் அதில் இருக்கிறது.

இதெல்லாம் ஒன்றுமே இல்லை என்னும் அளவுக்கு, அடுத்த பக்கத்தில் இருந்த விஷயம் தான் பிரமாதம். அப்பக்கத்தில், அத்தியாயங்களின் தலைப்புகளோடு திரைக்கதையின் பொருளடக்கம் இடம் பெற்றிருந்தது! அதாவது, திரைக்கதையின் எந்தப் பக்கத்தில் எது இருக்கிறது என்ற பொதுவான பொருளடக்கம் இல்லை . திரைக்கதையே, பொருளடக்க வடிவில் கொடுக்கப்பட்டிருந்தது. அந்தப் பொருளடக்கமும் திரைக்கதையில் ஒரு பிரதான பங்கு வகிக்கிறது.

திரைக்கதையில் பொருளடக்கத்தை இதுவரை சிட் ஃபீல்ட் பார்த்திருக்கவில்லை என்பதால், முதலில் குழம்பவே செய்தார். அதன்பின், ஒவ்வொரு பகுதியாக இந்தத் திரைக்கதையைப் பிரிக்க முடிவு செய்து, பகுதி பகுதியாகப் படித்தார். அப்போது அவருக்கு மெல்ல மெல்ல இந்தத் திரைக்கதையில் தெளிவு பிறக்க ஆரம்பித்தது. திரைக்கதையின் பிரிவுகளின்படி, ஐந்து பிரிவுகளாக இந்தத் திரைக்கதை பிரிக்கப்பட்டிருக்கிறது.

முதல் பாகம்: Prologue - முன்னுரை; *இரண்டாம் பாகம்:* Vincent vega - Marcellus Wallace's Wife; *மூன்றாம் பாகம்:* The Gold Watch; *நான்காம் பாகம்:* The Bonnie Situation; *ஐந்தாம் பாகம்:* Epilogue - முடிவுரை.

இந்த ஐந்து பாகங்களையும் படித்த சிட் ஃபீல்ட், இந்த ஐந்து பாகங்களுமே, ஒரே ஒரு சம்பவத்தினாலேயே முக்கியத்துவம் பெறுகின்றன என்பதை அறிந்து கொண்டார். அந்த சம்பவம் என்ன? அதற்கு முன்னர், Pulp Fiction படத்தின் கதையை ஒரே நேர்க்கோட்டில் சொல்ல முடிந்தால் அது இப்படி இருக்கும்.

மார்செலஸ் வாலஸ் என்ற தாதா அவனது அடியாட்கள் வின்ஸென்ட் மற்றும் ஜூல்ஸ் மார்செலஸ் வாலஸின் பெட்டி ஒன்றை அடித்துச் சென்றவர்களிடம் இருந்து திரும்பப்பெற ஜூல்ஸையும் வின்ஸெண்ட்டையும் அனுப்புதல், பெட்டியை திரும்பப்பெறும் முயற்சி, பெட்டியைத் திருடியவர்கள் சுடப்படுதல், எதிர்பாராமல் குளியலறையில் மறைந்திருக்கும் ஒருவனால் சுடப்பட்டும் காயமே இல்லாமல் உயிர்பிழைக்கும் வின்ஸென்ட் – ஜூல்ஸ், இந்த சம்பவத்துக்குப் பின்னர், கடவுள் மேல் நம்பிக்கை கொள்ளும் ஜூல்ஸின் ஞானோதயம், The Bonnie Situation என்ற நகைச்சுவையான சம்பவம், அதன்பின் இருவரும் சாப்பிடப் போதல், அங்கே ரெஸ்டாரென்ட்டில் Honey Bunny - Pumpkin

என்ற காதல் ஜோடி அந்த உணவகத்தை துப்பாக்கி முனையில் வைத்து அங்கிருக்கும் அனைவரின் பணத்தையும் பறிக்க முயலுதல், ஜூல்ஸ் கையில் வைத்திருக்கும் தாதா மார்ஸெலஸ் வாலஸின் சூட்கேஸ் பறிப்பு, உடனடியாக ஜூல்ஸின் துப்பாக்கி முனையில் Honey Bunny - pumpkin (சற்றுமுன்னர் தோன்றிய ஞானோதயத்தால்) இருவரையும் ஜூல்ஸ் விட்டு விடுதல், இதன்பிறகு உலகை சுற்றப்போவதாக சொல்லி தொழிலை விட்டுவிடும் ஜூல்ஸ் இப்போது, வின்ஸென்ட் மட்டுமே மார்செலஸின் அடியாள் இதன்பிறகு, வின்ஸெண்ட்டிடம் தனது மனைவியை ஒரு விலையுயர்ந்த பப்புக்கு கூட்டிச் செல்லச்சொல்லும் மார்செலஸ் வாலஸ், அதன்பின் புட்ச் என்ற குத்துச்சண்டை வீரனிடம் மார்செலஸ், போட்டியில் தோற்கச் சொல்லுதல், ஆனால், போட்டியில் திருப்பம்; எதிராளியை கொன்றுவிடுகிறான் புட்ச். இதனால் மார்ஸெலஸுக்கு பயந்து புட்ச் தப்பிக்கிறான்.

மார்ஸெலஸின் ஆணையின் பேரில் வின்ஸென்ட் புட்ச்சைக் கொல்ல அவன் வீட்டுக்கு அனுப்பப்படுதல், ஓடும்போது விட்டுவிட்டுச் சென்ற தனது தந்தையின் தங்க கடிகாரத்தை எடுக்க வீட்டுக்கு வருகிறான் புட்ச் அங்கே அப்போதுதான் கழிவறை சென்றுவிட்டு வெளியே வரும் வின்ஸென்ட்டை தற்செயலாக கொல்கிறான் புட்ச். இதன்பின்னர் புட்ச்சை கொலைவெறியுடன் தேடும் மார்ஸெலஸ், ஒரு நாற்சந்தி முனையில் தனது காரை தாண்டி நடந்து செல்லும் புட்ச்சை கண்டுவிட்டு, துப்பாக்கியுடன் துரத்துதல், அப்போது மார்ஸெலஸின் கார் விபத்துக்குள்ளாதல், அங்கிருக்கும் ஓரினச் சேர்க்கையாளரால் இருவரும் சிறைப்படுத்தப்படுதல், அங்கு மற்றொரு ஓரினச் சேர்க்கையாளரான போலீஸ் வருதல், புட்ச் ஒருவனைக் கொல்லுதல், மார்செலஸ் இன்னொருவனை சுடுதல் இருவரும் தப்பித்தல் தன்னைக் காப்பாற்றிய புட்ச்சை ஊரைவிட்டே ஓடிவிடச் சொல்லி மார்செலஸ் மிரட்டுதல் புட்ச் அப்படியே செய்தல் சுபம்.

இந்த வரிகளை கண்டபடி மாற்றி மாற்றிப் போட்டுத்தான் இந்தத் திரைக்கதை உருவாக்கப்பட்டிருக்கிறது (திரைக்கதையை இப்படி எளிமையாக எழுதிக்கொள்வதன் நன்மையைப் பார்த்தீர்கள் அல்லவா?)

இதில், ஜூல்ஸும் (ஸாமுவேல் ஜாக்ஸன்) வின்சென்ட்டும் (ஜான் ட்ரவோல்டா), மார்செலஸ் வாலஸின் பெட்டியை நான்கு இளைஞர்களிடமிருந்து மீட்கும் காட்சி நினைவிருக்கிறதா? Burger Scene என்ற பெயரில் படத்தின் புகழ்பெற்ற சீன்களில் இது ஒன்று.

இந்த நிகழ்ச்சிதான் சிட் ஃபீல்ட் ஆரம்பத்தில் கவனித்த அந்த முக்கியமான நிகழ்ச்சி. அது ஏன் என்று கொஞ்சம் பார்க்க முயற்சி செய்யலாமா?

இந்தக் காட்சியால்தான், ஜூல்ஸ் மனம் திருந்துகிறான் (காரணம், கண்டபடி சுடப்பட்டாலும் அவன் மீதும் வின்ஸெண்ட் மீதும் குண்டே பாய்வதில்லை). அதனால்தான் மார்செலஸிடம் இருந்து பிரிகிறான். அதனால்தான் வின்ஸென்ட் தனியாக புட்ச்சைத் தேடி அவன் வீட்டுக்குச் செல்கிறான். அதனால்தான் புட்ச், பாத்ரூமில் இருந்து வெளிவரும் வின்ஸென்ட்டை சுட்டுக் கொல்கிறான். அதனால்தான் புட்ச்சால் தப்பிக்க முடிகிறது. அதனால் தான் புட்ச்சும் மார்செலஸும் வில்லன்களிடம் பிடிபடுகிறார்கள். ஆகையால்தான் அந்த இரண்டு வில்லன்களும் கொல்லப்படுகிறார்கள். அதனால்தான் அவர்களில் ஒருவனைக் கொன்று தன்னைக் காப்பாற்றிய புட்ச்சை மார்செலஸ் மன்னித்து, ஊரை விட்டே ஓடிவிடச் சொல்கிறான்.

இப்படி படத்தின் பிற காட்சிகளுக்கு அடிப்படையாக விளங்குவதால், இந்த ஒரு காட்சிதான் படத்தின் பிரதானமான காட்சி என்று புரிந்து கொண்டார் சிட் ஃபீல்ட். இது புரிந்தவுடன், திரைக்கதையின் போக்கும் தெளிவாகிவிட்டது. இந்த மூன்று கதைகளை எடுத்துக்கொண்டால் (ரெஸ்டாரெண்ட்டை கொள்ளை அடிக்கும் ஹனி பன்னி – பம்ப்கின் கதை, அடியாட்கள் வின்ஸென்ட் – ஜூல்ஸ் கதை மற்றும் குத்துச்சண்டை வீரன் புட்ச்சின் கதை), இதிலுள்ள ஒவ்வொரு கதை படத்தில் இடம்பெறும்போதும், அந்த ஒவ்வொரு கதைக்குமே தெளிவான ஆரம்பம், நடுப்பகுதி மற்றும் முடிவு ஆகியவை இதே வரிசையில் இருப்பதையும் சிட் ஃபீல்ட் புரிந்துகொண்டார்.

அதே போல், நாம் ஏற்கெனவே பார்த்த முரண்கள் (Contradictions கதையில் முரண்கள் இருந்தால்தான் படம் சுவாரஸ்யமாக இருக்கும் என்று ஆரம்பத்தில் பார்த்தோமே) இப்படத்தில் விரவி இருக்கின்றன. உதாரணத்துக்கு, படத்தின் ஆரம்பக் காட்சியான ரெஸ்டாரென்ட் கொள்ளையடிக்கப்படும் காட்சியில், ஹனி பன்னி – பம்ப்கின் ஆகிய இருவரும் துப்பாக்கிகளோடு எழும் காட்சியோடு திரை ஃப்ரீஸ் ஆகி, தலைப்புகள் தோன்றுகின்றன. அதன்பின் வின்ஸென்ட் மற்றும் ஜூல்ஸ் ஆகிய இருவரையும் பார்க்கிறோம். அதில், இருவரும் படு சுவாரஸ்யமாக விவாதித்துக்கொண்டே, எங்கோ செல்கிறார்கள் என்று அறிகிறோம்.

தங்களது காரில் இருந்து ஆயுதங்களை எடுத்துக்கொண்டு இருவரும் அபார்ட்மெண்ட்டின் உள்ளே நுழையும்போது, இருவரும் எதுவோ செய்யப்போகிறார்கள் என்று தோன்றும். ஆனால், அதன்பின் மறுபடி விட்ட இடத்தில் இருந்து சுவாரஸ்யமாக அவர்கள் பேச்சு தொடரும். அவர்கள் ஒரு கதவைத் தட்டி, அது திறக்கப்பட்டு, உள்ளே சென்று, மார்செலஸின் பெட்டியைப் பற்றி ஜூல்ஸ் பேச ஆரம்பிக்கும்போதுதான் அவர்கள் இருவரும் அடியாட்கள் என்பதே

நமக்குத் தெரிகிறது. இதுதான் முரண். இருவரும் வாழ்க்கையின் அபத்தங்களைப் பற்றிப் பேசுவதையும், திடுதிப்பென்று துப்பாக்கிகளை உருவுவதையும் ஒப்பிட்டால் இந்த முரண் புரியும். இப்படிப்பட்ட முரண்கள் திரைக்கதையில் இருப்பது, படம் பார்க்கும் ஆடியன்ஸை சுவாரஸ்யப்படுத்தும் என்று சொல்கிறார் சிட் ஃபீல்ட். ஆக, படத்தின் Key Incident என்பது, ஜூல்ஸும் வின்சென்ட்டும் மார்செலஸ் வாலஸின் பெட்டியை நான்கு இளைஞர்களிடமிருந்து மீட்கும் காட்சி என்பது நமக்குப் புரிகிறது. அப்படியென்றால், படத்தின் Inciting Incident என்ன?

இதற்கு சிட் ஃபீல்ட் விடையளிக்கவில்லை. இருந்தாலும், படத்தைப் பார்ப்பவர்களுக்கே அது எளிதில் புரிந்துவிடும். அதற்கு முன்னர், Inciting Incident என்றால் என்ன என்பதையும் ஒருமுறை பார்த்துவிடுவோம்.

Inciting Incident என்பது திரைக்கதையில் ஒரு சுவாரஸ்யமான ஓபனிங் கொடுக்கும் குறிப்பிட்ட காட்சி. இந்தக் காட்சிக்குப் பின், அடுத்து என்ன நடக்கப்போகிறது என்ற எதிர்பார்ப்பு ஆடியன்ஸுக்கு எழவேண்டும். அத்தகைய ஒரு ஸீனே Inciting Incident என்று அழைக்கப்படுகிறது.

Pulp Fiction படத்துக்கு அப்படிப்பட்ட ஓபனிங் கொடுத்த காட்சி எது? ரெஸ்டாரண்டைக் கொள்ளையடிக்க ஹனி பன்னி மற்றும் பம்ப்கின் முடிவு செய்து, துப்பாக்கிகளோடு எழும் காட்சி. அங்குதான் காட்சி ஃப்ரீஸ் செய்யப்பட்டு, டைட்டில்கள் வருகின்றன. இப்படிப்பட்ட ஒரு ஓபனிங் காட்சியைப் பார்க்கும் ஆடியன்ஸ், தியேட்டரை விட்டு எழுந்து போய்விடுவார்களா என்ன? (இந்தக் காட்சியிலுமே, இரண்டு காதலர்கள் பேசிக்கொள்வதைப் போல ஆரம்பித்து, திடீரென்று இருவரும் ரெஸ்டாரண்டைக் கொள்ளையடிக்க துப்பாக்கியோடு எழுவதில் உள்ள முரணையும் கவனியுங்கள்).

திரைக்கதை எந்த விதத்தில் எழுதப்பட்டிருந்தாலும், key incident மற்றும் inciting incident ஆகியவை இல்லாமல் போகாது என்கிறார் சிட் ஃபீல்ட். திரைக்கதை புரியவில்லை என்றால், திரைக்கதையை சிறு சிறு துணுக்குகளாகப் பிரித்துக்கொண்டால், முடிவில் இந்த இரண்டு சம்பவங்களும் புரிந்துவிடும் என்பது அவரது கருத்து.

இப்படியாக, திரைக்கதையின் முதல் வரி எழுதப்படும் முன்னரே Inciting Incident மற்றும் Key Incident ஆகியவை தயாராக இருக்கவேண்டும் என்கிறார் சிட் ஃபீல்ட். படத்தின் ஓபனிங் ஸீனும், படத்தின் அதிமுக்கியமான ஸீனும் நம்மிடம் இருந்தால், அவற்றை வைத்து திரைக்கதையில் விளையாட முடியும். க்வெண்டின் அமைத்தது போல், நான் லீனியர் திரைக்கதை ஒன்றை அமைத்து, ஆடியன்ஸை சுவாரஸ்யப்படுத்தலாம்.

இத்துடன், சிட் ஃபீல்டின் புத்தகத்தில் எட்டாவது அத்தியாயமான Two Incidents என்பது முடிவடைகிறது.

இதுவரை கடந்த மூன்று அத்தியாயங்களாக நாம் பார்த்த இந்த இரண்டு சம்பவங்களும் திரைக்கதையில் முக்கியமானவை என்பதில் சந்தேகமில்லை. ஆனால், இவைகளை அடுத்து மேலும் இரண்டு சம்பவங்களைப்பற்றி சிட் ஃபீல்ட் விளக்குகிறார். இந்த நான்கு சம்பவங்களையும் அறிந்தால்தான் திரைக்கதை புல்லட் வேகத்தில் பறக்கும் என்பது அவரது கருத்து. அவை என்ன? அடுத்த அத்தியாயத்தில் பார்ப்போம்.

20

தச்சு வேலையும் முதல்வனும்

திரைக்கதை எழுதுவதை, தச்சு வேலையோடு பலவிதங்களிலும் ஒப்பிடமுடியும். சில மரத்துண்டுகளையும், ஆணிகளையும், சிறிது பசையையும் வைத்துக்கொண்டு அழகான ஒரு புத்தக அலமாரியை நீங்கள் செய்து முடித்ததாக வைத்துக்கொள்ளுங்கள். அந்தப் புத்தக அலமாரியை நிற்கவைக்கும்போது அது உறுதியாக இல்லாமல் சிதறி விட்டால், மிகவும் அழகான ஒரு பொருளை (மட்டுமே) நீங்கள் உருவாக்கியதாக அர்த்தம். அந்தப் பொருளுக்கும் புத்தக அலமாரிக்கும் துளிக்கூட சம்மந்தமே இல்லை வில்லியம் கோல்ட்மேன் (அமெரிக்க எழுத்தாளர்)'

திரைக்கதை எழுதுவதன் மிக கடினமான பகுதி, வெற்றுத்தாள்களை வைத்துக்கொண்டோ அல்லது கணினியின் வெள்ளைத்திரையை நோக்கிக்கொண்டோ, என்ன எழுதுவது என்றே தெரியாமல் அமர்ந்திருப்பது. திரைக்கதையில் பல்வேறு கடினமான பகுதிகள் இருக்கும். கூர்மையான, சுவாரஸ்யமான சம்பவங்கள் நிறைய இருக்கும். இவைகளை வெற்றிகரமாக 120 பக்கங்களுக்குள் எழுதி முடிப்பது மிகவும் சவாலான சமாச்சாரம். நாம் என்ன செய்து கொண்டிருக்கிறோம் எங்கே சென்றுகொண்டிருக்கிறோம் என்பது தெரிந்தால் மட்டுமே அதனை செய்யமுடியும். அப்படி தன்னிஷ்டத்துக்குக் கதையை அலைபாய விடாமல் தடுக்க சில உபகரணங்கள் நமக்குத் தேவை. இல்லையெனில், பல லாஜிக் மீறல்களுடன், கேலிக்கூத்தாகவே அந்தத் திரைக்கதை அமையும்.

அவரது புத்தகத்தின் ஒன்பதாவது அத்தியாயமான Plot Points என்ற இந்த அத்தியாயத்தில், ஒரு சிறிய உதாரணத்தைக் கொடுக்கிறார் சிட்

ஃபீல்ட். பிரம்மாண்டமானதொரு மலையை ஒரு நபர் ஏற முயற்சி செய்கிறார் என்று வைத்துக்கொள்வோம். ஒரு குறிப்பிட்ட பகுதி வரையிலும், அடிவாரத்திலிருந்து அவரால் ஏற முடிந்துவிட்டது. சுலபமாக அங்கங்கே இருக்கும் கற்களில் காலை வைத்து, தொங்கி, ஏறிவிட்டார். ஆனால், இப்போது, தரையிலிருந்து நூறடி உயரம் ஏறியாகிவிட்டபின், இஷ்டப்படி மலையேற முடியாது. கரணம் தப்பினால் மரணம். ஆகவே, கவனமாக, அந்த நபரின் முன்னால் என்ன இருக்கிறது, அவருக்கு மேலே என்ன இருக்கிறது என்பதைக் கருத்தில் கொண்டு, ஏதேனும் ஒரு மூவ் மட்டுமே ஒரு சமயத்தில் அவரால் செய்ய முடியும். மலையை முழுதுமாக ஏறியபின், வந்த வழியை நன்றாக அலசலாம். ஆனால், ஏறிக்கொண்டிருக்கும்போது ஒரு சமயத்தில் ஒரு மூவ் தான். அதுவும், மேலே ஏற மட்டுமே. தத்தக்கா புத்தக்கா என்று கண்டபடி ஆடினால், தரையில் விழுந்து கை கால்கள் உடைந்து பல்லி போல் 'பரக் பரக்' என்று தவழ வேண்டியதுதான்.

இதைப்போன்றுதான் திரைக்கதை எழுதுவதும். ஒரு குறிப்பிட்ட பக்கத்தில் இருக்கும்போது, இதுவரை எழுதிய பக்கங்களையும், இப்போது எழுதிக்கொண்டிருக்கும் பக்கத்தையும் மட்டுமே நம்மால் பார்க்க முடியும். பல சமயங்களில், இனிமேல் என்ன எழுதப்போகிறோம் என்பதே கொடிய பனியில் எதிரே வருவது எருமையா அல்லது காரா அல்லது அழகிய பெண்ணா என்று முடியை பிய்த்துக் கொள்வது போலத்தான் இருக்கும். எப்படி நாம் நினைத்த முடிவை அடையப் போகிறோம்? அந்த முடிவை அடைய, கதாபாத்திரங்கள் என்ன செய்யவேண்டும்? இவையெல்லாமே, பல சமயங்களில் தெரியாமலே போய்விடுவதும் உண்டு. எத்தனை நேரம்தான் காரிருளிலேயே நடந்து கொண்டிருக்க முடியும்? கும்மிருட்டில், தொலைதூரத்தில் ஒரு வெளிச்சம் தெரிந்தால், அதனை நோக்கி எப்படியாவது நடந்துவிடமுடியும் அல்லவா? அந்த இடத்துக்குச் சென்ற பின்னர், அங்கிருந்து அடுத்த வெளிச்சம் தெரியும் இடம். அதன்பின் அடுத்த இடம். இப்படிச்சென்றால் மட்டுமே, கும்மிருட்டில் இருந்து வெளியேறி, இலக்கை அடைய முடியும். இல்லையேல், வழியே தெரியாமல், செக்குமாடு போல் சுற்றிச்சுற்றி வந்து கொண்டு இருக்கவேண்டியதுதான்.

எனவேதான், திரைக்கதை வடிவம் என்பது, மிக மிக முக்கியமான அம்சமாக சிட் ஃபீல்டால் திரும்பத்திரும்ப வலியுறுத்தப்படுகிறது. இந்த வடிவம்தான் நமது ரட்சகர். திரைக்கதை வடிவம் என்பதை, ஆரம்பகால அத்தியாயங்களில் கவனித்துவிட்டோம். சுருக்கமாக: மூன்று பகுதிகள். அறிமுகம்–எதிர்கொள்ளல்–தெளிவான முடிவு.

திரைக்கதை வடிவத்தில் உள்ள ஒரு பிரச்னை என்னவென்றால்,

இதற்குள் முழுதாக இறங்கியபின்னால், இந்த வடிவம் நமக்குப் புலப்படாத ஒன்றாக மாறிவிடும். அதாவது, இப்படி யோசித்துப் பாருங்கள். இதுவரை சென்றிராத நீளமான நெடுஞ்சாலையில் பயணித்துக்கொண்டிருக்கிறோம். எங்கு பார்த்தாலும் சாலை, மேடு, பள்ளம், மரங்கள், மலைகள் ஆகியவைதான் தெரிகின்றன. கையில் இருக்கும் வரைபடத்தில் அந்த சாலை இருக்கிறது என்று தெரியும். ஆனால், அதில் நாம் இருக்கும்போது, இதுதான் அந்தக் குறிப்பிட்ட இடம் என்பது நமக்குத் தெரியுமா? தெரியாது. இதைத்தான், திரைக்கதை வடிவத்துக்குள் நாம் இருக்கும்போது, அந்த வடிவம் நமக்குப் புலப்படாது என்று சிட் ஃபீல்ட் சொல்கிறார். அப்படியானால், திரைக்கதை வடிவத்தைப் பின்பற்றி, வெற்றிகரமாக ஒரு திரைக்கதையை நாம் எழுதுவது எப்படி? கும்மிருட்டில் ஆங்காங்கே கும்மிருட்டில் மினுக் மினுக்கென்று பளிச்சிடும் மிகச்சிறிய விளக்குகளை எப்படி உருவாக்குவது?

அந்த விளக்குகளின் பெயர் தான் ப்லாட் பாயிண்ட்கள். ப்லாட் பாயிண்ட் (Plot Points) என்பதன் விளக்கத்தை ஒருமுறை பார்த்துக்கொள்ளலாம். ஏதோ ஒரு சம்பவம் அல்லது நிகழ்ச்சி, திரைக்கதையின் போக்கை திசைதிருப்பி, வேறொரு பக்கம் பயணிக்கச் செய்தால், அதுவே Plot Point. எந்த ஒரு திரைப்படத்திலும் இப்படிப்பட்ட சில ப்லாட் பாயிண்ட்கள் இல்லாமல் போகாது. எந்தப் படமாக இருந்தாலும் சரி பல்ப் ஃபிக்‌ஷன் போல நான் லீனியராகவோ, கில்லி, விக்ரம், பலே பாண்டியா (1962 – B.R. பந்துலு) போன்ற லீனியர் (நேர்க்கோட்டில் செல்லக்கூடிய கதை) படங்களாகவோ அவை இருக்கலாம் அப்படி இருக்கக்கூடிய கதை, ப்லாட் பாயிண்ட்களால் உறுதிப்படுகிறது. அதுவே சிட் ஃபீல்ட் அளிக்கும் சூத்திரம்.

ஒரு திரைக்கதையில் பல ப்லாட் பாயிண்ட்கள் இருக்கலாம். அதில் தவறில்லை. ஆனால், அவற்றில் இரண்டு பிரதான ப்லாட் பாயிண்ட்களை நாம் தயாராக வைத்திருக்க வேண்டும் என்கிறார் சிட் ஃபீல்ட், திரைக்கதையை எழுதத் தயாராகும்போது, அந்தத் திரைக்கதையின் சுவாரஸ்யமான ஆரம்ப நிகழ்ச்சி (Inciting Incident), கதை துவங்கும் நிகழ்ச்சி (Key Incident), கதையை வேறொரு பக்கத்தில் திருப்பி வீசும் முதல் ப்லாட் பாயிண்ட், கதையை க்ளைமேக்ஸை நோக்கித் திருப்பிவிடும் இரண்டாம் ப்லாட் பாயிண்ட் மற்றும் முடிவு ஆகியவை நம்மிடம் தயாராக இருக்கவேண்டும் என்பது சிட் ஃபீல்டின் கருத்து.

மேலே பார்த்த பிரதான இரண்டு ப்லாட் பாயிண்ட்களின் வேலை ஒன்றே ஒன்றுதான்: கதையை நகர்த்துவது. இந்த இரண்டு ப்லாட் பாயிண்ட்களும், ஒரு வண்டியின் இரண்டு அச்சாணிகள் போல,

திரைக்கதை வடிவத்துக்கே அச்சாணிகளாக, அதனைத் தாங்கி நிறுத்துவதே இவைகளின் ஒரே வேலை.

'முதல்வன்' படத்தை எடுத்துக்கொள்வோம். திரைப்படத்தில், ஒரு தனியார் தொலைக்காட்சி நிறுவனத்தின் கேமராமேனான புகழேந்தியை (அர்ஜுன்) சந்திக்கிறோம். அவனது வேலையைப் பற்றி 'ஷக லக பேபி' பாடலில் தெரிகிறது. அவனது குடும்பத்தை சந்திக்கிறோம். முதல்வரான அரங்கநாதன் (ரகுவரன்) அறிமுகமாகிறார். அதன்பின்னர் கதாநாயகி தேன்மொழி (மனீஷா கொய்ராலா) வருகிறாள். அறிமுகங்களுக்குப் பின்னர் கதை சரேலென்று தொடங்குவது எப்போது?

படத்தில் ஒரு மிகப்பெரிய கலவரம் வருகிறது. அண்ணா சாலையில் அத்தனை வாகனங்களும் ஸ்தம்பிக்கும் அந்தக் கலவரத்தில் நிகழும் சில சம்பவங்களை அங்கு இருக்கும் புகழேந்தி வீடியோ எடுக்கிறான். அதில், உடனடியாக எந்த முடிவும் எடுத்து கலவரத்தை அடக்காமல், சாதியை முன்னிட்டு போலீஸாரிடம் எந்த நடவடிக்கையும் எடுக்கவேண்டாம் என்று முதல்வர் அரங்கநாதன் சொல்வதையும் புகழேந்தி வீடியோ எடுத்துவிடுகிறான். இந்தக் காட்சிதான் சென்ற அத்தியாயங்களில் நாம் பார்த்த Key Incident. கதை தொடங்கும் காட்சி.

இதன்பின்னர், முதல்வரை தொலைக்காட்சியில் பேட்டி எடுக்கும் வாய்ப்பு புகழேந்திக்குக் கிடைக்கிறது. இந்த சம்பவம் தான் சரேலென்று கதையின் போக்கை ஒரேயடியாக திசை திருப்பி, வேறொரு திசையில் பயணிக்க வைக்கிறது.

அது என்ன சம்பவம்?

முதல்வரிடம் கலவரத்தைப் பற்றிய கேள்விகளைக் கேட்டுவிட்டு, அங்கே அவன் பதிவு செய்த அவரது ஒயர்லெஸ் உரையாடலை போட்டுக் காட்டுகிறான் புகழேந்தி. முதல்வர் இதனால் நிலைகுலைகிறார். உடனேயே, பேச்சை திசைதிருப்பி, முதல்வராக இருப்பது எத்தனை கடினம் என்பதைப்பற்றிப் பேச ஆரம்பிக்கிறார். அப்போது, தன்னிடம் தர்மசங்கடமான கேள்விகள் கேட்டு தண்ணிகாட்டிய புகழேந்தியை மடக்கிவிட்டதாக நினைத்து, கேலியாக சிரித்துக்கொண்டே அரங்கநாதன் கேட்கும் கேள்வி ஒன்றுதான் படத்தின் ஒட்டுமொத்த கதையையும் திசைதிருப்பி, வேறொரு தளத்துக்கு எடுத்துச்செல்கிறது.

'ஒரு நாள்... ஒரே ஒரு நாள் சி.எம்மாக இருந்து பார்க்க உன்னால் முடியுமா?' இந்தக் கேள்வியை அரங்கநாதன் கேட்டு விட்டு, அப்படி இருக்க சட்டத்தில் இடம் உண்டு என்றும் சொல்கிறார். தயக்கத்துடன் சம்மதம் சொல்கிறான் புகழேந்தி. அவனை ஒரே ஒரு நாள் முதல்வராக இருக்கச்சொல்லி அரங்கநாதன் கேட்கும்

அந்தக் கேள்விதான் திரைப்படத்தை முற்றிலுமாக வேறொரு பக்கம் திருப்புகிறது. அது எந்தப் பக்கம் என்று கவனித்தால், திரைப்படத்தில் பிரதான பாத்திரமான புகழேந்தியின் குறிக்கோள் என்பது இந்தப் படத்தில் முதல்வராக ஆகி நல்ல சேவையை வழங்குவது. ஆகவே, கதாநாயகன் செய்யப்போகும் வேலையை நோக்கியே இந்தக் கேள்வி அவனைத் தள்ளுகிறது.

அப்படி புகழேந்தி ஒருநாள் முதல்வராக இருப்பதுதான் அவனது புகழ் உயர வழிவகுக்கிறது. இதனால்தான் அவனது வீடு நொறுக்கப்படுகிறது. இதனால்தான் அவன் மறுபடி தேர்தலில் நிற்கிறான். அதனாலேயே ஜெயிக்கிறான். அரங்கநாதன் தோற்று, புகழேந்தி மீது வன்மம் கொள்கிறார்.

இதுதான் முதல் ப்லாட் பாயிண்ட்டுக்கு உதாரணம்.

கேள்வி: முதல் ப்லாட் பாயிண்ட் என்பது, கதையின் போக்கை திசைதிருப்பி, வேறொரு பக்கம் பயணிக்கச் செய்யும் சம்பவம். படம் தொடங்கி அறிமுகங்கள் முடிந்து, கதை துவங்கும் சமயத்தில் வருவது. ஆனால், சென்ற அத்தியாயங்களில் பார்த்த Key Incident என்பதும் அதுதானே? எந்த ஒரு சம்பவம் ஆரம்ப அறிமுகத்துக்குப் பிறகு கதையை நோக்கி திரைக்கதையை திருப்புகிறதோ அதுதான் Key Incident. அப்படியென்றால், முதல் ப்லாட் பாயிண்ட்டும் Key Incident என்பதும் ஒன்றுதானா?

பதில்: பல சமயங்களில் இரண்டும் ஒன்றாகவே இருக்க வாய்ப்புகள் உண்டு. ஹாலிவுட்டின் திரைப்படங்களில் பெரும்பாலும் கீ இன்ஸிடெண்ட்டும் முதல் ப்லாட் பாயிண்ட்டும் ஒன்றாகவே இருக்கும். அப்படி வருவதில் தவறும் இல்லை. இவை இரண்டுக்கும் உள்ள மிகச்சிறிய வேற்றுமையை விளக்கவே இந்த அத்தியாயத்தில் 'முதல்வன்' திரைப்படத்தை கவனித்தோம். இதில் நாம் இதுவரை பார்த்தவாறு, இரண்டுமே தனியாகவே இருக்கின்றன.

கீ இன்ஸிடெண்ட்டுக்கும் முதல் ப்லாட் பாயிண்ட்டுக்கும் உள்ள வேற்றுமையை எளிதில் விளக்கவேண்டும் என்றால், கதை எங்கிருந்து தொடங்குகிறதோ அது கீ இன்ஸிடெண்ட். அதேசமயம், திரைக்கதையில் எந்த சம்பவம், அறிமுகங்களுக்குப் பிறகு கதையை பிரதான கதாபாத்திரத்தின் லட்சியத்தை நோக்கி தடாலென்று திசைதிருப்புகிறதோ அதுவே ப்லாட் பாயிண்ட். பெரும்பாலும் திரைப்படங்களில் அறிமுகங்கள் முடிந்ததுமே பிரதான கதாபாத்திரம், தனது குறிக்கோளை நோக்கி செயல்படவேண்டிய முதல் காட்சி வந்துவிடும். இந்த இடமேதான் கதை துவங்கும் இடமாகவும் இருக்கும். ஆகவேதான் கீ இன்ஸிடெண்ட் என்ற அந்தக் காட்சியும், முதல் ப்லாட்

பாயிண்ட்டும் ஒன்றாக இருக்கும் வாய்ப்புகள் அதிகம். அதேசமயம், முதல்வனைப் போல இரண்டும் வேறாக இருப்பதும் உண்டு.

சரி. முதல்வன் உதாரணத்தில் முதல் ப்லாட் பாயிண்ட்டை கவனித்து விட்டோம். அடுத்து இரண்டாம் ப்லாட் பாயிண்ட் என்றால் என்ன? அதன் வேலை என்ன?

21

பாயின்ட் பை பாயின்ட்

ஒரு திரைக்கதையில் இரண்டாம் ப்லாட் பாயிண்ட் என்பது சிட் ஃபீல்டின் திரைக்கதை அமைப்பில் எத்தகைய இடத்தை வகிக்கிறது?

ஹாலிவுட் திரைக்கதையமைப்பில், அறிமுகம் என்ற முதல் பகுதி முடிந்தபின்னர், இரண்டாம் பகுதியான எதிர்கொள்ளல் என்பது துவங்குகிறது. இதில், பிரதான கதாபாத்திரம் தனது குறிக்கோளை நோக்கி மேற்கொள்ளும் முயற்சிகளுக்கு நேரும் இடைஞ்சல்கள் விரிவாக வருகின்றன. பொதுவாக திரைக்கதையின் இறுதியில்தான் பிரதான கதாபாத்திரத்தின் நோக்கம் நிறைவேறியதா இல்லையா என்று தெரியும். அப்படி இரண்டாம் பகுதியின் இறுதியில், க்ளைமேக்ஸை நோக்கி கதையை திருப்பிவிடும் முக்கியமான நிகழ்ச்சிதான் இரண்டாம் ப்லாட் பாயிண்ட். அது ஒரு ஸீனாகவோ, ஒரு ஷாட்டாகவோ, ஒரு மாண்டேஜாகவோ (ஒரு குறிக்கோளை நோக்கிய சிறிய காட்சிகளின் தொகுப்பு) இருக்கலாம்.

சென்ற அத்தியாயத்தில் நாம் பார்த்த 'முதல்வன்' உதாரணத்திலிருந்தே இரண்டாம் ப்லாட் பாயிண்ட்டையும் கவனிக்கலாம்.

படத்தில் இரண்டாம் முறை புகழேந்தி முதல்வராகத் தேர்ந்தெடுக்கப் பட்டபின்னர், அவனுக்கு முன்னாள் முதல்வரால் பல இன்னல்கள் நேர்கின்றன. அவற்றில் ஒரு இன்னலால்தான் 'முதல்வன்' படத்தின் க்ளைமேக்ஸ் துவங்குகிறது.

படத்தில் தனது வீட்டுக்கு வரும் புகழேந்தி, தனது செல்ஃபோனில் வரும் அழைப்பு சரியாகக் கேட்காமல் வீட்டுக்கு வெளியே வந்து பேசும் ஒரு காட்சி இருக்கிறது. அப்படி அவன் வெளியே வந்து பேசும்போதே வீட்டில் குண்டு வெடித்துவிடும். ஃபோனில் கூட, வீட்டில் குண்டு

இருக்கிறது என்ற செய்திதான் வந்திருக்கும். இந்தக் காட்சிதான் க்ளைமேக்ஸை நோக்கி இந்தத் திரைப்படத்தை இழுத்துச் செல்கிறது. இந்தக் காட்சியில்தான் புகழேந்தியின் பெற்றோர் இறக்கிறார்கள். அதன்பின்புதான் ஊரெங்கும் குண்டுகளை வைக்கிறார் அரங்கநாதன். அதனால்தான் குண்டுகள் கண்டுபிடிக்கப்படுகின்றன. அதன்பின் அரங்கநாதன், அதற்குப் புகழேந்திதான் காரணம் என்று பேட்டி கொடுக்கிறார். இதன் தொடர்ச்சிதான் அரங்கநாதன் புகழேந்தி சந்திப்பு. அந்த சந்திப்பின் முடிவில்தான் அரங்கநாதன் கொல்லப்படுகிறார். தனது பெற்றோரை கொன்ற அரங்கநாதனை திட்டம் போட்டு புகழேந்தி கொல்லும் இந்தக் காட்சிதான் க்ளைமேக்ஸ்.

எனவே, புகழேந்தியின் பெற்றோர் இறக்கும் காட்சியே முதல்வனின் இரண்டாம் ப்லாட் பாயிண்ட்.

இங்கே, ஒரு சிறிய பயிற்சியை பரிந்துரைக்கிறார் சிட் ஃபீல்ட். அடுத்தமுறை திரைப்படங்களைப் பார்க்கும்போது, கிட்டத்தட்ட தொண்ணூறு நிமிடங்கள் கடந்தபின்னர் திரைப்படத்தில் என்ன நடக்கிறது என்பதை கவனித்தால் *(திரைப்படத்தின் நீளம் பொறுத்து இது மாறலாம். 120 நிமிடப் படம் என்பதை கணக்கில் எடுத்துக்கொண்டே இங்கு 90 நிமிடம் என்று கொடுக்கப்படுகிறது. அதாவது, முதல் முப்பது நிமிடங்கள், அடுத்த 60 நிமிடங்கள், கடைசி 30 நிமிடங்கள் என்று பிரிக்கப்படுகிறது)*, கதையில் எதாவது ஒரு குறிப்பிடத்தக்க சம்பவம் நிகழ்வதைக் காணலாம். திரைப்படத்தில் என்ன நடந்து கொண்டிருக்கிறது? எந்தச் சம்பவம் நம்மை க்ளைமேக்ஸை நோக்கித் திருப்புகிறது? இப்படி கவனித்தால், வெகு சீக்கிரமாக மிக எளிதில் இந்தப் பயிற்சி நமக்குக் கைவரப்பெற்றுவிடும். அதன்பின் ப்லாட் பாயிண்ட்கள் இன்னும் நன்றாகப் புரியத்தொடங்கும்.

இப்போது, இன்னும் சில உதாரணங்களை விரிவாகப் பார்த்து அவற்றில் இரண்டு ப்லாட் பாயிண்ட்களையும் தேடலாம்.

ஆரண்யகாண்டம் படத்தின் ஆரம்பத்தில், மிக விரிவாக தாதா சிங்கப்பெருமாளின் வாழ்வில் ஒரு பகலைக் கவனிக்கிறோம். இதன்பின் தாதாவின் அடியாட்களைக் காண்கிறோம். தாதாவின் அடியாள் சம்பத்தைப் பார்க்கிறோம். ஒரு பெரிய டீல் . கஞ்ஜா கடத்தப்படுகிறது. அந்த சரக்கை வாங்கினால் நிறையப் பணம் சம்பாதிக்கலாம். ஆனால் சிங்கப்பெருமாள் தயங்குகிறார். அப்போது அவரைப் பார்த்து சம்பத், *'நீங்க என்ன டொக்காயிட்டீங்களா?'* என்று கேட்கிறார். இதனைத்தொடர்ந்து சம்பத் அந்த டீலுக்குச் செல்ல, சம்பத்துடன் செல்லும் அடியாட்களைத் தொலைபேசியில் அழைக்கும் சிங்கப்பெருமாள், தொலைபேசி லௌட்ஸ்பீக்கரில் இருப்பதை அறியாமல், சம்பத்தைக் கொல்லச் சொல்கிறார். இதுதான்

ப்லாட் பாயிண்ட் 1. ஏனெனில், இதுதான் கதையின் துவக்கம். இதன்பின்னரே, தன்னை விடாமல் துரத்தும் ஆட்களிடமிருந்து சம்பத் எப்படித் தப்பிக்கிறார் என்ற கதையின் பிரதான பகுதி துவங்குவதால்.

இதன்பின்னர், கஞ்சா கொண்டுவரும் நபரின் சரக்கை சிறுவன் கொடுக்காப்புளியின் தந்தை திருடுவதைப் பார்க்கிறோம். அவர் டீலிங்கை மேற்கொள்கிறார். இதனால் அவரும் துரத்தப்படுகிறார். இடையில் சிங்கப்பெருமாளின் இளம் மனைவிக்கும், அவரது கையாளுக்கும் காதல். அந்த மனைவி இந்த சூழ்நிலையை எப்படி கில்லாடித்தனமாக உபயோகித்துக்கொள்கிறாள் என்று பார்க்கிறோம். படத்தின் க்ளைமேக்ஸ் நெருங்குகிறது.

இரண்டு கும்பல்கள் சம்பத்தைத் துரத்துகின்றன. சிங்கப் பெருமாளின் கும்பலும், கஞ்ஜாவை வாங்கவேண்டிய கும்பலும். ஒரு கட்டத்தில், சம்பத் யோசிக்க ஆரம்பிக்கிறார். எப்படி இந்தக் கும்பல்களை வெல்வது? அப்போதுதான் ஒரு ஐடியா செய்கிறார். இவருக்கு மிகவும் பழக்கமான போலீஸ் அதிகாரிக்குக் கொஞ்சம் பணம் கொடுத்து, எதிர் கும்பலின் ஒரு அடியாளை இவரிடம் வரவழைப்பதே அந்த யோசனை. ஆனால் அவனிடம் எதுவும் பேசுவதில்லை . குழப்பத்துடன் வெளிவரும் அடியாள், கும்பலின் தலைவனால் கொல்லப்படுகிறான். எதுவோ நடக்கிறது என்ற சந்தேகம் தலைவன் மனதில் எழுகிறது. எதிரிக்கு எதிரி நண்பன் என்று சம்பத் யோசித்து செயல்படுகிறார். இதனால் இரண்டு கும்பல்களுக்கும் பிரச்னை வருகிறது. இறுதியில் சம்பத் வெல்கிறார்.

இந்த க்ளைமேக்ஸுக்குக் காரணமான காட்சியான போலீஸ் அதிகாரி யிடம் சம்பத் பேசும் மிகச்சிறிய காட்சியே இப்படத்தின் இரண்டாம் ப்லாட் பாயிண்ட். க்ளைமேக்ஸை நோக்கித் திரைக்கதையைத் திருப்பி விடுவதால்.

ஆக, இதுதான் ஒரு ப்லாட் பாயிண்ட்டின் வேலை கதையை, அடுத்து நடக்கப்போகும் நிகழ்ச்சிகளை நோக்கித் திருப்பி விடுவது இப்போது ஒரு ஆங்கில உதாரணம் 'The Matrix'. நாம் அனைவரும் குறைந்தபட்சம் ஒரே ஒரு முறையாவது பார்த்த படம்.

மேட்ரிக்ஸ் எப்படித் துவங்குகிறது?

முதல் ஷாட்டிலேயே போலீஸ். ஒரு பழைய கட்டிடம். யாரையோ தேடுகிறார்கள். ஒரு கதவு உடைத்துத் திறக்கப்படுகிறது. உள்ளே ஒரு பெண். கைகளைத் தூக்குகிறாள். கட். கட்டிடத்தின் வெளியே, ஒரு கார் வந்து இறங்குகிறது. ஒரு எக்ஸிக்யூட்டிவ் போல உடையணிந்த மனிதன், போலீஸிடம், மேலே சென்ற அத்தனை போலீஸார்களும் இறந்துவிட்டிருப்பார்கள் என்கிறான். நமது எதிர்பார்ப்பு இன்னமும்

அதிகமாகிறது. அந்த ஏஜெண்டே மேலே செல்கிறான். கட். போலீஸார் அத்தனை பேரையும், நம்பமுடியாத ஸ்டண்ட்களால் கொல்கிறாள் அந்தப்பெண். அந்தரத்தில் அவள் அப்படியே நிற்கும் அந்தக் குறிப்பிட்ட காட்சி, இந்தப் படத்தின் பிரதான ஷாட்களில் ஒன்று. மார்ஃபியஸ் என்பவனிடம் ஃபோனில் பேசுகிறாள் அவள். இவளை ட்ரினிடி என்று அழைக்கும் அந்த மார்ஃபியஸ், தொலைவில் இருக்கும் ஒரு ஃபோன்பூத்துக்கு அவளை வரச்சொல்கிறான். ஏஜெண்ட் வருகை. அந்தப் பெண் ஓடுகிறாள். ஒரு கட்டிடத்தை அனாயாசமாகத் தாண்டுகிறாள். அந்த ஏஜெண்ட்டும் அதையே செய்கிறான். போலீஸார் வாய்பிளக்கிறார்கள். ஃபோன் பூத்துக்கு வருகிறாள் ட்ரினிடி. ஃபோன் அடிக்கிறது. அதனை எடுக்க அவள் ஓடும்போது ஒரு ட்ரக் படுவேகத்தில் மோத வருகிறது. ட்ரினிடியின் கை, ஃபோன்பூத்தின் கண்ணாடியில் பதிகிறது. ட்ரக் மோதுகிறது. ரிஸீவர் மட்டும் அந்தரத்தில் இருந்து விழுந்து, ஆடுகிறது. ட்ரினிடியைக் காணவில்லை.

நான்கரை நிமிடங்களில், இந்தப் படத்தின் முக்கிய விஷயங்கள் அத்தனையுமே இந்தக் காட்சியில் காட்டப்பட்டுவிடுகின்றன அல்லவா?

இப்படியொரு ஓபனிங்கைப் பார்த்து வெகுநாளாகிவிட்டது என்கிறார் சிட் ஃபீல்ட்.

இந்தக்காட்சி முடியும்வரை ட்ரினிடியோ மார்ஃபியஸோ யார் என்று நமக்குத் தெரியாது. ட்ரினிடி நல்லவளா கெட்டவளா? அந்த ஏஜெண்ட் யார்? போலீஸ் ஏன் அவளைத் துரத்துகிறது? அவளால் எப்படி அந்தரத்தில் பறக்க முடிகிறது? அவள் எப்படி மாயமாக மறைந்தாள்? எதுவும் தெரியாது. ஆனால், படத்தின் ஓபனிங் காட்சி (Inciting Incident)யாக, இப்படியொரு காட்சி நமது மனதைக் கவர்ந்து, படத்துக்கு ஒரு பிரம்மாதமான ஆரம்பமாக அமைந்துவிடுகிறது.

இதன்பின், நமக்குத் தேவையான ஒவ்வொரு விஷயமும் தெரிய ஆரம்பிக்கிறது. படத்தின் நாயகன் ஆண்டெர்ஸனைக் காண்கிறோம். அவன் ஒரு சோம்பேறி. செக்குமாட்டு கும்பலில் ஒருவன். ஒரு க்ளப்பில் ட்ரினிடியைப் பார்க்கிறான். அவனைப் போலீஸ் துரத்துகிறது. அலுவலகத்தில் ஃபோனில் அழைக்கும் மார்ஃபியஸ், இரண்டு வழிகளை ஆண்டர்ஸனுக்குச் சொல்கிறான். ஒன்று அங்கிருந்து மார்ஃபியஸ் சொல்லும் வழியில் தப்பிப்பது. அல்லது சிறைப்படுவது. மனக்குழப்பத்தில் இருப்பதால் சிறைப்படுகிறான். அவனது உடலில் ஒரு சிறிய சாதனம் பொருத்தப்படுகிறது. வழியில் மார்ஃபியஸினால் தப்புவிக்கப்படுகிறான். மார்ஃபியஸைச் சந்திக்கும் முன்னர் இந்தச் சாதனம் அவனது உடலிலிருந்து அகற்றப்படுகிறது.

மார்ஃபியஸைப் பார்க்கையில்தான் மேட்ரிக்ஸ் என்றால் என்ன என்பது

ஆண்டர்ஸனுக்குத் தெரிகிறது. நிஜவாழ்வில் உறங்கிக்கொண்டிருக்கும் மனிதர்களின் மூளை, கனவில் அவர்களின் முன்னர் விரியும் உலகையே உண்மை என்று நம்புகிறது. அதுதான் மேட்ரிக்ஸ் என்று தெரிந்து கொள்கிறான். அந்த உலகில்தான் இதுவரை அவன் இருந்தும் வந்திருக்கிறான். அவன் முன் இரண்டு மாத்திரைகளை நீட்டுகிறான் மார்ஃபியஸ். நீலவண்ண மாத்திரையைச் சாப்பிட்டால், இதுவரை இருந்து கொண்டிருந்த பொய் உலகத்துக்கே ஆண்டர்ஸனாக திரும்பிச் செல்லலாம். ஒருவேளை சிவப் புவண்ண மாத்திரையை உட்கொண்டால், உண்மைகளை உணர்த்தும் உலகுக்கு அவன் செல்லலாம். தயக்கமேயின்றி அந்த சிவப்பு வண்ண மாத்திரையை உட்கொண்டு, நியோவாக உருவெடுக்கிறான் ஆண்டர்ஸன்.

இந்தக் காட்சிதான் முதல் ப்லாட் பாயிண்ட். ஏனெனில், இக்காட்சி யில்தான் திரைப்படம் தொடங்குகிறது. எல்லாக் கதாபாத்திரங்களின் அறிமுகங்களை மட்டுமே இதுவரை கண்டோம். இந்த மாத்திரையை உண்டு நியோவாக இந்தக் கதாநாயகன் மாறினால்தான் படம் துவங்கும் என்பதால், இதுவே ப்லாட் பாயிண்ட் 1. படத்தின் முதல் பகுதியில் இருந்து இரண்டாம் பகுதிக்குக் கதையைத் திருப்புவது.

இரண்டாம் பகுதியில் என்ன நடக்கிறது? நியோ, மேட்ரிக்ஸ் என்றால் என்ன என்ற உண்மையை அறிந்து, அதனால் அவன் யாரென்ற புரிதலும் அவனுக்கு ஏற்படுகிறது. இந்தப் பகுதியை நோக்கி நியோவைத் திருப்புவது, அவன் சிவப்பு மாத்திரையை உண்ணும் அந்தப் ப்லாட் பாயிண்டே.

இதன்பின் நியோ பல பரிசோதனைகளை வெற்றிகரமாகத் தாண்டுகிறான். ஆரகிள் எனப்படும் ஒரு பெண்ணையும் சந்திக்கிறான். அவள், நியோதான் அனைவரும் எதிர்பார்த்துக்கொண்டிருக்கும் ஹீரோ என்று நியோவுக்குச் சொல்கிறாள். ஆனால் நியோவோ இன்னமும் அதைப்பற்றிய அவநம்பிக்கை கொண்டவனாகவே இருக்கிறான்.

இதன்பின்னர், மார்ஃபியஸ் ஏஜெண்ட்களால் கடத்தப்படுகிறான். அப்போது நியோ எடுக்கும் முடிவே இரண்டாவது ப்லாட் பாயிண்ட். மார்ஃபியஸைக் காப்பாற்றுவது என்பது நியோவின் முடிவு. இந்த முடிவின்மூலம், திரைப்படம் க்ளைமேக்ஸை நோக்கி முதல் அடி எடுத்து வைப்பதால்.

முதல் ப்லாட் பாயிண்டில், மார்ஃபியஸ் நியோவைக் கேட்கும் ஒரு கேள்வி, மிகவும் முக்கியமானது. 'விதியை நீ நம்புகிறாயா? 'இல்லை' என்று பதிலளிக்கிறான் நியோ. 'என் வாழ்க்கையை இயக்கும் சக்தி என் கையில் இல்லை என்பதை என்னால் ஏற்றுக்கொள்ள முடியவில்லை'. ஆனால், இப்போதோ, மார்ஃபியஸைக் காப்பாற்றும் முடிவை எடுக்கும்

நியோவின் வாழ்க்கை, முற்றிலும் விதியின் கரங்களில் அகப்பட்டு விடுகிறது. இந்த முரண்பாட்டைக் கவனியுங்கள்.

மேட்ரிக்ஸ் படத்தில் கதாபாத்திரங்களின் பெயர்களை எடுத்துக்கொண்டால், பண்டையகால சரித்திரத்தோடு நம்மைப் பிணைக்கும் பெயர்கள் அவை. மார்ஃபியஸ் என்ற பெயர், கிரேக்கத்தில் தூக்கத்தின் கடவுளின் பெயர். நியோ என்றால் 'புதிது' என்று பொருள். ட்ரினிடி என்ற பெயர், பல்வேறு மதக்கோட்பாடுகளைக் குறிக்கிறது. மார்ஃபியஸின் கப்பலான நெப்யுகட்நெஸர் (Nebuchadnezzar) என்ற பெயர், கி.மு ஐந்தாம் நூற்றாண்டைச் சேர்ந்த பண்டையகால பாபிலோனியன் மன்னன் ஒருவனைக் குறிக்கிறது. இவனது புகழ்பெற்ற செயலாகக் கருதப்படுவது பழைய கோயில்களை இடித்து, அவற்றின் மேல் புதிய கோயில்களைக் கட்டியது. ஆக, அவன் அழித்தலையும் காத்தலையும் ஒருங்கே செய்தவன். அவனது பெயர், இக்கப்பலுக்கும் வெகுவாகப் பொருந்துகிறது. இந்தக் கப்பலில்தான் மேட்ரிக்ஸை அழித்து, புதிய எதிர்காலத்தை உருவாக்கும் கும்பல் இருக்கிறது.

இதுபோன்ற நுணுக்கங்களும், ஒரு படத்தை சுவாரஸ்யமானதாக மாற்றும் என்பது சிட் ஃபீல்ட் சொல்லும் உண்மை.

நூற்றிருபது வெள்ளைத்தாள்கள் நம்முன்னர் இருக்கும் போது, அவற்றில் என்ன எழுதுகிறோம் என்பதே இன்னமும் முடிவாகி யிருக்காதபொழுது, கடும் கும்மிருட்டில் ஆங்காங்கே பளிச்சிடும் விளக்குகளாக இந்த ப்ளாட் பாயிண்ட்களே இருக்கின்றன. இவையே படத்தின் கதையை ஒழுங்காக முடிவை நோக்கி எடுத்துச் செல்கின்றன. ஆகவே, இவைகளை கதையில் நிறுவுவது ஒரு பிரதான வேலை. எந்தத் திரைக்கதையும் எழுதப்படும் முன்னர், இந்த இரண்டு ப்ளாட் பாயிண்ட்களும் இருந்தே ஆக வேண்டும் என்கிறார் சிட் ஃபீல்ட்.

இத்துடன் ஒன்பதாம் அத்தியாயமான Plot Points முடிவடைகிறது.

22

சீன் இருக்கணும் பாஸ்..!

திரைக்கதைக்குத் தேவையான முக்கியமான விஷயங்களை இதுவரை பார்த்தோம். இனி, இவற்றையெல்லாம் தயார் செய்தபிறகு என்ன செய்ய வேண்டும் என்பதை கவனிப்போம். சிட் ஃபீல்டின் புத்தகத்தின் பத்தாவது அத்தியாயமான 'The Scene' என்பது இனி துவங்குகிறது.

ஒரு கதை.

திரைக்கதையின் கதாநாயகி, தனது இளம் பருவத்தில், இளைஞன் ஒருவனைக் காதலிக்கிறாள். அவனும் அவளை உயிருக்குயிராய் நேசிக்கிறான். இவர்களது காதல் வாழ்வு அருமையாக, ஒரு கவிதை போலச் செல்கிறது. இருவரும் திருமணம் செய்து கொள்ள முடிவெடுக்கிறார்கள், எல்லா ஏற்பாடுகளும் முடிந்த பின்னர், பதிவாளர் அலுவலகத்தில் காதலன் காத்திருக்க, அங்கு அப்போது வரவேண்டிய அந்தப் பெண் அங்கே வராமல் மாயமாக மறைகிறாள். அவளது தொலைபேசி எண் மாற்றப்பட்டு விடுகிறது. முகவரியில் அவள் இல்லை. காலி செய்து கொண்டு விட்டு சென்றதாக அக்கம்பக்கத்தினர் சொல்கின்றனர். அந்த ஊரிலேயே அவள் இல்லை. காதலன் வெறியனாக மாறுகிறான். அவனது உள்ளம் கல்நெஞ்சமாக மாறுகிறது. அவனும் ஊரைவிட்டு இந்தியாவின் வடபகுதிக்கு சென்றுவிடுகிறான். அந்தப் பெண்ணின் பெயர் நிலா.

ஐந்தாண்டுகள் கழிகின்றன. கதாநாயகன், இப்போது வட இந்திய எல்லையில் ஒரு முக்கிய புள்ளி (அவன் எப்படி அங்கே வந்தான் என்பதெல்லாம் ஃப்ளாஷ்பேக்கில் பார்த்துக்கொள்ளலாம். அது இப்போது முக்கியமில்லை). கதாநாயகனின் பெயர் விக்ரம் என்று

வைத்துக்கொள்ளலாம். விக்ரமால் யாரை வேண்டுமானாலும் உரிய ஆவணங்களோடு அண்டை நாட்டுக்குள் அனுப்ப முடியும். அதில் அவன் ஸ்பெஷலிஸ்ட். இப்படி இருக்கையில், அவனுக்கு ஒரு செய்தி வருகிறது. இந்தியாவில் உள்ள ஒரு சிறிய தீவிரவாத கும்பலின் தலைவன், அண்டை நாட்டுக்குள் சென்றே ஆக வேண்டும். மிக முக்கியம். இதற்காக அவனுக்குப் பெரும் பணம் தரப்படுகிறது. இரண்டு ஆவணங்கள் தயார் செய்ய வேண்டும். தலைவனுக்கும் அவனது மனைவிக்கும். இது ஏன் என்றால், இந்திய அரசாங்கமே, ஒரு ரகசிய ஆபரேஷனுக்காக, தீவிரவாத கும்பலில் எப்போதோ ஊடுருவி அதன் தலைவனாக இப்போது உருவாகியுள்ள பிரகாஷ் என்றவனை அண்டை நாட்டுக்குள் அனுப்பி, அங்குள்ள தீவிரவாதிகளுக்கு இடையில் குழப்பம் விளைவிக்க முனைகிறது.

ஆவணங்களைத் தயாரிக்கிறான் விக்ரம். பிரகாஷின் ஆவணங்களைப் படிக்கையில்தான், அவனது மனைவியின் பெயர் நிலா என்று விக்ரமுக்குத் தெரிகிறது. அப்பெயர், அவனுள் பல நினைவுகளைக் கிளறுகிறது. கட்.

பிரகாஷ் அண்டை நாட்டுக்குள் தப்பிக்கும் காலம் வருகிறது. பிரகாஷ் விக்ரமைச் சந்திக்கிறான். அவனுடன் வரும் அவனது மனைவி – வேறு யாருமில்லை. விக்ரமின் பழைய காதலியான நிலாவேதான். அவளைப் பார்த்தவுடன், அவளைக் கொன்றே ஆகவேண்டும் என்ற வெறியில் துடிக்கிறான் விக்ரம். முக்கியமான தருணத்தில் அவனை வஞ்சித்து விட்டு ஓடியவள் ஆயிற்றே. நிலா விக்ரமைப் பார்த்து திடுக்கிடுகிறாள். இருவரும் ஒருசில நிமிடங்கள் தனியாகச் சந்தித்துக் கொள்ளும் வாய்ப்பு. சீறும் விக்ரமிடம், அன்று ஏன் ஓட வேண்டி வந்தது என்பதைக் கண்ணீரின் மத்தியில் விவரிக்கிறாள் நிலா. இவளது கணவன் பிரகாஷ், இந்திய ராணுவத்தால் பயிற்றுவிக்கப்படுவதற்காக, அவன் இறந்து விட்டது போல் ஒரு செட்டப் செய்து விட்டு, சில வருடங்கள் காணாமல் போன காலத்தில்தான் விக்ரமைப் பார்த்திருக்கிறாள் நிலா. இறுதியில், பதிவாளர் அலுவலகத்துக்கு அவள் வந்து கொண்டிருக்கையில், பிரகாஷ் அவளைப் பல வருடங்கள் கழித்து சந்திக்கிறான். தன்னுடன் வந்து விடும்படி நிர்ப்பந்தித்து, அவளை அழைத்துக்கொண்டு சென்றுவிடுகிறான்.

இந்தக் கதையைக் கேட்கும் விக்ரமின் மனது, முதன்முறையாக இளகுகிறது. ஐந்து வருடங்களுக்குப் பின்னர் விக்ரமைப் பார்த்ததில் நிலாவுக்கும் சந்தோஷம். விக்ரம் அவளிடம் உருக்கமாகப் பேசியதில், அவள் குழப்பத்துக்கு உள்ளாகிறாள். கட்.

இப்போது பிரகாஷ் விக்ரமைச் சந்தித்துப் பேசுகிறான். அண்டை

நாட்டுக்குள் நுழைவதில் பல ஆபத்துகள் இருக்கின்றன என்றும், தன்னுடன் நிலா வந்தால் அவளும் சாக நேரிடலாம் என்றும், இவர்களது பழைய காதல் பற்றித் தனக்குத் தெரியும் என்றும், விக்ரமும் நிலாவும் சேர்ந்து வாழ்வதே நல்லது என்றும் சொல்கிறான். ஆகவே, மறுநாள் பிரகாஷ் அண்டைநாட்டுக்குத் தனியாகத்தான் செல்லப்போவதாக நிலாவிடம் சொல்லி அவளது மனதை மாற்றுகிறான்.

க்ளைமாக்ஸ். பிரகாஷ் விக்ரமுடன் பக்கத்து நாட்டுக்குள் நுழைவதற்காக ரகசிய வழியில் செல்கிறான். எங்கும் துப்பாக்கிச் சத்தம். வீரர்கள். யாருக்கும் தெரியாமல் ரகசியமாக எல்லைக்குச் சென்றுவிடுகிறார்கள் மூவரும். பிரகாஷை வழியனுப்பவே இவர்களுடன் வருகிறாள் நிலா. பக்கத்து நாட்டில் இருக்கும் விக்ரமின் ஏஜென்ட் மாறுவேடத்தில் பிரகாஷை பிக்கப் செய்ய வந்திருக்கிறார். அவருடன் வண்டியில் பிரகாஷ் ஏறுகிறான். கடைசி முறையாக தனது மனைவியைப் பார்க்கிறான். அவன் கண்களில் கண்ணீர். நிலாவும் அழுகிறாள். வண்டி கிளம்புகிறது.

அப்போது சரேலென்று நிலாவின் கைகளில் அவளது ஆவணங்களைத் திணித்து, அவளையும் வண்டியில் ஏற்றுகிறான் விக்ரம். அவன் அப்போது சொல்லும் டயலாக் – 'இன்று நீ பிரகாஷுடன் போகாததைப்பற்றி வருத்தப்படாமல் இருக்கலாம். ஆனால் என்றாவது ஒருநாள் அவனை நினைத்து வருந்துவாய். அதன்பின் தினமும். வாழ்க்கை முழுதும். உன்னை அப்படிப் பார்ப்பது எனது மனதைக் கூறுபோட்டுவிடும். நீ பிரகாஷுடன் இருப்பதுதான் எனக்கு சந்தோஷம் நிலா'. திரும்பிப் பார்க்காமல் இந்திய எல்லைக்குள் சென்று மறைகிறான் விக்ரம். நிலாவின் வண்டி, மெதுவாக எழும் புகைக்குள் சென்று மறைகிறது.

ஆங்கிலத்தில் 1942வில் வெளிவந்து அமெரிக்காவின் அற்புதமான திரைப்படங்களில் ஒன்றாக மாறிய 'காஸப்ளாங்கா' (Casablanca) திரைப்படத்தின் கதைதான் இது. படிப்பவர்களுக்கு எளிதாகப் புரியவேண்டும் என்பதற்காக இடங்களையும் பெயர்களையும் சில சம்பவங்களையும் ஓரளவு மாற்றியிருக்கிறேன்.

இப்போது, இந்தக் கதையைக் கவனியுங்கள். இதில் வரும் நாயகன் விக்ரம் (ஆங்கிலப் படத்தில் அந்தக் கதாபாத்திரத்தின் பெயர் 'ரிக்') என்ன செய்கிறான்? அவனுக்கு நிலாவுடன் வாழவேண்டும் என்று இருந்தாலும், அதைவிட உயர்ந்த ஒரு நோக்கத்திற்காக (இந்திய ராணுவ ஆபரேஷன்) தனது காதலைத் தியாகம் செய்கிறான். இவனும் நிலாவும் சந்தோஷமாக வாழ்வதை விட, இந்தியாவுக்காக அண்டை நாட்டில் உழைக்கப்போகும் பிரகாஷுக்கு பக்கபலமாக நிலா இருப்பதே முறை என்று முடிவு செய்து, நாட்டுக்காக காதலைத் தியாகம்

செய்து விடுகிறான் விக்ரம். இந்தக் கதையின் உயிர்நாடியே இந்தத் தியாகம்தான். கூடவே, பொன்னியின் செல்வன் ஐந்தாம் பாகமான 'தியாக சிகரம்' சொல்லும் செய்தியையும் நினைவுபடுத்திக்கொள்ளுங்கள். அருள்மொழிவர்மன், தனது சிறிய தந்தையின் புதல்வனான சேந்தன் அமுதன் என்ற மதுராந்தகனுக்காக தனது சிம்மாதன உரிமையைத் தியாகம் செய்து அழியாப் புகழ் பெற்றான்.

ஆக, ஹீரோ என்றால் நிஜமான ஹீரோவாக இருக்கிறான் விக்ரம். நிஜ ஹீரோவின் குணாம்சங்களில் ஒன்று – அவன் மாற்றமடைகிறான் (Transformation – இதை சில அத்தியாயங்களுக்கு முன்னர், ஒரு கதாபாத்திரத்தை சுவாரஸ்யமாக உருவக்குவது எப்படி என்று பார்த்தபோது கவனித்தோம்). மாற்றமடைதலுக்கு இன்னொரு உதாரணம் நாம் சென்ற அத்தியாயத்தில் பார்த்த 'மேட்ரிக்ஸ்' கதாநாயகன் நியோ. சாதாரண மனிதனாக இருந்து வந்த அவன், ஒரு ஹீரோவாக இறுதியில் மாற்றமடைந்து, மனிதகுலத்தின் மேன்மைக்காகப் பாடுபடுகிறான் அல்லவா? அப்படி மாற்றமடைந்தவன்தான் நமது விக்ரமும். அவனைப்பொறுத்தவரையில் அவன் செய்தது தியாகம் அல்ல. நாட்டுக்காக அவனால் முடிந்த ஒரு சிறு முயற்சி. ஆனால், இந்தக் கதையைப் படிக்கும் நமக்கு அது தியாகமாகத் தெரிகிறது. நம்மால் திரைப்படத்துடன் ஒன்றிப்போகவும் முடிகிறது.

ஆங்கிலத்தில் Casablanca பார்த்த அனைவருக்கும் இந்தத் தியாகம் மனதை விட்டு அகலாத ஒரு உணர்வாக இருந்தது. இதனாலேயே படமும் பெருவெற்றி அடைந்தது. முக்கோணக்காதல் என்ற விஷயம் இந்தப் படத்துக்குப் பின்னர்தான் பிரபலமடைந்தது.

ஆக, இந்தக் கதையை எடுத்துக்கொண்டால், விக்ரமின் மனதில் என்ன இருந்திருந்தாலும் சரி அவனது செயலே – Action - இந்தக் கதையையும் அவனது கதாபாத்திரத்தையும் மக்களால் என்றும் நினைவு கொள்ளத்தக்க வகையில் ஒரு ஹீரோவாக மாற்றுகிறது. இந்தப் படத்தைப் பார்த்தவர்களுக்கு, உறுதியான, அஞ்சாநெஞ் சமுடைய ஒரு நபராக விக்ரமின் பாத்திரம் படைக்கப்பட்டிருப்பது தெரியும்.

இதைப்போன்ற நல்ல காட்சிகளே ஒரு திரைப்படத்தை மக்களின் மனதில் நிறுத்துகின்றன என்கிறார் சிட் ஃபீல்ட். ஒரு திரைப்படத்தைப் பற்றி நினைத்துப் பார்த்தால், அதன் சிறந்த காட்சிகள்தானே நமது மனதில் நிற்கின்றன? உதாரணத்துக்கு குருதிப்புனலை எடுத்துக்கொண்டால், அதன் க்ளைமேக்ஸ் காட்சி போலீஸ் அதிகாரி ஆதிநாராயணன், தான் பயிற்றுவித்த தீவிரவாதியின் முகமூடி கிழிந்து விடக்கூடாது என்று முடிவு செய்துதானே தன்னை சுடச்செய்கிறார். இதுவும் தியாகம்தான். கதாபாத்திரம் ஹீரோவாக மாறுதல். இந்தக் காட்சியைத்தானே

இப்போதும் 'குருதிப்புனல்' என்றவுடனே நம்மால் நினைவுகூர முடிகிறது? அதேபோல், 'அலைபாயுதே' படத்தை எடுத்துக்கொண்டால், முழுப்படமுமா நமது நினைவில் வந்து நிற்கிறது? மாதவன் ரயிலில் காதலை சொல்லும் காட்சி, மருத்துவமனையில் நிகழும் அழுத்தமான க்ளைமேக்ஸ் போன்ற வெகு சில காட்சிகள்தானே நமது மனத்திரையில் நிழலாடுகின்றன?

உங்களுக்குப் பிடித்த எந்தப் படத்தை வேண்டுமானாலும் நினைத்துப்பாருங்கள். உடனடியாக எந்தக் காட்சி நினைவுவருகிறதோ, அந்தக் காட்சி போன்ற சில காட்சிகள்தான் அந்தப் படத்தை உங்கள் மனதில் தங்கச்செய்கின்றன.

இப்படிப்பட்ட காட்சிகளைத்தான் 'சீன்' (Scene) என்ற சொல்லால் குறிக்கிறோம்.

ஒரு திரைக்கதையின் மிகமுக்கியமான பகுதியாக சீன் என்பது விளங்குகிறது என்கிறார் சிட். ஃபீல்ட். திரைக்கதை என்பதை ஒரு கட்டிடமாக உருவகப்படுத்திக்கொண்டால், அந்தக் கட்டிடத்தின் ஒரு தனிப்பட்ட செங்கல்லே ஒரு சீன். எனவே, ஏதாவது ஒரு செங்கல்லை ஒரு குறிப்பிட்ட விதத்தில் அமைத்தால், அந்தக் கட்டிடத்தின் அமைப்பும் (மிக லேசாகவாவது) மாறுகிறது. இப்படியே, ஒரு சீனில் நாம் சொல்லும் ஏதோ ஒரு விஷயம், இறுதியாக அந்தத் திரைக்கதையின் போக்கையும் தீர்மானிக்கிறது. இப்படிப்பட்ட பல சீன்கள் சேர்ந்துதான் ஒரு திரைக்கதையை உருவாக்குகின்றன. இந்த சீன் எனப்படும் விஷயத்தில்தான் எப்போதும் எதுவாவது நடந்து கொண்டே இருக்கிறது. அதாவது, நமது கதை சம்மந்தப்பட்ட குறிப்பான சம்பவங்கள் நடக்கின்றன.

ஒரு சீனை எடுத்துக்கொண்டால், அதற்கு இரண்டு குறிக்கோள்கள் இருக்கின்றன. சொல்லப்படும் கதையை முன்னால் நகர்த்துவது (மற்றும்) கதாபாத்திரத்தைப் பற்றிய செய்திகள் கொடுப்பது. இந்த இரண்டில் ஏதாவது ஒன்றையோ அல்லது இரண்டையுமோ பூர்த்தி செய்யாத சீன்கள் ஒரு திரைக்கதைக்கே தேவையில்லை என்று உறுதி செய்கிறார் சிட். ஃபீல்ட்.

ஒரு சீன் என்பது எப்படி இருக்கலாம்?

எப்படி வேண்டுமானாலும் இருக்கலாம். கதையை ஆடியன்ஸுக்கு விவரிக்கும் ஒரு சீன்; ஒரு கார் சீறிப்பறக்கும் ஒரே ஒரு ஷாட்; மிக சிக்கலான ஒரு மூன்று பக்க வசனம்; ஒரு ஃப்ளாஷ்பேக்; பொறிபறக்கும் ஒரு சண்டை. இப்படி, நாம் அந்த சீன் எப்படி இருக்கவேண்டும் என்று நினைக்கிறோமோ அப்படியெல்லாமே அந்த சீன் இருக்கலாம்

திரைக்கதை எழுதலாம் வாங்க

என்பதே அதன் சிறப்பம்சம்.

நமது கதையே ஒரு சீன் எப்படி இருக்கவேண்டும் என்பதைத் தீர்மானிக்கிறது. கதையைச் சொல். பிறகு சீன்கள் தானாக உருவாகிக்கொண்டு போகும் என்பது சிட் ஃபீல்டின் கூற்று.

23

இடம் சுட்டி பொருள் விளக்கம்

சென்ற அத்தியாயத்தில் சீன் என்பதன் பொதுவான அம்சங்கள் சிலவற்றைப் பார்த்தோம். இனி, இன்னமும் கொஞ்சம் விரிவாக சிட் ஃபீல்ட் விளக்கும் விஷயங்களை நோக்கலாம். சீன் என்பதை, இரண்டு நோக்கங்களோடு நாம் அணுகப்போகிறோம் என்கிறார் சிட் ஃபீல்ட். அவையாவன:

1. சீனின் பொதுவான வடிவம்.

2. சீனை உருவாக்கும் விதம், சீனினுள் இருக்கும் அம்சங்களிலிருந்து (கதாபாத்திரங்கள், இடங்கள், பொருட்கள்) எப்படி ஒரு சீனை உருவாக்குவது?

முதலில், சீனின் வடிவம். நாம் எழுதும் ஒவ்வொரு சீனிலும் இரண்டு விஷயங்கள் இருந்தேயாக வேண்டும். அவை இருந்தால்தான் அது சீன் என்று அழைக்கப்படும். இந்த இரண்டு விஷயங்கள்தான் சீனின் நிகழ்வுகளில் ஒத்திசைவைக் கொண்டுவருகின்றன. அந்த இரண்டு விஷயங்கள்: இடம் மற்றும் காலம். ஒவ்வொரு ஸீனும் ஒரு குறிப்பிட்ட இடத்தில், ஒரு குறிப்பிட்ட காலத்தில் நடக்கிறது.

நமது சீன் எங்கே நடக்கிறது? ஒரு மருத்துவமனையிலா? ஒரு பள்ளி யிலா? ஒரு மலையுச்சியிலா? ஒரு மழைக்கால கடற்கரையிலா? ஒரு மார்க்கெட்டிலா? ஒரு வீட்டுக்குள்ளா? சீனின் லொகேஷன் – அதாவது, இடம் என்ன? ஏதாவது இடத்தின் உள்ளே நடக்கிறதா அல்லது வெளியிலா? உள்ளே நடக்கிறது என்றால் INT. (அல்லது) 'உள்' என்றும், வெளியே நடைபெற்றால் EXT. (அல்லது) 'வெளி' என்றும் எழுதுங்கள் என்கிறார் சிட் ஃபீல்ட் (இந்த 'உள்' 'வெளி' போன்ற வார்த்தைகள் நமது

இஷ்டம்தான். பொதுவாக ஆங்கில திரைக்கதைகளில் எப்போதுமே INT. அல்லது EXT. ஆகியவை உள்ளே வெளியே என்ற இடங்களை விளக்கப் பயன்பட்டாலும், தமிழில் இப்படிப்பட்ட இடங்களைக் குறிப்பதற்கு இன்னமும் யாரும் எந்த வார்த்தைகளையும் திரைக்கதை அமைப்பில் விளக்கி, பாடமாக வைத்திருக்கவில்லை. ஆகையால், நமது இஷ்டத்துக்கு இந்த வார்த்தைகளை உபயோகப்படுத்தலாம். (என்ன? இறுதியில் திரைக்கதையைப் படிக்கும்போது, சீன் நடப்பது உள்ளேயா அல்லது வெளியிலா என்பது, இந்த வார்த்தைகளைப் படித்ததும் புரிந்தால் சரி).

'இடம்' என்பதைப் பார்த்தாயிற்று. அடுத்து, 'காலம்'.

உங்கள் சீன் நடப்பது பகலிலா இரவிலா அல்லது மாலையிலா அல்லது மதியத்திலா அல்லது பின்னிரவா அல்லது முன்னிரவா அல்லது ரெண்டுங்கெட்டான் நேரத்திலா? பல சமயங்களில், மிகவும் குறிப்பாக, 'மதியத்தின் வெயில் மெல்ல விடைபெற்றுக் கொண்டிருந்த மாலையின் துவக்கம் நேரும் முன்னர்' என்றெல்லாம் ஒரு காலத்தை நீங்கள் உணர்த்த முயற்சிக்கலாம். ஆகவே, கதை நிகழும் வேளையை குறிப்பாக எழுத வேண்டும். அந்தந்த வேளைக்கு ஏற்ப ஒளியை அமைக்க வேண்டுமல்லவா? அதுவும் ஒரு காரணம் என்கிறார் சிட். ஆகவே, பகல் அல்லது இரவு அல்லது குறிப்பான வேளையை எழுத வேண்டும்.

எனவே, ஒரு திரைக்கதையின் ஒரு சீன், இப்படி ஆரம்பிக்கிறது. INT. BEDROOM-NIGHT *(அல்லது)* EXT. MARKET-DAY

(இங்கே கேபிடல் எழுத்துகளில் கொடுத்திருப்பது, ஆங்கில திரைக்கதை எழுதும் முறை. இடங்கள், பெயர்கள், காலம் போன்றவற்றை கேபிடல் எழுத்துக்களிலேயே எழுதுவதே அங்கே வழக்கம்)

இதுதான் ஒரு சீனின் ஆரம்ப வரியாக இருத்தல் வேண்டும். அப்போதுதான், அதனைப் பார்த்தவுடன், தெளிவாக கேமராவை வைத்தல், லைட்டிங் அமைத்தல் ஆகியவையெல்லாம் சாத்தியப்படும்.

இடம் மற்றும் காலம் ஆகிய இந்த இரண்டுதான் ஒரு சீனின் வடிவத்தின் இன்றியமையாத அம்சங்கள். ஒரு சீனை எழுதத் துவங்கு முன்னர், இந்த இரண்டும் தெளிவாக நமக்குத் தெரிந்திருக்க வேண்டும். இடத்தையோ காலத்தையோ மாற்ற நேர்ந்தால், அது ஒரு புதிய ஸீனாக ஆகிறது. ஏன்? ஒவ்வொரு முறையும் இந்த இரண்டில் எதுவாவது மாற்றப்படும்போது, கேமரா, லைட்டிங், படப்பிடிப்புக் கருவிகள் ஆகிய அனைத்தையுமே ஒரு இடத்திலிருந்து இன்னொரு இடத்துக்கு மாற்ற நேர்வதால்.

ஒரு உதாரணமாக, இதோ இந்த சிச்சுவேஷனை எடுத்துக் கொள்ளலாம். படத்தின் நாயகனும் நாயகியும், சமையலறையில் பேசிக்கொண்டிருக்கிறார்கள். எதுவோ காரசாரமான விவாதம். நாயகியைத் திட்டுகிறான் நாயகன். திட்டியபடியே சமையலறை யிலிருந்து வெளியே வரவேற்பறைக்கு வருகிறான். நாயகியும் அவனைப் பின்தொடர்கிறாள். அங்கே விவாதம் உச்சத்துக்குச் சென்று, நாயகியை அறைந்து விடுகிறான் நாயகன். அதன்பின் விறுவிறுவென்று வீட்டுக்கு வெளியே வராந்தாவுக்கு வந்து, அங்கே ஒரு நாற்காலியில் அமர்ந்து கொள்கிறான்.

மேலே விளக்கப்பட்ட உதாரணத்தில் எத்தனை சீன்கள் இருக்கின்றன?

ஒரு சீன்தான் இருக்கிறது என்று நீங்கள் பதிலளித்தால், அது தவறு. உண்மையில் மேலே மூன்று சீன்கள் இருக்கின்றன.

சமயலறையில் பேசிக்கொள்ளும் சீன். வெளியே வரவேற்பறையில் நடக்கும் 'அறையும்' சீன். பின்னர் வராந்தாவில் கதாநாயகன் சென்று அமரும் சீன்.

ஏன் மூன்று சீன்கள் என்பது புரிகிறதல்லவா? 'இடம்' என்பது இங்கே மாறுகிறது. சமையலறை என்பது ஒரு இடம். வரவேற்பறை என்பது மற்றொரு இடம். அதேபோல், வராந்தாவும் இன்னொரு இடம். இந்த ஒவ்வொரு இடத்திலும் கேமராவை வைக்கவேண்டுமே?

இன்னொரு உதாரணம். இரவு நேரம். இப்போது, வராந்தாவில் இரண்டு நாற்காலிகள். கதாநாயகனும் நாயகியும் அவற்றில் அமர்ந்து கொண்டு, பேசிக்கொள்ள ஆரம்பிக்கிறார்கள். கேமரா அப்படியே மேலே செல்கிறது. நிலாவைப் பார்க்கிறோம். நிலா அப்படியே சூரியனாக மாறுகிறது. கேமரா கீழே வருகிறது. அதே இடம். அதே வராந்தா. அதே நாற்காலிகள். அதே இரண்டு கதாபாத்திரங்களும் பேசிக்கொண்டே இருக்கிறார்கள்.

இதில் எத்தனை சீன்கள் இருக்கின்றன?

ஒரே இடம்தான் காட்டப்படுகிறது. இரண்டே கதாபாத்திரங்கள். ஆனால், காலம் மட்டும், இரவிலிருந்து பகலுக்கு மாறுகிறது. அப்படியென்றால், இது ஒரே ஸீனா அல்லது இரண்டா?

சந்தேகமே இல்லை. இரண்டு சீன்கள்தான். காரணம், 'காலம்' என்பது மாறிவிட்டது அல்லவா? இரவிலிருந்து பகலுக்கு காலம் மாறும்போது, மறுபடியும் லைட்டிங்கை அதற்கேற்றவாறு அமைக்கவேண்டுமே?

(இந்த இடத்தில் ஒரு விளக்கம். கேமராவை மாற்றுவதுதான் ஒரு ஸீனுக்கும் மற்றொரு ஸீனுக்கும் வித்தியாசம் என்றால், ஒவ்வொரு

ஷாட்டுமே ஒரு சீன்தானே என்று குதர்க்கமாக வாதம் செய்யக்கூடாது. கேமராவின் இடத்தை மாற்றாமல் படமாக்குவதே ஒரு ஷாட். ஒரு சீனில் இப்படிப்பட்ட பல ஷாட்கள் இருக்கலாம். அப்படியென்றால், ஒரு சீன் என்பதன் விளக்கம் என்ன? திரைக்கதையில் ஒரு குறிப்பிட்ட நிகழ்ச்சி நடப்பதை விளக்கும் ஷாட்களின் தொகுப்பே ஒரு சீன். வங்கிக்கொள்ளை என்பது ஒரு சீன். திருமணம் நடப்பது என்பது ஒரு சீன். காரசாரமான விவாதம் என்பதும் ஒரு சீன்தான். ஆனால், ஒரே விஷயம் என்னவென்றால், ஒரு நிகழ்ச்சியை விவரிக்கும்போது, அது நடைபெறும் இடமோ காலமோ அல்லது இந்த இரண்டுமோ திரைக்கதையில் மாறிவிட்டால், அது வேறு சீன். உதாரணத்துக்கு, வங்கியைக் கொள்ளையடித்து விட்டு வெளியே வந்தால், அது வேறு ஒரு சீன்.

சிட் ஃபீல்ட் ஒரு அருமையான உதாரணம் கொடுக்கிறார். ஒரு மலைப்பாதையில் கார் ஒன்று செல்வதை நாம் காட்ட விரும்பினால், அதனை ஒரே ஷாட்டில் காட்டி விடலாம். அல்லது, அந்த மலைப்பாதையின் பல லொகேஷன்களில் அந்தக் கார் செல்வதை விதவிதமாகக் காட்டலாம். அப்படி விதவிதமாகக் காட்டும்போது, அந்த ஒவ்வொரு காட்சியும் ஒரு சீன். ஏனெனில், அந்தக் கார் சென்று கொண்டிருக்கும் இடம் மாறிக்கொண்டே இருக்கிறது அல்லவா?

ஒவ்வொரு ஸீனுக்கும் கேமராவை மாற்றும் அவசியம் இருப்பதால்தான் படப்பிடிப்பு என்பது ஒரு விலையுயர்ந்த விஷயமாக இருக்கிறது. கேமராவை மட்டுமன்றி, அத்தனை படப்பிடிப்புக் கருவிகளையும் மாற்றவேண்டும் அல்லவா? சில வருடங்களுக்கு முன்புவரை, ஹாலிவுட்டில் ஒரு திரைப்படத்தைப் படமாக்க, ஒரு நிமிடத்திற்கு 10,000 டாலர்களோ அல்லது அதற்கு மேலோ செலவாகிக்கொண்டிருந்தன. ஒரு நிமிடத்திற்கே இத்தனை!

சீனின் பொதுவான வடிவமாகிய இடம் மற்றும் காலம் ஆகியவற்றைப் பார்த்துவிட்டோம். அடுத்து, ஒரு சீனை எப்படி உருவாக்குவது என்று சிட் ஃபீல்டின் கருத்தைப் பார்க்கலாம்.

நாம் சொல்லப்போகும் கதையைப் பொறுத்து, ஒரு சீனை எப்படி வேண்டுமானாலும் உருவாக்கலாம். ஆரம்பம், நடுப்பகுதி மற்றும் முடிவு ஆகிய கட்டமைப்பை முக்கியமாக வைத்து ஒரு சீன் உருவாக்கப்படுவது ஒருவிதம். அதாவது, ஒரு கதாபாத்திரம் ஒரு இடத்தில் நுழைகிறது. அங்கே அந்த சீன் நடைபெறுகிறது. அதன்பின் அந்த இடத்தில் இருந்து அந்தக் கதாபாத்திரம் வெளியேறுகிறது. ஒரு உதாரணமாக, போலீஸ் இன்ஸ்பெக்டர் ஒருவர், கொலை நடந்த ஒரு வீட்டில் நுழைகிறார். அங்கே இருப்பவர்களிடம் விசாரணை செய்கிறார். அதன்பின் அங்கிருந்து வெளியேறுகிறார். இது ஒருவகை.

அல்லது, ஃப்ளாஷ்பேக் மூலமாகவும் ஒரு சீனைக் காண்பிக் கலாம். ஒரு சீனை ஆரம்பித்துவிட்டு, ஃப்ளாஷ்பேக்குக்கு கட் செய்துவிட்டு, அதன்பின் மறுபடியும் நிகழ்காலத்தைக் காண்பித்து அந்த சீனை முடிக்கலாம். உதாரணத்துக்கு, இப்படிக் கற்பனை செய்து கொள்ளுங்கள்.

ஒரு பெண், டிபார்ட்மெண்டல் ஸ்டோரிலிருந்து வேகமாக ஓடிவந்து, ஒரு காரில் ஏறுகிறாள். கார் அவசரமாகக் கிளம்புகிறது. காரினுள் இருக்கும் தோழி, என்ன நடந்தது என்று கேட்கிறாள். ஃப்ளாஷ்பேக் ஆரம்பிக்கிறது. டிபார்ட்மெண்டல் ஸ்டோரில், துப்பாக்கி முனையில் கொள்ளையடிக்கிறாள் முதல் பெண். அவள் துப்பாக்கியை நீட்டிக்கொண்டிருக்கும் காட்சியில் இருந்து கேமரா மெல்ல மெல்ல பின்னால் வருகிறது. இறுதியில், ஒரு தொலைக்காட்சியில் தெரியும் இந்தக் காட்சியின் வழியாகப் பின்னால் வரும் கேமராவினால், அந்த வீடியோவை போலீஸ் அதிகாரிகள் போட்டுப்பார்த்துக் கொண்டிருப்பதை அறிகிறோம். காட்சி முடிகிறது (Thelma - Louise படத்தின் ஒரு காட்சி இது).

எனவே, ஒரு சீனை உருவாக்குவதில் எந்த விதியும் இல்லை. சிட் ஃபீல்ட் கொடுக்கும் ஒரு டிப்ஸ் என்னவெனில், எந்த ஒரு சீனையும் ஆரம்பம், நடுப்பகுதி – முடிவு என்று பிரித்து விபரமாக எழுதிக்கொண்டு, அவற்றிலிருந்து குறிப்பிட்ட சில பகுதிகளை மட்டும் படமாக்கலாம். அதாவது, ஆரம்பத்தின் கடைசிப்பகுதி; நடுப்பகுதி முழுதும்; இறுதியின் ஆரம்ப சில நிமிடங்கள் இப்படி. அல்லது, இதையே வேறுமாதிரி மாற்றியும் படமாக்கலாம். இந்த வகையில், ஒரு சீனின் வேகம் அதிகரிக்கும். கூடவே, சிட் ஃபீல்ட் சொல்லும் இன்னொரு தலையாய விதி எந்த ஸீனுக்குள்ளும் அதன் இறுதிப்பகுதியிலேயே நுழையுங்கள் என்பதே. வழவழாவென்று ஒரு ஸீனில் நடக்கும் அத்தனையும் காட்டுவதற்குப் பதில், நாம் சொல்லிக்கொண்டிருக்கும் கதை அந்த ஸீனில் எப்படி நகர்கிறது என்ற ஒரு பகுதியை மட்டும் காட்டுங்கள் என்று சொல்கிறார் சிட்.

எந்த ஒரு சீனிலும், கதையின் ஒரு விஷயத்தையாவது ஆடியன்ஸுக்கு விளக்கவேண்டும் என்கிறார் சிட் ஃபீல்ட். அதாவது, கதை எங்கே சென்றுகொண்டிருக்கிறது என்பது, சீனின் மூலம் புரிய வேண்டும். கதைக்கு சம்மந்தமில்லாத விஷயங்கள் காட்டப்படக்கூடாது.

பொதுவாக, இரண்டு விதமான சீன்களை நாம் பார்க்கலாம். விஷுவலாக எதாவது நடக்கும் சீன்கள் ஆக்‌ஷன் காட்சிகள் இந்த வகையில் அடங்கும் மற்றும் டயலாக் சீன்கள். பல சீன்கள், இவற்றின் இணைப்பாக இருக்கின்றன. ஆக்‌ஷன் காட்சிகளில் சிறிது டயலாக் நடப்பதும், விரிவான டயலாக் காட்சிகளில் சிறிது ஆக்‌ஷன் நடப்பதுமாக.

திரைக்கதையின் ஒரு பக்கம் என்பது திரைப்படத்தின் ஒரு நிமிடம் என்பதை நாம் ஏற்கெனவே பார்த்திருக்கிறோம். ஆகவே, ஒரு டயலாக் காட்சியில், அதிகபட்சம் இரண்டு அல்லது மூன்று பக்கங்கள் திரைக்கதை எழுதினால் போதுமானது. அதற்குமேல் இருந்தால், ஆடியன்ஸின் பொறுமையை அது சோதிக்கும். அதேபோல், இத்தகைய இரண்டு மூன்று பக்க டயலாக் காட்சிகளிலும், பின்னணியில் விறுவிறுப்பான ஆக்‌ஷன் நடப்பதாகக் காட்டமுடியும். அப்படி செய்தால், அந்தக் காட்சி அட்டகாசமாக இருக்கும். உதாரணம்: Collateral படத்தின் பல காட்சிகள், மாக்ஸ் மற்றும் வின்ஸெண்ட்டுக்குள் நடக்கும் விவாதங்களே. இந்தக் காட்சிகளிலெல்லாம், மாக்ஸ் டாக்ஸி ஓட்டும் விஷயமும் பின்னணியில் இருக்கும். அதனாலேயே அந்தக் காட்சிகளின் விறுவிறுப்பும் அதிகரிக்கும்.

சீன் என்ற அமைப்பினுள், எப்போதும் எதாவது நடந்து கொண்டே இருக்கிறது. அதாவது, ஒரு கதாபாத்திரம் எதாவது முடிவு எடுக்கிறது. அல்லது இன்னொரு கதாபாத்திரம், உணர்ச்சிவயமான சூழலில் திருந்துகிறது. இப்படி, எப்போதும் எதாவது நடந்து கொண்டே இருப்பதால், நமது கதையும் முன்னோக்கி நகர்கிறது. அந்த ஸீனே ஒரு ஃப்ளாஷ்பேக்காக இருந்தால்கூட, திரைக்கதை எப்படியும் முன்னோக்கித்தானே நகர்கிறது? இதுதான் ஒரு சீனின் நோக்கமாக இருக்கவேண்டும் என்கிறார் சிட் ஃபீல்ட்.

24

மாத்தியோசி

மேற்கொண்டு 'சீன்' என்பதைப் பார்க்குமுன்னர், ஒரு முக்கியமான விஷயத்தை கவனித்து விடலாம். இந்தப் புத்தகம் முழுதும் இது பயன்படும்.

திரைக்கதை எழுதும்போது நினைவு கொள்ளவேண்டிய மிக முக்கியமான உண்மை சிட் ஃபீல்ட் சொல்லும் வழிமுறைகளை கண்மூடித்தனமாக பின்பற்றக் கூடாது என்பதே. உதாரணமாக, அவர் உதாரணமாகக் கொடுக்கும் ஒரு திரைப்படத்தின் முதல் பகுதியில் 20 சீன்கள் இருந்தால், நாம் எழுதும் திரைக்கதையிலும் இருபது சீன்கள் இருந்தே ஆகவேண்டும் என்று நாம் எதிர்பார்க்கக்கூடாது. அதேபோல், சில திரைக்கதைகள் எழுதும்போது, மூன்று பகுதிகளும் (அறிமுகம், எதிர்கொள்ளல், முடிவு) சிட் ஃபீல்ட் சொல்லியிருக்கும் கால அளவைக் கொண்டிருக்காமல், கொஞ்சம் அதிகமாகவோ குறைவாகவோ இருக்க வாய்ப்பு உண்டு. அப்போதெல்லாம் பதறாமல், 'வெறும் நம்பர்களை வைத்துக்கொண்டு ஒரு திரைக்கதையை உருவாக்கிவிட முடியாது' என்றும் சிட் ஃபீல்ட் சொல்லியிருப்பதையும் நினைவு கொள்ளவேண்டும். இந்தப் புத்தகத்தில் அவர் சொல்லியிருக்கும் திரைக்கதை அமைப்பு (முதல் அங்கம் எவ்வளவு பக்கங்கள் இத்யாதி) என்பது வெறும் வழிகாட்டி மட்டுமே. அதுவே சத்தியம் என்பது வேலைக்கு ஆகாது என்று அவரே சொல்கிறார். நமது கதையை மட்டும் நம்புவோம். கதையே இந்த சீன்களை விளக்கிவிடும் என்று மீண்டும் மீண்டும் இந்தப் புத்தகத்தில் அவர் அடித்துச் சொல்கிறார்.

ஒரு சீனை எழுத நமக்குத் தேவையான விஷயம் – அந்த சீனின் சூழ்நிலையைத் தயார் செய்வதே (Context). சூழ்நிலை தயாரானவுடன்,

உள்ளடக்கமும் (Content) தானாகவே தயாராகிவிடும். சூழ்நிலையை தயார் செய்வது என்றவுடன், ஏதோ ஒரு இடத்தை ரெடி செய்து, அங்கே நடப்பதாக ஒரு சீனை எழுதிவிடக்கூடாது. அந்த இடத்துக்கு அந்தக் கதாபாத்திரங்கள் எப்படி வந்தன? ஏன் வந்தன? அந்த சீனின் முக்கியத்துவம் என்ன? அந்த சீனுக்கு முந்தைய சீனிலிருந்து நமக்கு என்ன செய்தி கிடைக்கிறது? இந்த சீன் முடிந்ததும், அடுத்து என்ன நடக்கப்போகிறது? இந்த சீனில் இடம்பெறும் கதாபாத்திரங்களின் மனதில் கொந்தளிக்கும் உணர்ச்சிகள் என்னென்ன? அல்லது, ஜாலியாக, எந்தவித உணர்ச்சி வெளிப்பாடுகளும் இல்லாமல் இந்த சீன் நடக்கப்போகிறதா? ஆகிய அத்தனை கேள்விகளுக்கும் நம்மிடம் பதில் தயாராக இருக்கவேண்டும். அதைத்தான் Context என்ற வார்த்தை உணர்த்துகிறது. முதலிலேயே பலமுறை நாம் இந்தத் தொடரில் பார்த்தது போல், எதுவும் தெரியாமல் திரைக்கதை எழுத அமரக்கூடாது. கதையைத் தெரிந்துவைத்துக்கொண்டால் மட்டுமே திரைக்கதை நன்றாக அமையும். திரைக்கதை எழுதும் நமக்கே அடுத்து என்ன நடக்கப்போகிறது என்பது தெரியாவிட்டால், வேறு யாருக்கு அது தெரியப்போகிறது?

ஹாலிவுட் படங்களைப் பொறுத்தவரையில், ஒரு குறிப்பிட்ட சீனை ஒரு நடிகர் எப்படி அணுகுவார்?

அந்த சீனில் அவரது குறிக்கோள் என்ன? இந்த சீனுக்கு முன்னால் அந்தக் கதாபாத்திரம், கதையின் எப்பகுதியில் இருந்தது? இந்த சீன் முடிந்ததும் அதே கதாபாத்திரம் என்ன செய்யப்போகிறது? இந்தக் கதாபாத்திரம், இந்தக் குறிப்பிட்ட சீனில் செய்யவேண்டியது, இனி நடக்கப்போகும் கதையைப் பற்றிய தகவல்கள் கொடுப்பதா அல்லது அந்தக் கதாபாத்திரத்தைப் பற்றிய செய்திகள் மட்டுமே கொடுப்பதா? இதுபோன்ற பல விஷயங்களை அந்த நடிகர் அல்லது நடிகை ஒவ்வொரு சீனின்போதும் நன்றாகப் புரிந்து கொண்டே அந்தக் காட்சியில் நடிப்பார். ஒருவேளை இயக்குநர் சொல்வதற்கும் அந்த நடிகரின் புரிதலுக்கும் ஏதாவது முரண்பாடுகள் இருந்தால், அது தெளிந்தால் மட்டுமே அந்த நடிகர் மேற்கொண்டு அந்த சீனில் நடிப்பார். இதனாலேயே எந்தப் படமாக இருந்தாலும், பெரும்பாலும் அப்படத்தில் நடிக்கும் நடிக நடிகையரின் நடிப்பில் எந்தக் குறையும் கண்டுபிடிக்க முடியாதவாறு இருக்கும்.

இது நடிக நடிகையரின் பொறுப்பு. ஒரு திரைக்கதையாளனாக, எழுதும் நமது பொறுப்பு என்னவாக இருக்கவேண்டும்?

ஒரு குறிப்பிட்ட சீனில், எந்தெந்த கதாபாத்திரங்கள் இடம்பெற வேண்டும்? அந்த சீனின் குறிக்கோள் என்ன? அந்தக் கதாபாத்திரங்களின்

வசனங்கள், செயல்பாடுகள் ஆகியவை எந்த வகையில் கதைக்குப் பொருத்தமாக இருக்கின்றன? போன்ற கேள்விகள் மட்டுமல்லாது, இரண்டு சீன்களுக்கு இடையில் அந்தக் கதாபாத்திரங்களுக்கு என்ன நடக்கிறது என்பதும் நமக்குத் தெரிய வேண்டும். அதாவது, சீன் ஒன்றில் புதன்கிழமை வந்தால், சீன் இரண்டில் சனிக்கிழமை காண்பிக்கப்படும் போது, இடையில் என்ன நடந்தது என்பது நமக்குத் தெரிந்தே ஆகவேண்டும்.

ஆக, மேலே பார்த்த விஷயங்கள்தான் ஒரு சீனின் சூழ்நிலையையும் முக்கியத்துவத்தையும் தயார் செய்கின்றன. இத்தகைய சூழல் முடிவானபின்னர், சீனின் உள்ளடக்கம் தயாராகிறது.

சரி. இப்போது ஒரு சீனின் சூழ்நிலையாகிய Context-டை உருவாக்குவது பற்றிய ஒரு சிறிய உதாரணத்தை கவனிப்போம்.

சீன் இதுதான். ஒரு ஊரில், தோண்டும் போது கிடைத்த ஒரு பெரும் தங்கப்புதையலில், பிரம்மாண்டமான வைரம் ஒன்று அகப்படுகிறது. அந்த வைரம், அரசாங்கத்தின் பொறுப்பில், மியூஸியம் ஒன்றில் பலத்த பாதுகாப்புக்கிடையில் வைக்கப்படுகிறது. உள்ளூர் கில்லாடிகள் மூவர் அந்த வைரத்தைக் கடத்த நினைக்கின்றனர். எப்படிக் கடத்துவது? இதோ. இந்த சீனில்தான் அந்தத் திட்டமிடுதல் நடக்கப்போகிறது.

இந்த இடத்தில், சிட்ஃபீல்ட் சொல்லும் ‘எதிர்மறை அணுகுமுறை’ ('Out of the Grain' Approach) என்பதைப் பற்றி சுருக்கமாக பார்த்து விடலாம். எந்த சீனையும், எதிர்மறையாக அணுகுவதே இம்முறை. அதாவது, ஒரு சோகமான சீனை, அக்கதாபாத்திரங்கள் வேறுவழியே இல்லாமல் சிரித்துக்கொண்டே நடிக்கவேண்டி வந்தால்? அவர்களின் சிரிப்புகளுக்கு இடையில், உள்ளூற அவர்களின் மனதில் துயரம் பொங்கி வழிந்து கொண்டே இருக்கிறது. ஆனால், அவர்களால் வெளிப்படையாக அழ முடியாது. இப்படி. இன்னும் தெளிவாக சொல்லப்போனால், ஒரு சீன் எங்கே நடக்கவேண்டும் என்று ஆடியன்ஸ் எதிர்பார்க்கிறார்களோ, அதற்கு நேர் எதிரான ஒரு இடத்தில், நேர் எதிரான ஒரு சூழலில் அந்த சீன் நடப்பது.

இம்முறையில், ஆடியன்ஸை திடுக்கிட வைக்கமுடியும். அல்லது ஆச்சரியங்களை வாரி வழங்கலாம்.

ஒரு முக்கியமான சீனை எழுதும்போது, எதிர்மறையாக அந்த சீனை அணுகுவது, கட்டாயம் அக்கதையில் ஒரு திருப்பத்தை ஏற்படுத்தும் என்கிறார் சிட் ஃபீல்ட்.

நமது சீனுக்கு வருவோம். வைரக்கல்லைக் கடத்தும் திட்டம் உருவாகும் சீன். பொதுவாக, இந்த சீனை எழுதும்போது, மூன்று திருடர்களில்

எதாவது ஒரு திருடனின் வீட்டில் நடப்பதாக எழுதுவதே திரைக்கதை மரபு. மூவரும் அந்த வீட்டில் கூடுவது; ப்ளான் போடுவது என்று இந்த சீன் நகரும். அல்லது பாரில் நடக்கும். ஆனால் இதில் என்ன சுவாரஸ்யம் இருக்கிறது? மாறாக, நமது எதிர்மறை அணுகுமுறையை இந்த சீனில் நுழைத்தால்?

கூட்டம் பிதுங்கிவழியும் ஒரு ரெஸ்டாரெண்ட்டில் இந்த சீன் நடந்தால்? அல்லது எதாவது ஒரு மல்ட்டிப்ளெக்ஸின் திரையரங்கில் இந்த சீன் நடந்தால்? இத்தகைய ஒரு இடத்தில் இந்தத் திட்டமிடுதலை வைப்பதில் பல நன்மைகள் இருக்கின்றன. திடீரென்று ஒரு போலீஸ் அதிகாரி அந்தப்பக்கம் வருவதைக் காட்டி, சீனின் சஸ்பென்ஸைக் கூட்டமுடியும். அல்லது, மக்களில் யாராவது ஒருவர் இவர்களைக் கவனிப்பது போல அமைத்து, இந்தக் கதாபாத்திரங்களை பயப்பட வைக்கமுடியும். இதனால் கதையிலும் (பின்னால்) ஒரு திருப்பம் நிகழக்கூடிய வாய்ப்பை நுழைக்கலாம். எப்படி இந்த சீனை ஆரம்பிப்பது? இடைவேளையில் மூவரும் தம்மடிப்பதை ஒரு ஷாட்டில் காட்டிவிட்டு, ப்ளான் போடுவதை ஓரிரு சீன்களில் காட்டிவிடலாம்.

இதுதான் சிட் ஃபீல்ட் சொல்லும் ஃபார்முலா. எந்த சீனையும் எழுது முன்னர், அந்த சீனின் சூழ்நிலையாகிய Context முதலில் தயாராக இருக்கவேண்டும். இதுதான் அந்த சீனின் நோக்கமும் கூட. இதன்பின்னர், அந்த சீனின் பொருளடக்கம் யார்யாரெல்லாம் அதில் இடம்பெறுகிறார்கள்? எந்த இடம்? இத்யாதி. இதன்பின்னர், கடைசியாக, Content. அதாவது, அந்த சீனில் என்ன நடக்கிறது என்பது.

மேலே உள்ள உதாரணத்தை இப்படியாகப் பிரித்தால்?

Context என்கிற சூழ்நிலை = வைரக்கடத்தலுக்கான திட்டமிடுதல். இந்தத் திட்டத்தை ஒட்டியே படம் செல்லப்போகிறது. ஆக, இது ஒரு முக்கியமான சீன். Content என்கிற பொருளடக்கம் = மூன்று திருடர்கள். மல்ட்டிப்ளெக்ஸ், அதில் உள்ள மக்கள்.

இங்கே, மக்களில் ஒரு போலீஸ்காரர், அவரது குடும்பத்தோடு படத்துக்கு வந்து, இவர்களில் தலைவனின் பக்கத்திலேயே அமர்வது போல சீன் அமைக்கலாம். அல்லது இந்த மூவரும் பேசிக்கொண்டிருக்கும்போது யாராவது ஒரு ஆள் வந்து வத்திப் பெட்டி கேட்பது போல் அமைத்து, அந்த ஆள் இவர்களையே பார்ப்பது போலவும் அமைக்கலாம். அல்லது, இந்த மூவரில் ஒருவன், படம் ஆரம்பிக்கும்போது, திட்டத்தை கவனிக்காமல் படத்தைப் பார்ப்பது போல் அமைத்து, அந்த சீனின் நகைச்சுவையைக் கூட்டலாம். அல்லது இந்த மூவரில் ஒருவனது காதலி அங்கே எதிர்பாராமல் வருவது போல காட்டலாம். அல்லது அந்த தியேட்டரே எவனோ வைத்த குண்டில் வெடித்துச்சிதறுவது

போல் காட்சி அமைத்து, அனைவரையும் பைத்தியமாக்கலாம்.

ஆக, எந்த சீனிலும், எக்கச்சக்கமான சாத்தியக் கூறுகள் உள்ளன. இவைகளை, அந்த சூழ்நிலையோடும், அந்த சீனின் பொருளடக்கத்தோடும் சாமர்த்தியமாக உபயோகித்தால் அந்த சீன் அபார வெற்றியடையும்.

உதாரணமாக, முதல்வனில் அர்ஜுன், மக்களின் குறைகேட்கும் காட்சி, சிட் ஃபீல்ட் சொல்லும் இந்த 'எதிர்மறை அணுகுமுறை' ('Out of the grain' Approach) வழிப்படியேதான் அமைக்கப் பட்டிருக்கிறது. முதல்வரின் ஆஃபீஸில் அமர்ந்து குறை கேட்காமல், நடுத்தெருவில் வந்து அமர்ந்துகொண்டு முதல்வர் குறை கேட்டால், அந்த சீனின் முக்கியத்துவம் எகிறுகிறதல்லவா? இப்படித்தான் சில சமயங்களில் எதிர்மறையான அணுகுமுறையை சீன்களில் நுழைக்கவேண்டும். ஆனால், அது அந்த இடத்தில் சரி வருமா என்பதையும் முதலில் முடிவு செய்து கொள்ளவேண்டும்.

ஒரு சீனின் Contentடாக இருக்கக்கூடிய பிற கதாபாத்திரங்கள், Context என்று சொல்லக்கூடிய நோக்கத்தில் குறுக்கிடுவதால், திரைக்கதை எழுதுபவராக, நம்மால் நமது கதையை கட்டுப்பாட்டில் வைத்துக்கொள்ள முடியும் என்று சொல்கிறார் சிட் ஃபீல்ட்.

எந்த ஒரு சீனுமே, தெளிவான ஆரம்பம், நடுப்பகுதி மற்றும் ஒரு முடிவு ஆகியவை கொண்டதாகவே இருக்கும். எனவே, எந்த சீனையும் எழுதத்துவங்கும் முன்னர், இந்த மூன்று அம்சங்களைத் தெரிந்து கொண்டால், இதில் எதாவது ஒரு அம்சத்தை நன்றாக விளக்கி எழுதி, அந்த சீனை மறக்கமுடியாத அனுபவமாக மாற்றமுடியும்.

இப்படி, ஒரு சீனின் சூழ்நிலையை (Context) உருவாக்கிவிட்டு, அதன் நோக்கத்தைத் (Purpose) தெளிவுபடுத்தி விட்டு, இடம் மற்றும் காலம் ஆகியவற்றை உருவாக்கிவிட்டு, அந்த சீனின் பொருளடக்கத்தை தயார் செய்து கொண்டு (சீனில் யாரெல்லாம் வருகிறார்கள் பிரதான கதாபாத்திரங்களைத் தவிர), இவர்களுக்குள் நிகழும் சம்பவத்தை சுவாரஸ்யமாகவும் சுருக்கமாகவும் காட்டினால், சீன் தயார்.

25

காட்சியோ காட்சி

சென்ற சில அத்தியாயங்களில் ஒரு சீன் என்பது எப்படி எழுதப்பட வேண்டும் என்ற சிட் ஃபீல்டின் கருத்துகளை கவனித்தோம். இப்போது, தமிழில் மறக்க முடியாத சில சீன்களை கவனிப்போம். இவை, சீன் என்பதில் உள்ள நுணுக்கங்களை கவனிக்க உதவும். எந்தப் படமாக இருந்தாலும், அதன் ஒரு சில சீன்கள் அவசியம் நினைவு வரும் என்று நாம் பார்த்தோம் அல்லவா? அதன் தொடர்ச்சியே இந்த அத்தியாயம்.

'டார்லிங் டார்லிங் டார்லிங்' என்ற பாக்யராஜின் திரைப்படத்தின் க்ளைமேக்ஸ் நினைவிருக்கிறதா?

காதலன் எழுதி வைத்துவிட்டு சென்ற கடிதத்தைப் படித்துவிட்டு பதறிப்போய் காதலி அவனைத் துரத்திக்கொண்டு காரில் செல்கிறாள். கூடவே, அவனது தங்கையும் குதிரையில் அவன் சென்ற இடத்துக்கு செல்கிறாள். காரணம்? கடிதத்தில் அவன் தற்கொலை செய்து கொள்வதாக எழுதியிருப்பதுதான். மலையடிவாரத்தில் காதலியின் கார் நிற்கிறது. மேலே ராஜா வேகமாக மலை ஏறிக்கொண்டிருக்கிறான். அங்கிருந்து குதிக்கப் போகிறான். பின்னாலேயே ஓடும் கதாநாயகி, அவனை நோக்கிக் கதறுகிறாள். அந்தக் குரலைக் கேட்டாலும், தான் கொண்ட லட்சியத்தில் இருந்து சற்றும் பின்வாங்காத ராஜா, விக்ரமாதித்யனைப் போல மலையில் கடும் உறுதியோடு ஏறுவதைத் தொடர்கிறான். பல ஷாட்களில் இருவரையும் மாறி மாறிப் பார்க்கிறோம். அது, ஆடியன்ஸின் டென்ஷனை அதிகரிக்கிறது. மலையுச்சியில் கதாநாயகன், ஒரு முடிவோடு அங்குமிங்கும் பார்க்கிறான். அடுத்த நொடியில் எது வேண்டுமானாலும் நடக்கலாம். பின்னால் ஓடிவரும் கதாநாயகிக்கு உயிரே போய்விடுகிறது.

அப்போது, மிகவும் தீவிரமான பின்னணி இசை, சட்டென்று நிற்கிறது. கதாநாயகனின் முகத்தில் இருந்து கேமரா மெதுவே பின்னால் நகர்கிறது.

அங்கே, மலையுச்சியில் ஒரு சாலை. வண்டிகள் குறுக்கும் நெடுக்கும் போய்க்கொண்டிருக்கின்றன. ஆட்கள் நடந்துகொண்டிருக்கிறார்கள். இதைக் கவனிக்கும் கதாநாயகன், அவனது வழக்கப்படி கைகளைக் கட்டிக்கொண்டு நிற்கிறான். கதாநாயகி, முகமெங்கும் நிம்மதியான சிரிப்புடன் அவனருகே வந்து நின்று கொண்டு அவனையே பார்க்கிறாள். அவளது தோள்களைப் பிடித்து, திடீரென மலரும் சிரிப்புடன் அவளை அணைத்துக்கொள்கிறான் கதாநாயகன்.

ஒரு சராசரியான மனிதனின் வாழ்வில் இப்படிப்பட்ட அபத்தங்கள்தான் நடக்கும். அதை மிகச்சரியாக திரைப்படங்களில் காண்பித்தவர் பாக்யராஜ். கூடவே, இந்த சீனில் படம் வெளியான காலத்தில் ஆடியன்ஸின் மனதில் ஒருவித பதைபதைப்பையும் ஏற்படுத்தியிருந்தார். சீனின் முடிவில் ஒரு திருப்பமும் கூட.

இதுதான் நாம் இதுவரை கவனித்த சீனைப் பற்றிய விபரங்களுக்கு ஒரு உதாரணம். ஆடியன்ஸுக்குத் தேவையான தகவல்களை சரியான நேரத்தில் மாற்றி அளித்து அந்த சீனையே உயிர்ப்புள்ளதாக மாற்றும் வகையான காட்சி இது. ஒரு க்ளைமேக்ஸில் இப்படிப்பட்ட திருப்பங்கள் இருந்தால் அது ஆடியன்ஸை அவசியம் கவரும். குறிப்பாக, நகைச்சுவைக்கு இது ஒரு சரியான எடுத்துக்காட்டு. அடுத்து, வேறொரு படம். இது, சோகத்துக்கு ஒரு உதாரணம். 'அபூர்வ சகோதரர்கள்' திரைப்படத்தில் ஒரு காட்சி. இதில், சர்க்கஸில் வேலை பார்க்கும் அப்புவிடம் அந்த சர்க்கஸ் முதலாளியின் மகள் ஒரு மோதிரத்தை அளிக்கிறாள். இந்த மோதிரத்தை வாங்கியதும் அப்புவுக்கு மிகவும் மகிழ்ச்சி. அவள் தன்னைத்தான் காதலிப்பதாக நினைத்துப் பார்த்து பாடல் ஒன்றையே பாடிவிடுகிறான். ஒரு நாள், அவனிடம் வரும் அவள், அவனை மறுநாள் காலையில் பதிவாளர் அலுவலகத்துக்கு திருமணத்துக்காக வரச்சொல்கிறாள். அவனுக்கு மிகவும் மகிழ்ச்சி.

மறுநாள், அவளுடன் டாக்ஸியில் செல்கிறான் அப்பு. பதிவாளர் அலுவலகத்தில் அவள் இறங்கிச்செல்கிறாள். டாக்ஸி ஓட்டுநரிடம் மிகவும் மகிழ்ச்சியாக பணம் கொடுக்கிறான் அப்பு. ஆனால், உள்ளே செல்லும்போதுதான் அவன் அவளது திருமணத்துக்கு ஒரு சாட்சி மட்டுமே என்பது தெரிகிறது. அந்தக் காட்சியில் மனம் முழுக்க சோகமாக உள்ளே சென்று சாட்சிக் கையெழுத்து போடும் அப்புவை கவனித்திருக்கிறீர்களா?

'வேதம் புதிது' படத்தில், சிறுவன் சங்கரனை முதுகில் சுமந்து செல்லும் பாலுத்தேவர், அவனுக்கு ஆற்றைக் கடக்கையில் ஒரு

கதை சொல்கிறார். சொல்லிமுடிக்கும்போது, அவனை எப்படிக் கரை சேர்ப்பது என்பதே தெரியவில்லை என்று சொல்லி, சாதியைப் பற்றிப் பேசுகிறார். அப்போது குறுக்குக் கேள்வி கேட்கும் சங்கரன், 'பாலு என்பது உங்கள் பெயர். அதன் பின்னால் இருக்கும் தேவர் என்பது நீங்கள் படித்து வாங்கிய பட்டமா?' என்று கேட்கும் காட்சி நினைவிருக்கிறதா?

'முதல் மரியாதை' திரைப்படத்தில், தனது வீட்டுக்கு வரும் மலைச்சாமி, தனது மனைவி புலம்புவதை கவனிக்கிறார். அவரைப் பற்றியே அந்தப் புலம்பல்கள் இருக்கின்றன. தன்னை இவருக்கு திருமணம் செய்துவைத்த தந்தையைப் பற்றி அவள் பேசவே, மனைவியை எட்டி உதைத்து, கோபத்துடனும் உணர்ச்சியுடனும் மலைச்சாமி பேசும் வசனம் எத்தகையது?

சிறுமி அஞ்சலிக்கு ஆட்டிஸம் என்ற கொடூரமான நோய். அவளது தாயிடம், பிறக்கும்போதே அந்தக் குழந்தை இறந்தே பிறந்திருக்கிறது என்று மருத்துவர்கள் சொல்கிறார்கள். காரணம், எப்படியும் சில நாட்களில் அந்தக் குழந்தை இறந்துவிடும் என்பதால். ஆனால் ஆச்சரியகரமாக அந்தக் குழந்தை பிழைத்துவிடுகிறது. தாயின் வீட்டுக்கே கொண்டுவரப்பட்டு, தாயுடன் இணைகிறது. தாயின் ஒரே ஆசையாக, தனது குழந்தை தன்னை 'அம்மா' என்று அழைக்கவேண்டும் என்பது இருக்கிறது. ஆனால், அது நடப்பதே இல்லை. அந்த அபார்ட்மெண்ட்டில் எல்லோருடனும் மிக அழகாக, இனிமையாகப் பழகும் குழந்தை, தாயை மட்டும்; அம்மா' என்று அழைப்பதே இல்லை.

அப்படி இருக்கையில் ஒரு நாள், மூச்சுத்திணறலால் பாதிக்கப்பட்டு மருத்துவமனையில் அனுமதிக்கப்படும் குழந்தை, சிகிச்சைக்குப் பிறகு வீட்டுக்கு அழைத்துவரப்பட்டு, அம்மாவின் அரவணைப்பில் கொஞ்ச நேரம் இருந்தபின், அறையின் விளக்கை அம்மா அணைத்துவிட்டு அங்கிருந்து அகலும் தறுவாயில், 'அம்மா' என்று ஆசையாகவும் துயரத்துடனும் ஏக்கத்துடனும் அழைக்கும் காட்சியை திரையரங்கில் பார்த்திருக்கிறீர்களா?

பருத்தி வீரன் அவனது காதலியின் மீது உயிரையே வைத்திருக்கிறான். ஆனால், அவளை அழைத்துக்கொண்டு ஊரையே விட்டு வெளியேறி வாழலாம் என்று பார்க்கையில் அவனை சிலர் துரத்தி வருவதால், அவன் வழக்கமாக புழங்கும் ஒரு வீட்டில் அவளை ஒளித்து வைத்துவிட்டு செல்கிறான். அப்போது அங்கே வரும் சிலர், அவளை சின்னாபின்னப் படுத்தி விட, இன்னும் கொஞ்ச நேரத்தில் இறக்கப்போகும் அவளது கடைசி ஆசையை நிறைவேற்றும் பொருட்டு

அவளை கண்டம் துண்டமாக வெட்டிவிட்டு, ஊர் மக்களின் அடி உதைக்கு நடுவே பேசாமல் அவற்றை வாங்கிக்கொண்டு இறக்கும் துன்பியல் க்ளைமேக்ஸ் எப்படி இருந்தது?

இளைஞன் கார்த்திக், ஒரு திருமணத்தில் சந்தித்த ஷக்தி என்ற பெண்ணின்மேல் காதல் வயப்படுகிறான். அவளை மெல்ல மெல்ல நெருங்கி, அவளது வீட்டை கண்டுபிடித்து, வீட்டின் முன் தனது பைக்கில் வலம் வருகிறான். கூடவே, அவளிடம் மெல்லப் பேசவும் ஆரம்பிக்கிறான். அப்போது ஒருநாள், அவளுக்கு ஃபோன் செய்து, தனது வீட்டில் ஒரு சிறிய விழாவுக்கு வந்தே ஆக வேண்டும் என்று சொல்கிறான். அவளும் வருகிறாள். அவளை தனது வீட்டில் எல்லா உறவினர்களுக்கும் மத்தியில் பார்க்கும் கார்த்திக்கை உங்களுக்கு நினைவிருக்கிறதா? கூடவே, அவளை கோயிலில் திருமணம் செய்து கொள்ளும் அந்தக் காட்சியும் பாடலும்?

மனோஹர், திவ்யாவை விரும்புகிறான். ஆனால் அவள் அவனைத் திரும்பிக்கூட பார்ப்பதில்லை. ஆனால், அவளை துரத்தித் துரத்தி காதலிக்கும் மனோஹர், ஒரு நாள் அவள் இருக்கும் கல்லூரிக்கே வந்துவிடுகிறான். அங்கே, மைக்கில் மிகவும் சத்தமாக அவளை அவன் காதலிப்பதை சொல்ல முயலும் மனோஹரை ஓடிவந்து தடுக்கும் திவ்யாவை உங்களுக்குத் தெரியுமா?

வேலு, மும்பையில் ஒரு தாதா. மிகப்பிரபலமாக விளங்கும் அவனுக்கு ஒரு மகள். பெயர் சாருமதி. தந்தையின் அடியாட்கள், ஒரு இளைஞனை கொடூரமாக அடிப்பதை கவனித்துவிட்டு கோபத்துடன் வீட்டுக்கு வரும் சாரு, தந்தையை வன்மையான தொனியில் கண்டிக்கிறாள். அதுவரை மகளுடன் மிகவும் பாசத்துடன் பழகிவந்த வேலுவுக்கு, தனது நிலைமை மகளுக்குப் புரியவில்லையே என்ற ஏக்கம் கலந்த கோபம். அதனால், அவனது வாழ்க்கையில் அதுவரை நடந்த கொடூரங்களை வரிசையிட்டுக்கொண்டே, அவற்றுக்குக் காரணமானவர்கள் தங்களது வெறிச்செயல்களை நிறுத்தினால்தான் தன்னாலும் நிறுத்த முடியும் என்று உடைந்து சிதறும் வேலுவின் கோபம் உங்களுக்குப் பிடித்திருந்ததா?

தனது தங்கையை ஒருநாள் ஊரெங்கும் தேடுகிறான் காளி. அவனது சொல்லை மீறாத தங்கை அவள். எங்கு தேடியும் கிடைக்காத தங்கையை, அவளுக்கு நடைபெறும் திருமணத்தில் கண்டுபிடிக்கிறான் காளி. அங்கே திருமணக்கோலத்தில் நிற்கும் தங்கையைப் பார்க்கும் காளிக்கு அதிர்ச்சியைவிட, மனம் முழுக்க துக்கமே எழும்புகிறது. தன் சொல்லை அவள் முதன்முதலில் மீறிய துக்கம். அங்கே இருக்கும் அவனது மனைவி, நண்பர்கள் உட்பட்ட பலரும் அவளது திருமணத்தை

நியாயப்படுத்துகிறார்கள். ஆனால் அவர்கள் யாரையும் சட்டை செய்யாத காளி, தனக்கு இஷ்டமே இல்லாத திருமணத்தை அவள் செய்துகொள்ளப்போகிறாளா என்று கேட்கிறான். பதில் சொல்லாத தங்கை, அங்கிருந்து செல்கிறாள். நடந்து செல்லும் அவளால் அண்ணனின் மீதான பாசத்தையும், அவன் கேட்ட கேள்வியையும் மறக்க முடிவதில்லை. அங்கிருந்து திடீரென ஓடிவந்து அண்ணனின் கரங்களில் தஞ்சம் புகுந்து அழ ஆரம்பிக்கிறாள்.

அப்போது காளி, தனது முகத்தில் மீண்டு வந்த சிரிப்புடனும் கர்வத்துடனும் பெருமையுடனும் தங்கையைப்பற்றி அவனது நண்பர்களிடம் பேசும் வசனம் நினைவிருக்கிறதா?

நீண்ட நாட்கள் தன்னுடனே வளர்ந்த விஜியை திடீரென்று காணவில்லை என்று சீனு உணர்கிறான். ஊரெங்கும் தேடியபின்னர் அவள் ஒரு ரெயிலில் அமர்ந்திருப்பதை காண்கிறான். ஆனால் அவள் முன் சென்று நின்றும் அவளுக்கு அவனை யாரென்றே தெரிவதில்லை . இதனால் மனம் உடையும் சீனு, அவளுக்குப் பிடித்தது போல் நடித்துக் காண்பிக்கிறான். குரங்கு சேஷ்டைகள் புரிகிறான். ரயில் கிளம்புகிறது. யாரோ பைத்தியக்காரன் எதுவோ செய்கிறான் என்றே விஜி நினைத்துக்கொள்கிறாள். அவளுக்கு சுய நினைவு வந்து விட்டதால் அவளுக்கு அவன் யாரென்று தெரிவதில்லை. அந்தக் காட்சியில், தனது கையில் இருந்த அரிய சொத்தாகிய விஜி, கண்முன்னர் பிரிந்து செல்வதைக் காணும் சீனுவின் பரிதவிப்பைக் கண்டு மனம் நெகிழ்ந்தது நினைவிருக்கிறதா உங்களுக்கு?

இங்கே கொடுத்திருப்பவை நூறு ஆண்டுகள் பழமையான தமிழ் சினிமாவில் ஒரு சில காட்சிகள் மட்டுமே. இப்படிக் கொடுக்கப்படாத காட்சிகள் இன்னும் ஆயிரமாயிரம் இருக்கின்றன. இதுவரை நீங்கள் பார்த்த திரைப்படங்களை நினைத்துப் பாருங்கள். அந்தப் படமே உங்கள் கண் முன்னர் ஓடுகிறதா அல்லது இப்படிப்பட்ட காட்சிகளா? அவசியம் உங்கள் மனதில் தோன்றுவது காட்சிகள் தான் இல்லையா? அவைதான் அந்தத் திரைப்படத்திற்கான அடையாளங்கள். அவைதான் உங்கள் மனதில் எப்போதுமே நிறைந்திருக்கக்கூடிய காட்சிகள். இப்படிப்பட்ட காட்சிகளைத்தான் சிட் ஃபீல்டும் வலியுறுத்துகிறார்.

இத்தோடு சிட் ஃபீல்டின் இந்த அத்தியாயம் முடிகிறது.

26

சீக்வென்ஸ்

இந்த அத்தியாயத்தில், சிட் ஃபீல்டின் புத்தகத்தின் பதினோராவது அத்தியாயமான 'The Sequence' என்பதைப் பார்க்கத் துவங்கலாம்.

'விருமாண்டி' படத்தில் ஒரு காட்சி. சிறையில் திடீர் ரெய்டு செய்ய சீஃப் ஜெயிலர் முடிவு செய்கிறார். அப்படி மட்டும் அவர் ரெய்டு செய்து விட்டால், உள்ளே நடக்கும் சட்டவிரோதமான காரியங்கள் அத்தனையும் வெளியே தெரிந்து, கைதிகளுக்குப் பிரச்னை உண்டாகும். இதனால் கைதிகள், டெபுடி ஜெயிலராக இருக்கும் பேய்க்காமனிடம் இதைப்பற்றி ஆத்திரமாகப் பேசுகிறார்கள். அப்போது பேய்க்காமன், ஜெயிலரை உள்ளேயே கொன்றுவிடச்சொல்லி கைதிகளைத் தூண்டுகிறான்.

ஆனால், அந்தப் பேச்சு முழுக்க வீடியோ எடுத்து விடுகிறார் ஏஞ்சலா காத்தமுத்து என்ற பெண். இவர், 'மரணதண்டனை தேவையா?' என்ற ஆராய்ச்சியில் ஈடுபட்டிருப்பவர். கைதிகளிடம் பேசும்போதே, மரணதண்டனை பெற்று சிறையில் இருக்கும் விருமாண்டி, உண்மையில் நிரபராதி என்றும் பேய்க்காமன் பேசியிருப்பது பதிவாகி விடுகிறது. இதனால், முதலில் விருமாண்டியிடம் பேசும் பேய்க்காமன், அந்தப் பெண்ணையும் கேமராவையும் தன்னிடம் கொண்டுவந்து கொடுத்தால், அவனது மனைவியை அநியாயமாகக் கொலை செய்த எதிரியான கொத்தாளத்தேவனை அவனிடம் ஒப்படைப்பதாகவும், அவனை விருமாண்டி என்ன வேண்டுமானாலும் செய்து கொள்ளலாம் என்றும் சொல்கிறான். அதேசமயம், கொத்தாளத்தேவனிடமும் இதையே சொல்லி, விருமாண்டியை அவன் கொல்லலாம் என்று ஆசை காட்டுகிறான்.

சிறையில் கலவரம் தொடங்குகிறது. விருமாண்டி, ஏஞ்சலாவை

தேடுகிறான். அவனது கண்களில் ஏஞ்சலா மாட்டிக்கொள்கிறாள். அவளைப் பிடிக்கப்போகும் நேரத்தில் ஜெயில் கைதிகள் திரண்டு வர, அங்கிருந்து ஜெயிலுக்குள்ளே ஏஞ்சலாவையும் அழைத்துக் கொண்டு ஓடுகிறான் விருமாண்டி. அப்போது கொத்தாளத்தேவன் அவனது முதுகில் கத்தியால் குத்தி விடுகிறான். அதையும் மீறி, ஜெயிலர் இருக்கும் இடத்துக்கு விருமாண்டி, ஏஞ்சலாவுடன் சென்றுவிடுகிறான். பேய்க்காமன் பேசிய வீடியோவை ஜெயிலர் பார்க்கிறார். அந்த டேப், ஒரு முக்கியமான் எவிடென்ஸ் என்று சொல்லி, யாரை வெறியுடன் துரத்தினானோ, அந்த ஏஞ்சலாவை பத்திரமாக சிறையில் இருந்து வெளியே கொண்டு போகும் பொறுப்பை விருமாண்டியிடம் ஒப்படைக்கிறார்.

ஆனால், கைதி உடையில் கலவரத்தில் வெளியே செல்ல இயலாதே? எனவே, போலீஸ் உடையை விருமாண்டியை அணிந்து கொள்ளச்செய்து, சிறைக் கதவை உடைத்து வெளியே செல்லச் சொல்கிறார்.

அங்கே இருக்கும் ஒரு பெரிய இரும்பு சமையல் அடுப்பை அலேக்காக தூக்கிக்கொண்டு விருமாண்டியும் சக கைதிகளும் கதவை உடைக்க ஓடிவரும்போது, 'கர்ப்பக்கிரகம் விட்டு சாமி வெளியேறுது... இது நியாயத்தீர்ப்பு சொல்லும் நாளுடா' என்ற பாடல் பின்னணியில் ஒலிக்கிறது. கதவு உடைபடுகிறது. வெளியே கொத்தாளத் தேவன் கொலைவெறியோடு விருமாண்டியை நோக்கி கடப்பாறை ஒன்றைத் தூக்கிக்கொண்டு ஓடிவருகிறான். எங்கும் பரபரப்பு. மிகப்பெரிய கலவரம். இந்தக் கலவரத்தின் ஊடாக ஏஞ்சலாவை தப்புவிக்கும் விருமாண்டி, அங்கே வரும் கொத்தாளத் தேவனை கழுத்தில் விரலைப் பாய்ச்சி கொலை செய்கிறான். அதன்பின் அங்கிருந்து இருவரும் தப்பிக்கிறார்கள்.

'விருமாண்டி' படத்தின் க்ளைமேக்ஸ் இது.

நவீன உலகின் கணினி ஒன்றை எடுத்துக்கொண்டால், அந்தக் கணினியில் பல தனிப்பட்ட கருவிகள் அல்லது பாகங்கள் உள்ளன. ஹார்ட் டிஸ்க், RAM, மதர் போர்ட், பவர் யூனிட் ஆகியவை CPUக்குள் இருப்பவை. டிஸ்ப்ளே , கீபோர்ட், மௌஸ் ஆகியவை வெளியே. இப்படிப்பட்ட தனித்தனி பாகங்கள் ஒன்றுசேர்ந்து செயல்படுவதாலேயே கணினியின் இயக்கம் நடைபெறுகிறது. எந்த ஒரு விஷயத்தையும் இப்படிப்பட்ட சிறுசிறு தனித்தனி பாகங்களின் ஒன்றுசேர்ப்புதான் சாத்தியப்படுத்துகிறது. மனித உடல் அப்படிப்பட்டதுதான். விண் வெளியின் சூரியக்குடும்பம் அப்படியே. இதைப்போலத்தான் திரைக்கதையும். தனித்தனி விஷயங்கள் பல அதில் இருக்கும். ஆரம்பம், முடிவு, ப்ளாட் பாயிண்ட்கள், ஷாட்கள் போன்றவை.

அத்தனையும் ஒன்றுசேர்ந்தால்தான் அழகான திரைப்படம் ஒன்று நமக்குக் கிடைக்கிறது.

இப்படிப்பட்ட அம்சங்களில் இன்றியமையாததுதான் 'சீக்வென்ஸ்'

கேள்வி: 'சீக்வென்ஸ்' என்றால் என்ன?

பதில்: குறிப்பிட்ட ஒரு நோக்கத்தோடு ஒன்று சேர்க்கப் பட்டிருக்கும் பல சீன்களின் வரிசையே சீக்வென்ஸ் என்று அழைக்கப்படுகிறது. இந்த சீக்வென்ஸுக்கு அவசியம் ஆரம்பம், நடுப்பகுதி மற்றும் முடிவு ஆகியவை இருக்கும். உதாரணத்துக்கு, ஒரு பாங்க் கொள்ளை. அல்லது ஒரு மரண ஊர்வலம். அல்லது ஒரு திருமணம். அல்லது ஒரு துரத்தல். அல்லது ஒரு தேர்தல். அல்லது ஒரு பயணம். ஒரு சீக்வென்ஸ் என்பதன் நோக்கத்தை ஓரிரு வார்த்தைகளில் சொல்லமுடியவேண்டும். திரைக்கதைகளில் பலமுறை, இந்த சீக்வென்ஸ்களை வரிசைப்படுத்து வதன் மூலமே திரைக்கதை முழுமையடைந்திருக்கிறது.

இந்தப் புரிதலோடு நாம் விருமாண்டியின் க்ளைமேக்ஸ் காட்சிகளைப் பார்த்தால் என்ன தெரிகிறது?

அந்த சீக்வென்ஸின் துவக்கம் – ஆரம்பம் என்ன? ஜெயிலர் சிறையை ரெய்டு செய்வதற்கு எதிர்ப்பு தெரிவித்து டெபுடி ஜெயிலர் பேய்க்காமனிடம் கோபபப்படும் கைதிகள் அவர்களிடம் பேய்க்காமன் பேசுவதை வீடியோ எடுத்துவிடும் ஏஞ்சலா. இதுதான் ஆரம்பம். இந்த சீக்வென்ஸின் நடுப்பகுதி, ஏஞ்சலாவை விருமாண்டி துரத்துவது – அங்கு வரும் பேய்க்காமன், விருமாண்டியின் முதுகில் குத்துவது – விருமாண்டியும் ஏஞ்சலாவும் ஜெயிலர் இருக்கும் இடத்துக்கு செல்வது ஜெயிலர் விருமாண்டியிடம், ஏஞ்சலாவை பத்திரமாக வெளியே அழைத்துச்செல்லச் சொல்வது ஆகிய காட்சிகள். அந்த சீக்வென்ஸின் முடிவு? விருமாண்டி சமையல் அடுப்பைத் தூக்கிக்கொண்டு ஓடிவரும் காட்சியிலிருந்து ஆரம்பிக்கிறது. விருமாண்டி, கொத்தாளத்தேவனை கொன்றுவிட்டு ஏஞ்சலாவுடன் தப்பிக்கும் காட்சியோடு விருமாண்டி சீக்வென்ஸ் முடிகிறது.

அப்படியென்றால் இந்த சீக்வென்ஸின் நோக்கம் என்ன? அதுதான் ஏஞ்சலாவையும் அவளிடம் இருக்கும் கேமராவையும் பேய்க்காமன் பிடிக்க நினைப்பது. இதுதான் அந்த சீக்வென்ஸில் உள்ள சீன்களை ஒன்றிணைக்கும் நோக்கம்.

தமிழ்ப் படங்களை நன்றாகக் கவனித்தால், பெரும்பாலான படங்களில் இத்தகைய சீக்வென்ஸ்கள் இடம் பெறுவதை கவனிக்கலாம். மகாநதி படத்தில் சிட்ஃபண்ட் ஆரம்பிக்க நாயகன் செய்யும் முயற்சிகள் ஒரு சீக்வென்ஸ். போலவே கில்லி படத்தில் கதாநாயகியை

அழைத்துக்கொண்டு நாயகன் தப்பிப்பது ஒரு சீக்வென்ஸ். பருத்திவீரனில் இப்படி பல சீக்வென்ஸ்கள் இருக்கின்றன. போலீஸ் காரரை தூக்கிக்கொண்டு இருவரும் ஓடுவது, ஆரம்ப திருவிழா காட்சிகள், ஃப்ளாஷ்பேக் என. இவை ஒரு சில உதாரணங்கள் மட்டுமே. இன்னும் எக்கச்சக்கமான இத்தகைய சீக்வென்ஸ்கள் தமிழில் இருக்கின்றன. உங்களால் மறக்கமுடியாத சீக்வென்ஸ்கள் தமிழில் என்னென்ன என்பதை சற்று நேரம் யோசித்துப் பாருங்கள்.

அதேசமயம், இத்தகைய சீக்வென்ஸ்கள், கதையின் போக்கிலேயே முடிவாகின்றன என்பதையும் மறக்கவேண்டாம். தெளிவான கதை இருந்தால், அவசியம் சுவாரஸ்யமான சீக்வென்ஸ்கள் நமக்குக் கிடைக்கும். தற்போதைய ஹாலிவுட் திரைக்கதைகள், இப்படிப்பட்ட சீக்வென்ஸ்களிலேயே அதிக கவனம் வைக்கின்றன என்று சிட் ஃபீல்ட் சொல்கிறார். சீக்வென்ஸ்களை எப்படி வேண்டுமானாலும் எழுதலாம். எத்தனை சீக்வென்ஸ்கள் வேண்டுமானாலும் நமது திரைக்கதையில் இருக்கலாம். நமது கதையின் ஆரம்பம், இரண்டு ப்ளாட் பாயிண்ட்கள் மற்றும் முடிவு ஆகியவை தெரிந்திருந்தால், அவற்றைச்சுற்றி சில சுவாரஸ்யமான சீக்வென்ஸ்களை அமைக்கலாம்.

பெரும்பாலான ஆக்ஷன் திரைப்படங்களில் இப்படிப்பட்ட நீளமான சீக்வென்ஸ்களை காணமுடியும். அந்த ஆக்ஷன் காட்சிகள் உயிர்ப்புள்ளவைகளாக இருக்கவேண்டும் என்பதே ஒரே விதி. எங்கே பார்த்தாலும் டமால் டுமீல் என்று சுட்டுக் கொண்டு, அடித்துக்கொண்டு மட்டுமே இருந்தால், அவை பார்க்கும் ஆடியன்ஸின் பொறுமையை சோதிக்கும். அத்தகைய காட்சிகளின் இடையே கதையையும் சொல்லவேண்டும். அதேசயம் கதாபாத்திரங்களின் குணாதிசயமும் வெளிப்பட வேண்டும். மேலே பார்த்த 'விருமாண்டி' சீக்வென்ஸில், ஒரு மிகச்சிறிய காட்சி இருக்கிறது. போலீஸ் உடையுடன் தயாராக இருக்கும் விருமாண்டியின் கையில் தனது துப்பாக்கியை திணிப்பார் ஜெயிலர். அப்போது விருமாண்டி, 'அதெல்லாம் பழக்கம் இல்லீங்கய்யா' என்று சொல்வான். விருமாண்டி என்ற கதாபாத்திரத்தின் குணாதிசயம் வெளிப்படும் காட்சிகளில் இது ஒன்று.

வரிசையாக ஆக்ஷன் காட்சிகளால் ஆடியன்ஸை தாக்காமல், இடையே கதையும் வெளிப்பட்டு, ஆடியன்ஸுக்கு அவ்வப்போது மூச்சு விடுவதற்கு இடம் தரக்கூடிய காட்சிகளே மக்கள் மனதில் நிற்கும். படம் முழுக்கவுமே இது கடைப்பிடிக்கப்படவேண்டும். இதுதான் ஆக்ஷன் சீக்வென்ஸ்களை எழுத சிட் ஃபீல்ட் சொல்லும் பிரதான விஷயம்.

ஒரு சிறந்த ஆக்ஷன் படத்தில் வரும் சீக்வென்ஸ்களை எப்படி

எழுதுவது? அதற்கு உதாரணமாக, டெர்மினேட்டர் 2 படத்தை அலசுகிறார் சிட் ஃபீல்ட். இந்தப் படமே, மொத்தம் ஆறே ஆறு சீக்வென்ஸ்களால் உருவாகியிருக்கிறது. இந்த ஆறு சீக்வென்ஸ்களையும் இணைத்தால் அப்படத்தின் முழு திரைக்கதையும் ரெடி. கிட்டத்தட்ட நம் எல்லோருமே இந்தப் படத்தை எப்படியும் பார்த்திருப்போம் என்பதால், அதை விபரமாக கவனிப்போம். இரண்டு டெர்மினேட்டர்களையும் அறிமுகப்படுத்திய பின், சிறுவன் ஜான் கான்னரை வில்லன் ரோபோவிடம் இருந்து அர்நால்ட் ரோபோ காப்பாற்றும் பைக் சேஸிங் சீக்வென்ஸ் நினைவிருக்கிறதா? இது முதலாவது. அதன்பின் அர்நால்ட் ரோபோவும் சிறுவன் ஜான் கான்னரும், அவனது தாயை மனநலக் காப்பகத்தில் இருந்து காப்பாற்றும் ஆக்‌ஷன் சீக்வென்ஸ் இரண்டாவது. அதன்பின் மூன்றாவது சீக்வென்ஸ், அங்கிருந்து சென்று பாலைவனத்தில் இவர்கள் இளைப்பாறுவது. இது ஏன் என்றால், இதுவரை படத்தில் டமால் டுமீல் காட்சிகளைக் கண்டு அயர்ந்து போயிருக்கும் ஆடியன்ஸுக்கு சற்றே இளைப்பாற நேரம் அளிப்பதே. அதேசமயம், பாலைவனத்தில் அவர்கள் பேசிக்கொள்ளும் காட்சிகளின் வாயிலாகவும் கதை நகரவே செய்கிறது என்பதையும் மறந்துவிட வேண்டாம்.

படத்தின் நான்காவது சீக்வென்ஸ், வருங்காலத்தில் இயந்திரங்களின் காலத்தை உருவாக்கும் மைக்ரோ சிப்பை உருவாக்கப்போகும் விஞ்ஞானி ஒருவரை (அவர் பெயர் மைல்ஸ் டைசன்) சிறுவன் ஜானின் தாய் சாரா கொல்ல முடிவு செய்து, அவரது அலுவலகத்துக்கு அனைவரும் செல்லும் சீக்வென்ஸ். அங்கே வில்லன் ரோபோ வருவதால் நடக்கும் பிரம்மாண்ட சண்டைதான் ஐந்தாவது சீக்வென்ஸ். அங்கிருந்து ஜான், சாரா மற்றும் அர்நால்ட் ரோபோ ஆகியோர் தப்பித்து ஸ்டீல் ஃபாக்டரி வந்ததும், அவர்களைத் துரத்திக்கொண்டுவரும் வில்லன் ரோபோவுக்கும் அர்நால்டுக்கும் நடக்கும் இறுதி யுத்தம்தான் கடைசியான ஆறாவது சீக்வென்ஸ்.

இப்படி, இயக்குநர் ஜேம்ஸ் காமரூன், ஒரு படத்தின் மொத்தத்தையும் ஆறே ஆறு சீக்வென்ஸ்களாக பிரித்து உருவாக்கியிருப்பதை எடுத்துக்காட்டாக எழுதுகிறார் சிட் ஃபீல்ட். ஆனால், இவை வெறும் ஆக்‌ஷன் காட்சிகளாக மட்டுமா இருந்தன? இந்தக் காட்சிகளின் ஊடாக, கதாபாத்திரங்களைப் பற்றிய பல சுவாரஸ்யமான தகவல்களும் நமக்குத் தரப்பட்டன. உதாரணமாக, படத்தில் ஆரம்பத்தில் அர்நால்ட் ரோபோ, அனைவரையும் சுடும். கொல்லவேண்டும் என்பது அதன் இயந்திர மூளைக்குள் பதித்து வைக்கப்பட்டிருக்கும் கட்டளை. ஆனால், சிறுவன் ஜானுடன் அது பேசும்போது, கொலை செய்வது தப்பு என்று அவன் சொல்கிறான். 'ஏன்?' என்று கேட்கிறது ரோபோ.

அது வந்து... காரணமெல்லாம் தெரியாது. ஆனால் தப்பு தப்புதான்' என்று அவன் பதில் அளிக்கிறான். இதனைத் தொடர்ந்து, படத்தின் இறுதி வரை அந்த ரோபோ யாரையும் கொல்வதில்லை. இது, அந்த ரோபோவின் குணம் மெல்ல மாறுவதைக் குறிக்கும் காட்சி.

27

உணர்வுகளும் ஆக்‌ஷனும்

சென்ற அத்தியாயத்தில், 'சீக்வென்ஸ்' என்பதைப் பற்றிய அறிமுகத்தை கவனித்தோம். குறிப்பிட்ட ஒரு நோக்கத்தோடு (திருமணம், துரத்தல், பயணம் இத்யாதி) ஒன்றுசேர்க்கப்பட்டிருக்கும் பல சீன்களின் வரிசையே சீக்வென்ஸ் என்று அழைக்கப்படுகிறது. ஒரு சிறந்த ஆக்‌ஷன் சீக்வென்ஸுக்கான உதாரணமாக 'டெர்மினேட்டர் 2' திரைப்படத்தை கவனித்தோம். இனி, இந்த அத்தியாயத்தை ஒரு கேள்வியுடன் துவக்குவோம்.

ஒரு நல்ல ஆக்‌ஷன் படத்தை அற்புதமான படமாக மாற்றக்கூடிய அம்சம் எது?

அந்தப் படத்தின் மறக்க முடியாத அட்டகாசமான ஆக்‌ஷன் சீக்வென்ஸ்கள்தான் விடை. உலகமெங்கும் இன்று வரை வசூலில் நம்பர் ஒன் படமான 'அவதார்' படத்தை உங்களால் நினைவுகொள்ளமுடிகிறதா? அந்தப் படத்தில் உடனடியாக உங்கள் நினைவுக்கு வரும் விஷயங்கள் என்ன என்று யோசித்துப் பார்த்தால், அதில் வரும் க்ளைமேக்ஸ், படத்தில் தீவுக்குள் விசித்திரமான பறக்கும் ஜந்துகளில் கதாநாயகனும் நாயகியும் பறத்தல், அந்தத் தீவு மக்களுக்கும் கதாநாயகனுக்கும் நேரும் போட்டி போன்ற காட்சிகள்தான் தோன்றும். அவை அத்தனையுமே சுவாரஸ்யமாக எழுதப்பட்ட ஆக்‌ஷன் சீக்வென்ஸ்கள்தான். அவை ஒவ்வொன்றிலும் ஒரு நோக்கம் உண்டு.

'அவதார்' படத்தை இயக்கிய ஜேம்ஸ் கேமரூனின் அதற்கு முந்தைய படம், 'டைட்டானிக்'. அவதார் வரும்வரை, உலக வசூலில் டைட்டானிக்தான் முதலிடம் பெற்றிருந்தது. அதில் நடக்கும் க்ளைமேக்ஸை மறக்க முடியுமா? டைட்டானிக்கின் க்ளைமேக்ஸ், ஒரு மிகப்பெரிய ஆக்‌ஷன் சீக்வென்ஸ். அந்தப் படத்தின் வெற்றிக்கு

அதுவும் ஒரு தவிர்க்கமுடியாத காரணம். அந்தப் படமே கப்பல் மூழ்கியதை வைத்துதான் எடுக்கப்பட்டது என்பதால், அந்த மூழ்கும் காட்சிகள் மிகவும் அருமையாக படமாக்கப்பட்டிருந்தன.

இதே ஜேம்ஸ் கேமரூனின் சில முந்தைய படங்களில் டெர்மினேட்டர் 1 மற்றும் 2 ஆகியவையும் அடங்கும். இவையெல்லாமே உலகம் முழுவதும் பிரம்மாண்ட வெற்றி அடைந்த படங்கள். ஆங்கிலமே தெரியாத மனிதன் கூட இவை அத்தனையையும் ரசிக்க முடிந்ததுதான் ஜேம்ஸ் கேமரூனின் வெற்றிக்குக் காரணம்.

எப்படி அவரது படங்கள் தொடர்ந்து வசூல் சாதனையில் உலகமெங்கும் மிரட்டுகின்றன? எப்படி அவரது படங்களுக்கு இப்படிப்பட்ட வெற்றிகள் சாத்தியமாகின்றன?

காரணத்தை அவரே எளிமையாக சொல்கிறார்.

“எனக்கு எப்போதும் ஆடியன்ஸின் எண்ணவோட்டத்துக்கு ஒரு படி மேலாக சிந்திப்பது பிடிக்கும். அதாவது, படத்தின் கதையைப் புரிந்து கொண்டு, இனிமேல் கதை அப்படித்தான் நடக்கப்போகிறது என்று அவர்கள் நினைக்கும்போது, தடால் என்று கதையின் போக்கை திருப்பி, அதில் உணர்வுபூர்வமான காட்சிகளின்மூலம் சுவாரஸ்யத்தை ஏற்றினால், அவர்கள் அந்தத் திரைப்படத்தின் மூலம் மறக்கமுடியாத அனுபவம் ஒன்றைப் பெறுவார்கள். அப்படிப்பட்ட அனுபவத்தை அவர்களுக்கு அளித்த படத்தை அதன்பின் அவர்களால் எப்படி மறக்க முடியும்?’

மிக எளிதான அதேசமயம் மிகப்பெரிய உண்மை இது. யோசித்துப் பாருங்கள். டெர்மினேட்டர் 2 படத்தின் முதல் காட்சியில், அர்நால்ட் ரோபோ பூமியில் தோன்றி, கையில் துப்பாக்கியோடு பைக்கில் அமரும்போதே நமக்கு அதைப்பற்றிய பல விஷயங்கள் புரிந்துவிடுகின்றன அல்லவா? இந்த ரோபோ மிகவும் பலசாலி; அது எப்படியும் பலரையும் கொல்லப்போகிறது; இந்த ரோபோவின் மூலம் பல அடிதடிகளை நாம் காணப்போகிறோம் ஆகிய எண்ணங்கள் நமக்குத் தெரிந்து விடுகின்றன.

ஆனால், திடீரென்று, இதுதான் படத்தின் நல்ல கதாபாத்திரம் இதையும் மீறிய ஒரு கெட்ட கதாபாத்திரமும் இருக்கிறது என்று தெரிந்து கொள்கிறோம். அப்போது நமது சுவாரஸ்யம் அதிகரிக்கிறது. அதன்பின் வரிசையாக எழுதப்பட்ட ஆறு சீக்வென்ஸ்கள் (சென்ற அத்தியாயத்தில் இவற்றை விளக்கமாக நாம் பார்த்திருக்கிறோம்) மூலமாக, திரைப்படம் நம் கண்முன் விரிகிறது. படத்தில், கேமரூன் சொன்னது போன்ற உணர்வுபூர்வமான காட்சிகள் ஆக்‌ஷன்

சீக்வென்ஸ்களுக்கு இடையே வந்து, ஆடியன்ஸின் மனதில் மறக்க இயலாத அனுபவத்தை வழங்குகின்றன.

இந்த ஃபார்முலாவை 'அவதார்' படத்திலும் காணலாம். டைட்டானிக் படமே இந்த ஃபார்முலாவில்தான் ஓடியது. அவரது இதர படங்களான 'ட்ரூ லைஸ் (True Lies)', 'ஏலியன்ஸ் (Aliens)', 'அபைஸ் (Abyss)' போன்றவற்றிலும் மறக்க முடியாத உணர்வுபூர்வமான காட்சிகளும் ஆக்ஷனும் கலந்தே வரும்.

மனிதன் எத்தனைதான் வாழ்க்கைத் தரத்தில் உயர்ந்தாலும் சரி தாழ்ந்தாலும் சரி, அவனது அடிமனதில் இருப்பவை, மனித இனம் உருவான காலத்திலிருந்து ஒரே அடிப்படை உணர்ச்சிகள்தான். இத்தகைய உணர்ச்சிகளை திரைப்படத்தில் காண நேரும்போது, நம்மையறியாமல் அக்காட்சிகளுடன் ஒன்றிவிடுகிறோம். கூடவே, ஒரே உணர்ச்சி மயமாக இல்லாமல், ஆக்ஷன் காட்சிகளும் இடையிடையே வந்து, கதாபாத்திரத்தைப் பற்றியும் கதையைப் பற்றியும் நமக்குப் புரிவிக்கின்றன.

இது ஹாலிவுட் படங்களுக்கு மட்டுமே உரித்தான உண்மை இல்லவே இல்லை. தமிழிலும் இப்படிப்பட்ட பல சீக்வென்ஸ்கள் நம்மால் மறக்கமுடியாத படங்களை வழங்கியிருக்கின்றன. சென்ற அத்தியாயத்தில் பார்த்த 'விருமாண்டி' க்ளைமேக்ஸை மறக்கமுடியுமா? இதேபோல் பாட்ஷா' படத்தையும் சொல்லலாம். ஆக்ஷன் காட்சிகளுக்கு இடையே உணர்வுபூர்வமான காட்சிகளை வைத்து, ஆடியன்ஸின் மனதில் திரைப்பட கதாபாத்திரத்திடம் ஒருவித நெருக்கத்தை ஏற்படுத்திய காட்சிகள் இதிலும் உண்டு. ஆட்டோ ஓட்டுநர் மாணிக்கம், அடியாட்களால் கட்டிவைத்து அடிக்கப்படும் காட்சி அத்தகையதே. 'பருத்தி வீரன்' படத்தின் ஆரம்ப திருவிழா சீக்வென்ஸ் இப்படிப்பட்ட சுவாரஸ்யமான ஒன்றுதான். 'மைனா' படத்தின் பஸ் விபத்து சீக்வென்ஸ் இன்னொரு உதாரணம். 'கஜினி' படத்தில் அஸின் வில்லனால் கொல்லப்படுவது இன்னும் பலருக்கும் நினைவிருக்கிறதல்லவா? அதேபோல் கில்லி படத்தில் கதாநாயகியை மதுரையில் காக்கும் ஹீரோ என்பது Plot Point 1 சீக்வென்ஸ். மகாநதி பட சிட்ஃபண்ட் காட்சிகளும் ஒரு சிறந்த சீக்வென்ஸ் தான். இவை அத்தனையிலுமே கதாபாத்திரங்களைப் பற்றிய செய்திகளும் ஆடியன்ஸுக்கு இந்த சீக்வென்ஸ்களின் மூலமாக அளிக்கப்படுவதையும் கவனியுங்கள்.

அப்படியே ஃப்ளாஷ்பேக்கில் பழைய தமிழ்ப்படங்களுக்குச் சென்றால், 'எங்க வீட்டுப் பிள்ளை' படத்தை இன்னும் மறக்காத பல ரசிகர்கள் உண்டு. இப்போது பார்த்தாலும் ஆரம்பத்தில் இருந்து இறுதிவரை

படு சுவாரஸ்யமாக செல்லக்கூடிய படம் அது. அதில், அப்பாவி எம்.ஜி.ஆர் கதாபாத்திரம், நம்பியாரின் கதாபாத்திரத்திடம் அடி வாங்கிக்கொண்டே இருக்கும். அதன்பின் ஆள் மாறாட்டத்தில் அங்கே வந்து விடும் வீரமான எம்.ஜி.ஆர், நம்பியார் தன்னை அடிக்கும்போது அந்த சவுக்கைப் பிடுங்கி விளாசித் தள்ளும் காட்சிகள் அந்தக் காலத்தில் திரையில் ஆடியன்ஸுக்கு எத்தகைய உணர்ச்சிகளை அளித்திருக்கும் என்பது நன்றாகவே புரியும்.

எந்தக் காலமாக இருந்தாலும் சரி – எந்த நாடாக இருந்தாலும் சரி – மக்களின் அடிமனதில் இருக்கும் உணர்ச்சிகளை அழகாக திரைப்படத்தின் மூலம் வெளிக்கொணரும் வேலையை செய்யும் எந்த இயக்குநரும் இப்படிப்பட்ட காட்சிகளை சீக்வென்ஸ்களை வைத்தே தீருவார்கள். இப்படித்தான் அமைக்கவேண்டும் என்று எந்த ஃபார்முலாவும் இல்லாமல் இருந்தாலும், இவர்கள் அனைவரும் ஒரே போன்று யோசித்து, நாம் மேலே பார்த்த வகையில் காட்சிகளை அமைத்திருப்பது, அவர்களின் படங்களை பார்த்தால் தெரியும்.

சரி. ஒரு நல்ல திரைப்படத்தின் ஆக்ஷன் காட்சிகளில் உணர்வுபூர்வமான செய்திகளும் ஆங்காங்கே அளிக்கப்படவேண்டும் என்பதை தெரிந்து கொண்டோம். இனி, திரைக்கதை எழுதும்போது ஒரு நல்ல ஆக்ஷன் சீக்வென்ஸை எப்படி எழுதுவது?

சிட் ஃபீல்ட் இதுவரை ஆயிரக்கணக்கான ஆக்ஷன் திரைக்கதைகளைப் படித்திருக்கிறார். அவையெல்லாவற்றிலும் தவறாமல் இடம்பெற்ற விஷயம் அத்தனை பக்கங்களும் ஆக்ஷன் காட்சிகளால் நிரம்பியிருப்பது. டமால் டுமீல் என்று எல்லா பக்கங்களிலும் அதிரடிக் காட்சிகள் எழுதப்பட்டிருக்கும். அக்காட்சிகள் நன்றாகவே இருந்தாலும் கூட, ஒரு குறிப்பிட்ட அவகாசத்துக்குப் பின்னர் அவற்றையே தொடர்ந்து படிக்கவோ பார்க்கவோ இயலாது. கவனம் சிதறிவிடும். ஆகவே, படம் பார்க்கும் ஆடியன்ஸின் கவனத்தை நமது திரைக்கதையின் பக்கம் கொண்டு வந்து ஒருமுகப்படுத்தவேண்டியதே நமது லட்சியம். இதற்கு நாம் செய்ய வேண்டியது, ஒரு ஆக்ஷன் திரைக்கதையை எழுத ஆரம்பிப்பதற்கு முன்பு, அந்தக் கதையின் தன்மையையும், அந்தக் கதை சொல்லவருவது என்ன என்பதையும் அறிந்து கொள்வதே.

அப்படியென்றால் என்ன? படத்தின் கதாபாத்திரங்களைப் பற்றி ஆடியன்ஸுக்குப் புரியவைப்பது. அவர்களைப் பற்றிய செய்திகளை ஆங்காங்கே காட்சிகளின் மூலமே ஆடியன்ஸுக்கு சொல்வது. இதற்கு உதாரணங்களாக விருமாண்டி, பருத்தி வீரன், தேவர் மகன், இணைந்த கைகள், ஆரண்ய காண்டம், புலன் விசாரணை, கேப்டன் பிரபாகரன் போன்ற படங்களை சொல்லலாம். எந்த ஆக்ஷன் திரைக்கதையை எழுதினாலும், Action & Character (ஆரம்ப அத்தியாயங்களில் நாம்

பார்த்த இந்த இரண்டு விஷயங்களை நினைவிருக்கிறதா?) என்ற இரண்டு விஷயங்களை நாம் மறக்கவே கூடாது. சுருக்கமாக: Action என்பது கதை நகர்தல். Character என்பது கதாபாத்திரங்கள். இந்த இரண்டுமே பக்கம்பக்கமாகவே பயணிக்க வேண்டும். ஆக்‌ஷன் அதிகரித்து விட்டால் அது கதாபாத்திரங்களைப் பற்றிய கவனத்தை சிதறவிட்டுவிடும். அதுவே கதாபாத்திரங்களைப் பற்றி நிறைய காட்சிகள் வந்துவிட்டால், அது திரைக்கதையின் வேகத்தை மட்டுப்படுத்திவிடும். ஆகவே இந்த இரண்டும் சமமாக இருக்கவேண்டும். 'கில்லி' படத்தின் நகைச்சுவைக் காட்சிகளின் மூலம் கதாநாயகனைப் பற்றிய விபரங்கள் ஆடியன்ஸுக்கு சொல்லப்படுகின்றன அல்லவா? அப்படி.

மேலே சொன்னது, ஆக்‌ஷன் படத்துக்குப் பொதுவாக சிட் ஃபீல்ட் பரிந்துரைக்கும் திரைக்கதை அமைக்கும் முறை. இப்போது கொஞ்சம் உள்ளே செல்வோம்.

ஒரு ஆக்‌ஷன் படம் எவ்வகையில் நமக்கு நினைவிருக்கிறது? உதாரணத் துக்கு, ஒரு படத்தில் வரும் அதே போன்ற அடிதடி காட்சிகள்தான் மற்ற படங்களிலும் வருகிறது. ஆனால், எப்படி நம்மால் ஒரு ‘கஜினி’யையோ அல்லது ஒரு 'தேவர் மகனையோ' அல்லது ஒரு 'ஊமை விழிகளையோ' நன்றாக நினைவு வைத்துக்கொள்ள முடிகிறது?

காரணம், இப்படங்களின் கதை மற்றும் கதாபாத்திரங்களின் பிரத்யேகத்தன்மை – uniqueness. இன்னும் சில உதாரணங்களாக, கில்லி படம் எப்படி நமக்கு இன்னமும் நினைவிருக்கிறது? பாட்ஷா எப்படி மறக்காமல் இருக்கிறது? சத்யா, அக்னி நட்சத்திரம், தளபதி – இவையெல்லாம் நமக்கு மறக்காமல் இருப்பதற்குக் காரணங்கள் என்ன? அப்படங்களின் கதாபாத்திரங்களின் பிரத்யேகமான பாத்திரப் படைப்பு மற்றும் அவை வெளிப்பட்ட காட்சிகளின் சுவாரஸ்யங்களே காரணம். இந்தப் படங்களில் உங்களுக்குப் பிடித்த ஆக்‌ஷன் காட்சிகள் என்னென்ன? அவை எப்படி படமாக்கப்பட்டிருக்கின்றன? இந்தக் காட்சிகளை, பிற தமிழ்ப்படங்களின் இவைகளையொத்த காட்சிகளிலிருந்து வேறுபடுத்திக் காட்டியது எது? யோசித்துப் பாருங்கள். விடையாக, உணர்வுபூர்வமான கதை அவற்றின் இடையே அந்தக் கதை பயணிக்கக்கூடிய வகையில் அமைந்த ஆக்‌ஷன் சீக்வென்ஸ்கள் என்று அமைந்த கூட்டணியே காரணம் என்பது தெரியும்.

சரி. சீக்வென்ஸ் என்பதை சிட் ஃபீல்ட் விளக்குவதை பல உள்ளூர் உதாரணங்களின் உதவியோடு பார்த்தாயிற்று. வரும் அத்தியாயத்தில், ஒரே ஒரு பக்கம் எழுதப்பட்ட ஆக்‌ஷன் காட்சி ஒன்று, இன்றும் ஆடியன்ஸ் மனதில் உலகமெங்கும் நீங்காமல் நிறைந்திருக்கும் உதாரணம் ஒன்றை விரிவாகப் பார்த்து விட்டு சீக்வென்ஸ் பற்றிய இன்னும் சில விபரங்களை அலசலாம்.

28

ஒரு பக்க ஆக்ஷன் திரைக்கதை

ஒரு விறுவிறுப்பான ஆக்ஷன் சீக்வென்ஸ் எப்படி இருக்க வேண்டும் என்று ஒரு உதாரணத்தை இப்போது பார்க்கப்போகிறோம். சற்று முன்னர் 'விருமாண்டி' திரைப்படத்தில் இருந்து அதன் க்ளைமேக்ஸ் சீக்வென்ஸைப் பார்த்தது நினைவிருக்கும். இப்போது, ஆங்கிலத்தில் ஒரே ஒரு பக்கத்தில் மிகச்சில வார்த்தைகளில் எழுதப்பட்ட ஒரு சீக்வென்ஸ், உலகெங்கும் எப்படி மக்களை சீட்டின் நுனியில் கொண்டுவந்தது என்று பார்ப்போம்.

படம் ஜுராஸிக் பார்க். இயக்குநர் ஸ்பீல்பெர்க். திரைக்கதை எழுதியவர் டேவிட் கோயெப் (David Koepp).

ஹாலிவுட்டின் திரைப்பட வரலாற்றில் திரைக்கதை பிரம்மாக்கள் என்று ஒரு பட்டியல் இட்டால், அதில் முக்கியமான நபர்களில் ஒருவராக சுட்டிக்காட்டப்படுபவர் டேவிட் கோயெப் (David Koepp). ஹாலிவுட்டின் அந்தந்த காலகட்டங்களில் எப்போதெல்லாம் பின்னாட்களில் உலக ஹிட்கள் ஆகப்போகும் படங்கள் வெளியாகின்றனவோ அப்போதெல்லாம் அவற்றுக்குத் திரைக்கதை எழுதி அவை சூப்பர்ஹிட் ஆவதற்குக் காரணமானவர் இந்த ஆசாமி (உதாரணமாக : Jurassic Park, Mission Impossible, Spider Man, Carlito's Way).

இக்காட்சியின் சிச்சுவேஷன் கதாபாத்திரங்கள் இருக்கும் தீவில் மின்சாரம் இல்லை. டைனோஸார் மரபணுக்களை திருடிச்செல்லும் ஒருவனால் அத்தனை பாதுகாப்பு கருவிகளும் முடக்கப்பட்டு விடுகின்றன. இரண்டு ரிமோட் கண்ட்ரோல் மின்சார கார்களில் படத்தின் சில கதாபாத்திரங்கள், டைனோஸார்களை தீவின் மக்களிடமிருந்து பிரிக்கும் மின்சார வேலியின் வெளியே பயத்துடன் மாட்டிக்கொண்டு விடுகிறார்கள். நினைவுவைத்துக்கொள்ளுங்கள்

எங்கும் மின்சாரம் இல்லை. இரவு. இருள்.

இப்போது இந்த ஸீக்வென்ஸின் தமிழ் வடிவம்.

டிம் தனது பைனாகுலரில் பார்ப்பதை விட்டுவிட்டு, காரின் டேஷ்போர்டில் வைக்கப்பட்டுள்ள இரண்டு ப்ளாஸ்டிக் கப்களை கவனிக்கிறான். மெதுவாக மிக மெதுவாக அவற்றில் உள்ள தண்ணீர் அதிர்கிறது. வட்ட வடிவத்தில் சுழிகளை உருவாக்குகிறது.

தண்ணீரின் அதிர்வு நிற்கிறது

மறுபடியும் தண்ணீர் அதிர்கிறது. ஒரே சீராக. ஏதோ காலடித் தடங்களால் அதிர்வது போல.

திடும். திடும். திடும்.

ஜென்னரோ கண்களை அகல விரிக்கிறான். அவனாலும் அந்த அதிர்வை உணர முடிகிறது. ரியர்வ்யூ கண்ணாடியில் பார்க்கிறான்.

ரியர்வ்யூ மிரரில் ஒரு சிறிய அடையாள அட்டை தொங்கிக் கொண்டிருக்கிறது. அதுவும் அதிர்வுகளுக்கு ஏற்ப லேசாக அங்குமிங்கும் அசைகிறது.

ஜென்னரோ பார்த்துக்கொண்டிருக்கும் போதே, கண்ணாடியில் பிரதிபலிக்கும் அவனது உருவமும் அதிர்கிறது.

திடும். திடும். திடும்.

ஜென்னரோ : (முற்றிலும் சமாதானமாகாமல்) "ஒருவேளை மறுபடியும் மின்சாரம் வரப்போகிறது என்று நினைக்கிறேன்..."

டிம் மறுபடி காரின் பின்னிருக்கையில் குதித்து, இரவில் தெளிவாகப் பார்க்க உதவும் பெரிய கண்ணாடிகளை அணிந்து கொள்கிறான். அவனுக்குப் பக்கவாட்டில் இருக்கும் ஜன்னலின் வழியே வெளியே பார்க்கிறான். அங்கேதான் ஒரு ஆடு கட்டப்பட்டிருக்கிறது. அல்லது கட்டப்பட்டிருந்தது. ஆட்டைக் கட்டியிருந்த சங்கிலி மட்டும் அங்கே இருக்கிறது. ஆட்டைக் காணவில்லை .

தடால்!

அத்தனை பேரும் அலறுகிறார்கள். காரின் கூரையின் மேல் எதுவோ கனமாக விழுந்திருக்கிறது. கூரை உறுதியான கண்ணாடியால் செய்யப்பட்டிருப்பதால், அனைவரும் மேலே பார்க்கிறார்கள்.

அது ஒரு பிய்ந்த ஆட்டின் கால்.

ஜென்னரோ: "கடவுளே. எங்களைக் காப்பாற்று"

திரைக்கதை எழுதலாம் வாங்க

டிம் மறுபடியும் பரபரப்புடன் பக்கவாட்டு ஜன்னலில் பார்க்கிறான். பயத்தில் அவனது வாய் சத்தமில்லாமல் பிளக்கிறது. கண்ணாடியினூடே ஒரு பிரம்மாண்டமான முன்னங்கால் தெரிகிறது. அதிலுள்ள கூரிய நகங்கள், மின்சார வேலியை அலேக்காக பிய்த்துக் கொண்டிருக்கிறது. டிம், அவன் அணிந்திருக்கும் கண்ணாடியை வீசுகிறான். காரின் ஜன்னலில் முகத்தை அழுத்திக்கொண்டு சிரமப்பட்டு பார்க்க முயல்கிறான். அங்கே கூரையில் உள்ள ஆட்டின் காலுக்கு அப்பால் காருக்கு மே....லே.. அவனது கண்ணுக்கு முன்..

டைரான்னோஸாரஸ் ரெக்ஸ். கிட்டத்தட்ட இருபத்தைந்து அடி உயரம். நாற்பதடி நீளம். அதன் பிரம்மாண்டமான தலை மட்டுமே ஐந்தடி இருக்கலாம். அதன் வாயின் ஓரங்களில் அந்த ஆட்டின் உடலின் பிய்ந்த பாகங்கள் தொங்கிக்கொண்டிருக்கின்றன. தனது தலையை ஒரு ஆட்டு ஆட்டி, தொங்கிக்கொண்டிருக்கும் ஆட்டின் உடலை ஒரே அசைவில் லபக்கென்று விழுங்குகிறது அந்த டைனோஸார்.

அவ்வளவுதான் இந்த சீக்வென்ஸ். 'ஜுராஸிக் பார்க்' படத்தைப் பார்த்த அனைவருக்கும் இந்தக் காட்சி அவசியம் நினைவிருக்கும். படத்தில் டைனோஸார் அறிமுகமாகும் காட்சி இது. ஒருவேளை இந்தக் காட்சி மறந்திருந்தால், மற்றுமொரு முறை அதைப் பார்க்க முயற்சிக்கலாம்.

இந்த Action சீக்வென்ஸ்தான் ஜுராஸிக் பார்க் திரைப்படத்தின் விறுவிறுப்பை ஆரம்பித்து வைக்கிறது. இந்த நிமிடத்தில் இருந்து படத்தின் இறுதிவரை நான் ஸ்டாப் action காட்சிகள் ஒன்றின்பின் ஒன்றாக வரப்போகின்றன. இந்தக் காட்சி எப்படி ஆரம்பிக்கிறது என்பதை ஒவ்வொரு நொடியாக நம் கண் முன் விவரிக்கிறார் கோயெப். அப்படி அவர் காட்சிகளை விவரிக்கும்போது நீளமான பத்திகள், முற்றுப்புள்ளி இல்லாமல் வரிசையாக பத்தி பத்தியாக எழுதப்படும் வாக்கியங்கள் என்று எழுதவில்லை என்பதையும் கவனியுங்கள். ஒரே வரி. அல்லது ஓரிரு வரிகள் மட்டுமே. அதேபோல் வரிகளுக்கு இடையே இருக்கும் இடைவெளி. இதுவும் முக்கியம். இந்த இடைவெளி ஏன் என்றால், திரைக்கதையின் பக்கங்களை கவனிக்கையில் வரிகளால் ஆக்கிரமிக்கப்பட்டு முதல் பார்வையிலேயே படிக்க ஆசையைத் தூண்டாதவண்ணம் அவை இருக்கக்கூடாது என்பது சிட் ஃபீல்ட் கருத்து. இதனால் ஆங்காங்கே இடைவெளி அதிகமாக இருப்பது அந்தப் பக்கத்தின் படிக்கும் தன்மையைக் கூட்டும் (அதற்காக ஒரேயடியாக இதுபோன்ற இடைவெளிகளால் பக்கங்களை நிரப்பி, மிகமிகக் குறைவான திரைக்கதையை ஒவ்வொரு பக்கத்திலும் எழுதலாம் என்று அர்த்தப்படுத்திக் கொள்ளக்கூடாது).

படிக்கும்போதே ஆக்ஷன் புரிய வேண்டும்

சென்ற அத்தியாயத்தில், ஜுராஸிக் பார்க் திரைப்படத்தில் இருந்து ஒரு பக்க ஆக்ஷன் சீக்வென்ஸ் ஒன்றைப் பார்த்தோம். இந்த அத்தியாயத்தில் அந்த சீக்வென்ஸை அக்குவேறு ஆணிவேறாக சிட் ஃபீல்ட் பிரிப்பதை கவனிப்போம்.

இந்த சீக்வென்ஸில், கதாபாத்திரங்களும் சரி – ஆடியன்ஸும் சரி, ஒரே சமயத்தில்தான் இந்த Action காட்சிகளை எதிர்கொள்கின்றனர். இந்தக் காட்சிகளால் நாம் கட்டுண்டு போவதால், கதாபாத்திரங்கள் அனுபவிக்கும் அதே உணர்வுகளை நம்மாலும் அனுபவிக்க முடிகிறது. இந்தப் பக்கங்களில் விவரிக்கப்பட்டுள்ள Action காட்சிகளுக்கு ஒரு தெளிவான ஆரம்பம், நடுப்பகுதி மற்றும் முடிவு ஆகியவை இருக்கின்றன. இந்த சீக்வென்ஸின் ஒவ்வொரு வரியும், சம்பவங்களின் விறுவிறுப்பைக் கூட்டுகின்றன. விளைவாக நமக்குக் கிடைப்பது ஒரு அட்டகாசமான சீக்வென்ஸ்.

ஆரம்பத்தில், காரில் வைக்கப்பட்டுள்ள தண்ணீர் கிளாஸ்கள் அதிர்வதில் தொடங்குகிறோம். அங்கு எதுவோ நடந்துகொண்டிருக்கிறது என்பது நன்றாகவே நமக்குப் புரிந்தாலும், இன்னமும் அந்த அதிர்வுக்குக் காரணம் என்னவென்று நமக்குத் தெரிவதில்லை. இதன்பின் திரைக்கதையில் என்ன இருக்கிறது என்று பார்த்தால் – 'திடும். திடும். திடும்', ஒவ்வொரு 'திடும்' வார்த்தையும் நமது மனதிலும் அதே போன்று ஒலிக்கிறது அல்லவா? அந்த ஒவ்வொரு 'திடும்' சத்தமும் சிறுகச்சிறுக அதிகரித்துக்கொண்டே போகிறது. அந்த நொடியின் சஸ்பென்ஸும் விறுவிறுப்பும் இந்த வார்த்தைகளால் அதிகரிக்கப்படுகின்றன. அதேபோல், இங்கு புரிந்து கொள்ள கடினமான மிகப்பெரிய வரிகள் எதுவுமே இல்லை . இதற்கெல்லாம் மேலே, இதைப்போன்ற திரைக்கதைகளைப் படமாக்குவதில் ஸ்பீல்பெர்க் கில்லாடி.

தண்ணீர் அதிர்கிறது. திமும். திடும். திடும். இதுவரை நாம் எந்த Action காட்சியையும் பார்க்க ஆரம்பிக்கவில்லை. எல்லாமே வெளிப்படையாக இல்லாமல், 'எதுவோ நடந்து கொண்டிருக்கிறது' என்ற பூடகமான எண்ணத்தையே நமக்கு அளித்துக்கொண்டிருந்தது. இந்த நேரத்தில்தான் Actionல் அடுத்த கட்டத்துக்குப் போகிறோம். திரைக்கதை, நமக்கு எதையோ காட்டப்போகிறது. அது ஆடு.

ஆடு கட்டப்பட்டிருந்த இடத்தில் அதைக் காணவில்லை. இந்த விஷுவல், படம் பார்க்கும் ஆடியன்ஸின் இதயத்துடிப்பை அதிகரிக்க வைக்கிறது. திரைக்கதையின் வேகமும் கூடுகிறது. பொதுவாக, ஒரு நல்ல Action சீக்வென்ஸ் என்பது, படிப்படியாக, வார்த்தை வார்த்தையாக, வரி வரியாக திரைக்கதையில் விறுவிறுப்பை கூட்ட வேண்டும். எல்லாவற்றையும் அதனதன் இடத்தில் பொருத்தி, மெல்ல நாம் உள்ளே நுழையும் போது நம்மை அதன் வேகத்தோடு சேர்த்து கட்டிப்போடவேண்டும். வேட்டையாடு விளையாடு படத்தில் வில்லன்களோடு ஒரே அறையில் மாட்டிய ராகவன் எப்படி அங்கிருந்து தப்புகிறார்? இந்தக் காட்சியின் விறுவிறுப்பு நினைவிருக்கிறதா (த்ரில்லர்)? கில்லி, தூள் படங்களில், கதாநாயகியை வில்லன்களிடமிருந்து காப்பாற்றும் ஹீரோ சண்டையிடும் போது நமக்கும் எப்படி அந்த விறுவிறுப்பு தொற்றிக்கொள்கிறது?

இப்படி, த்ரில்லர் காட்சிகளாக இருந்தாலும் சரி, சேஸிங் காட்சிகளாக இருந்தாலும் சரி, டென்ஷனை அதிகரிக்கும் காட்சிகளாக இருந்தாலும் சரி திரைக்கதையில் இருக்கும் வேகம், நமது சுவாரஸ்யத்தை கட்டாயம் அதிகரிக்கவைக்கும்.

சரி. இப்போது திரைக்கதைக்கு மீண்டும் வருவோம். ஆடு கட்டப்பட்டிருந்த இடத்தில் வெறும் சங்கிலி மட்டும்தான் ஆடிக்கொண்டிருக்கிறது. திடீரென..

தடால்!

இந்த சத்தம் மட்டுமே நம்மைத் தூக்கிவாரிப் போடவைப்பதற்கு போதுமானது. இதன்பின்னர்தான் காரின் கூரையில் பிய்ந்து போன ஆட்டின் காலைப் பார்க்கிறோம். அந்த நேரத்தில்தான் அங்கு என்ன நடக்கப்போகிறது என்பது நமக்கும், படத்தின் கதாபாத்திரங்களுக்கும் தெரிய வருகிறது. பயம் நமது முதுகெலும்பில் மெல்ல ஏறுகிறது. டைரான்னோசார்ஸ் ரெக்ஸ் என்ற கொடூரமான டைனோஸார், கதாபாத்திரங்களைத் துரத்தப்போகிறது என்பது நமக்குப் புரிகிறது.

இது ஒரு நல்ல Action சீக்வென்ஸுக்கு அடையாளம் என்பது சிட் ஃபீல்டின் கூற்று.

சரி. அப்படியென்றால் Action சீக்வென்ஸ் என்பது எப்படி எழுதப்படக்கூடாது?

அதிகப்படியான வார்த்தைகளையும் வரிகளையும் வைத்து நுணுக்கமாக எழுதப்பட்டு, படிப்பதற்கு ஒரு அழகான அனுபவத்தைத் தரவேண்டும் என்ற எண்ணத்தில் Action சீக்வென்ஸ்கள் எழுதப்பட்டால், அந்த வார்த்தைக்குவியலுக்கு இடையே சொல்லவந்த விஷயம் புதைந்துவிடும். அதற்காக அப்படி எழுதவே கூடாது என்பதும் அர்த்தமல்ல. அளவாக, மிக எளிய வார்த்தைகளை வைத்தே, படிப்பவர்களுக்கோ அல்லது படத்தைப் பார்ப்பவர்களுக்கோ ஒவ்வொரு நொடியும் இதயத்துடிப்பு எகிறும் வகையில் Action சீக்வென்ஸ்களை எழுதமுடியும்–எழுதவேண்டும் என்பதே சிட் ஃபீல்ட் சொல்லவரும் விஷயம்.

சென்ற அத்தியாயத்தில் நாம் பார்த்த ஹாலிவுட் திரைக்கதை மன்னர் டேவிட் கோயெப், ஒரு சிறிய விளக்கத்தை அளிக்கிறார். அதைப் படித்துவிட்டு இந்த அத்தியாயத்தை முடிப்போம்.

'ஒரு நல்ல ஆக்‌ஷன் சீக்வென்ஸ் என்பது, 'ஒரு மனிதன் ஓடுகிறான்' என்ற வாக்கியத்தை எப்படியெல்லாம் வித்தியாசமாக உங்களால் எழுத முடியும் என்பதில் இருக்கிறது. இதோ 'அந்த மனிதன் பாறைகளின் பின்னால் ஓடிப் பதுங்குகிறான்'; 'பாறைகளை நோக்கிப் புயல் வேகத்தில் பறக்கிறான்'; 'பாறைகளின் மீது தொபேலென்று விழுந்து உடலெங்கும் காயப்பட்டுக்கொண்டான்'; 'பாறைகளின் மீது கஷ்டப்பட்டு கால்களால் தவழ்ந்து அடிவயிற்றில் பாறைகளால் கிழிபட்டான்' எப்படியெல்லாம் எழுத முடிகிறது பார்த்தீர்களா? ஒரு நல்ல ஹாலிவுட் ஆக்‌ஷன் திரைக்கதையில் வினைச்சொற்கள் (Verb) அதிகமாக இருக்கும். 'தலைதெறிக்க', 'பரபரக்க', 'குதிக்கிறான்', 'பாய்கிறான்', 'பறக்கிறான்', 'மோதுகிறான்' ஆகியவற்றைப் போன்ற வினைச்சொற்கள் (Hurries, Trots, Slams, Sprints, Dives, Leaps, Jumps, Slams)'.

'ஒரு ஆக்‌ஷன் திரைக்கதையைப் படிக்கும்போது, படத்தில் படுவேகமாக செல்லக்கூடிய காட்சி ஒன்று படிக்கையில் விறுவிறுப்பு இல்லாமல் தேமேயென்று இருக்கக்கூடும். உங்களின் ஒரே பெரிய சவால் எதுவென்றால், திரைப்படத்தில் எத்தனை வேகத்துடன் அந்தக் காட்சி பயணிக்கிறதோ, அதே வேகத்தை திரைக்கதையிலும் கொண்டு வருவதே. அதுமட்டும் நடந்துவிட்டால் நீங்கள் ஒரு வெற்றிகரமான திரைக்கதையாசிரியராக ஆகிவிடலாம். இதை எப்படி சாத்தியமாக்குவது? திரைக்கதை எழுதும்போது கடினமான நீண்ட வாக்கியங்கள் இல்லாமல், சிறிய வார்த்தைகளில் இதுபோன்ற வினைச்சொற்களை உபயோகித்து, படிக்கும் நபருக்கு மிக எளிதில் அந்தக் காட்சியைப் புரியவைக்கவேண்டும். இதுதான் ஒரே ரகசியம்',

30

திரைக்கதையின் ஒரு வரி பல காட்சிகளுக்கு வித்திடவேண்டும்

சென்ற அத்தியாயத்தில் ஜுராஸிக் பார்க் சீக்வென்ஸை சிட் ஃபீல்ட் எப்படி அட்டகாசமாக விளக்கியிருக்கிறார் என்பதை முழுதாக கவனித்தோம். இந்த அத்தியாயத்தில் மேற்கொண்டு தொடர்வதற்கு முன்னர் – கடந்த நவம்பர் 17ம் தேதி, கலிஃபோர்னியா – பெவர்லி ஹில்ஸில் உள்ள தனது இல்லத்தில், ஹீமோலிடிக் அனீமியா (Hemolytic Anemia) என்ற சிவப்பு ரத்த அணுக்கள் திடீரென அழியும் நோயினால், தனது 77ம் வயதில் காலமானார்.

அவர் இல்லையென்றால் ஹாலிவுட்டின் பல சூப்பர்ஹிட் படங்கள் உருவாகியிருக்காது. சிட் ஃபீல்டால்தான் ‘காட்ஃபாதர்’ என்ற அருமையான படம் தயாரிக்கப்பட்டது. அவர் ஆரம்பகாலத்தில் திரைக்கதைகளை தேர்வு செய்யும் வேலையில் இருந்தபோது ஓகே செய்த படம் இது. இதைப்போன்ற பல படங்கள் இவரது நேரடி திரைக்கதை மேற்பார்வையின் கீழ் உருவாகியிருக்கின்றன.

திரைக்கதையமைப்பைப் பற்றிய இவரது 'Screenplay' புத்தகம் உலகெங்கும் பல திரைப்படக் கல்லூரிகளில் பாடமாக வைக்கப்பட்டிருக்கும் பெருமை உடையது. ஹாலிவுட் திரைக்கதையமைப்பை இவரளவு எளிமையாக விளக்கியிருப்பவர்கள் யாருமில்லை. உலகின் நம்பர் ஒன் கமர்ஷியல் இயக்குநரான ஜேம்ஸ் கேமரூன், சிட் ஃபீல்டின் புத்தகத்தைப் படித்தபின்னர்தான் திரைக்கதை எழுதவேண்டும் என்ற உத்வேகத்தின் காரணமாக, ட்ரக் ட்ரைவராக இருந்த தனது வேலையை விட்டு விட்டு சினிமா பக்கம் வந்தார். இவரைப்போன்ற பல இயக்குநர்களுக்கு குருநாதராக இருந்தவர் சிட் ஃபீல்ட். ஹாலிவுட்டின் முன்னணி ஸ்டுடியோக்களுக்கு பல வருட காலங்கள் திரைக்கதை

ஆலோசகராக இருந்திருக்கிறார். உலகெங்கும் திரைக்கதை வகுப்புகள் இந்த செப்டம்பர் மாதம் வரை சுற்றிச்சுழன்று நடத்தியவர்.

சிட் ஃபீல்டின் திரைக்கதைப் புத்தகத்தை முன்வைத்து நமது தொடர் வந்து கொண்டிருக்கும் இந்த வேளையில், அவர் இறந்த செய்தி மிகவும் அதிர்ச்சியையும் துயரத்தையும் எழுப்புகிறது.

சிட் ஃபீல்டின் நினைவுகளோடு, புத்தகத்தைத் தொடர்வோம்.

இந்த அத்தியாயத்தில் இருந்து, சிட் ஃபீல்டின் புத்தகத்தின் பனிரண்டாவது அத்தியாயமான 'Building the Storyline' என்பதைப் பார்க்கப்போகிறோம்.

சென்ற அத்தியாயம் வரை, திரைக்கதை எழுதுவதில் உள்ள அனைத்து முக்கியமான விஷயங்களையும் (திரைக்கதையின் மூன்று பகுதிகளிலிருந்து, ப்ளாட் பாயிண்ட்கள் வழியாக சீன்களை சீக்வென்ஸ்களாக எழுதி) பார்த்துவிட்டோம். இவைகளில், நமது மனதில் இருக்கும் கதையை திரைக்கதையின் மூன்று பகுதிகளான அறிமுகம், எதிர்கொள்ளல் மற்றும் முடிவு ஆகிய முக்கியமான பகுதிகளாகப் பிரிப்பது மிகவும் முக்கியம்.

அது எப்படி?

நீங்கள் கணினியில் திரைக்கதையை தட்டச்சு செய்வீர்கள் எனில் கணினியின் முன் அமர்ந்து கொள்ளலாம். அல்லது பேப்பரில்தான் எழுதுவீர்கள் என்றால் பேப்பர்களை எடுத்துக்கொள்ளலாம்.

நமது மனதில் இருக்கும் கதையை சீன்களாக பிரித்துக்கொண்டு (பார்க்க: சென்ற சில அத்தியாயங்கள்), அந்த சீன்களை சுருக்கமாக பாயிண்ட் பை பாயிண்ட்டாக வரிசையாக எழுதிக்கொள்ளவேண்டும். உதாரணமாக, கதாநாயகன் கதாநாயகியை காப்பாற்ற வில்லனைத் தேடிப் போகும் பெரிய க்ளைமேக்ஸ் காட்சியை, பக்கம்பக்கமாக எழுதாமல், ஒரே வரியில், 'கதாநாயகன் வில்லனுடன் சண்டையிடுகிறான்' என்று எழுதலாம். இங்கே ஒரு பெரிய காட்சியை சுருக்கமாக எழுதுகிறோம்.

இந்த சமயத்தில், நமது மனதில் ஒரு கதை உருவாகியிருக்கும். அந்தக் கதையை வரிசையாக இப்படி பாயிண்ட்களாக எழுதவேண்டும் என்பதே நோக்கம்.

சிட் ஃபீல்ட் சொல்லும் ஓரிஜினல் முறையில், சிறிய தபால் கார்ட் சைஸ் அட்டைகளில் ஒவ்வொரு கார்டில் ஒவ்வொரு காட்சியின் சுருக்கத்தை எழுதிக்கொள்ளவேண்டும் என்று வலியுறுத்துகிறார். கார்டுகளில் ஏன் இப்படி எழுதவேண்டும் என்றால், அவைகளை

திரைக்கதை எழுதலாம் வாங்க

இஷ்டத்துக்கு கலைத்துப்போட்டுக்கொள்ள முடியும். இதனால், ஒருவேளை சீன்களின் வரிசை சரியாக அமையாவிட்டால், சில சீன்களை முன்பின்னாக மாற்றிப்போட்டுக்கொள்ளமுடியும்.

ஆனாலும், தற்காலத்தில் கணினியில் அவசியம் இப்படி முன்பின்னாக நமது வரிசையை மாற்ற முடியும். பேப்பரிலோ அல்லது நோட்டிலோ கூட அப்படி செய்யலாம் என்பதால், இவற்றில் நமக்கு எது வசதியோ அதனை உபயோகிக்கலாம். இதற்கு ஒரு உதாரணம் பார்ப்போம். ஆரண்யகாண்டம் திரைப்படத்தை உதாரணமாக எடுத்துக்கொள்வோம். ஆரண்யகாண்டத்தின் முதல் பகுதியான 'ஆரம்பம்' என்பதை எப்படி பிரித்து எழுதலாம்?

1. அறிமுகம். சிங்கப்பெருமாள் – சுப்பு. தான் கடத்திவந்த சுப்புவுடன் உறவு கொள்ள முயற்சிக்கிறார் சிங்கப்பெருமாள். முடியவில்லை .

2. ஆண்ட்டிகளை எப்படி கரெக்ட் செய்வது என்று பேசிக்கொண்டே சிங்கப்பெருமாளின் கும்பல் அறிமுகம்.

3.சப்பை கதாபாத்திரம் அறிமுகம்.

4. பசுபதியின் அறிமுகம். பல் தேய்த்துக்கொண்டே வரும் சிங்கப் பெருமாளிடம் பசுபதி 50 லட்சம் பொறுமானமுள்ள சரக்கு பற்றிப் பேசுவது.

5. கஞ்சாவை கடத்த விருப்பம் தெரிவிக்கும் பசுபதியை சிங்கப்பெருமாள் மறுப்பது.

6. 'நீங்க என்ன டொக்காயிட்டீங்களா?' என்று பசுபதி சிங்கப் பெருமாளிடம் கேட்பது

7. சிங்கப்பெருமாள் முதலில் சரக்கை சரிபார்த்து வரும்படி சொல்வது

8. டீக்கடையில், சப்இன்ஸ்பெக்டர் மயில்வாகனத்திடம் சரக்கு எங்கு வருகிறது என்பதை பசுபதி தெரிந்து கொள்வது.

9. சரக்கு கஜேந்திரனுடையது என்பதை அவர் சொல்ல, அவனது ஆட்களுக்கு கஜேந்திரனைப் பற்றி பசுபதி ஒரு கதை சொல்வது (கஜேந்திரன் என்ற கதாபாத்திரத்தின் அறிமுகம்)

10. சரக்கு வந்து இறங்கும் 'பாவா' லாட்ஜில் தங்கியிருக்கும் காளையன் மற்றும் அவன் மகன் கொடுக்காப்புளியின் அறிமுகம்.

11. சப்பைக்கும் சுப்புவுக்கும் உள்ள உறவைப் பற்றிய காட்சி. இருவரும் பேசிக்கொள்வது.

12. பசுபதியும் கும்பலும் சரக்கு வாங்க காரில் கிளம்புவது

13.காரில் மறுபடியும் ஆண்ட்டிகளைப் பற்றிய பேச்சு. கும்பலில் ஒருவனுக்கு ஃபோன் வருதல். அதனை லௌட் ஸ்பீக்கரில் போடுதல்.

14. 'பசுபதிய கொன்னுரு' என்று ஆணையிடும் சிங்கப்பெருமாள் (Plot Point 1).

முதல் Plot பாயிண்ட் வரையிலான ஆரண்யகாண்டத்தின் திரைக் கதையை இப்படி சுருக்கமாக எழுதிக்கொள்வதன் மூலம், கதை எப்படி நகர்கிறது என்று தெரிகிறது. திரைக்கதை எழுதத் துவங்குமுன்னர் நமது மூளையில் இருக்கும் சீன்களை மிக ஆரம்பகட்டத்தில் வரிசைப் படுத்தும் முயற்சி இது என்பதை மறவாதீர்கள். முடிவில் எழுதப்படும் திரைக்கதை இந்த வரிசையில் இருந்து மாறுபடலாம். ஆனால், திரைக்கதை எழுதத் துவங்குமுன்னர் இப்படி பாயிண்ட்களாக எழுதிக்கொண்டால் அதன்பின் முன்பின்னாக இந்தப் பாயிண்ட்களை மாற்றி, திரைக்கதைக்கு சுவாரஸ்யம் கொடுக்கலாம் என்பதே சிட் ஃபீல்ட் சொல்லும் வழிமுறை.

தமிழ் சினிமாவில் இந்த முறைதான் 'சீன் பிரிப்பது' என்று அழைக்கப்படுகிறது என்பது பலருக்கும் தெரிந்திருக்கும். இன்னொரு மிகமுக்கியமான விஷயம் என்னவெனில், திரைக்கதை உருவாக்கமும், நிஜமான திரைக்கதையும் வெவ்வேறான வழிமுறைகள் என்பது. ஒரு உதாரணத்துக்கு, 'கதாநாயகியை மதுரையில் வில்லனிடமிருந்து காப்பாற்றுகிறான் ஹீரோ' (கில்லி) என்று ஒரு பாயிண்ட் எழுதுகிறோம். ஆனால், திரைக்கதை எழுதும்போது இந்த ஒரே ஒரு வரியை எவ்வளவு பெரிதாக விரிவாக்கி எழுத வேண்டியிருக்கிறது.

மதுரையில் எந்த இடம்? அந்த இடத்தில் வில்லனும் ஹீரோவும் எப்படி சந்தித்துக் கொள்கிறார்கள்? எந்த வழிமுறையை உபயோகப்படுத்தி கதாநாயகியை ஹீரோ காப்பாற்றுகிறான்? எப்படி தன்னுடன் அழைத்துச் செல்கிறான்? இத்தனையையும் திரைக்கதை எழுதும்போது விரிவாக, தெளிவாக எழுத வேண்டும் அல்லவா? இந்த ஒரு பா யிண்டே திரைக்கதையில் ஒரு பெரிய சீக்வென்ஸாக (சீன்களின் தொகுப்பு) வருகிறது. இதுதான் திரைக்கதை உருவாக்கத்துக்கும் நிஜமான திரைக்கதைக்கும் உள்ள வேறுபாடு.

எனவே, திரைக்கதை எழுதத் துவங்குமுன்பாக இப்படி பாயிண்ட் பாயிண்டாக கதையைப் பிரித்து, ஒவ்வொரு பாயிண்ட்டையும் ஒவ்வொரு கார்டில் (அல்லது கணினியில் அல்லது பேப்பரில்) தனியாக எழுதிக்கொள்வது ஒன்று. இதன்பின் திரைக்கதையை இந்தப் பா யின்ட்களின் துணையோடு விரிவாக்கம் செய்வது மற்றொன்று. இந்த இரண்டையும் போட்டுக் குழப்பிக்கொள்ளக்கூடாது என்கிறார் சிட்.

இது ஏன் எனில், மேலே பார்த்தது போல் ஒரே ஒரு பாயிண்ட்,

திரைக்கதை எழுதலாம் வாங்க

திரைக்கதையில் சில பக்கங்கள் அளவு வர வாய்ப்பு இருக்கிறது. ஆகவே பாயிண்ட்கள் எழுதும்போது மிக விரிவாக எழுதத் தேவையில்லை; போலவே திரைக்கதை எழுதும்போது மிக சுருக்கமாக எழுதவும் தேவையில்லை.

திரைக்கதையின் ஒவ்வொரு முப்பது பக்கத்துக்கும் பதினான்கு பாயிண்ட்கள். அதாவது, முதல் பகுதியான அறிமுகத்துக்கு 14. இரண்டாவது பகுதியான எதிர்கொள்ளலுக்கு 28 (காரணம், எதிர்கொள்ளல், கிட்டத்தட்ட 60 பக்கங்கள் வரக்கூடியது என்பதால்). அப்படியென்றால் மூன்றாவது பகுதியான முடிவுக்கு? 14. ஆகமொத்தம் 14+28+14=52. ஒரு சுவாரஸ்யமான திரைக்கதைக்கு, கிட்டத்தட்ட 52 பாயிண்ட்களாக கதையைப் பிரித்துக்கொண்டால் போதுமானது என்பது சிட் சொல்லும் கணக்கு.

(இங்கே, நாம் வழக்கமாக பார்க்கும் விஷயம் ஒன்றை மறுபடியும் நினைவு கொள்வோம். இந்த கணக்கு வழக்கெல்லாம் நம்மை கையைப்பிடித்து திரைக்கதையை நோக்கி அழைத்துச்செல்ல சிட் ஃபீல்ட் வடிவமைத்துள்ள முறைகள் மட்டுமே. மிகச்சரியாக அவரது கணக்குப்படி வரவேண்டும் என்பது முக்கியம் அல்ல. இறுதியில் கிடைக்கப்போகும் திரைக்கதைதான் முக்கியம்).

இங்கே ஒரு கேள்வி எழலாம். 'என் மனதில் இருக்கும் கதையை நான் பாட்டுக்கு விரிவாக எழுதிக்கொண்டே போகலாமே? எதற்கு இப்படி கணக்கெல்லாம் போட்டு பாயிண்ட் பாயிண்டாக பிரித்து, ஒவ்வொரு பகுதிக்கும் இத்தனையித்தனை என்றெல்லாம் குழப்பிக்கொள்ளவேண்டும்?'

காரணம் இருக்கிறது. ஏற்கெனவே பார்த்தது போல், திரைக்கதை எழுதுவது என்பதே கண்ணைக் கட்டி காட்டில் விட்டது போலத்தான். அந்த இருட்டில் நமக்கு உதவி செய்வதுதான் Plot Pointகளின் வேலை. ஆனால், மொத்தம் இரண்டே ப்ளாட் பாயிண்ட்களை வைத்துக்கொண்டு ஒட்டு மொத்த திரைக்கதையையும் எழுதிவிட முடியாது. 120 பக்கங்களில் அமையப்போகும் திரைக்கதையை ஓரளவு தெளிவாக வடிவமைத்துக்கொள்ள, ஒவ்வொரு பகுதியையும் இப்படி பிரிப்பது அவசியம் உதவும்.

நமது கையில் 52 பாயிண்ட்கள் இருக்கிறது என்றால், அவை ஒவ்வொன்றையும் விரிவாக்கினாலே திரைக்கதை ஒரு ஐம்பது அறுபது சதவிகிதம் முடிந்துவிடும். இதன்பின் எழுதி முடித்த திரைக்கதையை மீண்டும் மீண்டும் செப்பனிடுவது மூலம் அதன் இறுதி வடிவத்தை தயார் செய்துவிட முடியும்.

எனவே, ஒரு கடினமான விஷயத்தை எளிதான துண்டுகளாக உடைத்துக்கொண்டு விட்டால் அந்தத் துண்டுகளை முடிப்பது மூலம் இறுதியில் எல்லாவற்றையும் ஒன்றுசேர்த்து நாம் நினைத்த விஷயத்தை முடித்துவிடலாம் என்பதே இந்த வழிமுறையின் அடிப்படை.

இப்படி வரிசையாக எழுதிக்கொண்டபின் என்ன செய்யவேண்டும்?

நமது முழுக்கதையையும் இப்படி பாயிண்ட் வடிவத்தில் நன்றாக உள்வாங்கிக்கொண்டு, அவற்றை முழுதாக அலசவேண்டும். சில சமயங்களில், இந்த பாயிண்ட்களில் முன்னர் பார்த்தது போல் முன்பின்னாக சிலவற்றை மாற்றினால் சுவாரஸ்யம் அதிகரிக்கும் வாய்ப்புகள் அதிகம். அதனால் அதையும் செய்யலாம். இப்படி பலமுறை இந்த பாயிண்ட்களை அலசுவது, கதை நமது மனதில் நன்றாக வளரவும் உதவும்.

சரி. நமது திரைக்கதையை இப்படி சுருக்கமான பாயிண்ட்களாக முழுதும் எழுதி, அலசியும் பார்த்தாயிற்று. இதன்பின் என்ன செய்யவேண்டும்? அந்த சுவாரஸ்யமான அம்சங்களை இனி பார்க்கலாம்.

31
மரியான் - ஆக்ஷன் ரியாக்ஷன்

நமது கதையை, சிட் ஃபீல்ட் சொன்னபடி பாயிண்ட்களாகப் பிரித்து விட்டால் மட்டும் அந்தத் திரைக்கதை வெற்றி அடைந்து விடுமா? இல்லை.

ஒரு திரைக்கதையை வெற்றியடையச் செய்வதில் தலையாவது, அந்தக் கதையை ஆடியன்ஸுக்கு எப்படி நாம் அளிக்கிறோம் என்பதே. கதை நல்லதாக இருந்தாலும், அதை திரைப்படத்தில் சரியாக வழங்கவில்லை என்றால் ஆடியன்ஸுக்கு அலுக்கவே செய்யும். ஆகவே, திரைக்கதையை சுவாரஸ்யமாக எப்படி வழங்கலாம் என்பதை சிட் ஃபீல்ட் கீழ்க்கண்டவாறு சொல்கிறார். இது அவரது புத்தகத்தில் பல இடங்களில் வருகிறது.

'திரைக்கதையில் சுவாரஸ்யத்தை முரண்பாடுகளின் மூலம் அதிகரிக்கலாம். முரண்பாடுகள் இல்லாமல் கதையில் ஆக்ஷன் இல்லை; ஆக்ஷன் இல்லாமல் கதாபாத்திரங்கள் இல்லை; கதாபாத்திரங்கள் இல்லாமல் கதை இல்லை; ஆகவே, கதை இல்லாமல் திரைக்கதையும் இல்லை'.

எப்போதுமே எல்லாருமே ஒருவருக்கொருவர் முரண்பட்டுக்கொண்டே இருக்கிறார்கள். இதையே திரையில் யோசித்துப் பார்த்தால், பிரதான கதாபாத்திரத்துக்கும் வில்லனுக்கும் கதையில் முரண்பாடுகள் வரலாம். அதனால் இருவரும் ஒருவரையொருவர் விரோதித்துக்கொள்ளலாம். அல்லது இரண்டு நல்ல கதாபாத்திரங்களுக்குள்ளேயே கூட முரண்பாடுகள் வரலாம் ('இருவர்').

இந்த முரண்பாடுகளுக்குக் காரணம் என்ன என்று யோசித்தால், நமது கண்ணோட்டம் (ஏற்கெனவே நாம் பார்த்த 'பாயிண்ட் ஆஃப் வ்யூ' நினைவுள்ளதா?). எதையோ ஒன்றை சரி என்று நாம் நம்புகிறோம். அதனை இன்னொருவர் ஒப்புக்கொள்ள மறுக்கிறார். ஆகவே முரண்பாடு நேர்கிறது. இந்த முரண்பாடுகளில், ஆக்‌ஷன் ரியாக்ஷன் என்று சொல்லப்படும் வினை எதிர்வினை இருக்கிறது.

இப்படி யோசித்துப் பார்க்கலாம். சாலையில் நாம் நமது காரிலோ பைக்கிலோ சென்று கொண்டிருக்கிறோம். திடீரென்று யாராவது சரெக்கென்று குறுக்கே அவர்களது வண்டியில் வந்து, நம்மை முந்திக்கொண்டு சென்றுவிட்டால் நமது எதிர்வினை எப்படி இருக்கும்? அவசியம் கத்துவோம். ஹார்ன் அடிப்போம். அவர்களை முந்திக்கொண்டு செல்ல முயலுவோம். இப்படி எதையாவது செய்வோம். இவையெல்லாமே, முந்தைய ட்ரைவர் செய்த செயலுக்கான எதிர்வினை. அவர் செய்தது ஆக்‌ஷன். நாம் இப்போது செய்வது ரியாக்ஷன். வினையும் எதிர்வினையும் (ஆக்ஷனும் ரியாக்‌ஷனும்) உலக நியதி. யார் என்ன செய்தாலும் இவை அவற்றில் இருக்கும்.

இதேதான் திரைக்கதைக்கும் பொருந்தும். நமது கதாபாத்திரம் எதாவது வினை புரிந்தால், யாரோ எங்காவது அதற்கேற்ற எதிர்வினையை திரைக்கதையில் அவசியம் புரிவார்கள். அந்த எதிர்வினைக்கு நமது கதாபாத்திரம் எதிர்வினை செய்யும். இப்படியேதான் ஆக்‌ஷன் ரியாக்ஷன் என அந்தந்த பகுதியின் இறுதியில் இருக்கும் ப்ளாட் பாயிண்ட்டை நோக்கி சம்பவங்கள் செல்லும்.

எனவே, பிரதான கதாபாத்திரங்கள் செயலும் புரிய வேண்டும்; அதே சமயம் எதிர்வினையும் புரிய வேண்டும். இதில் ஏதோ ஒன்று மட்டுமே திரைக்கதை முழுக்க விரவியிருந்தால் அது அலுத்துவிடும். அதேபோல, பிரதான கதாபாத்திரத்தின் மீது சுவாரஸ்யமும் குறைந்துவிடும்.

இதுதான் திரைக்கதையை கட்டமைக்கும்போது நாம் சந்திக்கும் முதல் பிரச்னை. நமது பிரதான கதாபாத்திரங்கள் எப்போது பார்த்தாலும் எதிர்வினை (ரியாக்ஷன்) செய்து கொண்டே இருந்தால் அவசியம் படம் அலுத்துவிடும். உதாரணமாக, தனுஷின் நடிப்பு நன்றாக இருந்தபோதிலும் இசை, ஒளிப்பதிவு போன்ற நல்ல அம்சங்கள் இருந்தபோதிலும், மரியான் ஏன் சூப்பர்ஹிட் ஆகவில்லை ? காரணம், திரைக்கதையில் ஆரம்பத்திலிருந்து இறுதிவரை தனுஷின் கதாபாத்திரம், அதற்கு நேரும் சம்பவங்களுக்கு ரியாக்ட் செய்து கொண்டேதான் இருக்கிறது. படத்தின் இடையில் ஒரே ஒரு முறை (வேலைக்கு சேரும் சம்பவம் அதில்கூட, கதாநாயகிக்கு அந்தப் பணம் உதவும் என்னும் ரியாக்ஷன்) மற்றும் க்ளைமேக்ஸில் தனுஷின் கதாபாத்திரம் தப்பிக்கும்

காட்சி ஆகியவற்றில் மட்டுமே தானே முடிவெடுத்து செயல்படுகிறது அந்தப் பாத்திரம். திரைக்கதையில் சிட் ஃபீல்ட் மேலே சொல்லியது இதுபோன்ற விஷயம்தான். வினை எதிர்வினை ஆகியவை கலந்து இருத்தல் வேண்டும்.

திரைக்கதையை சுவாரஸ்யமாக அமைப்பதில் இருக்கும் அடுத்த பிரச்னை கதையில் எக்கச்சக்க கதாபாத்திரங்களை நுழைத்தல். இதைப்பற்றி சிட் ஃபீல்ட் சொல்லும் போது, ஒவ்வொரு கதாபாத்திரத்துக்கும் சரியான பின்னணியும் கதையும் இல்லாவிட்டால், அவசியம் திரைக்கதையை இது குழப்பிவிடும் என்கிறார். இதற்கான காரணமாக அவர் சொல்வது, கதாபாத்திரங்களையும் திரைக்கதையையும் சரியாக தயாரித்துக்கொள்ளாமல், 'எழுத ஆரம்பிப்போம். அதன்பின் தானாக எல்லாமே அமைந்துவிடும்' என்ற மனநிலையோடு எழுதுவதை. இப்படி எழுதும்போது, முதல் பத்து இருபது பக்கங்களுக்கு நமது திரைக்கதை நன்றாகவே செல்லும். ஆனால் அதன்பின் சொல்ல எதுவுமே கிடைக்காமல் போகலாம். இன்னொன்று ஆடியன்ஸின் கவனத்தை ஆரம்பத்திலேயே கவரவேண்டும் என்ற எண்ணத்தால், எக்கச்சக்க கதாபாத்திரங்கள் மூலம் கதையில் எதையாவது நிகழ வைப்பது.

நமது கதைக்கான களம், கதாபாத்திரத்தின் நோக்கம், அதற்கு உதவி செய்யும் பாத்திரங்கள், உபத்திரவம் கொடுக்கும் பாத்திரங்கள் ஆகிய எல்லாவற்றையுமே தகுந்த முறையில் தயாரித்துக்கொள்ள வேண்டும் (நாம் முன்னர் பார்த்த 'கேரக்டர் ஸ்கெட்ச்' நினைவிருக்கிறதா?). அப்படி தெளிவாக எல்லா தகவல்களும் நம்மிடையே இருந்தால், இப்படிப்பட்ட பல கதாபாத்திரங்கள் கதையில் நுழைந்து, கதையை குழப்பமாட்டார்கள். ஒருவேளை அப்படி இருந்தாலும், அவர்களுக்கான பின்னணி தயாராகவே இருக்கும். எனவே கதையின் சுவாரஸ்யம் தடைபடாமல் இருக்கும்.

அடுத்த பிரச்னை நம்மிடையே கதை தயாராக இருந்தாலும், அந்தக் கதையின் தாக்கம் மிகவும் கம்மியாக இருப்பது. கதை மிகவும் கம்மியாக இருப்பதால், மேலும் மேலும் பல சம்பவங்களை வேண்டுமென்றே சேர்த்திக்கொண்டு ஒரு திரைக்கதையை எழுதுவதன் பிரச்னைகள். இப்படி பல சம்பவங்களை திரைக்கதை இரண்டு மணி நேரத்துக்குக் குறையக்கூடாது என்று எழுதுவதால், திரைப்படம் ஆடியன்ஸுக்கு மிக எளிதாக அலுத்துவிடுகிறது. காரணம், சுவாரஸ்யம் குறைந்து, பல சம்பவங்கள் மூலமாக அலுப்பை அவை அதிகப்படுத்துவதே.

இதுவரை நாம் பார்த்துவந்த படங்கள், இப்படி இல்லாமல் சுவாரஸ்யத்துடனும் நல்ல கதையம்சத்துடனுமே இருந்து வந்திருக்கின்றன.

அப்படிப்பட்ட படங்களான மகாநதி, மூன்றாம் பிறை, பருத்தி வீரன், சுப்ரமண்யபுரம், ஆரண்யகாண்டம், ஊமை விழிகள், காதலிக்க நேரமில்லை , தளபதி, நாயகன், அஞ்சலி, கடலோரக் கவிதைகள், முதல் மரியாதை, முந்தானை முடிச்சு போன்றவைகளை எடுத்துக்கொண்டால் (லிஸ்ட் பெரியது என்பதால், ஒரு சில படங்களை மட்டுமே இங்கே கொடுக்க முடிந்தது), இந்தப் படங்களின் ஆரம்பங்களை நினைத்துப் பாருங்கள். மிக எளிதாக இவற்றின் கதை நமக்குப் புரிந்ததல்லவா? இவற்றில் சில படங்களில் நிறையவே கதாபாத்திரங்கள் இருந்திருக்கலாம். ஆனாலும், அவைகளுக்கும் தெளிவான பின்னணி இருந்தது. அதேபோல் இவற்றின் கதையம்சத்திலும் எந்தப் பிரச்னையும் இல்லை. இவைகள் எல்லாமே, ஆரம்ப 15–20 நிமிடங்களிலேயே ஆடியன்ஸுக்கு கதையைப் புரியவைத்து விடுவதைக் கவனித்தால், சிட் ஃபீல்டின் கருத்துகளை இன்னும் நன்றாகப் புரிந்து கொள்ளமுடியும். எனவே, திரைக்கதையின் போக்கை எப்படிக் கொண்டு செல்கிறோம்? நம் திரைக்கதையில் ஏதேனும் பிரச்னைகள் உள்ளனவா? என்றெல்லாம் நம்மை நாமே கேள்வி கேட்டுக்கொண்டு சரிசெய்து கொள்வதற்காகத்தான், கதையின் சீன்களை மிக எளிமையாக எழுதிவைத்துக்கொள்வதை சிட் ஃபீல்ட் பரிந்துரைக்கிறார்.

மிக எளிதான கற்பனை உதாரணம் ஒன்றை அவர் இங்கே கொடுக்கிறார்.

அண்ணாமலை என்று ஒரு மனிதன், ஒரு அலுவலகத்தில் வேலை செய்கிறான் என்று வைத்துக்கொள்ளலாம். தனது அலுவலகத்தில் பல லட்சங்கள் சுருட்டியதாக அவன் மேல் பழி விழுகிறது. குற்றம் சுமத்தப்படுவதுதான் ப்ளாட் பாயிண்ட் 1. இதை எப்படி சுருக்கமாக, எளிமையாக எழுதிப்பார்ப்பது?

முதல் பாயிண்ட்டாக, ஒருசுவாரஸ்யமான ஆரம்பம் (இன்சைட்டிங் இன்சிடெண்ட்) தேவை என்பதால், பணம் திருடப்படுவதில் ஆரம்பிக்கலாம். அண்ணாமலையின் அலுவலகத்தில் பணம் திருடுபோகிறது என்று எழுதிக்கொள்ளலாம். அடுத்த பாயிண்ட், 'அண்ணாமலை அறிமுகம்'. இதன்பின் 'அண்ணாமலை தன் அலுவலகத்துக்கு வருகிறான்' என்று எழுதலாம். இதன்பின் 'அண்ணா மலையின் தினசரி அலுவலை தெரிந்து கொள்கிறோம்'. பின்னர் அண்ணாமலையின் அலுவலகத்தில் என்ன நடக்கிறது என்று தெரிந்துகொள்கிறோம்'. இதன்பின் 'அண்ணாமலையின் பெர்ஸனல் வாழ்க்கை காதலி அல்லது மனைவியைத் தெரிந்து கொள்கிறோம்'. பின்னர் அண்ணாமலையின் அலுவலகத்தில் பணம் திருடு போனது கண்டுபிடிக்கப்படுகிறது'.

இதற்கு அடுத்து அலுவலக உயர் அதிகாரிகள் கூடிப்பேசுதல்'.

பின்னர் 'காவல்துறையை அவர்கள் கூப்பிடுதல்'. அடுத்து 'பத்திரிகைக்காரர்களுக்கும் தொலைக் காட்சிக்கும் இந்தத் திருட்டு தெரிகிறது'. அதன்பின் 'அண்ணாமலை நெர்வஸாக இருக்கிறான். காரணம், அவனது துறையில்தான் களவு கண்டுபிடிக்கப்பட்டிருக்கிறது'. அடுத்ததாக 'அண்ணாமலையை போலீஸ் விசாரிக்கிறது'. பின்னர் 'விசாரணையின் முடிவுகளை அண்ணாமலையின் அலுவலகத்தின் உயர் அதிகாரிகளிடம் போலீஸ் தெரிவிக்கிறது'. கடைசியாக, முதல் பகுதியான அறிமுகத்தின் முடிவாக ப்லாட் பாயிண்ட் 1 வருகிறது. அண்ணாமலை, போலீஸால் கைது செய்யப்படுகிறான்'.

இதன்பின் எப்படி கதையை நகர்த்துவது? அவன் மீது தவறு இல்லை என்றும், அவது காதலியோ நண்பனோ அல்லது சிறையில் இருந்து தப்பிக்கும் அண்ணாமலையேகூட இந்தப் பிரச்னையின் காரணத்தை கண்டு பிடிக்கலாம்.

இப்படி நமது கதையை திரைக்கதையின் மூன்று பிரிவுகளிலும் (ஆரம்பம் 14 பாயிண்ட்கள், எதிர்கொள்ளல்–24, தெளிவான முடிவு மறுபடி 14 பாயிண்ட்கள்) பாயிண்ட்களாக விளக்கிக்கொண்டபின், நன்றாக இந்தப் பாயிண்ட்களை கவனித்தால், எங்கெல்லாம் அதிகமான அல்லது குறைவான பாயிண்ட்கள் இருக்கின்றன என்பது தெரிந்துவிடும். அப்போதெல்லாம், பாயிண்ட்களை குறைத்தோ அல்லது கூட்டியோ திரைக்கதையை சமன் செய்யலாம்.

இப்படி நன்றாக நமது கதையை ஒரு தெளிவான போக்கில் அமைத்து விட்டால், திரைக்கதை எழுத அமர்ந்து விடலாம். இப்படி வரிசையாக பாயிண்ட்களில் கதையை எழுதிக்கொள்வதற்கு முன்னர், மனதில் கதை இருக்கும் கட்டத்தில் நாம் என்னென்ன செய்யவேண்டும் என்பதை இந்தப் புத்தகத்தின் ஆரம்ப அத்தியாயங்களில் பார்த்தோம்.

சிட் ஃபீல்டின் புத்தகத்தில் பனிரண்டாவது அத்தியாயமான 'Building the story line', இத்துடன் முடிகிறது. அடுத்து நாம் பார்க்க இருப்பது திரைக்கதையின் வடிவத்தை.

32

இதுதான் ஹாலிவுட் பாணி

இந்தப் புத்தகத்தைப் படித்து வரும் திரைக்கதை ஆர்வலர்களுக்கு: 31வது அத்தியாயத்தில், Building the storyline என்ற சிட்ஃ பீல்டின் அத்தியாயத்தை முழுதாகப் பார்த்து முடித்திருந்தோம் என்பது தெரியும். இதுவரை வந்திருந்த அத்தியாயங்களின் பொதுவான தன்மை என்னவெனில், திரைக்கதை எழுதுவதற்கு என்னென்ன தயார் செய்து கொள்ளவேண்டும் என்ற விஷயத்தைப் பற்றி அவை பேசியதுதான்.

இனிமேல் வரப்போகும் அத்தியாயங்களில், முறையாகத் திரைக் கதை என்பதை எழுத ஆரம்பிக்கப்போகிறோம். அந்த வகையில், இந்த அத்தியாயத்தில் இருந்து தொடங்கும் பகுதி, சிட் ஃபீல்டின் புத்தகத்தின் இரண்டாம் பாதி என்றும் சொல்லலாம். எனவே, இதோ சிட் ஃபீல்டின் புத்தகத்தின் பதின்மூன்றாவது அத்தியாயமான 'Screen play Form' என்பதை இனி தொடங்கலாம்.

Screenplay Form என்பது திரைக்கதை வடிவம். இதுவரை நாம் பார்த்த 'திரைக்கதைக்குத் தேவையான வடிவம்' என்பது, திரைக்கதையை மூன்று பாகங்களாகப் பிரித்து, ஒவ்வொரு பகுதியையும் இப்படி இப்படி எழுதவேண்டும் என்ற விஷயம். ஆனால், அப்படி முடிவு செய்த பகுதிகளை பேப்பரில் (அல்லது கணினியில்) எழுத வேண்டும் அல்லவா? அப்படி எழுத, ஒரு குறிப்பிட்ட வடிவம் இருக்கிறது. மனம்போன போக்கில் நமது இஷ்டத்துக்கு எழுதினால், படிப்பவர்களுக்கு எதுவுமே புரியாமல் போய்விடும் ஆபத்து இருக்கிறது. எனவே, ஹாலிவுட்டில், பல வருடங்களாக, ஒரு திரைக்கதை என்பதை. இந்த வடிவத்தில்தான் எழுதவேண்டும் என்று நிர்ணயித்து, இம்மி பிசகாமல் அதே வடிவத்தில்தான் எழுதி வருகிறார்கள். காரணம், ஒவ்வொரு திரைப்பட நிறுவனமும், தினமும் நூற்றுக்கணக்கான திரைக்கதைகளைப் படிக்க நேர்கிறது (சிட் ஃபீல்டின் ஆரம்ப வருடங்களை இப்படி திரைக்கதைகளைப் படிக்கும் வேலையில்தான்

திரைக்கதை எழுதலாம் வாங்க

தொடங்கினார் என்பது உங்களுக்கு நினைவிருக்கிறது அல்லவா?). அப்படிப் படிக்கையில், ஒவ்வொரு திரைக்கதையும் ஒவ்வொரு வடிவத்தில் எழுதப்பட்டால், படிப்பவருக்கு அவசியம் பைத்தியம் பிடித்து விடும். எனவேதான் எல்லாத் திரைக்கதைகளுக்கும் ஒரேபோன்ற வடிவம் என்பது அங்கே அவசியம்.

திரைக்கதைக்கென்றே அமெரிக்காவில் இருக்கும் அமைப்பு (Writers Guild of America), இதுபோன்ற விஷயங்களை கண்ணும் கருத்துமாக கவனித்துவருகிறது. ஏற்கெனவே முடிவு செய்யப்பட்ட வடிவத்தை விட்டுவிட்டு வேறு வடிவத்தில் எழுதி அனுப்பினால், ஒரே ஒரு பக்கம் கூடப் படிக்கப்படாமல் அந்தத் திரைக்கதை குப்பையில் வீசப்படும். மிகப்பிரபலமான இயக்குநர்களாக இருந்தால் மட்டுமே இந்த விதியிலிருந்து விடுதலை கிடைக்கும்.

இந்த அமைப்பின் விதிகளின்படி, திரைக்கதையில் எந்த எழுத்துரு (Font) உபயோகிக்கவேண்டும் என்பதில் இருந்து, ஒவ்வொரு வரிக்கும் இருக்கும் இடைவெளி உட்பட நுணுக்கமான, நிர்ணயிக்கப்பட்ட விதிகள் இருக்கின்றன.

தமிழை எடுத்துக்கொண்டால், திரைக்கதை விதிகளை சட்டமாக இயற்றி அதன்படியே எழுதவேண்டும் என்பதெல்லாம் இன்னும் இல்லை. அப்படி இல்லாமல் இருப்பதே நல்லது என்றும் தோன்றுகிறது. காரணம், தமிழ்ப்படங்களில் திரைக்கதை என்பது ஒவ்வொரு இயக்குநருக்கும் ஒவ்வொரு பாணியில் அமைந்திருக்கிறது. எனவே அவர்கள், தங்களுக்கு எப்படி வசதியாக இருக்குமோ அப்படியே எழுதுகிறார்கள். இருந்தும், தற்காலத்தில் ஹாலிவுட் திரைக்கதை அமைப்பைப் பின்பற்றியே எழுதும் பாணி பிரபலமடைந்து வருகிறது. அதேசமயத்தில், காகிதத்தின் இடது பக்கத்தில் கதாபாத்திரங்களின் பெயரை எழுதி, வலது பக்கத்தில் அந்தக் கதாபாத்திரம் பேசும் வசனத்தை எழுதியும் திரைக்கதை எழுதப்பட்டு வருகிறது. இதுதவிர, ஏற்கனவே சொன்னது போல், ஒவ்வொரு இயக்குநருக்கும் ஒவ்வொரு பாணியும் இருக்கிறது.

மேற்கொண்டு பார்க்குமுன், அதென்ன ஹாலிவுட் பாணி திரைக்கதை வடிவம்?

திரைக்கதை என்பது, நமது மனதில் இருக்கும் கதையை விபரமாக, சீன் பை சீனாக, ஷாட் பை ஷாட்டாக எழுதிக்கொள்வது. இவற்றில், சீன்கள் என்பது ஷாட்களால் ஆனவை என்பது எல்லோருக்குமே தெரிந்த விஷயம்தான். பல ஷாட்களின் தொகுப்பே ஒரு சீனாக மாறுகிறது. ஷாட் என்பது, கேமரா இயங்க ஆரம்பித்த பின் தொடங்கி, கேமராவின் இயக்கத்தை நிறுத்தும்வரையிலான ஒரு

காட்சி (அதாவது, இயக்குநர் 'ஆக்ஷன்' என்று சொல்வதில் இருந்து 'கட்' என்று சொல்வது வரையிலான காட்சி என்று சுலபமாகப் புரிந்து கொள்ளலாம்). இப்படிப் பல ஷாட்கள் சேர்ந்தால் ஒரு சீன். சீன்களின் தொகுப்பே சீக்வென்ஸ். சீக்வென்ஸ்களின் தொகுப்புதான் ஒரு திரைப்படம் என்பதை முன்னரே பார்த்தோம்.

சீன் என்பது, 'மாஸ்டர் ஷாட்' (Master Shot) அல்லது 'ஸ்பெஸிஃபிக் ஷாட்' (Specific Shot) என்று இரண்டு விதங்களில் ஹாலிவுட்டில் எழுதப்படுகிறது. இவைகள் என்ன என்று கவனித்தால், தமிழிலும் இதையேதான் நாம் எழுதி வருவதை உணரலாம். என்ன ஒன்று, தமிழில் இதுபோன்ற பெயர்கள் மட்டும்தான் இல்லை.

'மாஸ்டர் ஷாட்' என்பது, பொதுவான ஒரு இடத்தை வைத்து எழுதப்படுவது. மருத்துவமனை, பேருந்து, திருமண மண்டபம், பள்ளிக்கூடம், கல்லூரி ஆகியவற்றுக்குள் நடக்கும் எத்தனை காட்சிகளை இதுவரை தமிழில் பார்த்திருப்போம்? அந்தக் காட்சிகள் எல்லாமே இதற்கான உதாரணங்கள்.

'ஸ்பெஸிஃபிக் ஷாட்' என்பது, மேலே பார்த்த இடங்களுக்குள் இருக்கும் குறிப்பான ஒரு பகுதியை கவனித்து எழுதப்படும் காட்சி, அதாவது, கல்லூரியின் வகுப்பறை ஒன்றினுள் இருக்கும் பெஞ்ச் அல்லது திருமண மண்டபத்தில் இருக்கும் வாசல் கதவு போன்றவற்றில் ஒரு காட்சி நடக்கிறது என்றால், அதுதான் ஸ்பெஸிஃபிக் ஷாட்.

இப்போது யோசித்துப் பாருங்கள். தமிழில் இப்படி மாஸ்டர் ஷாட்களாகவும் ஸ்பெஸிஃபிக் ஷாட்களாகவும் எத்தனையெத்தனை காட்சிகள் நினைவு வருகின்றன? எல்லாப் படங்களிலுமே இந்த இரண்டு வகையான காட்சிகளும் இருக்கும்.

'திரைக்கதை அமைப்பு' என்று ஆரம்பித்துவிட்டு ஏன் இப்படி சம்மந்தமில்லாமல் மாஸ்டர் ஷாட், ஸ்பெஸிஃபிக் ஷாட் என்றெல்லாம் வருகிறது என்று யோசிக்கிறீர்களா? அவசியம் எல்லாவற்றுக்குமே சம்மந்தம் இருக்கிறது.

நமது திரைக்கதையில், மாஸ்டர் ஷாட்டாக ஏதேனும் காட்சி வருகிறது என்றால் (எதாவது ஒரு இடத்தில் நடக்க இருக்கும் காட்சி. உதாரணமாக ஒரு ரெஸ்டாரண்ட்டில் நடக்கும் காட்சி என்றால்), ஹாலிவுட் வழக்கப்படி, அக்காட்சியின் துவக்கத்தில் INT. RESTAURANT. NIGHT என்று எழுதவேண்டும்.

அது என்ன INT? எல்லா வார்த்தைகளுமே ஏன் கேப்பிடல் எழுத்துகளில் எழுதப்பட்டிருக்கின்றன? அது என்ன NIGHT?

பார்க்கலாம்.

33

திரைக்கதையில் கேமரா கோணங்களை எழுதாதீர்கள்

ஹாலிவுட் திரைக்கதை வடிவத்தைப்பற்றி சென்ற அத்தியாயத்தில் தெரிந்துகொள்ள ஆரம்பித்திருந்தோம். தமிழில் திரைக்கதை எழுத, ஏன் ஹாலிவுட் திரைக்கதை வடிவத்தை அறியவேண்டும்? இதற்கு விடை, தமிழில் ஏகமனதாக முடிவு செய்யப்பட்ட திரைக் கதை வடிவம் எதுவுமே இல்லை என்பதே. சென்ற அத்தியாயத்தில் பார்த்தபடி, ஒவ்வொரு இயக்குநருக்கும் ஒவ்வொரு விதமான வடிவம் உள்ளது. அதை வைத்தே அவர்கள் திரைக்கதையை உருவாக்குகிறார்கள். எனவே, ஹாலிவுட் திரைக்கதை வடிவம் என்பது அனைவருக்கும் பொதுவான ஒரு வடிவமாக இருப்பதால், அதனைப் பார்க்கத் தொடங்கினோம். இப்போது, ஒரு உதாரண திரைக்கதைப் பக்கத்தை கவனிப்போம். இது ஹாலிவுட் திரைக்கதை வடிவத்தையொட்டி எழுதப்பட்டது.

(1) EXT. தமிழ்நாட்டின் வறண்ட ஏதோ ஒரு பகுதியின் சாலை பகல்.

(2) அந்தச் சாலையெங்கும் கொளுத்தும் வெய்யிலின் தகிப்பு. சுற்றுவட்டாரத்தில் பசுமையாக எதுவுமே இல்லை. மரங்கள், இலைதழைகள் இல்லாமல் காய்ந்து போய் நிற்கின்றன. வீடு, மனிதர்கள், நாய், எலி என்று எந்த அடையாளமும் இல்லாமல் சாலை பாட்டுக்கு மலைப்பாம்பு போல வளைந்து நெளிந்து செல்கிறது. அந்தச் சாலையில் ஒரு அழுக்கான கார் வந்து கொண்டிருக்கிறது.

(3) INT. கார்.

(4) காரை அலட்சியமாக ஓட்டிக்கொண்டிருப்பவன் ஷிவா. இருபது களின் இறுதி. கலைந்த தலை. ஒல்லியான தேகம். மீசை. படுவேகத்தில் ஓட்டுகிறான். அவன் அருகில் அமர்ந்திருப்பவள் தீபிகா. அழகான பெண். இருபதுகளின் ஆரம்பத்தில் இருக்கிறாள்.

(5) தீபிகா

(6) (உரக்க)

(7) இன்னும் எத்தனை நேரம் போகணும்?

ஷிவா

மூணு மணி நேரம். ஆர் யூ ஓகே?

(8) தீபிகா ஒரு வறண்ட புன்னகையோடு ஷிவாவைப் பார்க்கிறாள்

தீபிகா

செத்துர மாட்டேன். கவலைப்படாத

(9) திடீரென காரின் எஞ்சினின் கழுத்தை யாரோ நெரிப்பது போன்ற சத்தம். இருவரும் கவலையுடன் ஒருவரை ஒருவர் பார்த்துக்கொள்கின்றனர்.

(10) CUT TO:

இந்த உதாரணத்தைக் கவனித்தால், ஹாலிவுட் திரைக்கதை அமைப்பை எளிதில் புரிந்து கொண்டு விடலாம்.

(1) என்ற முதல் வரியில், நாம் எங்கு அந்த சீனை ஆரம்பிக்கிறோம் என்று குறிப்பிடப்படுகிறது. வெளிப்புறமா அல்லது உட்புறமாக எதாவது இடத்துக்கு உள்ளே நடக்கிறதா என்பதைத்தான் INT அல்லது EXT என்பவை விளக்குகின்றன. INT என்பது Internal. அதாவது உட்புறம். EXT என்பது External. வெளிப்புறம்.

இதன்பின்னர் அது வெளிப்புறமாக இருந்தாலும் சரி உட்புறமாக இருந்தாலும் சரி என்ன இடம்? நம் உதாரணத்தில் அது 'தமிழ்நாட்டின் வறண்ட ஏதோ ஒரு பகுதியின் சாலை'. கதையைப் பொறுத்து, இந்த இடத்தில் ஆண்டிப்பட்டி என்றோ அல்லது திருப்பாப்புலியூர் என்றோ லொகேஷன் பேரை எழுதலாம். அதேபோல், அந்த இடத்தில் எப்போது கதை நடக்கிறது என்பதும் அவசியம். காலையிலா, மாலையிலா அல்லது இரவிலா? எளிதாக, 'பகல்' அல்லது 'மதியம்' அல்லது அதைப் போன்ற ஒரு வேளையை அங்கே எழுதலாம். சில சமயங்களில் மிகக்குறிப்பாக நேரத்தைப் போடவேண்டி இருக்கலாம். அது கதையைப் பொறுத்தது.

சீனைத் துவங்கிய பிறகு, அந்த சீனில் என்ன நடந்து கொண்டிருக்கிறது என்பதை அடுத்த வரி (2) விளக்குகிறது. இதில், நடந்து கொண்டிருக்கும் கதையில் திரைக்கதை எழுதும் நாம் என்ன பார்க்கிறோமோ அதை மட்டுமே எழுதவேண்டும். சாலை வறண்டு காணப்படுகிறது. மரங்களில் இலைகள் இல்லை . வெயில் மண்டையைப் பிளக்கிறது. இதெல்லாம் அங்கு காணப்படும் விஷயங்கள். எனவே அதை எளிதாகப் புரியும் வகையில் எழுதுகிறோம்.

சில சமயங்களில், ஒரு காட்சியை எழுதும்போது யாராலும் காண இயலாத விஷயங்களை ஒரு ஆர்வத்தில் நாம் எழுதுவதும் நடக்கும். அதாவது, அந்தக் கதாபாத்திரங்கள் என்ன நினைக்கின்றன, அவற்றின் மனதில் ஓடும் எண்ணங்கள் என்னென்ன என்பது போன்றவை. அது தேவை இல்லை. கதாபாத்திரத்தின் அங்க அசைவுகள், முகபாவங்கள், உடல்மொழி, வசனங்கள் போன்றவற்றால் விளக்கமுடியாதவற்றை எழுதவேண்டாம். திரைக்கதை சரியாக எழுதப்பட்டிருந்தால், கதாபாத்திரங்களின் மனதில் ஓடுவதையெல்லாம் இப்படி எழுதவே தேவையில்லை; படத்தில் தானாகவே அது புரியும் என்பது சிட் ஃபீல்டின் கருத்து.

அடுத்ததாக, (3) என்ற எண்ணில், INT - உட்புறம். காருக்குள் நடக்கும் சம்பவங்களைப் பார்க்கப்போவதால் அதை எழுதுகிறோம். இதன்பின்னர் (4) காருக்கு உட்புறம் என்ன நடக்கிறது என்பதை எழுதுகிறோம். ஷிவா என்ற கதாபாத்திரம் அறிமுகமாகிறது. அவனைப் பற்றி விளக்குகிறோம். அவன் பக்கத்தில் தீபிகா என்ற பெண் அமர்ந்திருக்கிறாள்.

இதன்பின்னர் (5) என்ற வரியில், கதாபாத்திரத்தின் பெயர். இது, திரைக்கதை எழுதப்படும் போது எப்போதும் நடுவில் எழுதப்படுகிறது. அதன்பின் (6) என்ற எண்ணில், அந்தக் கதாபாத்திரத்தின் அப்போதைய உணர்ச்சி. கத்துகிறதா அல்லது சிரிக்கிறதா அல்லது வெறித்துப் பார்க்கிறதா அல்லது உரக்கப் பேசுகிறதா என்பது போல. பொதுவாக சிட் ஃபீல்ட் திரைக்கதைகளை எழுதுகையில் இப்படி உணர்ச்சிகளை எழுதிவிட்டு, அதன்பின் திரைக்கதையை முடித்ததும் எல்லாவற்றையும் அழித்து விடுவது வழக்கம். காரணம், எந்த நடிகருக்கும், திரைக்கதை படிக்கையில் அதில் எழுதியுள்ள உணர்ச்சிகளைக் கூட அப்படியே மனப்பாடம் செய்து நடிக்கவேண்டும் என்பது பிடிக்காது. அவரவர்கள் அந்தந்த இடங்களில் எப்படி நடிக்க வேண்டும் என்பதை அவர்களே முடிவு செய்து கொள்வார்கள். எழுதும் போது பொதுவாக சொல்லப்போனால், இப்படி உணர்ச்சிகளை எழுதிக்கொள்வது, கதையை தெளிவாக விளக்குவதற்கு உதவும்.

இதன்பின்னர் (7) என்பது அந்தக் கதாபாத்திரம் பேசும் வசனம்.

அதுவும் திரைக்கதை இருக்கும் பக்கங்களில் நடுவில் எழுதப்படுகிறது. வசனங்களைப் பற்றிச் சொல்கையில், ஒரு திரைக்கதையின் சவாலான அம்சம் ஒரு காட்சியில் என்ன பேசப்படவில்லையோ அதனைச் சொல்வதே என்கிறார் சிட் ஃபீல்ட். அதாவது, எல்லாவற்றையும் வெளிப்படையாக சொல்லாமல், அந்தக் காட்சியின் உள்ளர்த்தத்தை விளக்குவது. சில சமயங்களில், சொல்லப்பட்டதை விட சொல்லப்படாதது சுவாரஸ்யமாக இருக்கும். அதுதான் சவால். வசனம் என்பது, ஒன்று கதையை முன்னே செலுத்த வேண்டும்; அல்லது கதாபாத்திரத்தைப் பற்றிய செய்திகளை வெளிப்படுத்த (Reveal) வேண்டும். வசனங்களைப் பற்றி இன்னும் விபரமாக பின்னால் வேறொரு அத்தியாயத்தில் கவனிக்கப் போகிறோம் என்பதால் இப்போதைக்கு இது போதும்.

இதன்பின்னர் இருக்கும் *(8)*, *(9)* மற்றும் *(10)* ஆகியவைகள் என்ன என்று எளிதில் புரிகிறது அல்லவா? *(8)* அந்தக் காட்சியில் கதாபாத்திரம் செய்யும் செயல். *(9)* என்பது அங்கே நடக்கும் சம்பவம். *(10)* என்பது அந்தக் காட்சியில் இருந்து கட் செய்து அடுத்த காட்சிக்குள் செல்வதைக் குறிக்கிறது. 'கட்டு' (Cut to) என்பது இயக்குநர்களின் விருப்பமான வார்த்தை. கதையைச் சொல்கையில், காட்சி விட்டுக் காட்சி செல்கையில் 'கட் செய்கிறோம்' என்று சொல்வது கோடம்பாக்கத்தின் வழக்கம்.

பெரும்பாலான ஹாலிவுட் திரைக்கதைகளை மேலே சொன்ன முறையில் அடக்கிவிடலாம். அவை இப்படியேதான் எழுதப்பட்டிருக்கும். எனவே, மேலே குறிப்பிட்டுள்ளதுதான் திரைக்கதை எழுதும் முறை என்று தயங்காமல் சொல்லிவிடலாம்.

இங்கே சொல்லப்பட வேண்டிய இன்னொரு விஷயம் என்னவெனில், சில சமயம் சில திரைக்கதைகளில் கேமராவின் ஆங்கிள்களும் எழுதப்பட்டிருக்கும். ஒரு குறிப்பிட்ட காட்சியில் எப்படியெல்லாம் கேமராவை நகர்த்த வேண்டும் என்பது ஆங்காங்கே அடைப்புக்குறிகளில் எழுதப்படுவது உண்டு. இங்கே சிட் ஃபீல்ட் வலியுறுத்துவது என்னவென்றால், திரைக்கதை எழுதுபவர் இயக்குநராக இல்லாத பட்சத்தில் அது தேவையில்லை என்பதே. காரணம், ஒரு காட்சியை எப்படியெல்லாம் படம் பிடிக்கவேண்டும் என்பதை இயக்குநர் பார்த்துக்கொள்வார். ஒரு திரைக்கதை ஆசிரியராக நமது வேலை, கதையை சுவாரஸ்யமாக சொல்லிச்செல்வது மட்டும்தான்.

இதைப்பற்றி எழுதுகையில், அமெரிக்காவின் அற்புதமான எழுத்தாளர்களில் ஒருவரான ஸ்காட் ஃபிட்ஸ்ஜெரால்ட் (F Scott Fitzgerald) என்பவரைப் பற்றி சிட் ஃபீல்ட் எழுதுகிறார். எழுத்தாளராக இருந்து,

அதன்பின்னர் திரைக்கதைகள் எழுத முயற்சித்த ஃபிட்ஸ்ஜெரால்ட், தன் முயற்சியில் பரிதாபமாகத் தோற்றார். காரணம், தனது திரைக்கதைகளில் காமெரா ஆங்கிள்களை எல்லா இடங்களிலும் எழுதினார் அவர். கூடவே, ஷாட்கள் எப்படியெல்லாம் எடுக்கப்படலாம் என்ற பரிந்துரைகளையும் இடையில் எழுதினார். சுருக்கமாக சொல்லப்போனால், இயக்குநருக்கு இவற்றையெல்லாம் பாடம் எடுத்தார். அவரது இந்த முயற்சிகள் ஹாலிவுட்டில் எடுபடவில்லை. இதெல்லாம் நடந்தது 1930களில் என்பது குறிப்பிடத்தக்கது.

இப்படி திரைக்கதை எழுதுவதில், தலையாய விதி ஒன்று இருக்கிறது. அது எழுதும் காட்சியில் பிரதானமான அம்சமாக (Subject) இருக்கும் விஷயம் எது? அதை வைத்தே அந்தக் காட்சியை எழுதவேண்டும். உதாரணமாக, நாம் மேலே பார்த்த காட்சியில், ஆரம்பத்தில் சாலையை கவனிக்கும்போது, அங்கே பிரதானமாக இருப்பது, அதில் வந்து கொண்டிருக்கும் கார் தானே? அதில்தான் கதை தொடரப்போகிறது. ஆகவே அந்தக் காருக்குள் நிகழும் சம்பவங்களை விளக்குகிறோம். காருக்குள் பிரதானமாக இருப்பது ஷிவாவும் தீபிகாவும்தான் அல்லவா? ஆகவே அவர்களைப் பற்றிப் பார்க்கிறோம்.

கேள்வி மேலே நாம் பார்த்த வடிவத்தில் மட்டும்தான் திரைக்கதை எழுதவேண்டுமா?

ஹாலிவுட்டைப் பொறுத்தவரை, எல்லாப் படங்களுக்கும் ஒரே போன்ற அமைப்பில் எழுதப்பட்டுள்ள திரைக்கதைகள், புத்தகமாகவோ அல்லது இணையத்தில் தறவிறக்கிக்கொள்ளும் வடிவத்திலோ மிக எளிதில் கிடைக்கின்றன. இதனால் எப்போது வேண்டுமானாலும் சிறந்த பல திரைக்கதைகளைப் படித்து நமது குழப்பங்களைத் தீர்த்துக் கொள்ளமுடியும். ஆனால், தமிழில் வெகுசில திரைக்கதைகளே இதுவரை புத்தகங்களாக வந்திருக்கின்றன.

இருந்தாலும், இந்த அத்தியாயத்தின் ஆரம்பத்தில் சொன்னது போல், ஹாலிவுட் திரைக்கதை அமைப்பு என்பது உலகெங்கும் பின்பற்றப்படுவதால், அதைப்பற்றிப் புரிந்துகொள்ளலாம் என்றே அது இங்கே கொடுக்கப்பட்டிருக்கிறது. நம் ஒவ்வொருவருக்கும் ஒவ்வொருவிதத்தில் திரைக்கதை எழுதும் எண்ணம் இருக்கலாம். சிலருக்கு ஒரு குறிப்பிட்ட பாணியில்தான் திரைக்கதை எளிதில் எழுத வரலாம். தமிழில் திரைக்கதை என்பது இன்னும் ஒரே வடிவத்தில் வரையறுக்கப்படவில்லை என்பதால், சொல்லப்போகும் திரைக்கதையை எளிமையாக, தெளிவாக, சுவாரஸ்யமாக சொல்ல வேண்டும் என்பது மட்டுமே ஒரே நோக்கமாக இருத்தல் வேண்டும்.

மேலே கொடுக்கப்பட்டுள்ள உதாரணத்தை மட்டும் கவனித்தால்,

திரைக்கதை வடிவம் என்பது இத்தனை எளிதானதா என்ற கேள்வி எழுகிறது அல்லவா? ஆம். திரைக்கதை எழுதுவது என்பது இத்தனை எளிதான விஷயம்தான். ஆனால், எதை எழுதுவது என்பதுதான் கடினமான விஷயம். திரைக்கதை வடிவம் என்பது எளிதுதான். திரைக்கதை எழுதுவதற்கான கதையை உருவாக்கி, அதனை மெல்ல மெல்ல மெருகேற்றி இறுதியை நோக்கி எழுதிச்செல்வதுதான் கடினம்.

வரும் அத்தியாயத்தில், திரைக்கதை வடிவத்தைப் பற்றி இன்னும் கொஞ்சம் கவனிக்கலாம்.

34

உதாரணத்துடன் விளக்கம்...

சென்ற ஆண்டு வெளிவந்த 'சூது கவ்வும்' திரைப்படத்தில், டாஸ்மாக்கில் அடிதடி நிகழும் காட்சிகள் நினைவிருக்கிறதா? அந்த சீக்வென்ஸ் எப்படி இயக்குநர் நலன் குமரசாமியால் எழுதப்பட்டிருக்கிறது என்று கவனிக்கலாம். நலனின் அனுமதியோடுதான் இந்தத் திரைக்கதை இங்கே வழங்கப்படுகிறது.

இந்தக் காட்சியில்தான் கேசவன், பகலவன் மற்றும் சேகர் கதாபாத்திரங்கள், தாஸைச் சந்திக்கின்றனர். அடுத்து நிகழ இருக்கும் விஷயங்களுக்கு இந்தக் காட்சிதான் தொடக்கம் என்பதால், இந்தத் திரைக்கதை உதாரணத்தை நன்றாகப் பார்த்துக்கொள்வோம். ஒவ்வொரு விஷயமும் எப்படி எழுதப்பட்டிருக்கிறது என்று கவனிப்போம். ஹாலிவுட் பாணியிலேயேதான் இந்தத் திரைக்கதை எழுதப்பட்டிருக்கிறது. இந்தத் திரைக்கதையை கவனித்தால், அது மிகவும் எளிய பாணிதான் என்பது புரியும்.

இந்தக் காட்சிக்கு முன்னர் என்ன நடக்கிறது என்றால், சேகர், பகலவன் மற்றும் கேசவன் ஆகியவர்கள், தங்களுடைய அறையில் சண்டை போடுகிறார்கள். காரணம், கேசவனுக்கு வேலை போய்விடுகிறது. அறையில் ஏற்கெனவே இருக்கும் சேகருக்கும் வேலை அதற்கு முன்பே போய்விட்டது. அந்தச் சண்டை நிகழும் நேரத்தில் குறுக்கே புகும் பகலவன், எதுவாக இருந்தாலும் உட்கார்ந்து பேசலாம் என்று கத்துகிறான். அடுத்த காட்சி, டாஸ்மாக்கில் ஓப்பன் ஆகிறது.

INT. TASMAC. NIGHT

பரபரப்பான டாஸ்மாக்கில் வந்து உட்காருகிறார்கள் மூவரும். பாட்டில்கள் தட்டப்படுகின்றன; தம்கள் கொளுத்தப்படுகின்றன;

சைட் டிஷ்கள் டேபிளில் வந்து விழுகின்றன; சரக்குகள் மிக்ஸிங் செய்யப்படுகின்றன; சியர்ஸ்கள் சொல்லப்படுகின்றன.

சேகர் : இப்ப சோத்துக்கு என்ன.............?

கேசவன் : அது உன் இஷ்டம்

சேகர் : டேய் வேணாண்டா, வெளியேன்னு பாக்க மாட்டேன்..

பகலவன் : அமைதியா இருங்க பாஸ்.. டேய் என்னடா

கேசவன் : டேய், இவன் வேலையை விட்டான், த்தா அது பிரச்சனை இல்லை, இப்ப நான் வேலை விட்டா எதுக்கு இந்த சீன் போடுறான்?

சேகர் : எனக்கு வேலை போகும் போது உனக்கு இருந்துச்சுல்ல.. ஆனா இப்ப என்ன நிலை? எப்படி வாடகை கட்டுறது, சோறு திங்கறது, சரக்கு, தம், இதர விஷயங்கள் எல்லாம்? . இதுல புதுசா ஒரு அகதி வேற

பகலவன் : பாஸ் அகதின்னு எல்லாம் சொல்லாதீங்க சேகர் : ரோஷத்த பாரு.. அடுத்த வேள சோத்துக்கு வழியில்ல

என்று பேசிக்கொண்டே சரக்கை எடுத்து கப்பில் ஊற்ற, மாட்ச் கட்டில் அதை எடுத்துக் குடிக்கிறார் தாஸ்.. (தாஸும், ஷாலுவும் சில டேபிள்கள் தள்ளி பின்னால் உட்காந்திருக்கிறார்கள்)

தாஸ் : ஏன் இப்படி சொதப்புறேன்னு எனக்கே தெரியலை ஷாலு.. உனக்காச்சும் புரியுதா, நான் ஏன் சொதப்புறேன்னு?

ஷாலு : தெரியல மாமா, ஏன் நீங்க இப்படி சொதப்புறீங்கன்னு.

தாஸ் : ஒருவேளை என்கிட்ட ஏதோ பிரச்சனை இருக்கா? நல்லா யோசிச்சு பாரு?

ஷாலு : ஒரு நொடி யோசிப்பது போல் செய்துவிட்டு

ஷாலு : நல்லா யோசிச்சு பாத்துட்டேன் மாமா. ஆனா பிரச்னையே கண்டுபிடிக்க முடியல..

தாஸ் : நல்லா யோசிச்சு பாரு ஷாலு, இது நம்ம வாழ்க்கை பிரச்சனை?

ஷாலு : நல்லா யோசிச்சு பாத்துட்டேன் மாமா. எனக்கு தெரியலை மாமா.

தாஸ் : போ ஷாலு, நீ ஒரு வேஸ்ட் ஃபிகரு

ஷாலு : ஆமா மாமா, நான் ஒரு வேஸ்ட் ஃபிகரு

கடுப்பாக தாஸ் தன் கப்பை எடுத்துக் குடிக்க, மாட்ச் கட்டில் கப்பை

வைக்கிறான் பாப் மார்லி..

பாப் மார்லி செம்ம கடுப்பில் இருக்கிறான்... நான்கு நண்பர்களோடு குடித்துக் கொண்டிருக்கிறான்... ஒருவன் குவார்ட்டரோடு வந்து இருக்கிறான்...

நண்பன் 1 : சில்லரையே தரமாட்டேங்குறாங்கடா

பாப்மார்லி படீரென்று நிமிர்ந்து பார்க்க

CUT : ரோட்டில் தாஸ் இவனிடம்

தாஸ் : சில்லரை இல்லைப்பா

CUT BACK : பாப்மார்லிக்கு உஷ்ணம் ஏறுகிறது,

பாப்மார்லி : எவண்டா சொன்னது சில்லரை இல்லைன்னு? என்று எழுந்து போக, நண்பர்கள் பிடித்து, அவனை அடக்கி உட்கார வைக்கிறார்கள்..!

நண்பன் 1 : மிச்சத்துக்கு பருப்பு பாக்கெட் வாங்கிட்டேண்டா... வுடுறா

பாப்மார்லி : என் காதுல இன்னொருவாட்டி சில்லறைங்கற வார்த்தை விழுந்துச்சு. த்தா செத்தீங்கடா

நண்பன் 2 : டேய், அதையே நினைச்சு ஃபீல் பண்ணாத... போனவாரம் என்னக்கூட ஒரு பொண்ணு அங்கிள்ன்னு சொன்னுச்சு, இப்ப நான் என்ன குறைஞ்சா போயிட்டேன்...

யாரோ கத்தும் சத்தம் கேட்டதும், பாப்மார்லி அங்கு பார்க்கிறான், அங்கு சேகர் சத்தம் போட்டுக்கொண்டிருக்கிறான். அப்படியே அவனிடம் இருந்து பார்வை விடுபடும்போது, தாஸ் கண்களில் சிக்குகிறார். மார்லிக்கு சுருக்கென்று தைக்க, படீரென்று எழுந்து கத்துகிறான் பாப்மார்லி.

OH MY GAWD

முழு டாஸ்மாக்கும் திரும்பி பார்க்க, பாப்மார்லி, வில்லிருந்து புறப்பட்ட அம்பு போல் பாய்ந்து போகிறான்...

தாஸும் என்னவென்று பார்க்கிறார். பாப்மார்லி அருகில் போகப் போகதான் தெரிகிறது அவன் யார் என்று. ஷாலு பாப்மார்லியை பார்த்து விட்டுத் திரும்பி தாஸிடம்

ஷாலு : அய்யோ மாமா டவுசர் கிழிஞ்சுச்சு

வேகமாக தாஸை நோக்கி வரும் பாப், அப்படியே மூவரின் டேபிளில் இருந்து ஒரு பீர் பாட்டிலை எடுத்து ஆயுதம் போல் அடிக்க லாவகமாக

பிடித்து கொண்டு வர, தாஸ், திக்பிரமை பிடித்தவர் போல் உட்காந்து இருக்கிறார்...

ஷாலு : மாமா.. மாமா.. மாமா

பக்கத்தில் வந்த வேகத்தில் பீர் பாட்டிலை ஓங்கி தாஸின் தலைக்கு கொண்டு வர, கை பின்னாலேயே ஸ்ட்ரக் ஆகி நிற்கிறது..

பார்த்தால் பின்னால் பகலவன், அந்த பீர் பாட்டிலைப் பிடித்துக் கொண்டிருக்கிறான்...

பகலவன் : சிதுறுகாய் அடிக்க என் பீர் பாட்டில்தான் கிடைச்சுதா?

என்று சொல்லிவிட்டு விருட்டென்று பாட்டிலை அவன் கையிலிருந்து பிடுங்கி, ஒரு சிப் அடித்துக்கொண்டு நகர்ந்து செல்லப் பார்க்கிறான்..

தாஸை ஒருமுறை முறைத்துவிட்டு, பாப்மார்லி அப்படியே தாவி பகலவன் சட்டையைப் பிடிக்கிறான். உடனே, சேகரும் கேசவனும் எழுந்து பகலவன் அருகில் வருகிறார்கள்.

பாப்மார்லி : டேய், என்ன ரவுசா?

என்று சொல்லி முடிப்பதற்குள் படார் என்று கையைத் தட்டிவிடுகிறான் பகலவன்.. உடனே துரத்தல். பாப்மார்லியின் நண்பர்கள் எல்லாம் வேகமாக எழுகிறார்கள்.

நண்பன் 1 : டேய், என்ன எங்க ஆளு மேலேயே கை வைக்கிறியா?

அப்பொழுது திடீரென்று ஒரு ஓரமாக குடித்து கொண்டிருக்கும் ஒரு கும்பல், பார்ப்பதற்கு டிரைவர்கள் போல் இருக்கிறார்கள்.

டிரைவர் : டேய், என்னடா சவுண்ட்.. ஒழுங்கா குடிச்சிக்கிட்டு இருந்த இடத்தில உன் ஆளுதானடா பிரச்சனை பண்ணான்? என்று பாப்மார்லியின் நண்பர்களைப் பார்த்து சத்தம் விட, அவர்கள், இவங்க யாருடா என்று பார்க்கிறார்கள்.

இது போதாது என்று மற்றொரு மூலையில் இருந்து இன்னொரு ரவுடி கும்பல் எழுந்து, டிரைவர் கூட்டத்தை பார்த்து..

ரவுடி 1 : என்னடா, எங்க ஏரியாவுக்குள்ள வந்து சவுண்ட்? மவுனே பியூஸ் இருக்காது சொல்லிட்டேன் என்றதும், Check Mate உருவாகிறது.

பாப்மார்லி நண்பர்கள் ஒரு மூலை, மூவர், தாஸ் மற்றும் பாப்மார்லி ஒரு மூலை, டிரைவர் கூட்டணி ஒரு மூலை, ரவுடி கூட்டணி ஒரு மூலை.

எல்லோருக்கும் என்னடா பண்ணுவது என்றொரு யோசனை. பிரச்னை

திரைக்கதை எழுதலாம் வாங்க

தாங்கள் எதிர்பார்த்ததற்கு மேல் போய்விட்டதே என்று நிற்கிறார்கள்..

எல்லோருக்கும் பயம். கூடவே போதையில் கோபம்.. அவரவர், அவரவர் இடத்தில் நின்று முறைத்துக் கொண்டிருக்கிறார்கள்.

அப்பொழுது பாப்மார்லி திரும்பி தாஸை உஷ்ணமாகப் பார்க்கிறான் – எல்லாத்துக்கும் நீதானே காரணம் என்பது போல். தனக்குள் திடீர் வீரம் புக, தாஸ் தன் பாட்டிலை எடுத்து பாப்மார்லியின் மண்டையில் சிதுறுகாய் அடிக்கிறார்..

உடனே பாப்மார்லியின் நண்பன் ஒருவன் தன் டேபிளில் இருந்து பாட்டிலை எடுத்து வீசப்போக, அதற்குள் சேகர் தன் கையில் உள்ள பாட்டிலை வீச, அது பறந்து வந்து பாப்மார்லியின் நண்பனின் தலையில் அடித்து, அவன் எகிறி விழுகிறான்..

'ஆஆஆ...' என்று அலறிக்கொண்டு நான்கு கும்பலும் ஒருவரை ஒருவர் நோக்கி மையப்பகுதிக்கு ஓடிவந்து, போர்ப்படங்களில் கலப்பது போல் கலக்கிறார்கள். சிறிது நேரம் எவன் எவனை அடிக்கிறான் என்பது தெரியாதவகையில் அடிதடி நடக்கிறது...

சரமாரியாக எல்லோருக்கும் அடி விழுகிறது. பார் ஓனர் வந்து பார்த்து வேகமாக ஃபோனை எடுத்து அடிக்கிறார். டாஸ்மாக் கடை மூடப்படுகிறது.

எல்லாருக்கு அடி விழுகிறதைக் காட்டுகிறோம். பாப்மார்லி கிழே கிடக்கிறான். அவனை யாரோ மிதித்துக்கொண்டு ஓடுகிறார்கள்.

தாஸ் இன்னொரு டேபிளில் இருந்து சரக்கு எடுத்து வந்து தான் உட்காந்து அடிக்க ஆரம்பிக்கிறார்..

எல்லாரும் அடி கொடுக்கிறார்கள், அடி வாங்குகிறார்கள். யாரும் ஜெயிப்பது எல்லாம் இல்லை.. இப்படியாக சண்டை உச்சத்தை அடைந்து கொண்டிருக்கும் போது, திபுதிபுவென்று ஐந்தாறு போலீஸார் உள்ளே வருகிறார்கள். வந்தவேகத்தில் விசில் அடிக்க, இன்னும் சண்டை போட்டுக்கொண்டிருக்கின்றனர். உடனே இன்ஸ்பெக்டர், தன் பக்கத்தில் குண்டாக உள்ளவரிடம் விசிலைக் கொடுத்தவுடன், அவர் வாங்கி, துடைத்து விட்டு ஊதுகிறார்... பலமான விசிலாக இருக்கிறது..

ஒரே விசிலில் எல்லோரும் சண்டையை நிறுத்தி, அப்பொழுதுதான் போலீசை பார்க்கிறார்கள்.

எல்லோரும் சண்டை போடும் பொஸிஷனில் இருந்து கொஞ்சம் நார்மல் ஆகி நிற்கின்றனர்.

அதில் ஒரு ரவுடி,

ரவுடி: ஏங்க, சைரன் சத்தத்தோட எல்லாம் வரமாட்டீங்களா..? என்று கேட்க, என்று கேட்க, கடுப்பான போலிஸ் உள்ளே புகுந்து லத்தி சார்ஜ் செய்கிறது.. எல்லாரும் திபுதிபுவென்று அங்கும் இங்கும் ஓட...

பகலவன் வேகமாக 'டேய் இங்கிட்டு வாங்கடா' என்று சுவத்தை நோக்கி ஓடுகிறான். அங்கே இருக்கும் டேபிளை லாவகமாக நகர்த்தி வேகமாக சுவர் ஏறிக் குதிக்கிறான். பின்னாலேயே கேசவனும், சேகரும் சுவற்றை நோக்கிப் போக, அவர்கள் பின்னால் பெரும் கூட்டமே ஓடுகிறது..

எல்லாரும் அடித்துப்பிடித்துக்கொண்டு சுவற்றில் ஏறுகின்றனர்.

மறுபக்கம் ரோட்டில் சேகரும் கேசவனும் குதிக்க, சற்று தூரத்தில் பகலவன் தாஸின் காரின் அருகே நின்று கொண்டு,

பகலவன் : டேய், இங்க வாங்கடா, சீக்கிரம்

என்று சொல்ல, இருவரும் ஓடிப்போய் வேனில் ஏறுகின்றனர்..

CUT TO

திரைக்கதையைப் படித்துவிட்டீர்களா? படத்தின் காட்சிகளை உங்களால் மனதில் கற்பனை செய்து பார்க்க முடிந்ததா?

35

மேட்ச் கட்

சென்ற அத்தியாயத்தில், 'சூது கவ்வும்' திரைப்படத்தில் இருந்து ஒரு சீக்வென்ஸைக் கவனித்தோம். அந்த சீக்வென்ஸ் எப்படி எழுதப்பட்டிருக்கிறது என்று பார்ப்போம்.

சீக்வென்ஸ், INT. TASMAC. NIGHT என்ற விபரங்களோடு துவங்குகிறது. எந்தக் காட்சியும், திரைக்கதையாக எழுதப்படும் போது, அது எங்கே நடக்கிறது, அப்போது காலம் என்ன என்ற இரண்டு விபரங்கள் மிகவும் அவசியம். இதுதான் அந்தக் காட்சியின் தலைப்பாக இருக்கவேண்டும். INT என்பது Interior என்ற வார்த்தையின் சுருக்கம். காட்சி உட்புறம் நடக்கிறதா அல்லது வெளிப்புறம் நடக்கிறதா என்பதையே இந்த வார்த்தை விளக்குகிறது. வெளிப்புறம் என்றால், EXT என்று எழுதலாம். அதேபோல், NIGHT என்பது, காட்சி நடக்கும் காலத்தைக் குறிக்கிறது. சில காட்சிகள் உட்புறம் மற்றும் வெளிப்புறம் ஆகிய இரண்டு இடங்களிலும் நடக்கக்கூடும். அப்போது ஹாலிவுட் திரைக்கதை வழக்கப்படி INT/EXT என்று எழுதலாம்.

காட்சி நடக்கும் இடம் மட்டுமே INT அல்லது EXT ஆகிய வார்த்தைகளால் சொல்லப்படுகிறது என்பது இல்லை. ஒரு திரைப்படத்தை எடுக்கும்போது திரைக்கதையில் குறிப்பிட்ட காட்சியின் லைட்டிங்கை எப்படி அமைக்கலாம், அங்கு நடக்கும் காட்சியின் ஒலிப்பதிவை எப்படிப் பதிவு செய்யலாம், உட்புற/வெளிப்புறப் படப்பிடிப்புக்கான பிற தளவாடங்கள் எவற்றை யெல்லாம் தயார் செய்யலாம் போன்ற முக்கியமான தேவைகள் அத்தனையுமே இந்தச் சிறிய வார்த்தைகளால் சொல்லப்படுகின்றன.

திரைக்கதை உதாரணத்துக்கு வருவோம். காட்சியின் தலைப்புக்குப்

பிறகு, அந்த இடத்தில் என்ன நடக்கிறது என்பது சொல்லப்படுகிறது.

பரபரப்பான டாஸ்மாக்கில் வந்து உட்காருகிறார்கள் மூவரும்.. பாட்டில்கள் தட்டப்படுகின்றன; தம்கள் கொளுத்தப்படுகின்றன; சைட் டிஷ்கள் டேபிளில் வந்து விழுகின்றன; சரக்குகள் மிக்ஸிங் செய்யப்படுகின்றன; சியர்ஸ்கள் சொல்லப்படுகின்றன.

இந்த விவரிப்பு, காட்சியைத் துவங்கும்போது ஆடியன்ஸை அதில் ஒன்ற வைப்பதில் பெரும்பங்கு வகிக்கிறது. பெரிய பெரிய வாக்கியங்கள் எதுவும் இல்லாமல், சுருக்கமாக, வேகமாக அந்தக் காட்சியின் களத்தை இந்த விவரிப்பு புரிய வைக்கிறது.

இதன்பின் கதாபாத்திரங்கள் பேசிக்கொள்ளும் வசனங்கள் வருகின்றன. இந்த வசனங்களுமே மிகப் பெரியதாக இல்லாமல், ஓரிரு வரிகளிலேயே முடிந்துவிடுகின்றன. அதுதான் இயல்பாக இருக்கும். மாறி மாறி பேசப்படும் இத்தகைய வசனங்களால் எளிமையாக அந்தக் காட்சி புரிந்துவிடுகிறது.

இந்தக் காட்சியில், முதலில் சேகர், பகலவன், கேசவன் ஆகிய கதாபாத்திரங்கள் பேசிக்கொள்ளும்போதே டக்கென்று தாஸ் கதாபாத்திரமும் அறிமுகப்படுத்தப்படுகிறது. தாஸூம் அங்கேயேதான் அமர்ந்திருக்கிறார். அவரை இந்தக் காட்சியில் எப்படிக் காண்பிப்பது? நண்பர்கள் மூவரும் பேசிக்கொள்ளும்போது, கட் செய்து தாஸை காண்பிப்பது ஒரு வழி. ஆனால், அப்படி சாதாரணமாகக் கட் செய்யாமல், மேட்ச் கட் (Match Cut) செய்து தாஸ் காண்பிக்கப்படுகிறார். மேட்ச் கட் என்பது, இரண்டு கதாபாத்திரங்கள் ஒரே போன்ற செயல்களைச் செய்யும் போது கட் செய்து மாற்றி மாற்றிக் காண்பிக்கும் எடிட்டிங் முறை. இந்தக் காட்சியில், சேகர் பேசிக்கொண்டே டம்ளரில் சரக்கை ஊற்ற, கட் செய்து அதே டம்ளரில் சரக்கை ஊற்றும் தாஸ் காண்பிக்கப் படுகிறார். இப்படிக் காண்பிப்பது, அந்தக் காட்சியின் விறு விறுப்பையும் குறும்பையும் கூட்டுகிறது. இதுபோல் திரைக்கதையில் ஆங்காங்கே எழுதப்படும் சிறிய புத்திசாலித் தனமான விஷயங்கள், திரைக்கதையின் வேகத்தை அவசியம் கூட்டும். இதேபோல், பாப் மார்லி என்ற கதாபாத்திரமும் தாஸைக் காண்பித்தபின் மேட்ச் கட்டில் காண்பிக்கப்படுகிறது.

இதன்பின் பிரச்னை ஆரம்பிக்கிறது. எப்படி? பாப் மார்லி கதாபாத்திரம், படத்தின் துவக்கத்தில் தாஸிடம் டைம் கேட்கிறது. ஆனால் தாஸ், அவன் பிச்சை கேட்பதாக எண்ணிக்கொண்டு 'சில்லறை இல்லப்பா' என்று சொல்லிவிடுகிறார். இந்த அவமானத்தை பாப் மார்லியால் தாங்க முடிவதில்லை. 'சில்லறை' என்ற வார்த்தை காதில் விழுந்தாலே படுபயங்கர டென்ஷன் அடைகிறான். ஏற்கெனவே நடந்த ஒரு

விஷயத்தை இந்தக் காட்சியில் மறுபடி தூண்டி (பாப் மார்லியின் நண்பன் சில்லறை பற்றிப் பேசுவது), அதே நேரத்தில் தாஸையும் காண்பிப்பதன்மூலம் எளிதில் பிரச்னை துவக்கப்பட்டு விடுகிறது. படம் பார்க்கும் நமக்கும் இந்த இடத்தில் சிரிப்பு வருகிறது.

இதன்பின் சண்டை துவங்குகிறது. இந்த சண்டைக் காட்சிகளும் மிக எளிமையாகவே எழுதப்பட்டிருக்கின்றன. அந்த வரிகளில் உள்ள நகைச்சுவையையும் கவனியுங்கள்.

பின்னர் போலீஸ் வருகிறது. எல்லோரும் தெறித்து ஓடுகின்றனர். அந்த இடத்தில் தாஸ், மூவரையும் சந்திக்கிறார். அதுதான் இந்தக் காட்சியின் தேவை. அதற்காகத்தான் இந்த முழுக் காட்சியும் எழுதப்பட்டிருக்கிறது.

நாம் முந்தைய அத்தியாயங்களில் பார்த்தது போல, எந்தக் காட்சிக்குமே ஒரு ஆரம்பம், நடுப்பகுதி மற்றும் முடிவு உண்டு. இந்தக் காட்சியில், ஆரம்பத்தில் எல்லாருடைய அறிமுகங்களும் நடக்கின்றன. நடுப்பகுதியில் டாஸ்மாக்கில் நிகழும் பிரச்னை. முடிவில் அனைத்துக் கதாபாத்திரங்களும் சந்தித்துக்கொள்வது. அதுதான் கதையில் இனிமேல் நிகழும் சம்பவங்களுக்கே ஒரு துவக்கம். இந்தத் திரைக்கதையை படித்துப் பார்த்தவர்களுக்கு, அதற்கும் திரைப்படத்துக்கும் இடையே இருக்கும் சில சிறிய வேறுபாடுகள் புரியலாம். உதாரணமாக, காட்சியின் ஆரம்பத்தில் டாஸ்மாக் எப்படி இருக்கிறது என்ற விபரங்கள் படத்தில் இல்லை. அதேபோல், போலீஸ், முதலில் விசிலை ஊத, அதில் சரியாக சத்தம் வராமல், பக்கத்தில் இருக்கும் கான்ஸ்ட பிளிடம் விசிலைக் கொடுக்க, அவர் அதனைத் துடைத்து மிகவும் சத்தமாக ஊதுவது படத்தில் இல்லை. இதுபோன்ற சிறிய வேறுபாடுகள் அவசியம் இருக்கும். காட்சி எழுதப்படும்போது படிக்கையில் இவை சுவாரஸ்யமாக இருக்கலாம். திரைப்படமாக எடுத்தபின் அந்த விஷயங்கள் சுவாரஸ்யம் கொடுக்கத் தவறலாம். அப்படி நிகழ்ந்தால், எடிட்டிங்கில் அவை வெட்டப்படுகின்றன. ஒரே சீரான சுவாரஸ்யம் எங்காவது தடுக்கினால் அது நிகழும்.

சுருக்கமாக, அதேசமயம் சுவாரஸ்யமாக ஒரு காட்சியை எப்படி எழுதுவது என்பதற்கு இந்தக் காட்சி ஒரு உதாரணம்.

வரும் அத்தியாயத்தில் இத்துடன் சம்பந்தப்பட்ட விஷயங்கள் இன்னும் சிலவற்றைக் கவனிப்போம்.

36

அலுப்பாக இருக்கும் திரைக்கதையைச் சரி செய்யும் முறை

திரைக்கதைகளைப் பற்றிய பொதுவான நம்பிக்கை ஒன்று உண்டு. என்னவென்றால், ஒரு திரைப்படம் எடுக்கப்பட்டபின்னர், யாரோ ஒரு நபர், அதனை ஓடவிட்டு, வசனங்களைக் கவனித்து, அதன்பின்னர் அவற்றை எழுதி, திரைக்கதையைப் புத்தகமாகப் போடுவது என்பதே அந்த நம்பிக்கை. ஒரு திரைக்கதை முதலில் அடித்துத் திருத்தி எழுதப்பட்டு அதன்பின் அது படமாக எடுக்கப்படுவது என்பது போய், எடுக்கப்பட்ட திரைப்படத்தைப் பார்த்து எழுதுவதுதான் திரைக்கதை என்ற நம்பிக்கையும் இருந்து கொண்டுதான் இருக்கிறது. அப்படிச் சிலமுறைகள் நடந்திருக்கலாம். இருந்தாலும், முதலில் எழுதப்பட்டுப் பின்னர் படமாக எடுக்கப்படுவதுதான் திரைக்கதை என்பதில் சந்தேகம் இருக்கக்கூடாது.

இன்னொன்று, திரைக்கதை என்பது ஆன் தி ஸ்பாட்டில் படப்பிடிப்பு நடந்து கொண்டிருக்கும் நேரத்தில் உட்கார்ந்து இயக்குநரால் எழுதப்படுகிறது என்ற நம்பிக்கை. தமிழில் இப்படியெல்லாம் நடந்தும் இருக்கிறது. சில இயக்குநர்களால் இதுபோன்ற முறையில்தான் இயங்கவும் முடியும். அப்படிச் செய்தே வெற்றிப் படங்களும் தந்திருக்கின்றனர். ஆனாலும், இந்த முறைமை எப்போதும் உதவாமல் போவதற்கே சாத்தியக்கூறுகள் அதிகம். பல லட்ச ரூபாய் பட்ஜெட் போடப்பட்டு, படப்பிப்புத் தளத்தில் அனைவரும் குழுமியிருக்கும்போது உட்கார்ந்து எழுதுவதால் நேர விரயம் ஏற்படுகிறது.

அதேசமயம், படப்பிடிப்பு துவங்குவதற்கு முன்னரே கையில் திரைக்கதை தயாராக இருந்தாலும், படப்பிடிப்பு நடக்கும் இடத்தில் இயக்குநருக்கு

திரைக்கதை எழுதலாம் வாங்க

எதாவது யோசனைகள் தோன்றாமல் போகாது. லொகேஷனில் இருக்கும் தளவாடங்கள், செட்கள், கதை நடக்கும் வீடு, தெரு ஆகியவற்றைப் பார்க்கும்போது எதாவது நல்ல விஷயம் தோன்றும். அப்படித் தோன்றும் பட்சத்தில் அதனை தாராளமாக செயல்படுத்தவும் செய்யலாம். ஆனால் அது ஒரு சிறிய ஷாட்டாகவோ, மிஞ்சிமிஞ்சிப் போனால் ஒரு சிறிய சீனாகவோ மட்டுமேதான் இருக்குமே தவிர, அன்றாடப் படப்பிடிப்புக்குத் தேவையான முழுநீளக் காட்சிகளாக இருக்கும் வாய்ப்புகள் மிகக்குறைவு.

ஒரு திரைக்கதை எழுதப்படும்போது கவனிக்கப்படவேண்டிய ஒரு சில பிரச்னைகளை சிட் ஃபீல்ட் வலியுறுத்துகிறார். அவை என்ன என்று விரிவாக இனி கவனிப்போம். இவையெல்லாம் வராமல் பார்த்துக்கொண்டால் திரைக்கதை சுவாரஸ்யமாக வருவதற்கான வாய்ப்புகள் அதிகம்.

பொதுவான பிரச்னைகள் பேசித் தள்ளுவது.

சினிமா என்பது விஷுவல் மீடியம் என்பது எல்லாருக்குமே தெரியும். 'பேசாதே காட்டு' என்றே விஷயம் தெரிந்தவர்கள் வலியுறுத்துவது வழக்கம். ஆனால், திரைக்கதை எழுதும் அனைவருக்குமே இந்தப் பிரச்னை இருக்கும். கதாபாத்திரங்கள் எப்போது பார்த்தாலும் வளவளவென்று பேசிக்கொண்டே இருப்பது. இப்படி இருந்தால் படம் பார்ப்பவர்களுக்கு விரைவில் அது ஒரு நாடகம் என்ற எண்ணம் தோன்ற ஆரம்பித்துவிடும்.

இந்தப் பிரச்னையை எப்படித் தவிர்ப்பது?

திரைக்கதையில் பேச்சுதான் அதிகமாக இருக்கிறது என்றால், கதாபாத்திரத்தின் குணாதிசயங்களை விளக்கும் நல்ல காட்சிகளைக் காட்டத் தேவையான இடங்கள் இருக்கின்றனவா என்று கவனிக்கவேண்டும். அப்படிப்பட்ட இடங்களில், காட்சிகளின் மூலம் கதாபாத்திரம் நடந்து கொள்வதைக் காட்டினால், திரைக்கதை சுவாரஸ்யம் அடையும். அந்த இடங்களில் கதாபாத்திரம் பேசிக்கொண்டே இருப்பதை, செயல்புரியும் விதமாக மாற்றவேண்டும். ஒரு வில்லனையோ, ஹீரோவையோ இப்படி ஆக்ஷன் மூலம் அவர்கள் யார் என்பதை எளிதில் காட்டிவிடலாம். போலவே படத்தின் முக்கியமான கதாபாத்திரங்களையும் அப்படிக் காட்டமுடியும். ஆரம்பத்தில்தான் என்றில்லை எங்குவேண்டுமானாலும் இதைச் செய்யமுடியும்.

அடுத்த பிரச்னை திரைக்கதைக்குள் தொலைந்து போவது.

திரைக்கதை எழுதும் அனைவருக்குமே, குறிப்பிட்ட இடத்தில் தடுக்கி,

அதன்பின்னர் என்ன எழுதுவது என்பதே தெரியாமல் போகும் வாய்ப்பு உண்டு. இது பலருக்கு நடந்தும் இருக்கிறது. இதை ஆங்கிலத்தில் Writer's Block என்று சொல்வார்கள். சில பக்கங்கள் எழுதியபின்னர், என்ன செய்வது என்றே தெரியாமல் விழிக்கும் சூழ்நிலை. எல்லாமே மேகமூட்டமாக இருக்கும். தெளிவான கதை அகப்படவே படாமல் போய்விடும். இதைப்பற்றி யோசிக்க யோசிக்க, பிரச்னை இன்னும் பெரிதாகத்தான் ஆகும்.

இதைத் தவிர்க்கத்தான் சில வாரங்களுக்கு முன்னர், கதையை பாயிண்ட் பை பாயிண்டாக முழுதும் எழுதிக்கொள்வதை கவனித்தோம். அதனால் என்ன நடக்கும் என்றால், கதை தடுக்கி நிற்காது. கதை எங்கு செல்கிறது என்பது அவசியம் தெரியும். ஆகவே, கதையின் ஓட்டத்தில் பிரச்னை இருக்காது. அதை வைத்துத் திரைக்கதை எழுதுவது சுலபம்.

ஒருவேளை அப்படி லைன் பை லைனாக எழுதுவதிலேயே எங்காவது தடுக்கி நிற்க நேர்ந்தால் என்ன செய்வது?

அப்படி நடக்கையில், அந்த இடத்தில் நடப்பதை சற்றே மாற்றிப் பார்க்கவேண்டும். கதாபாத்திரங்களை மாற்றலாம். அல்லது லொகேஷனை மாற்றலாம். அல்லது அதற்கு முந்தைய சீனை மாற்றலாம். கதாபாத்திரங்களின் பாயிண்ட் ஆஃப் வ்யூவை மாற்றலாம். புதிய காட்சிகளை யோசித்துப் பார்க்கலாம். அல்லது அந்த சீனையே தூக்கி வீசிவிட்டு, முந்தைய சீனில் இருந்து வேறு வகையாகக் கதையை யோசிக்கலாம். இல்லையேல், கதையின் கருவை மட்டும் வைத்துக்கொண்டு அதை வேறு எப்படியெல்லாம் கொண்டு செல்லமுடிகிறது என்று எண்ணிப்பார்க்கலாம்.

அதாவது, எதையாவது மாற்றி யோசிக்கவேண்டும். ஒரே போன்று யோசித்தால் ஒரே விடைதான் கிடைக்கும். யோசிப்பதை மாற்றினால் வேறு நல்ல விடை கிடைக்கலாம்.

ஒரு மிக முக்கியமான விஷயத்தை மறந்து விடக்கூடாது.

எப்போதெல்லாம் இதுபோன்ற பிரச்னைகள் வருகின்றனவோ, அவைதான் எவையெல்லாம் சரியாக இருக்கும் என்பதை நோக்கி நம்மைத் திருப்பிவிடுகின்றன. பிரச்னைகள் வந்தால்தான் மாற்றுவழியை யோசிப்போம். பல சமயங்களில் அந்த மாற்று வழிகள், முதலில் யோசித்ததைவிட நன்றாகவே இருக்கும் வாய்ப்புகள் அதிகம்.

அடுத்து திரைக்கதை மிகவும் அலுப்பாக நகர்தல்.

பெரும்பாலான சந்தர்ப்பங்களில், நாம் எழுதிக்கொண்டிருக்கும் திரைக்கதையை அப்படியே நிறுத்திவிட்டுப் படித்தோம் என்றால்,

அதுவரை படுபயங்கர அலுப்பாகவேதான் அந்தத் திரைக்கதை நகர்ந்து கொண்டிருப்பதற்குப் பலமான சாத்தியக்கூறுகள் உண்டு. அல்லது, நம்மைப் பொறுத்தவரை பாக்யராஜ், மணி ரத்னம், க்வெண்டின் டாரண்டினோ அல்லது இவர்களைப் போன்றவர்களின் மறு அவதாரமாக நம்மை நாமே மெச்சிக்கொண்டாலும், படிக்கும் நண்பர்கள் அதனை நம் முகத்திலேயே வீசியடிக்கும் வாய்ப்புகள் மிக அதிகம்.

திரைக்கதை மிக அலுப்பாக நகர்தலை எப்படிச் சரிசெய்வது?

இதற்குப் பல வழிகள் இருக்கின்றன. முதலில், நாம் ஏற்கெனவே பார்த்தது போல், திரைக்கதையின் இன்றியமையாத விஷயமாக 'பிரச்னைகள்' (Conflict) இருக்கவேண்டும். உதாரணமாக, 'ஆயிரத்தில் ஒருவன்' படத்தின் கரு என்ன? தொலைந்து போன சோழர்குல வாரிசு எங்கே சென்றான் என்பதைக் கண்டுபிடிப்பது. இதுதான் படத்தின் பாதி வரை கதையைக் கொண்டு செல்கிறது. மாறாக, ஆராய்ச்சியாளர்கள், வாரிசு சென்ற இடத்தைக் கண்டுபிடிக்க வேண்டும் என்று படத்தின் ஆரம்பத்தில் சொன்னதுமே, ஹீரோ கார்த்தி, 'அட இவ்வளவுதானே? இதோ எங்க வீட்டுக்குப் பக்கத்துல இருக்கும் காலனில தான் அவரு வாழ்ந்துட்டு இருக்காரு' என்று சொல்லிவிட்டால் படம் சுவாரஸ்யமாக இருக்குமா? எனவே, படம் அலுப்பாக நகர்கிறது என்றால், படத்தின் பிரச்னைகள் சுவாரஸ்யமாக இல்லை என்று பொருள். அதாவது, படத்தில் இலக்கை நோக்கிச் சென்றுகொண்டிருக்கும் ஹீரோவுக்கு ஏற்படும் சிக்கல்கள் கடினமாக இருக்கவேண்டும். அப்போதுதான் ஆடியன்ஸுக்குப் படத்தின்மீது ஈடுபாடு அதிகரிக்கும். 'பீட்சா' படத்தில், பீட்சா டெலிவரி செய்யப்போன இடத்தில் வீட்டுக்குள் எப்படியெல்லாம் ஹீரோ மாட்டிக்கொள்கிறார்?

அடுத்ததாக, திரைக்கதை அலுப்பாக நகர்வதற்கான சில குறிப்பான காரணங்கள்.

- திரைக்கதையில் பிரதான பாத்திரத்தின் நோக்கம் தெளிவாக விளக்கப்படாமல் இருக்கிறது. இதனால்தான் திரைக்கதை அலுக்கிறது

- திரைக்கதையில் காண்பிக்கப்படும் சம்பவங்கள் நம்பும்படி இல்லை. எனவே இயற்கையாகவே திரைக்கதை அலுத்துவிடுகிறது

- திரைக்கதையில் நடக்கும் சம்பவங்களை எளிதில் யூகிக்கமுடிந்து விடுகிறது. எனவே கதை மிகவும் அலுப்பாக இருக்கிறது

- திரைக்கதையில் இருக்கும் பிரதான கதாபாத்திரத்தின் மீது ஈர்ப்பே வரவில்லை. எனவே திரைக்கதை படுத்துவிடுகிறது

இவற்றையெல்லாம் எப்படிச் சரிசெய்வது?

முதலாவதாக, பிரதான கதாபாத்திரத்தின் நோக்கம் தெளிவாக விளக்கப்படவில்லை என்று தோன்றினால், அந்த நோக்கத்தை ஒருமுறை நன்றாகக் கவனிக்கலாம். வெற்றிப் படங்களைக் கவனித்தால், நோக்கம் என்பது தெளிவாக இருப்பதைக் கவனிக்கலாம். உங்களுக்குத் தெரிந்த வெற்றிப் படங்களைப் பற்றி யோசித்துப் பாருங்கள்.

எனவே, நோக்கம் சரியாக இல்லையென்றால், மறுபடி அமர்ந்து, அந்த நோக்கத்தை சரியாக விளக்குவதே ஒரே வழி. அந்த நோக்கத்தை விளக்கியபின்னர், அதற்கேற்ற காட்சிகளை மாற்றியமைப்பதன்மூலம் சுவாரஸ்யத்தை அதிகரிக்கமுடியும்.

இரண்டாவதாக மேலே இருக்கும் பாயிண்ட் திரைக்கதையில் காட்டப்படும் சம்பவங்களின் நம்பகத்தன்மை. இந்த விஷயத்தில் ஹாலிவுட்டைத்தான் நாம் கவனிக்கவேண்டும். 'ஜுராஸிக் பார்க்' படத்தின் டைனஸார்களை எடுத்தவுடன் எப்படி நம்மால் நம்ப முடிந்தது? இத்தனைக்கும், நாம் வாழும் தற்கால உலகில் டைனஸார்கள் இல்லை என்பது நமக்கே நன்றாகத் தெரியும். இருந்தும், எப்படி நம்மால் படத்தோடு ஒன்ற முடிந்தது? இதேதான் டெர்மினேட்டர், இண்டிபெண்டன்ஸ் டே, ஹாலிவுட் பேய்ப்படங்கள், லார்ட் ஆஃப் த ரிங்ஸ் படங்கள் போன்ற எந்த ஹாலிவுட் படமாக இருந்தாலுமே ஒரு பொதுப்படையான அம்சம். ஆடியன்ஸை கேள்வி கேட்காமல் நம்பவைக்கவேண்டும். அப்போதுதான் படம் வெற்றிபெறும். இதற்கு 'Suspension of Disbelief' அவநம்பிக்கையைத் தற்காலிகமாகத் துண்டித்தல் என்று பெயர். தற்காலிகம் ஏன் எனில், திரைப்படம் தொடங்கி முடியும் வரை மட்டுமே ஆடியன்ஸின் அவநம்பிக்கை துண்டிக்கப்பட்டால் போதுமானது என்பதால்தான்.

இதற்குக் காரணம் வேகமான திரைக்கதைதான். முதல் பாயிண்ட்டில் சொல்லப்பட்ட கதாபாத்திரத்தின் லட்சியம், சம்பவங்கள், நிகழும் பிரச்னைகள் ஆகியவை நன்றாக எழுதப்பட்டிருக்கவேண்டும். கூடவே, கதாபாத்திரங்களோடு ஆடியன்ஸ் ஒன்றவேண்டும். ஒரு கதாபாத்திரத்தை நாம் விரும்ப ஆரம்பித்து விட்டால், பின்னர் அந்தக் கதாபாத்திரத்துக்கு என்ன நடந்தாலும் நாம் நம்புவோம். இதுவேதான் கடைசியாக மேலே உள்ள பாயிண்ட்டுக்கும் பொருந்தும். கதாபாத்திரத்தின் மீது ஈர்ப்பு. அப்படி ஈர்ப்பு வரவேண்டும் என்றால், கதாபாத்திரம் வெறுமனே எதிர்வினை (ரியாக்ஷன்) மட்டுமே புரியாமல், செயலும் (ஆக்ஷன்) அவ்வப்போது புரிய வேண்டும் என்பதை இந்தத் தொடரின் முந்தைய சில அத்தியாயங்களில் விரிவாகவே கவனித்தோம். எனவே அப்படிப்பட்ட சுவாரஸ்யமான சம்பவங்கள்மூலம், கதாபாத்திரத்தை

ஆடியன்ஸின் மனதுக்குள் கொண்டுவரவேண்டும்.

அடுத்ததாக, சம்பவங்களை எளிதில் யூகித்தல். இதன்மூலமாகவும் திரைக்கதை அலுக்கும். இதற்கும் முந்தைய அத்தியாயங்களில் உதாரணங்களை கவனித்திருக்கிறோம். 'எதிர்மறை அணுகுமுறை' (Out of the Grain Approach) என்ற விஷயத்தை கவனித்தது நினைவிருக்கிறதா? எதிர்பாராத இடத்தில் எதிர்பாராத சம்பவங்கள் நடப்பது. உதாரணம்: முதல்வன் படத்தில், ஆஃபீஸில் அமர்ந்து குறை கேட்காமல், மக்கள் புழங்கும் இடத்தில் அமர்ந்து குறை கேட்டு உடனடி ஆக்ஷன் எடுத்தல். இப்படிப்பட்ட விஷயங்களைக் காட்சிகளில் புகுத்தினால், அடுத்து நிகழும் சம்பவத்தை யூகித்தல் கடினமாக மாறும்.

இதுவரை பொதுவான பிரச்னைகளான பேசித் தள்ளுதல், திரைக்கதைக்குள் தொலைந்து போதல் மற்றும் திரைக்கதை அலுப்பாக நகர்தல் ஆகியவைகளைப் பற்றிக் கவனித்தோம். வரும் அத்தியாயத்தில், சில குறிப்பான திரைக்கதைப் பிரச்னைகளைப் பார்ப்போம்.

37

கதையமைப்பில் நேரக்கூடிய பிரச்னைகள்

குறிப்பான பிரச்னைகள் என்றால் என்ன? திரைக்கதை அமைப்பை சிட் ஃபீல்ட் விளக்கியிருந்ததை இந்தப் புத்தகத்தின் ஆரம்ப அத்தியாயங்களில் கவனித்தோம் அல்லவா? அந்த அமைப்பில், மூன்று விஷயங்கள் சிட் ஃபீல்டால் இன்றியமையாதவை என்று சொல்லப்படுகின்றன. அவை:

1. Plot - கதையமைப்பு

2. Character - கதாபாத்திரங்கள்

3. Structure - திரைக்கதையின் வடிவம்

இந்த மூன்று விஷயங்களில் வரும் பிரச்னைகளே குறிப்பான பிரச்னைகள் என்று சொல்லப்படுகின்றன. அவைகளைப் பற்றிக் கவனிக்கலாம். முதலில், கதையமைப்பில் (Plot) வரக்கூடிய பிரச்னைகள்.

நமது கதை, ஒரு ஹீரோ மற்றும் ஒரு ஹீரோயினைப் பற்றிய கதை என்று வைத்துக்கொள்வோம். கதையில் சுவாரஸ்யத்தை ஏற்றுவதற்காக ஒரு காமெடியன். அந்தக் காமெடியனுக்கு ஒரு ஜோடி. இப்போது, ஹீரோயின் என்றால் அவளுக்கு அவசியம் பெற்றோர்கள் இருக்கவேண்டும் என்று திடீரென்று நமக்குத் தோன்றுகிறது. உடனடியாகப் பெற்றொர்களை உருவாக்குகிறோம். இதன்பின், ஹீரோவுக்கு அன்பான ஒரு அம்மா தேவை என்று தோன்றுகிறது. கடகடவென்று ஒரு அம்மா கதாபாத்திரம் உருவாகிறது. அப்போதுதான் தெரிகிறது இன்னும் வில்லனைப் பற்றி யோசிக்கவே இல்லை என்று. இதன்பின் ரூம் போட்டு நிஜமாகவே யோசித்து ஒரு வில்லன் பாத்திரத்தையும் உருவாக்கியாயிற்று. வில்லன்

என்றால் தனியாகவா காண்பிக்கமுடியும்? எனவே வில்லனுக்கு ஒரு கும்பல். அந்த கும்பலில் வில்லனின் வலதுகையாக ஒரு முரட்டு ஆசாமி.

ஒருவழியாக அத்தனை கதாபாத்திரங்களும் உருவாகியாயிற்று. திரைக்கதை எழுத அமர்கிறோம். இப்போது நமக்கு முன்னிருக்கும் சவால் என்னவென்றால், இத்தனை பேரையும் திரைக்கதையின் ஆரம்பத்தில் அறிமுகப்படுத்துவது. இத்தனை பேரையும் அறிமுகப்படுத்தினால், அதிலேயே கிட்டத்தட்ட திரைக்கதையின் முதல் பகுதி முழுக்க முடிந்து விடும். அதன் பின்னர்தான் இவர்களுக்குள் நிகழும் பிரச்னைகளைக் காட்ட ஆரம்பிக்க வேண்டும். இதனால், முதல் பகுதியில் சில காட்சிகளை வெட்டிவிட்டு, கொஞ்சம் சுருக்குகிறோம். பின்னர் திரைக்கதையை முடிக்கிறோம். இப்போது பார்த்தால் முதல் பகுதி முழுக்க கசமுசகசமுசா என்று எக்கச்சக்க பாத்திரங்கள். யார் யாரிடம் பேசுகிறார்கள் என்பதே தெரிவதில்லை . கதை எப்படி நகர்கிறது என்பது நமக்கே புரியாமல் முழிக்க வேண்டியிருக்கிறது.

இதுதான் கதையமைப்பின் முதல் பிரச்னை. எக்கச்சக்கமான விஷயங்களை குறைவான நேரத்தில் திரைக்கதையில் எழுதிப் புரியவைக்க முயற்சித்தல். இதற்கு ஆங்கிலத்தில் Too much Too soon என்று பெயர் வைக்கிறார் சிட் ஃபீல்ட்.

கும்பல் கும்பலாக கதாபாத்திரங்களைத் திரைக்கதையில் இறக்குமதி செய்வதற்கான இன்னொரு காரணம், கதை மிகவும் வீக்காக இருப்பதே. அந்தப் பிரச்னையை மறைக்க இந்தக் கதாபாத்திர கும்பல் உதவலாம் என்று நினைத்தே இப்படிச் செய்யப்படுகிறது.

இந்தப் பிரச்னையை எப்படி சரிசெய்வது?

இப்படிப்பட்ட திரைக்கதைகளை முடித்தபின்னர் படித்துப் பார்க்கையில், எந்தக் கதாபாத்திரத்தையுமே விரிவாக விளக்காமல் அத்தனை பேரையும் மேலோட்டமாகவே நாம் காண்பித்திருப்பது புரிந்து விடும். இதற்கு ஒரே வழி கதாபாத்திரங்களைப் பற்றி விரிவாக ஸ்டடி செய்வதுதான். அப்படிச் செய்திருந்தால், இத்தனை பாத்திரங்கள் இருந்தாலும், நமக்கு அவசியம் தேவையான ஒரு சில பாத்திரங்களை மட்டும் சுவாரஸ்யமாகத் திரைக்கதையில் காட்டி யிருக்க முடியும். அப்படிக் கேரக்டர் ஸ்கெட்ச்களை நன்றாக நாம் தயாரித்திருந்தால், இத்தனை பாத்திரங்களே தேவையில்லை என்ற முடிவுக்கும் வந்திருப்போம். இவர்கள் இல்லாமலேயே கதையை நமக்குத் தேவையான பாத்திரங்களை மட்டும் வைத்துக்கொண்டே எப்படி சுவாரஸ்யமாகக் கொண்டு செல்வது என்பது நமக்குத் தெரிந்திருக்கும். அதுதான் நல்லதும் கூட என்பது சிட் ஃபீல்ட் கருத்து.

அடுத்ததாக, எல்லாவற்றையும் எப்போது பார்த்தாலும் விளக்கிக்கொண்டே இருப்பது. திரைக்கதை எழுதும்போது, சில காட்சிகளை இன்னும் நன்றாக விளக்கவேண்டும் என்று நமக்குத் தோன்றும். உடனேயே கஷ்டப்பட்டு அந்தக் காட்சிகளில் வரும் கதாபாத்திரங்களின் வாய்மொழியாக, பக்கம் பக்கமாக வசனம் எழுதி அந்தக் காட்சியைப் புரியவைப்போம். எழுதும்போது இது நன்றாக இருந்தாலும், படமாகப் பார்க்கும் போது தூக்கம் வந்துவிடும். திரைக்கதை எழுதுபவர்களிடையே இது மிகவும் சாதாரணம் என்பது சிட் ஃபீல்ட் கருத்து. இதனைத் தவிர்க்க, எந்தக் காட்சிகளை வசனங்கள் மூலம் விளக்கவேண்டும் எந்தக் காட்சிகளை வசனங்களே இல்லாமல் புரியவைக்க வேண்டும் என்பதை நாம் யோசித்துப் பார்க்கவேண்டும்.

எதிரில் வருபவன் வில்லன் என்பதை, 'ஆ... ஐயோ... என்னைக் கொன்னுடாத. என்னை நம்பி ஒரு குடும்பமே இருக்கு. நான் அப்பாவி. எனக்கு ஒண்ணும் தெரியாது' என்றெல்லாம் வசனங்கள் எழுதித்தான் விளக்கவேண்டும் என்பது இல்லையல்லவா? ஜஸ்ட் ஒரே ஒரு ஷாட்டிலேயே வசனமே இல்லாமல் கூட வில்லனைப் பற்றிய பயத்தை ஆடியன்ஸுக்கு ஏற்படுத்தமுடியுமே? ஆடியன்ஸ், பொதுவாகவே நாம் நினைப்பதை விடவும் புத்திசாலிகள்தான். பக்கம்பக்கமாக விளக்காவிட்டாலும் ஒரு காட்சி அவர்களுக்கு மிக எளிதில் புரிந்து விடும்.

அடுத்ததாக, திரைக்கதையில் எதுவோ குறைவது. முழுத் திரைக்கதையையும் எழுதிய பின்னர் நம் நண்பர்களிடம் படிக்கக் கொடுத்தால், 'கதையில் என்னமோ குறைகிறதே?' என்று அவர்கள் நம்மிடம் சொல்வது. என்ன குறைகிறது என்பது யாருக்கும் தெரியாது. நமக்கே கூட தெரிய வாய்ப்பில்லை. இதன்பின்னர் முழுத் திரைக்கதையையும் படித்தால், அதில் கீழே உள்ள சில விஷயங்களை நாம் கவனிக்க நேரலாம்.

- திரைக்கதையில் சஸ்பென்ஸோ அல்லது விறுவிறுப்போ குறைவாக இருப்பது.
- ‘கதை மிகவும் வீக்காகவோ (கதையில் சுவாரஸ்யம் குறைகிறது) அல்லது மிக அதிகமான திருப்பங்களுடனோ (கதையில் இயல்புத்தன்மை குறைகிறது) இருப்பது
- வசனங்கள் மிகவும் தட்டையாக, சாதாரணமாக இருக்கின்றன
- கதாபாத்திரங்கள் புதிதாக இல்லாமல் மிகவும் சாதாரணமாக இருக்கின்றன
- பிரதான கதாபாத்திரம் எப்போது பார்த்தாலும் ரியாக்ட் செய்து

திரைக்கதை எழுதலாம் வாங்க

கொண்டே இருக்கிறது. தானாக முன்வந்து எந்த செயலும் செய்யாமல் இருக்கிறது

* திரைக்கதையில் வரும் சின்னச்சின்ன கதாபாத்திரங்கள், பிரதான பாத்திரங்களைவிடவும் சுவாரஸ்யமாக இருக்கின்றன

இந்த எல்லாவற்றிலும் ஏதோ ஒன்று குறைவதைக் கவனிக்கலாம். திரைக்கதை எழுதும்போது, ஒவ்வொரு காட்சியுமே தேவையா இல்லையா என்னும் பிரச்னை நமது தலைக்குள் ஓடிக்கொண்டே இருக்கும். இதனால் சில சமயங்களில் சில காட்சிகளை வேண்டாம் என்று நாம் முடிவெடுத்துவிடுவோம். இது நல்லதுதான் என்றாலும், இந்த வழிமுறை நமது மூளைக்குள் நன்றாகப் பதிந்து, இந்தக் காட்சி எனக்குத் தேவையில்லை' என்று சொல்லக்கூடியது இயல்பாகவே நடக்க ஆரம்பித்துவிட்டால், அப்போது நாம் மேலே பார்த்த ஏதோ ஒன்று குறைவது' நடக்க அதிகமான வாய்ப்பு இருக்கிறது என்கிறார் சிட் ஃபீல்ட்.

சரி. அப்படியென்றால் எதுவும் யோசிக்காமல் மாங்கு மாங்கென்று எல்லாக் காட்சிகளையும் எழுதி விட்டால், அப்போதும் பிரச்னைதான். திரைக்கதை அவசியம் எக்கச்சக்கமான பக்கங்களைக் கடந்துவிடுமே? அது பரவாயில்லையா? (கவனிக்க இந்த அத்தியாயத்தின் கடைசிப் பிரச்னை. ஓரிரண்டு பத்திகளுக்குப் பின்னர் வருகிறது).

திரைக்கதை எழுதும்போது ஒவ்வொரு காட்சியையும் நன்றாக யோசித்து எழுதுவது நல்லதுதான். ஆனால், நமது மனதில் உள்ள கதை சுவாரஸ்யமாக எழுதப்படுவதற்கு என்ன தேவை என்று யோசிப்பதற்குப் பதில், ஒவ்வொரு காட்சியும் தேவையா இல்லையா என்று (மட்டும்) யோசித்துக்கொண்டே இருந்தால் அவசியம் பிரச்னைதான் என்பது சிட் ஃபீல்ட் கருத்து.

சிலமுறை, சில ஒன்லைன்கள் கேட்க நன்றாக இருக்கும். ஆனால் திரைக்கதையாக எழுதப்படும் போது மேற்சொன்ன பிரச்னை அவற்றில் நடக்க சாத்தியக்கூறுகள் அதிகம். கதைச்சுருக்கம் கேட்பதற்கு நன்றாக இருந்து, திரையரங்கில் நாம் சென்று படம் பார்க்கையில் அலுப்புத் தட்டிய படங்கள் எப்படியும் நம் ஒவ்வொருவருக்கும் சில இருக்கும். அவைகளைப் பற்றி யோசித்துப் பாருங்கள்.

மேலே பட்டியலிட்டுள்ள பிரச்னைகளைத் தவிர்க்க என்ன வழி? (என்னமோ குறைவதைத் தடுப்பது).

நமது கதையில் இருக்கும் முரண்பாடுகளை சரியாக அமைக்கவில்லை என்பதே சிட் ஃபீல்டின் ஒரே விளக்கம். முரண்பாடுகள் என்பது, கதையில் நேரக்கூடிய முக்கியமான திருப்பங்கள், ஹீரோ

வில்லனுக்கிடையேயான பிரச்னைகள் போன்றவை. முரண்பாடுகள் நன்றாக ஆக ஆக, திரைக்கதையில் எதுவோ குறைவது குறைந்து கொண்டே வரும். சில சமயங்களில், sub plot எனப்படும் உப கதைகளும் உதவலாம். அதாவது, பிரதான கதையோடு சேர்ந்து ஹீரோவுக்கோ வில்லனுக்கோ இன்னொரு சிறிய கதையும் இருக்கும். அந்தக் கதை, பிரதான கதையோடு எங்காவது வந்து இணைந்து கொள்ளும்.

முரண்பாடுகளும் உபகதைகளும் சரியான விகிதத்தில் உபயோகப் படுத்தப்பட்டால், கதையில் 'எதுவோ குறைவது' சரியாகிவிடும்.

உதாரணமாக, 'மைனா'வில் இன்ஸ்பெக்டருக்கு மனைவியால் நேரும் பிரச்னைகள் என்பது உபகதை. அது, க்ளைமாக்ஸில் வந்து இணைகிறது. அடுத்த பிரச்னை, முழுக்கதையையும் சொல்ல நினைப்பது. அதாவது, சில சமயங்களில் (குறிப்பாக உண்மைக் கதைகளில்), அந்தக் கதை நிகழும் காலம் மிக அதிகமானதாக இருக்க வாய்ப்புண்டு. பிறப்பிலிருந்து இறப்பு வரை. இவ்வளவு பெரிய காலத்தை இரண்டரை மணி நேரத்தில் எப்படிச் சொல்லுவது? பொறுமையாக பிறப்பிலிருந்து இறப்பு வரை எழுதினால், திரைக்கதை அவசியம் 200-300 பக்கங்கள் வந்துவிடும். அத்தனை நிமிடங்களுக்கு ஒரு படத்தை எடுத்தால், சிறுவனாக உள்ளே போய், வெள்ளைத் தாடியுடன் படம் முடிந்து வெளிவர நேரிடும்.

இப்படிப்பட்ட சூழல்களில், எந்த சம்பவத்தோடு நம் திரைக்கதையை முடிக்கப்போகிறோம் என்பதைத் தெளிவாக முடிவுசெய்து கொள்ளவேண்டும். அந்த சம்பவம், நமது பிரதான கதாபாத்திரத்தின் இளம் வயதிலேயே கூட நிகழ்ந்திருக்கலாம். இருந்தாலும், அது ஒரு சரியான முடிவாக இருந்தால் அதுவே போதும். கதையை நீட்டிக்கத் தேவையில்லை. அப்படி இல்லை எனில் பிறப்பிலிருந்து இறப்பு வரைதான் காட்டுவேன் என்று பிடிவாதமாக நாம் இருக்கும் பட்சத்தில், கதாபாத்திரத்தின் வாழ்க்கையில் சில முக்கியமான சம்பவங்களை எடுத்துக்கொண்டு காட்டினால் போதுமானது. கூட்ஸ் ரயில் மெதுவாகச் செல்வதுபோல் அத்தனை சம்பவங்களையும் காட்டியே தீருவேன் என்று சொன்னால் ஆடியன்ஸ் தியேட்டரிலேயே மயக்கம் போடுவதில்தான் அது முடியும்.

உதாரணமாக, 'காந்தி' திரைப்படம். இதில், காந்தியின் இளவயதில், தென்னாப்பிரிக்காவில் சாதாரண பாரிஸ்டராக இருக்கும் மோகன்தாஸ் கரம்சந்த், ரயிலிலிருந்து தள்ளப்பட்ட சம்பவம்தான் முதலாவது. இதன்பின் இந்தியா வருகிறார் காந்தி. சுதந்திரப் போராட்டத்தில் பங்கேற்கிறார். அதற்குமுன்னர் இந்தியா முழுக்க சுற்றிப்பார்க்கிறார். இது இரண்டாவது. இதன்பின்னர் சுதந்திரத்துக்குப் பின்னர் நேரும்

ஹிந்து முஸ்லிம் கலவரங்கள், அதனால் காந்தி உண்ணாவிரதம் இருப்பது, அதன்பின் கொல்லப்படுவது. இது மூன்றாவது. படம் கொஞ்சம் பெரிதாக இருந்தாலுமே, படத்தில் இதுபோன்ற வெகுசில சம்பவங்களே முக்கியமாக எடுத்துக்கொள்ளப்பட்டு, அவற்றைச் சுற்றியே திரைக்கதை எழுதப்பட்டிருக்கும்.

இதைப்போலவேதான் 'நாயகன்' திரைப்படமும், 'குரு' திரைப்படமும். ஒரு முழு வாழ்க்கையைக் காண்பிக்கும் படங்களாக இருந்தாலும், வெகுசில சம்பவங்களே அவற்றில் முக்கியமாக எடுத்துக்கொள்ளப்பட்டு, மற்ற விஷயங்கள் வேகமாகச் செல்லும்படி (மாண்டேஜ்கள்) எழுதப்பட்டிருக்கும். இதுதான் ஒரு வாழ்க்கையை முழுதாகத் திரையில் காட்டக்கூடிய வழி.

இப்படியாக, Plot எனப்படும் கதையமைப்பில் நேரக்கூடிய பிரச்னைகளை இந்த அத்தியாயத்தில் கவனித்தோம். மற்ற இரண்டு அம்சங்களான கதாபாத்திரங்கள் (Character) மற்றும் திரைக்கதை வடிவத்தில் (Structure) நேரக்கூடிய பிரச்னைகளை வரும் அத்தியாயங்களில் கவனிக்கலாம்.

38

கதாபாத்திரம் மூலம் நேரும் பிரச்னைகள்

இதுவரை திரைக்கதை எழுதும்போது வரக்கூடிய பிரச்னைகள் பற்றிப் பார்க்கையில், கதையமைப்பு (Plot), கதாபாத்திரம் (Character) மற்றும் திரைக்கதை வடிவம் (Structure) ஆகிய மூன்று முக்கியமான பிரிவுகளைக் கவனித்தோம். அந்த வகையில் கதையமைப்பில் (Plot) நேரக்கூடிய பிரச்னைகள் பற்றிச் சென்ற அத்தியாயத்தில் கவனித்தோம். இந்த அத்தியாயத்தில், கதாபாத்திரம் மூலம் நேரக்கூடிய பிரச்னைகளைக் கவனிப்போம்.

பொதுவாக, ஒரு கதாபாத்திரம் திரைக்கதையில் வெளிப்படும் போது, ரத்தமும் சதையுமாக நிஜவாழ்வில் நாம் பார்க்கும் மனிதர்களைப் போல் இல்லாமல் இருப்பதற்கான சாத்தியக்கூறுதான் அதிகம். என்னதான் யோசித்து உருவாக்கினாலும், இயல்பான பாத்திரமாக இல்லாமல் போய்விடும் ஆபத்து இதில் இருக்கிறது.

கேள்வி: என்னென்ன விதத்தில் ஒரு கதாபாத்திரம் செயற்கையாக அமைகிறது?

பதில் : கதாபாத்திரத்துக்கு, திரைக்கதையின் இறுதி வரை எல்லா இன்னல்களையும் சந்தித்து, அவற்றைத் தாண்டிச் சென்று நினைத்ததை முடிக்க ஒரு லட்சியம் தேவை. அந்த லட்சியத்துக்கு எதிராகத்தான் பல ஆபத்துகள் அந்தக் கதாபாத்திரத்துக்கு நேரும். இந்த லட்சியம் என்பது தெளிவாக இருக்கிறதா? இந்த லட்சியத்தினால் கதாபாத்திரத்தின் குணாதிசயம் துவக்கத்தில் இருந்து சிறுகச்சிறுக மாறி, இறுதியில் முற்றிலும் வேறான, அனுபவத்தில் பல பாடங்களைக் கற்றுக்கொண்டு வாழ்க்கையை அறிந்து கொண்ட பாத்திரமாக அது மாறுகிறதா? (எல்லாத் திரைக்கதைகளிலும் இது அவசியம் இல்லை). பிரதான கதாபாத்திரம்,

திரைக்கதை எழுதலாம் வாங்க

தன்னைப்பற்றியே அதிகமாகப் பேசிக்கொண்டிருக்கிறதா? பிரதான பாத்திரம் நாம் நினைத்த அளவு இல்லாமல் மங்கிப் போய்விடுகிறதா? திரைக்கதையின் பாத்திரம், நம்மைப்போலவே பேசிச் செயல்படுகிறதா? பிரதான பாத்திரத்துக்கும் பிற பாத்திரங்களுக்கும் இருக்கும் உறவு முறை தெளிவில்லாமல் இருக்கிறதா? கதாபாத்திரங்களுக்குள்ளான வசனம் தட்டையாக இருக்கிறதா? எல்லாக் கதாபாத்திரங்களும் ஒரேபோன்று இருக்கின்றனவா?

இவைதான் கதாபாத்திரங்களின் செயற்கைத்தன்மைக்கு சில உதாரணங்கள். இப்படிப்பட்ட கதாபாத்திரம் சார்ந்த பிரச்னைகளை எப்படித் தீர்ப்பது?

ஒரு கதாபாத்திரத்தை முடிந்தவரை இயல்பாக, ஆடியன்ஸின் கவனத்தைக் கவரும் பாத்திரமாக உருவாக்க ஒருசில தன்மைகள் அந்தப் பாத்திரத்துக்கு இருக்கவேண்டும். இந்தப் புத்தகத்தின் ஆரம்ப அத்தியாயம் ஒன்றில் (அத்தியாயம் 9) அவற்றைக் கவனித்தோம். அவை இங்கே சுருக்கமாக மறுபடியும் அளிக்கப்படுகின்றன.

- கதாபாத்திரத்துக்கு உறுதியான, தெளிவான தேவை (லட்சியம்) ஒன்று இருக்கவேண்டும் (Dramatic Need)
- கதாபாத்திரத்துக்கு ஒரு கருத்து நிலை இருக்க வேண்டும் (Point of View)
- கதாபாத்திரம் ஒரு உறுதியான மனநிலையைக் கொண்டிருக்க வேண்டும் (Attitude)
- திரைக்கதையில் அந்தக் கதாபாத்திரத்துக்கு ஏதேனும் ஒருவித மாற்றம் நிகழ்ந்திருக்கவேண்டும் (Transformation).

இவை நான்கும் நமது பாத்திரங்களுக்கு இருக்கின்றனவா? நான்குமே இருந்தாக வேண்டும் என்பது அவசியம் இல்லை. இருந்தால் நல்லது. அப்படி இல்லாவிட்டால், குறைந்தபட்சம் இவற்றில் இரண்டாவது இருந்தால் நமது பிரச்னைகள் தீர்ந்துவிடும்.

எப்படி என்று பார்ப்போம். முதலாவதாக, கதாபாத்திரத்துக்கு ஒரு உறுதியான லட்சியம் இருக்கவேண்டும். அந்த லட்சியத்தால்தான் அந்தக் கதாபாத்திரம் பல பிரச்னைகளையும் முறியடித்து இறுதியில் தான் நினைத்ததை அடைகிறது. லட்சியம் எத்தனை கடினமாக இருக்கிறதோ, அத்தனைக்கத்தனை அந்தப் பாத்திரம் சந்திக்கும் பிரச்னைகள் கடினமாக இருக்கும். பல திரைக்கதைகளில் பிரதான கதாபாத்திரத்தின்மீது நமக்கு ஈர்ப்பு வராததற்கு இப்படிப்பட்ட லட்சியம் ஒன்று இல்லாததும் காரணம்.

சில படங்களில், ஆரம்ப லட்சியம் ஒன்றாக இருக்கும். அதன்பின் படத்தின் கதை சற்றே நகர்ந்தபின்னர் அந்த லட்சியம் மாறி வேறொரு லட்சியம் உருவாகும். அது இயற்கைதான். அதில் தவறில்லை. உதாரணமாக பொல்லாதவன் படத்தில் முதலில் ஹீரோ பிரபுவின் லட்சியம் ஒரு பைக் வாங்கவேண்டும் என்பதாக இருக்கிறது. அவனுக்கு வேலையும் இல்லை. கூடவே ஹீரோயினையும் ஒருதலையாகக் காதலிக்கிறான். ஆக, படத்தில் சிறிது நேரம் சென்றபின்னர் அவனது லட்சியங்கள் இந்த மூன்றுதான். ஆனால், ஒரு குறிப்பிட்ட கட்டத்தில் இந்த மூன்றுமே அவனுக்கு நடந்துவிடுகின்றன. நினைத்தது நடந்தபின் அவனுக்கு வேறென்ன பிரச்னை இருக்கமுடியும் என்று நாம் நினைத்துக்கொண்டே ரிலாக்ஸ்டாக சாய்ந்து அமரும்போதுதான் அவனது லட்சிய பைக் களவு போகிறது. இதன்பின் எப்பாடுபட்டாவது அந்த பைக்கைக் கண்டுபிடிக்க வேண்டும் என்று பிரபு முடிவு செய்கிறான். அதனால் என்ன நடக்கிறது என்பதே மீதிப்படம்.

இங்கே பிரபுவின் லட்சியம்தான் (பைக்கைக் கண்டு பிடிக்க வேண்டும்) படத்தின் கதையை நகர்த்திச்செல்கிறது. இறுதிவரை அதனாலேயே பல கஷ்டங்களை அவன் சந்திக்கிறான். வெல்கிறான். அடுத்தது, கதாபாத்திரத்தின் கருத்து நிலை (Point of View). நிஜவாழ்க்கையில் நம் எல்லாருக்கும் ஒரு கருத்து நிலை இருக்கிறது. அதேபோல் நமது கதாபாத்திரங்களுக்கும் ஏதாவது கருத்து நிலை இருந்தால் அது திரைக்கதையில் சுவாரஸ்யத்தை அதிகரிக்கும். 3000 Miles to Graceland என்ற ஒரு ஆங்கிலப் படத்தில், வில்லனின் பெயர் மர்ஃபி. தான் பிரபல பாடகர் எல்விஸ் ப்ரெஸ்லியின் மகன் என்று அவனுக்கு ஒரு எண்ணம் உண்டு. இதனால், எல்விஸ் பிரெஸ்லியைப் பற்றி யார் தப்பாகப் பேசினாலும் அவர்களை உண்டு இல்லை என்று ஆக்கிவிடுவான். இது, கதாபாத்திரத்துக்கு ஒரு தனிப்பட்ட குணமாக அமைகிறது. இதனால் சுவாரஸ்யம் அதிகரிக்கிறது. 'வெள்ளையாக இருப்பவன் பொய் சொல்ல மாட்டான்' என்பதும் ஒரு கருத்து நிலைதான். இதைவைத்தே அப்படி நம்பும் பாத்திரம் ஏமாற்றப்படுவதாகத் திரைக்கதை எழுதலாம்.

அடுத்ததாக உறுதியான மனநிலை (Attitude). இதனால் என்ன பயன்? இதுவும், மேலே பார்த்த பாயிண்ட் ஆஃப் வ்யூவும் கிட்டத்தட்ட ஒரே போன்றவை. இரண்டுக்கும் நூலிழை வேறுபாடுதான் உண்டு. உறுதியான மனநிலையால் சிலமுறைகள் குருட்டு தைரியத்தில் கதாபாத்திரம் ஏதேனும் செய்து மாட்டிக்கொள்வது ஒரு உதாரணம்.

இறுதியாக, கதாபாத்திரத்துக்கு நிகழும் மாற்றம் (Transformation). இது அவசியம் இருந்தாகவேண்டும் என்பது இல்லை, அப்படிப்பட்ட மாற்றம் நிகழ, அதற்கேற்ற திரைக்கதை தேவை. இருந்தாலும், ஆரம்பத்தில்

ஒரு நிலையில் இருந்த பாத்திரம் இறுதியில் முற்றிலுமாக மாறுதல் அடைவது நல்ல திரைக்கதைக்கு அடையாளம்.

இந்த நான்கு விஷயங்களால் எப்படிப்பட்ட கதாபாத்திரம் சார்ந்த பிரச்னைகளையும் சரிசெய்துவிடலாம் என்பது சிட் ஃபீல்ட் கருத்து. நாம் மேலே பார்த்த பிரச்னைகளை, இந்த நான்குவித கதாபாத்திரத் தன்மைகளை வைத்து சரிசெய்யமுடியும். இறுதியில் நமது கதாபாத்திரம் ஆடியன்ஸுக்குப் பிடித்துவிட்டால், எல்லாப் பிரச்னைகளும் மறைந்து விடும். அப்படிப் பிடிக்கவைப்பதற்கே இந்த வழிமுறைகள்.

அடுத்த அத்தியாயத்தில், திரைக்கதை வடிவம் சார்ந்த பிரச்னைகளை கவனிக்கலாம்.

39

அவநம்பிக்கையை ஒதுக்கி வைக்க கற்றுத் தரும் ஈ

திரைக்கதையின் முதுகெலும்பு என்பது திரைக்கதையின் கட்டமைப்புதான் (Screenplay Structure) என்பதை சிட் ஃபீல்ட் எப்போதுமே வலியுறுத்துவார். கட்டமைப்பு என்றால் என்ன என்பதை முன்பே பார்த்திருக்கிறோம். ஷாட்டிலிருந்து ஆரம்பித்து, சீன், சீக்வென்ஸ் என்று போய், முழுத் திரைக்கதையுமே ஆரம்பம், நடுப்பகுதி, முடிவு என்று தெளிவாக வடிவமைக்கப்படுவது. Structure என்ற ஆங்கில வார்த்தைக்கு இருக்கும் பல அர்த்தங்களில் ஒன்று, 'சிறிய பகுதிகளுக்கும், முழுமைக்குமான தொடர்பு' என்பது. திரைக்கதையின் சம்மந்தமாக இதை யோசித்தால், மேலே சொன்ன ஷாட், சீன், சீக்வென்ஸ் போன்றவற்றுக்கும், முழுமையான திரைக்கதைக் கட்டமைப்புக்குமான உறவு என்று இதைப் புரிந்து கொள்ளலாம்.

இப்படிப்பட்ட முக்கியமான திரைக்கதைக் கட்டமைப்பில் என்னென்ன பிரச்னைகள் நேரலாம்?

முதலாவதாக, கதை. நமது கதையில் தெளிவு இருக்கிறதா? அதாவது, ஆரம்பத்தில் இருந்து ஒரே சீராக முடிவை நோக்கிச் செல்கிறதா, அல்லது அங்குமிங்கும் அலை பாய்கிறதா? உதாரணமாக இதுவரை ஹாலிவுட்டில் வந்த திரைக்கதைகளிலேயே கடினமானவற்றில் ஒன்றாகக் கருதப்படும் The Usual Suspects என்ற படம் கூட எந்தப் பிரச்னையும் இல்லாமல் பற்றவைத்த பட்டாசு போல வேகமாகச் செல்வதைக் காணலாம். இதனோடு சம்மந்தப்பட்ட மற்ற சில உப பிரச்னைகள்: நமது கதை மேலோட்டமாகவே எல்லாவற்றையும் தொட்டுக்கொண்டு செல்வது, நமது சீன்களுக்கு நாம் நினைத்த விளைவுகள் நடக்காமல்

சப்பென்று முடிவது (உதாரணமாக, படத்தின் இரண்டாம் பாதியில் நடக்க இருக்கும் ஒரு நிகழ்ச்சிக்காக முதல் பாதியிலேயே ஒரு சீனை தயார் செய்து வைப்பது திரைக்கதை அமைப்பில் முக்கியமான விஷயம். ஆனால் அப்படிப்பட்ட முக்கியமான சீன் இரண்டாம் பாதியில் வரும்போது ஆடியன்ஸ் எந்த ரியாக்ஷனும் காட்டாமல் எழுந்து தம்மடிக்கச் செல்வது இதில் அடங்கும்), கதாபாத்திரங்கள் அவற்றின் பிரதான நோக்கமே சரியாகத் தெரியாமல் அலைவது ஆகியன.

இவையெல்லாமே, நமது திரைக்கதைக் கட்டமைப்பில் ஏதோ கோளாறு இருக்கிறது என்பதற்கான எச்சரிக்கை மணிகள்.

இப்படிப்பட்ட பிரச்னைகளை எப்படிச் சரிசெய்வது?

சிட் ஃபீல்ட் முதலில் சொல்லும் வழிமுறை, பிரச்னை என்று ஒன்று இருப்பதைப் புரிந்து கொள்ளுங்கள் என்பதே. திரைக்கதையை எழுதி முடித்துவிட்டு அதனை நன்றாகப் படித்துப் பார்த்தாலே, அவசியம் நமது உள்மனதில் எச்சரிக்கை அலாரம் அடிக்காமல் இருக்காது. ஆனால், அதை பலசமயங்கள் நாம் கவனிக்காமல் உதாசீனப்படுத்துவதால்தான் பிரச்னைகள் அதிகமாகின்றன. எனவே, பிரச்னை இருக்கிறது என்று புரிந்து கொண்டாலே அதனைத் தீர்க்கும் வழிமுறையைப் பற்றி யோசிக்க ஆரம்பித்துவிடலாம்.

அடுத்து, இப்படிப்பட்ட காட்சிகளின் அங்கங்களைப் பற்றி யோசிக்கலாம். அந்தக் காட்சி சீக்கிரம் முடிந்துவிட்டது சப்பென்று இருக்கிறது முக்கியமான சீனில் எந்த விறுவிறுப்பும் இல்லை என்றால், அந்தக் காட்சிகளில் இடம்பெறும் கதாபாத்திரங்களின் உணர்ச்சிகள் என்னென்ன? கோபமாக இருக்கிறார்களா? அவர்களின் எண்ணங்கள் எப்படி இருக்கின்றன? இந்தக் காட்சி எங்கு தொடங்குகிறது? எங்கிருந்து அந்தக் கதாபாத்திரம் உள்ளே வருகிறது? அந்தக் கதாபாத்திரம் தெளிவாக இருக்கிறதா, அல்லது காய்ச்சல், தலைவலி போன்ற விஷயங்களால் பாதிக்கப்பட்டு அதில் வரும் எரிச்சலால் எதிராளி மேல் இனம்புரியாத கடுப்பை வெளிப்படுத்துகிறதா? யாராவது துரத்தும் நபாரிடம் இருந்து தப்பித்து இந்தக் காட்சிக்குள் வந்திருக்கிறதா? ஒரு பெரிய விவாதத்தைத் துவக்குவதற்காக சரியான தயாரிப்புடன் உள்ளே வந்திருக்கிறதா?

இதுபோன்ற கதாபாத்திரத்தின் உணர்வு சார்ந்த விஷயங்களை அந்தக் காட்சி துவங்கும் போது நாம் நன்றாகக் கவனித்து முடிவு செய்து கொள்ளவேண்டும். இதுதான் முக்கியம்.

அடுத்ததாக, அந்தக் காட்சிக்குள் என்னென்ன விஷயங்களில் நாம் கவனம் செலுத்தவேண்டும் என்பதைக் கவனிக்கவேண்டும். இந்தக்

காட்சி எங்கே நடக்கிறது? பகலா இரவா மதியமா? அந்தக் காட்சிக்குள் எதையாவது நம்மால் உபயோகித்துக்கொள்ள முடியுமா? உதாரணமாக அந்தக் காட்சியில் இருக்கும் கும்பலோ, அல்லது சாமான்களோ, அல்லது அந்தக் காட்சியில் பெய்யும் மழையோ அல்லது இதுபோன்ற விஷயங்கள். ஒரு கதாபாத்திரம் அடியாட்களால் தாக்கப்படும் போது, தொலைவில் கிடக்கும் ஆயுதத்தை எக்கி எக்கி எடுத்து இறுதியில் தன்னை அடித்தவர்களின் மண்டையில் ஒரு போடு போடுவதுபோல பல காட்சிகளை நாம் பார்த்திருக்கிறோம் அல்லவா? ஒருவேளை காட்சி நடப்பது இரவாக இருந்தால், அந்த இரவின் நிசப்தமும் வெறுமையுமே காட்சிக்கு ஒரு ஏற்றத்தைக் கொடுக்கலாம்.

இதுபோன்ற சுற்றுப்புறங்களை நாம் கவனித்து நமக்குத் தகுந்தவாறு உபயோகிக்க ஆரம்பிப்பதுதான் அடுத்த முக்கியமான விஷயம். இதனைச் செய்ததுமே, அந்தக் காட்சியையே ஆரம்பம், நடுப்பகுதி மற்றும் முடிவு என்று மூன்றாகப் பிரிக்கும் வேலையை ஆரம்பிக்கலாம்.

ஒரு பேப்பரையோ அல்லது கணினியின் மென்பொருளையோ எடுத்து, அந்தக் காட்சியைப் பிரிக்கத் தொடங்கலாம். எப்படி? முதலில், எங்கிருந்து நம் கதாபாத்திரம் அந்தக் காட்சிக்குள் வருகிறது என்பதைக் குறித்துக்கொள்ளவேண்டும். அதாவது, அந்தக் காட்சிக்கு முந்தைய காட்சியில் அது எங்கிருந்தது என்பது. இப்படிச் செய்தால், அந்த இடத்திலிருந்து இங்கு வரும்போது இடையே சிறிய பிரச்னை ஒன்றை நம்மால் உருவாக்க முடியும். போலீஸ் ஸ்டேஷனில் இருந்து கோர்ட்டுக்குக் கைதியைக் கொண்டு செல்லவேண்டும். அப்படிச் செல்லும் வழியில் வேனின் டயர் பங்க்ச்சர். அங்கே கோர்ட்டிலோ நேரம் ஓடிக்கொண்டிருக்கிறது. இங்கே சாலையில் டயர் சரிசெய்யப்படுகிறது. அதன்பின்னர் வேகமாக அந்த வண்டி செல்வதால், வழியே இன்னொரு வண்டி மீது மோதி விடுகிறது. இதனால் இன்னும் நேரம் குறைகிறது. இப்படி.

அடுத்ததாக, அந்தக் காட்சியின் நோக்கத்தை நம்மால் முடிந்த அளவு சுவாரஸ்யப்படுத்தவேண்டும். கோர்ட்டுக்கு ஏன் அந்தக் கைதி கொண்டுவரப்படவேண்டும்? ஒரு மிக முக்கியமான வழக்கில் அந்தக் கைதி மட்டுமே ஒரே சாட்சி. அந்த வழக்கில் குற்றவாளியாக இருப்பதோ அந்த ஊரின் மிக முக்கியமான அரசியல்வாதி. இதுபோல, அந்தக் காட்சியின் நோக்கத்தை சுறுசுறுப்பாக்கலாம்.

இதுவரை பார்த்தது, காட்சியின் ஆரம்பம். இனி, நடுப்பகுதியை நோக்கி எப்படி இந்தக் காட்சியை செலுத்தலாம்? நடுப்பகுதி என்பது, அந்தக் காட்சியின் தலையாய நோக்கம் நடப்பது. கோர்ட்டுக்குள் வரும் கைதி, என்ன செய்யப்போகிறான்? நீதிபதியின் அறைக்கு நடத்திச்செல்லப்படுகிறான். நீதிபதியின் அறைக்குள் நமது கைதி

திரைக்கதை எழுதலாம் வாங்க

சென்றுவிட்டால் சாட்சி சொல்லப்பட்டுவிடும். அரசியல்வாதிக்குத் தண்டனை உறுதி. எனவே, அதை எப்படி நடக்கவிடாமல் தடுப்பது? கைதியுடன் செல்லும் இன்ஸ்பெக்டர் தான் ஹீரோ. எனவே, ஹீரோவையும் தாண்டி வில்லன் அரசியல்வாதி தனது திட்டத்தை செயல்படுத்தவேண்டும்.

அடுத்ததாக, அந்தக் காட்சியின் இறுதி. சாட்சி சொல்லப் பட்டு விட்டதா அல்லது வில்லனால் அந்தக் கைதி கொலை செய்யப் பட்டானா? என்ன நடந்தது என்பது. இதுபோல் பிரச்னைக்குரிய காட்சிகளை தனியாக எடுத்துக்கொண்டு பிரித்துப் பார்ப்பதன்மூலம் பல நன்மைகள் நடக்கின்றன. நாம் ஏற்கெனவே பார்த்த காட்சியின் பல அம்சங்களை லேசாக மாற்றினால் கூட அந்தக் காட்சிக்கு ஒரு புதிய வடிவம் கிடைக்கக்கூடும். இதனால், முன்பு அலுப்பாக இருந்த காட்சி, இப்போது சுறுசுறுப்படையலாம்.

சரி. இதுவரை திரைக்கதை அமைப்பின் பிரச்னைகளைப் பற்றிப் பார்த்தோம். இதற்கு நேர் எதிராக, திரைக்கதை அமைப்பு கச்சிதமாக இருக்கும் உதாரணம் எதாவது சமீபத்தில் உண்டா?

'நான் ஈ' படத்தை அனைவருமே பார்த்திருப்போம். அந்தப் படம் எப்படி இந்தியா முழுக்க வெறித்தனமாக ஓடியது? இத்தனைக்கும் படத்தின் கதாநாயகன் என்பது ஒரு ஈ!

ஈ எங்காவது பழிவாங்குமா? ஒரு ஈ உடற்பயிற்சி செய்து பார்த்திருக்கிறீர்களா? ஒரு ஈயால் எப்படி அதனைவிடப் பெரிய எடையைத் தூக்கிக்கொண்டு பறக்க முடியும்? ஈஹெல்மெட் போடுமா? இதற்கெல்லாம் மேலாக, ஒரு ஈ வந்து கதாநாயகியின் முன்னால் நின்று சைகை செய்தது மே அதுதான் இறந்த தனது காதலன் என்பது கதாநாயகிக்குப் புரிந்து, அந்த ஈக்கு அவள் உதவுவதெல்லாம் உலகத்தில் எங்காவது நடக்குமா? இத்தனை லாஜிக் ஓட்டைகளை மீறி அந்தப் படம் எப்படி பிய்த்துக்கொண்டு ஓடியது?

முதலாவதாக, நாம் இங்கு மேலே பார்த்த காட்சிகளை செட் செய்வது அதில் கச்சிதமாகப் பயன்படுத்தப்பட்டிருக்கும். இரண்டாம் பாதியில் கதாநாயகி ஈக்கு உதவப் போகிறாள். அப்படியென்றால் அவளது கதாபாத்திரத்தை எப்படி அமைக்கவேண்டும்? சின்னச்சின்ன பொருட்களையெல்லாம் அவள் நன்கு கவனிக்கவேண்டும். எனவே, எப்போதுமே அப்படி மிகச்சிறிய பொருட்களில் கலையம்சம் மிகுந்த பொருட்களை உருவாக்குபவளாக அவள் உருவாக்கப்படுகிறாள். படம் தொடங்கும்போது இது ஏன் என்று நமக்குப் புரியாது. வழக்கப்படி கதாநாயகிக்கு ஏதோ ஒரு வேலை. அது இந்தப் படத்தில் கொஞ்சம் புதுமையாகக் காட்டப்பட்டிருக்கிறது என்றே நினைத்திருப்போம்.

இரண்டாம் பாதியில் ஈக்கு அவள் உதவும் லாஜிக் ஓட்டை இங்கே இவ்விதமாக அடைக்கப்படுகிறது.

அடுத்ததாக, ஒரு ஈ எப்படிப் பழிவாங்கும் என்பதை யோசித்தால், அதற்கும் பதிலாக, மிருகங்கள் பழிவாங்கக்கூடுமா என்பது வில்லனின் வாயாலேயே கேட்கப்படுகிறது. கூடவே, ஹீரோ ஆரம்பத்தில் வில்லனால் கொல்லப்படுவதன் வடு, ஆடியன்ஸின் மனதில் ஆழமாக விதைக்கப்படுகிறது. இதனால் இரண்டாம் பாதியில் எப்படியாவது வில்லன் சாகவேண்டும் என்ற எண்ணம் ஆடியன்ஸுக்குள் உறுதியடைகிறது. எனவே, ஈயாக இல்லாமல் பேக்டீரியாவாக ஹீரோ மறுபிறப்பெடுத்திருந்தாலும் நாம் அப்போதும் அதை நம்பி யிருப்போம். கூடவே, அலுப்பே இல்லாத காட்சிகள். எந்தக் காட்சியும் வளவளவென்று இருக்காது. காட்சியின் நோக்கம் என்னவோ, அது நாம் மேலே பார்த்தபடி சரியாக வெளிப்பட்டிருக்கும்.

ஒரு ஈயால் எதையுமே செய்யமுடியாது என்பதை அந்த ஈ உணர்வது கூட சுவாரஸ்யமான காட்சிகளாலேயே சொல்லப் பட்டிருக்கும். அப்படி அந்த ஈ உணர்வதால்தான் அது உடற்பயிற்சி செய்கிறது; குயுக்தியாக யோசிக்கிறது; வில்லனின் காரின் கண்ணாடியில், 'நான் உன்னைக் கொல்வேன்' என்றுகூட எழுதுகிறது! இது எல்லாமே படம் பார்க்கும்போது நமக்கு லாஜிக் மீறலாகத் தெரிவதே இல்லை. இதுதான் நாம் ஏற்கெனவே பார்த்த 'Suspension of Disbelief'. அவநம்பிக்கையை ஒதுக்கி வைத்தல். கதாபாத்திரங்கள் மக்களின் மனதுக்குப் பிடிக்க ஆரம்பித்து விட்டால் அதன்பின் அவர்கள் என்ன செய்தாலும் நமக்குப் பிடிக்கும் என்பதற்கு நான் ஈ ஒரு அருமையான உதாரணம். திரைக்கதைக் கட்டமைப்பு என்பது கச்சிதமாக இதில் உபயோகப்படுத்தப் பட்டிருக்கிறது.

இத்துடன், திரைக்கதை எழுதும்போது நேரக்கூடிய பிரதான பிரச்னைகளைப்பற்றிய அத்தியாயம் முடிகிறது. கதையமைப்பு (Plot), கதாபாத்திரம் (Character) மற்றும் திரைக்கதையின் கட்டமைப்பு (Structure) ஆகிய இந்த மூன்று முக்கியமான அம்சங்களில் நேரக்கூடிய பிரச்னைகளை சரிசெய்தாலே திரைக்கதையை சரிசெய்வது போல்தான் என்பதை இதுவரை கவனித்தோம். 'திரைக்கதை வடிவம்' என்பதும் இத்துடன் முடிவடைகிறது. இனி அடுத்ததாக, திரைக்கதையை எப்படி எழுதுவது என்பதை விரிவாகக் கவனிக்கப்போகிறோம். இதற்கு முந்தைய அத்தியாயங்களில் திரைக்கதை வடிவத்தைத்தான் பார்த்தோம் (சூது கவ்வும் உதாரணம் மூலமாக). அப்படி உட்கார்ந்து எழுதும்போது என்னன்ன நடக்கும் என்பதை இனிமேல் பார்ப்போம்.

40

எந்த நேரத்தில் எழுத வேண்டும்?

திரைக்கதை வடிவம் என்றால் எப்படி இருக்கும் என்று சில அத்தியாயங்களுக்கு முன்னர் கவனித்தோம். இப்போது, இந்த நிமிடத்தில் நாம் திரைக்கதை எழுதுவதில் எந்த நிலையில் இருக்கிறோம் என்று கவனித்தால், திரைக்கதைக்கான அடிப்படை வேலைகள் அத்தனையையும் முடித்துவிட்டு, திரைக்கதை பற்றிய தெளிவான அறிவோடு தயாராக இருக்கிறோம் என்பது புரியும்.

திரைக்கதை அமைப்பு நினைவிருக்கிறதல்லவா? ஆரம்பம், நடுப்பகுதி மற்றும் தெளிவான முடிவு. இந்தத் திரைக்கதை அமைப்பை ஒருமுறை மனதில் நன்றாக அசைபோட்டுக்கொள்வோம்.

நமது மனதில் இருக்கும் கதையை இதுவரை நாம் பார்த்த வழிமுறைகளின்படி, (பாயிண்ட் பாயிண்ட்டாக எழுதிக்கொள்வது, அதன்பின் திரைக்கதை அமைப்பின் ஒவ்வொரு பகுதிக்குமான பாயிண்ட்கள் ஆரம்பம் 14, நடுப்பகுதி 28, முடிவு 14, கதையின் ப்லாட் பாயிண்ட்கள் என்னென்ன போன்ற விபரங்கள்) விரிவாக்கியாயிற்று. இனிமேல் உட்கார்ந்து திரைக்கதை எழுதுவதுதான் நம்மிடமிருக்கும் ஒரே வேலை. இந்தச் சூழலில், இனிமேல் என்ன செய்யலாம் என்று கவனிப்போம். Writing the Screenplay என்ற அத்தியாயம் இனி ஆரம்பிக்கிறது.

ஒரு திரைப்படத்தின் வளர்ச்சிக்குப் பலபேரின் பங்கு இருக்கிறது. திரைப்படத்தின் ஒவ்வொரு பகுதிக்கும் இவர்கள் அனைவரும் கூட்டாகச் சேர்ந்து, அதனை உருவாக்குகிறார்கள். ஆனால், திரைக்கதை எழுதும் நபர் மட்டும்தான் தன்முன் இருக்கும் வெறுமையான வெள்ளைத்தாள்களைக் கவனித்துக்கொண்டே வேலையைத்

தொடங்குவார். எழுதுவது என்பது சிறுகச்சிறுக நாம் செய்ய வேண்டிய ஒரு வேலை. ஒவ்வொரு நாளும், ஒவ்வொரு நிமிடமும் ஒவ்வொரு வார்த்தையாக எழுதியோ அல்லது கணினியில் அடித்தோ இந்த வேலை மெதுவாக நடந்து முடிகிறது. நேரம் என்பதுதான் இங்கு மிகவும் முக்கியம். எழுதத் துவங்குமுன்னர், எழுதுவதற்கான நேரம் என்பதை ஒதுக்கியே ஆகவேண்டும்.

தினமும் எத்தனை மணி நேரங்கள் எழுதலாம்?

அது முற்றிலுமாக நமது கையில்தான் இருக்கிறது. காலை ஆறு மணிக்கு சிலர் எழுத ஆரம்பிக்கலாம். ஒவ்வொரு மணி நேரத்துக்கும் ஒரு டீயோ காஃபியோ குடித்துவிட்டோ, வெளியே வந்து கொஞ்ச நேரம் உலாத்திவிட்டோ, சிகரெட் அல்லது பீடி அல்லது சுருட்டு இத்யாதிகளை ஊதிக்கொண்டோ சிலர் எழுதலாம். காலையில் இருந்து இரவுவரை இருக்கும் இடத்தை விட்டு நகராமல்கூட எழுத சிலருக்குச் சாத்தியமாகலாம். இன்னும் சிலருக்கு, அன்றாடம் செய்யும் வேலை என்பது வேறாக இருக்கலாம். வேலையை முடித்துவிட்டு இரவிலோ அல்லது விடிகாலையிலோ மட்டுமே அவர்களுக்கு எழுத நேரம் கிடைக்கலாம்.

எழுதவேண்டும் என்பதுதான் முக்கியம்.

திரைப்படத்துறையில் இல்லாமல் வேறு எதேனும் வேலையில் இருப்பவர்கள், திரைக்கதை எழுதவேண்டும் என்ற லட்சியத்தை எப்படி அடைவது?

இவர்களுக்காக சிட் ஃபீல்ட் சில வழிமுறைகளை இந்த அத்தியாயத்தில் சொல்கிறார். அன்றாடம் வேலைக்குச் செல்லும்போதே தினமும் நாம் உருவாக்கிக் கொண்டிருக்கும் கதையை நன்றாக மனதில் அசைபோடவேண்டும். கதை எப்படிச் செல்கிறது என்பதை வேலைக்குச் செல்லும்போதும் திரும்பிவரும்போதும் நன்றாக யோசிக்கவேண்டும். வீடு வந்து, தூங்கப்போகும்போது அன்றன்று நாம் என்னென்ன யோசித்தோம், கதையில் கதாபாத்திரம் பேசக்கூடிய வசனங்கள் ஆகியவைகளை நினைத்துப் பார்க்கவேண்டும். இப்படி மனதிலேயே நமது கதையை நன்றாக விரிவுபடுத்தி வைத்துக் கொண்டால், ஒவ்வொரு வாரமும் வார இறுதியின்போது சில மணிநேரங்கள் திரைக்கதை எழுதுவதற்கென்றே ஒதுக்கலாம். ஒவ்வொரு வாரமும் வார நாட்களில் யோசித்த கதையை வார இறுதியில் எழுதிவைத்துக் கொள்ளலாம்.

சரி. எந்தெந்த நேரத்தில் எழுதுவது?

நமது அன்றாட அலுவல்களை வைத்தே இதனை முடிவு செய்து கொள்ளவேண்டும். திரைப்படத்துறையில் இருப்பவர்கள்,

படப்பிடிப்புக்குச் செல்ல வேண்டும் என்றால் இரவுதான் எழுதுவதற்கு ஏற்ற நேரம். ஒருவேளை படப்பிடிப்பு முடிந்து ஓய்வில் இருந்தால் நாள் முழுதும்கூட எழுதலாம். திரைப்படத்துறையில் இல்லாமல் வேறு அலுவல்களில் இருப்பவர்கள், முந்தைய பத்தியில் சொன்னபடி வார நாட்களில் கதையை நன்றாக யோசித்துக்கொண்டு வார இறுதிகளில் சில மணிநேரங்களை திரைக்கதை எழுதுவதற்கென்றே செலவிடலாம்.

இன்னும் சிலருக்கு தினமுமே நிறைய நேரம் கிடைக்கக்கூடும். அப்படிப்பட்டவர்கள் தினமுமே எழுதலாம். சிலருக்கு விடியற்காலையில் புத்துணர்ச்சி பீறிக்கொண்டு அடிக்கும். அப்படிப்பட்டவர்கள் அந்த நேரத்தில் எழுதலாம். சிலருக்கு மதியம்தான் மூளை நன்றாக வேலை செய்யக்கூடும். இன்னும் சிலருக்கு இரவு. நமக்கு ஒரு நாளில் எந்த நேரத்தில் மூளை சுறுசுறுப்பாக இருக்கிறது என்பதை யோசித்து, அந்த நேரத்தில் எழுதலாம்.

கேள்வி என்னால் எப்போதுமே எழுத இயலாமல் வேலை மிக அதிகமாக இருக்கிறது. நான் எப்படி எழுதுவது?

பதில் இதற்கான பதில் நம் கையில்தான் இருக்கிறது. நாள் முழுக்கக் கடினமான வேலை இருந்தால், விடியற்காலையில் வழக்கத்தைவிட சீக்கிரம் எழுந்து ஓரிரு மணி நேரங்கள் எழுதலாம். நேரத்தை இப்படியாக நாம்தான் உருவாக்கிக்கொள்ளவேண்டும்.

அதேபோல், எப்போதெல்லாம் எழுதவேண்டும் என்று நாம் நினைத்து அதற்கான நேரத்தை ஒதுக்குகிறோமோ, அப்போதெல்லாம் அவசியம் எழுதவேண்டும். இதை சொல்லக் காரணம், முக்கியமான வேலைகளை செய்யும்போதுதான் மனதில், 'இந்த வேலையை கொஞ்சநேரம் கழித்து செய்தால் என்ன?' என்று தோன்றும். உடனேயே இண்டர்நெட், ஃபேஸ்புக் போன்றவற்றில் அந்த நேரத்தை விரயம் செய்துவிடுவோம். இதன்பின் எழுதவேண்டும் என்று நினைத்தாலும் அதற்கான நேரம் கிடைக்காமல் போய்விடும்.

எனவே, எழுதவேண்டும் என்று நாம் ஒதுக்கிவைக்கும் நேரத்தில் எழுதமட்டுமே செய்யவேண்டும். வெட்டி அரட்டை, இண்டர்நெட், தொலைக்காட்சி, திரைப்படம், கணினி போன்றவற்றின் அருகே செல்லாமல் இருத்தல் நலம். போலவே, மனைவி, குழந்தைகள், கணவன், உறவினர்கள் ஆகியவர்களுடன்கூட அந்த நேரத்தில் நேரத்தை செலவிடாமல், எடுத்த காரியமான திரைக்கதை எழுதுவதை விடாமுயற்சியுடன் செய்து முடிக்கும் நெஞ்சுரமும் வேண்டும். நாம் ஒதுக்கும் நேரத்தை இப்படி ராணுவ ஒழுங்குடன் நாம் பின்பற்றினால்தான் 120 வெறுமையான பக்கங்களை எழுத்தால் நிரப்பமுடியும்.

முடிந்தவரை நமக்கு நாமே சிறுசிறு இலக்குகளை இப்படியாக நிர்ண யித்து வைத்துக்கொள்ளவேண்டும். ஒரு நாளுக்கு மூன்று பக்கங்கள் வரை எழுத எளிதாக நம்மால் முடியும். எனவே, தினமும் மூன்று பக்கங்கள் எழுதினால், வாரத்தில் ஐந்து நாட்கள் மட்டும் நாம் திரைக்கதை எழுதிறோம் என்று வைத்துக்கொண்டால் கூட, ஒவ்வொரு வாரமும் பதினைந்து பக்கங்கள் எழுதமுடியும். அப்படியென்றால் ஒவ்வொரு மாதமும் அறுபது பக்கங்கள் எழுதலாம். இப்படியே எழுதி வந்தால், இரண்டே மாதங்களில் நம்மால் ஒரு முழுத் திரைக்கதையையும் (120 பக்கங்கள்) முடிக்க முடியும்.

இரண்டு மாதங்களில் ஒரு முழுத் திரைக்கதையை எழுதி முடிப்பது என்பது அவசியம் ஒரு சாதனைதான். தினமும் விடாமுயற்சியோடு மூன்று பக்கங்கள் எழுதிவைப்பதன் மூலமாக அவசியம் இதனைச் செய்யமுடியும். இந்த இரண்டு மாத அவகாசத்தில் சனி, ஞாயிறு போன்ற விடுமுறை நாட்களை நாம் சேர்த்தவில்லை என்பதை நினைவில் கொள்ளுங்கள். வாரம் ஐந்து நாட்கள் மட்டும்தான் கணக்கில் எடுத்துக்கொள்ளப்படுகிறது.

இப்படிப்பட்ட இலக்குகளை திரைக்கதை எழுதுவதற்கு முன்னரே நிர்ணயித்துக் கொண்டால், முடிவுத்தேதி நெருங்க நெருங்க நம் முயற்சியில் பரபரப்பு தொற்றிக்கொள்ளும். இதனால் இன்னும் கவனமாக எழுதி முடிக்கலாம். மாறாக எந்த இலக்கும் இல்லாமல் எழுத அமர்ந்தால் பாதியிலேயே ஒருவித சோம்பேறித்தனம் நம்மைக் கவ்விக்கொள்ள வாய்ப்பு உண்டு (சிலரால் அதுவும் முடியலாம். இருந்தாலும் இலக்கு என்பது எப்போதும் நல்லதுதான் என்பதை மனதில் வைத்தே அவ்வாறு சொல்லப்பட்டது).

எழுத ஆரம்பித்த சில நாட்கள் கழித்து, நம்மால் ஒரு நாளுக்கு நான்கைந்து பக்கங்கள் கூட எழுத முடியலாம். இது எல்லாமே நமது ஆர்வத்தைப் பொறுத்தே அமைகிறது.

காதலி அல்லது காதலன் இருப்பவர்களுக்கும், திருமணம் ஆனவர்களுக்கும் இப்படி எழுதுவது சிலமுறை பிரச்னை ஆகக்கூடும். குறிப்பாக பெண்களுக்கு. காரணம், நமது சமுதாயத்தில் பெண்களே பெரும்பாலும் எல்லாவற்றிலும் விட்டுக்கொடுத்துக் கொண்டே இருக்கும்படி நிர்ப்பந்திக்கப்படுகிறார்கள்.

ஆண்களுக்கு எந்தப் பிரச்னையும் இருப்பதில்லை. குழந்தைகளைப் பார்த்துக்கொள்வதிலிருந்து வீட்டுக்குத் தேவையான வேலைகள் வரை எல்லாவற்றையும் ஆண்களாகிய நாம், பெண்களின் தலையில் கட்டிவிட்டு நமக்குப் பிடித்ததை செய்ய ஆரம்பித்துவிடுகிறோம். பெண்களின் பாடுதான் கஷ்டம். எல்லாவற்றையும் கவனித்துக்கொண்டு,

திரைக்கதை எழுதலாம் வாங்க

திரைக்கதையும் எழுதவேண்டும் என்றால் அது மிகக்கடினம். பெண்களை இன்னும் நமது சமுதாயம் இதுபோன்ற விஷயங்களில் சம உரிமையுடன் நடத்த ஆரம்பிக்கவில்லை.

எனவே, ஒருவேளை நமது மனைவியோ அல்லது காதலியோ அல்லது தோழியோ திரைக்கதை எழுதுவதில் ஆர்வத்துடன் இருந்தால், அதற்கான நேரத்தை அவர்களுக்கு நாம்தான் உருவாக்கிக்கொடுக்கவேண்டும். அந்த நேரத்தில் குழந்தைகளை நாம்தான் கவனிக்கவேண்டும். வீட்டு வேலைகளை நாம்தான் செய்யவேண்டும். காதலியாக இருந்தால், அந்த நேரத்தில் அவர்களைப் பார்ப்பதைத் தவிர்க்கலாம். தொடர்ந்து எழுதுமாறு ஊக்கப்படுத்தலாம்.

திரைக்கதை எழுத அமரும்போது, நமது உடல் மட்டும்தான் நமக்குப் பிடித்தவர்களின் அருகாமையில் இருக்கிறது. நமது மனம், நமது திரைக்கதை நிகழும் காலகட்டத்தில்தான் நடமாடுகிறது. இது நமது குடும்பத்திற்கோ அல்லது நண்பர்களுக்கோ தெரிய வாய்ப்பு இல்லை . எனவே, அந்த நேரத்தில் உணவு பரிமாறுவது/உண்பது, மருத்துவரை சென்று பார்ப்பது, மளிகைக்கடைக்கு செல்வது, துணிகளை சலவை செய்வது போன்ற அலுவல்களே வேண்டாம். திரைக்கதை எழுதும் நேரத்தில் திரைக்கதை மட்டுமே எழுதவேண்டும். அதற்கு ஏற்றவாறு நமது காதலி/காதலன் அல்லது மனைவி/கணவன் ஆகியவர்களை நாம் தயார் செய்து வைக்கவேண்டும். பொதுவாக இவர்கள் நம்மைப் புரிந்து கொண்டதாக சொல்வார்கள்தான். ஆனால், இப்படி தினமும் எழுதிக்கொண்டே இருக்கும்போது ஒரு காலகட்டத்தில் அவர்களால் நம்மை சரியாகப் புரிந்து கொள்ளாமல் போகலாம். அதற்குத்தான் வாய்ப்புகள் அதிகம். காரணம், எழுத்து அனுபவம் என்பதை அவர்களால் புரிந்து கொள்ள இயலாது. இருந்தாலும், எழுதவேண்டும் என்று நாம் ஒதுக்கி வைக்கும் நேரத்தில் அதை செய்தே ஆகவேண்டும். அதற்கேற்றவாறு அவர்களை அன்புடன் தயார் செய்ய வேண்டும்.

பொதுவாக, திரைக்கதை எழுத ஆரம்பிக்கும் போதே இப்படிப்பட்ட பிரச்னைகள் வரக்கூடும் என்று முன்கூட்டியே முடிவுசெய்து கொள்வது நல்லது. அப்படி நடந்தே தீரும் என்று சொல்லவரவில்லை. ஒருவேளை அப்படி நடந்தால், அது நம்மைப் பெரிதாக பாதிக்காது என்பதால்தான் அப்படிச் சொல்லப்படுகிறது.

இந்த இடத்தில் கணவர்கள், மனைவிகள், காதலர்கள், நண்பர்கள், குழந்தைகள் ஆகியவர்களுக்கு ஒரு பரிந்துரை என்னவென்றால், உங்களுக்குப் பிடித்தமானவர்கள்தான் திரைக்கதை எழுதப்போகிறார்கள். அது அவர்களுக்கு அவசியம் நல்லதுதான். அவர்களின் வாழ்க்கையில்

மேலே மேலே அவர்கள் உயரப்போகும் ஒரு வாய்ப்பு இது. அவர்களுக்கு அந்த வாய்ப்பை ஏற்படுத்திக்கொடுங்கள்.

உங்களது அனுசரணையான அன்பும் பக்கபலமும் அவர்களுக்கு அவசியம் தேவை. அவர்களின் கனவை நோக்கிச் செல்லும் அற்புதமான வாய்ப்பை அவர்கள் நிறைவேற்றிக்கொண்டிருக்கும் இந்த வேளையில், அவர்களது உணர்ச்சிகள் மாறிக்கொண்டேதான் இருக்கும். சில சமயங்களில் அவர்கள் சந்தோஷமாக இருக்கலாம். சிலமுறைகள் சோகமாக உணரலாம். சில நாட்கள் யாரிடமும் பேசாமல் அவர்கள் இருக்கக்கூடும். இதெல்லாமே திரைக்கதை நன்றாக அமையவேண்டும் என்ற தவிப்பால்தான். அதை நம்மால் புரிந்து கொள்ளமுடிய வேண்டும். அவர்களுக்கு இறுதி வரை பக்கபலமாக நாம்தான் இருக்கவேண்டும்.

அவர்களுக்குப் பிடித்ததை செய்யும் இந்த வாய்ப்பை நீங்கள் கொடுக்கப்போகிறீர்கள்தானே? முடியாது என்று நீங்கள் சொன்னால், வெளிப்படையாக அவர்களிடம் இதைப்பற்றிப் பேசலாம். இதனால் இருவருக்கும் சாதகமாக ஒரு முடிவு கிடைக்கலாம்.

41

எப்படி வசனம் எழுதுவது?

பொதுவாக திரைக்கதை எழுத அமரும்போது என்னென்ன நடக்கும் என்பதை சென்ற அத்தியாயத்தில் பார்த்தோம். இந்த அத்தியாயத்தில் திரைக்கதை எழுதுவதன் முக்கியமான ஒரு அம்சத்தைக் கவனிப்போம்.

திரைக்கதை என்பதில் என்ன இருக்க வேண்டும் என்று கவனித்தால், ஒரு திரைப்படத்தின் வரைபடமாக ஒரு திரைக்கதை இருக்க வேண்டும் என்று புரிந்து கொண்டோம். அந்தத் திரைக்கதையின் இன்றியமையாத அம்சம் வசனம்.

வசனம் என்பதை எப்படி விளக்குவது? ஒரு குறிப்பிட்ட காட்சியில் வரும் கதாபாத்திரங்கள் தங்களுக்குள் பேசிக்கொள்வதே வசனம் என்று சொன்னால், அந்தக் கதாபாத்திரங்கள் என்ன வேண்டுமானாலும் பேசிக்கொள்ளலாம் அல்லவா? பக்கம்பக்கமாக வசனங்களை அவை பேசினால் தற்கால சூழ்நிலையில் ஒரு திரைப்படத்தில் ஒன்ற முடியுமா?

திரைக்கதையில் வசனம் எப்படி இருக்கவேண்டும் என்பதற்கும் சிட் ஃபீல்ட் சில வறையறைகளை வகுத்திருக்கிறார்.

வசனம் என்பது என்ன? அது ஒரு கதாபாத்திரத்தின் வெளிப்பாடு. வசனத்தை வைத்தும், அந்தக் கதாபாத்திரம் நடந்துகொள்வதை வைத்தும் ஒரு கதாபாத்திரத்தைப் புரிந்து கொள்ளமுடியும். எனவே, வசனம் என்பது என்னன்ன செய்யவேண்டும்?

- கதையை முன்னே நகர்த்த வேண்டும்
- கதாபாத்திரங்களைப் பற்றிய செய்திகளை வெளிப்படுத்த வேண்டும். அவர்களுக்கும் கடந்த காலம் என்று ஒன்று இருக்கும் என்பதால், அவ்வப்போது எங்காவது ஒரு குறிப்பிட்ட கதாபாத்திரத்தைப் பற்றிய காட்சிகள் அமைக்க முடியாதபோது, வசனங்கள் மூலமாவது இந்தச் செய்திகள் சொல்லப்படவேண்டும். ஆரண்ய காண்டத்தில்

வில்லனைப் பற்றிய ஆரம்பப் பேச்சு அப்படிப்பட்டது. அந்தக் காட்சியில் ஒரு விரல் இல்லாததைப் பற்றிய பேச்சு வந்து முடியும்போது அந்தக் காட்சியின் இறுதியில் டீ க்ளாஸை வைக்கும் கையில் ஒரு விரல் இருக்காது.

- வசனம் என்பது, திரைக்கதையைப் படிக்கும் நபர்களுக்குத் தேவையான விஷயங்களையும் தகவல்களையும் சரியாக அளிக்க வேண்டும். சில சமயங்களில் வசனத்தைப் படித்தால் கதையில் என்ன நடக்கிறது என்பதே தெரியாமல் போகக்கூடும். அப்படி இல்லாமல், கதையில் எங்கெங்கு என்னென்ன நடக்கிறது என்பதெல்லாம் தெளிவாக வசனங்களின் மூலம் தெரியப்படுத்தப்பட வேண்டும்.

- வசனம் என்பது கதாபாத்திரங்களுக்குள் இருக்கும் உறவு முறைகளைத் தெளிவாகச் சொல்ல வேண்டும். அந்த உறவுமுறைகள் இயல்பாக, உண்மையாக, போலித்தனம் இல்லாமல் இருக்கவேண்டும்.

- வசனம் என்பது நமது கதாபாத்திரங்களுக்கு ஒரு ஆழத்தையும் அவர்களின் குணங்களைப் பற்றிய வெளிச்சத்தையும் அவர்களின் நோக்கத்தையும் தெரிவிக்க வேண்டும். ஒரு கதாபாத்திரம் பெசும் வசனத்தைக் கேட்டாலே அந்தக் கதாபாத்திரத்தின் குணம் புரிய வேண்டும். உதாரணமாகப் பல படங்களைக் காட்டலாம். பழையகால நம்பியாரை நினைவுபடுத்திக்கொள்ளலாம். அதன்பின் 'காதலன்' படத்தில் ரகுவரன் மல்லியாக நடித்தது இப்படிப்பட்ட பாத்திரம்தான். ஷங்கரின் படங்களில் இது தெளிவாக விளக்கப் பட்டிருக்கும். 'முதல்வன்' படத்தில் ரகுவரனின் கதாபாத்திரம் பேசும் வசனங்கள் இப்படிப்பட்டவையே. மணி ரத்னம் படங்களும் இப்படிப்பட்ட வைதான்.

- வசனம் என்பது கதையில் உள்ள முரண்களையும், கதா பாத்திரங்களுக்கு இடையே உள்ள பிரச்னைகளையும் வெளிப்படுத்த வேண்டும். கதாபாத்திரங்கள் பேசுவதைக் கேட்டால் இதெல்லாம் விளங்கவேண்டும்.

- வசனம் என்பது, கதாபாத்திரங்களின் உணர்வுபூர்வமான நிலைகளை விளக்கவேண்டும்.

- வசனம் என்பது குறிப்பிட்ட காட்சியில் நடக்கும் சம்பவங்களைப் பற்றி விளக்க வேண்டும்.

இவையெல்லாம் இருந்தால்தான் வசனம் என்பது சிறந்து விளங்கும் என்பது சிட் ஃபீல்டின் கருத்து.

சரி. முதன்முதலில் திரைக்கதை எழுதும் போது வசனம் எழுதும் அனுபவம் எப்படி இருக்கும்?

முதலில் எழுதும் திரைக்கதையில் வசனம் எழுத நாம் முயலும்போது, அவை அவசியம் இயல்பாக இருக்காது. மாறாக, 'க்ளிஷே," என்று நாம் சொல்லும்படியாக ஏற்கெனவே பல படங்களில் பார்த்த வசனமாகத்தான் அவை இருக்கும். கூடவே ஆங்காங்கே வசனங்கள் உடைந்திருக்கலாம். சிதறியிருக்கலாம். வசனம் எழுதுவது என்பது நீச்சலடிப்பதைப் போன்றது. ஆரம்பத்தில் தட்டுத் தடுமாறினாலும், போகப்போக அது இன்னும் சுலபமாகும். அதில் சந்தேகமில்லை .

எப்படியும் முதலில் திரைக்கதை எழுதும்போது நமது கதாபாத்திரங்கள் நம்மிடம் 'பேச' ஆரம்பிப்பதற்கு அவசியம் நாற்பதிலிருந்து ஐம்பது பக்கங்கள் வரை ஆகலாம். அவை அவசியம் நம்மிடம் பேச ஆரம்பிக்கும் என்பதில் சந்தேகமில்லை. அதுவரை மோசமான, ஒரேபோன்ற, முட்டாள்தனமான வசனங்களை நாம் எழுதியே ஆகவேண்டும். நாம் முதன்முதலில் எழுதும் வசனங்கள் இப்படித்தான் இருக்கும். போகப்போகத்தான் அவை சிறப்படையும்.

வசனம் என்பதுதான் திரைக்கதையின் முக்கியமான அம்சங்களில் ஒன்று. அதை செம்மைப்படுத்தத்தான் பலமுறைகள் திரைக்கதைகள் அடித்துத் திருத்தி எழுதப்படுகின்றன. பெரும்பாலும் ஒவ்வொரு முறை எழுதப்படும்போதும் காட்சிகள் இன்னும் நன்றாக அமையும். கூடவே வசனங்களும் இயல்பாக ஆகும்.

சிட் ஃபீல்ட் சொல்லும் முறைப்படி திரைக்கதை எழுத ஆரம்பிக்கையில், சில அத்தியாயங்களுக்கு முன்னர் நாம் கவனித்த பாயிண்ட் பா யிண்ட்டாக திரைக்கதை எழுதிக்கொள்வது நமது வரைபடமாக அமையும். ப்லாட் பாயிண்ட்கள் நமது கலங்கரை விளக்கங்களாக இருக்கும். திரைக்கதையின் முடிவு என்பதுதான் நாம் சென்று சேரும் இடமாக இருக்கும்.

இப்படியாக நாம் தினந்தோறும் திரைக்கதையின் பக்கங்களை எழுதி நிரப்பும்போது நாம் கவனத்தில் கொள்ளவேண்டிய மிக முக்கியமான கருத்து என்னவெனில், எந்தத் திரைக்கதையாக இருந்தாலும் அதில் முரண்கள் அவசியம் இருக்கவேண்டும் என்பதையே. தமிழில் உங்களுக்குப் பிடித்த எந்தப் படத்தை எடுத்துக்கொண்டாலும் அவற்றில் முரண்கள் அவசியம் இருக்கும். முரண்கள் என்றால் என்ன என்று சென்ற அத்தியாயங்களில் பார்த்திருக்கிறோம். பிரதான கதாபாத்திரங்கள் தங்களது லட்சியத்தை சென்று அடையாமல் தடுக்கும் பிரச்னைகளே முரண்கள். முரண்கள் இல்லாமல் நமது கதையில் ஆக்‌ஷன் என்பது இல்லை. ஆக்‌ஷன் இல்லாமல் கதாபாத்திரம் என்பது இல்லை. கதாபாத்திரம் இல்லாமல் கதை என்பது இல்லை. கதை இல்லமால் அவசியம் திரைக்கதை என்பதும் இல்லை.

42

வார்த்தை மழை

முதன்முதலில் ஒரு திரைக்கதையை எழுதும் அனுபவத்தை மொத்தம் மூன்று கட்டங்களாகப் பிரித்துக்கொள்ளலாம் என்பது சிட் ஃபீல்ட் கருத்து. அவை என்னென்ன?

முதலாவது கட்டம், நாம் நினைத்ததையெல்லாம் எழுதிவிடுவது. இதற்கு சிட் ஃபீல்ட் அளிக்கும் பெயர், 'Words on Paper' என்பது. 'வார்த்தை மழை' என்று வைத்துக்கொள்ளலாம். அதாவது, மனதில் தோன்றுவதையெல்லாம் கடகடவென்று பேப்பரிலோ அல்லது கணினி யிலோ எழுதுவது. வார்த்தைகளின் மழை. இப்படி எழுதிவரும்போது, எதாவது ஒரு காட்சியை எழுதலாமா வேண்டாமா என்ற சந்தேகம் அவ்வப்போது வரும். அப்படி வந்தால், அந்தக் காட்சியை அவசியம் எழுதவேண்டும் என்பது சிட் ஃபீல்ட் ஃபார்முலா. 'If in doubt, write' என்று இதைச் சொல்கிறார். நம்மை நாமே சென்ஸார் செய்ய ஆரம்பித்துவிட்டால், அதன்பின்னர் எழுதி முடிக்கும் முதல் திரைக்கதை வடிவமே, 70-80 பக்கங்களுக்குள்ளாகவே முடிந்துவிடக்கூடும்.

முடியட்டுமே? அதனால் என்ன?

திரைக்கதையின் ஒரு பக்கம், திரைப்படத்தின் ஒரு நிமிடம் என்பதை மறந்துவிடவேண்டாம். எனவே, 80 பக்கத் திரைக்கதை என்றால், படமும் கிட்டத்தட்ட 80 நிமிடங்கள் மட்டும்தான் இருக்கும். அதை இரண்டு மணி நேரங்களாக அதிகரிக்கவேண்டும் என்றால், அதன்பின்னர் திரைக்கதையை நீளமாக்கப் பல சீன்களைப் புதிதாக எழுதிச் சேர்க்கவேண்டிய நிலை ஏற்படும். 'சீன் பிடித்தல்' என்பதுதான் திரைக்கதையின் மிகக் கடினமான பணி என்பது திரைத்துறையில் இருக்கும் நண்பர்களுக்குத் தெரியும். புதிதாகச் சேர்ப்பதைவிட, அதிகமாக

இருப்பதை வெட்டுவது சிறந்தது. எனவே, குறிப்பிட்ட காட்சியை எழுதவேண்டுமா வேண்டாமா என்ற சந்தேகம் வரும்போதெல்லாம் அந்தக் காட்சியை எழுதிக்கொண்டு, பின்னர் தேவையில்லை என்றால் வெட்டிவிடலாம்.

அடுத்ததாக, நாம் ஒரு காட்சியை எழுதி விட்டுப் பிறகு அடுத்த காட்சிக்குச் செல்லும் நேரத்தில், திடீரென 'பழைய காட்சிகளைக் கொஞ்சம் திருத்தலாமா?' என்ற எண்ணம் தோன்றும். உடனேயே எழுதிக்கொண்டிருப்பதை அப்படியே விட்டு விட்டு பழைய காட்சிகளின் பக்கம் தாவிவிடுவோம். இதனால் என்ன பிரச்னை என்றால், அப்படித் திருத்திக்கொண்டே வந்தால், கிட்டத்தட்ட 60 பக்கங்களிலேயே ஒரு ஆயாசம் வந்துவிடும். ஏனெனில், நமது மூளையை அளவுக்கதிகமாக இந்தத் திருத்துதலிலேயே நம் குழப்பிக்கொண்டு விடுவோம். இதனால் புதிதாக எழுதப்போகும் காட்சிகளில் மனம் செல்லாது. அப்படிச் சென்றாலும், அந்தக் காட்சிகளைப் பற்றிச் சிந்திக்கும்போதெல்லாம் இருட்டிக்கொண்டுவரும். எரிச்சல் தலைதூக்கலாம். இதனால் மொத்தமாக அந்தத் திரைக்கதையை விட்டுவிட்டு வேறு வேலையைப் பார்க்கலாமா என்றெல்லாம் தோன்ற ஆரம்பித்துவிடலாம்.

எனவே, திரைக்கதையை முன்னோக்கி எழுதிக்கொண்டு போவதே சிறந்தது. பின்னால் வரவேண்டும் ஏதேனும் பெரிய மாற்றங்களைச் செய்யவேண்டும் என்றால், அதனை இந்தத் திரைக்கதையின் முதல் வடிவத்தை (First Draft) முழுதாக முடித்து விட்டு, இரண்டாவது வடிவத்தில் (Second Draft) திருத்திக்கொள்ளலாம். அதேபோல், திரைக்கதையின் சில தருணங்களில், அடுத்து என்ன நடக்கப்போகிறது என்பதே தெரியாது. இதனால் அந்தக் காட்சியை எப்படி ஆரம்பிப்பது, ஆரம் பித்தபின் என்ன செய்வது என்பது தெரியாமல் குழப்பம் தலைதூக்கும். நம் ஒன்லைனாக எழுதி வைத்திருக்கும் வரிகளில் அடுத்து நடக்கப்போவது இருக்கலாம். ஆனால் விஷுவலாக அதை எப்படிக் காண்பிப்பது என்பதில்கூடக் குழப்பம் நேரலாம்.

உதாரணமாக, கதாநாயகி, வில்லன் யார் என்று தெரிந்து கொண்டு விடுகிறாள். அதனை வில்லன் கண்டுபிடித்துவிடுகிறான். கதாநாயகியைத் துரத்துகிறான்' என்பது நாம் எழுதி வைத்த ஒன்லைனில் இருக்கிறது என்றால், இதனை எப்படிக் காட்சிகளாகக் காண்பிப்பது? வில்லன் யார் என்று எப்படித் தெரிந்து கொண்டாள்? அதை வில்லன் எப்படிக் கண்டுபிடித்தான்? எப்படி இவளைத் துரத்தினான்? இதையெல்லாம் விஷுவலாக எப்படிக் காட்டுவது? ஏற்கெனவே வந்தது போல இல்லாமல், வித்தியாசமாகவும், சுவாரஸ்யமாகவும் இந்தக் காட்சிகள் இருக்கவேண்டும் என்பதும் முக்கியம். அப்போதுதான் ஆடியன்ஸுக்கு இந்தக் காட்சியின் விறுவிறுப்பு புரியும்.

இதுபோன்ற குழப்பங்களை எப்படிச் சரிசெய்வது?

முதலில், குழப்பம் நேரும் காட்சிகளை ஆரம்பம், நடுப்பகுதி, முடிவு என்று பிரித்துக்கொண்டு விடவேண்டும். இதன்பின்னர், அந்தக் காட்சியின் நோக்கம் என்ன? அந்தக் கதாபாத்திரம் எங்கிருந்து வந்தது? இந்தக் காட்சிக்குள் அந்தக் கதாபாத்திரத்தின் நோக்கம் என்ன? என்று முடிவு செய்து கொள்ளவேண்டும்.

'அடுத்து என்ன நடக்கப்போகிறது?' என்ற கேள்வியை மனதில் கேட்டுக்கொள்ளவேண்டும். இப்படிக் கேள்வி கேட்டால், அதற்கான பதில் நமக்குக் கிடைக்கும். நமது மனதில் டக்கென்று முதலாவதாகத் தோன்றும் பதில் என்ன? அதை அப்படியே எழுதிக்கொள்ளவேண்டியதுதான். பல சமயங்களில், இந்த யோசனையை நன்றாகக் கூர் தீட்டி, அதன்பின்னர் அதை எழுதலாமே என்றும் தோன்றும். உதாரணமாக, வில்லன் என்பவன் இத்தனை நாட்கள் ஹீரோவுடனேயே இருந்து, அவனது நம்பிக்கைக்குப் பாத்திரமானவன் என்ற ரகசியம் கதாநாயகிக்குத் தெரிகிறது. இதனால் வில்லன் அவளைத் துரத்துகிறான். அப்படித் தரத்தும் காட்சி, நெரிசலான தெருவில் மக்கள் கூட்டத்தினிடையே நடக்கிறது என்பது நமது மனதில் எழும் முதல் எண்ணமாக இருக்கலாம். உடனேயே, 'அது எப்படி? அது ஏன் யாருமற்ற ஒரு இடத்தில் நடக்கக்கூடாது? அது ஏன் ஒரு கார் சேஸிங்காக இருக்கக்கூடாது?' என்றெல்லாம் நம் யோசிப்போம். காட்சியை எழுதாமல் இப்படி யோசித்துக்கொண்டே இருந்தால், நமது மனதின் களைப்பு, திரைக்கதையிலும் தெரியும். கூடவே, இதனால் நமது மனதின் ஆக்கபூர்வமான எனர்ஜி சிறுகச்சிறுக வடிந்துவிடலாம்.

திரைக்கதை எழுதும்போது ஒரே ஒரு விதிமுறை மட்டும்தான் நம் மனதில் இருக்கவேண்டும். 'இந்தக் காட்சி எடுபடுமா?' என்பதுதான் அது. காட்சி நன்றாக இருக்கிறதா இல்லையா என்பதெல்லாம் இல்லை . அந்த இடத்தில் நாம் எழுதக்கூடிய குறிப்பிட்ட காட்சியானது எடுபடுமா என்பதுதான் ஒரே விதிமுறை.

உதாரணமாக, காதலியின் கண்முன்னர் காதலன் இறப்பது எத்தனை படங்களில் வந்துவிட்ட காட்சி? அதிலும் குறிப்பாக திருமணம் செய்வதற்கு சில நிமிடங்கள் முன்னர் இறந்தால், ஆடியன்ஸ் விழுந்தடித்துக்கொண்டு குதிகால் பிடறியில் பட ஓடிவிடமாட்டார்களா? ஆனால் அதே காட்சி, 'மௌன ராகம்' திரைப்படத்தில் எப்படி கனகச்சிதமாகப் பொருந்தியது? கூடவே, போலீஸிடமிருந்து கதாநாயகன் தப்பித்து, திருமணம் செய்து கொள்ளும் இடத்தில் காத்திருக்கும் காதலியிடம் ஓடிவருகிறான் என்பதும் எக்கச்சக்கமான படங்களில் வந்துவிட்டது. இருந்தாலும், அந்த இடத்தில் அந்தக்

காட்சி எடுபட்டதா இல்லையா? அதுதான் தேவை. இதற்கு முந்தைய காட்சிகளில், கதாநாயகன் மனோஹருக்கும் (கார்த்திக்) கதாநாயகி திவ்யாவுக்குமான (ரேவதி) இனிமையான, குறும்பான தருணங்கள் ஆடியன்ஸைக் கட்டிப்போட்டு வைத்திருக்கும். எனவே அந்த இடத்தில் அப்படிப்பட்ட காட்சி எடு பட்டது. இதுவும் முக்கியம். காட்சிகளுக்கான தொடர்பு.

காட்சி எடுபடுகிறதா? அதை உபயோகித்துக்கொள்ளலாம். இல்லையா? வெட்டி வீசிவிடலாம்.

ஒரு காட்சிக்குள் எப்படிச் செல்வது என்பதோ, எப்படி வெளியே வருவது என்பதோ தெரியவில்லை என்றால், சுதந்திரமாக யோசித்துப் பார்க்கலாம். 'திரைக்கதை' என்ற வட்டத்துக்குள் சிக்காமல் யோசித்தால் விடை கிடைக்கலாம். அந்தக் காட்சிக்குள் செல்வதற்கோ வெளியே வருவதற்கோ சிறந்த வழி எது என்று யோசித்தால் விடை கிடைக்கும். காரணம் என்னவென்றால்,

அதுவரை அந்தத் திரைக்கதையை எழுதிக்கொண்டு வந்தது நாம்தான். எனவே பிரச்னையை உருவாக்கியதும் நாம்தான். இதனால், விடையும் நம்மிடம்தான் இருக்கிறது என்பது புரிந்துவிடும். நாம் செய்யவேண்டியதெல்லாம், விடை எங்கிருக்கிறது என்று யோசிப்பதே. அப்படிச் செய்தால் விடை கிடைத்துவிடும்.

இப்படிப்பட்ட சூழ்நிலையில் மாட்டிவிட்டால், நமது கதாபாத்திரங்களிடமே இதற்கான விடையைக் கேட்கலாம். கதாபாத்திரம் எப்படிப்பட்டது என்று தொடக்கத்தில் குறிப்புகள் (கேரக்டர் ஸ்கெட்ச்) எழுதி வைத்திருந்தோம் அல்லவா? அவைகளைக் கவனித்தால், அந்தக் கதாபாத்திரம் இப்படிப்பட்ட சூழ்நிலையில் எப்படி நடந்து கொள்ளும் என்பது தெரிந்துவிடும். கேள்வியைக் கேட்டுக்கொண்டே இருக்கவேண்டும் என்பதே முக்கியம். ஒரே நிமிடத்தில் பதில் கிடைக்கலாம். அல்லது ஒரு வாரம் கழிந்தும் கூட அது கிடைக்கலாம். ஆனால் அவசியம் கிடைக்கும் என்பதே தேவையானது. எழுத்து என்பதே, நம்மையே கேள்விகள் கேட்டுக்கொண்டு அதற்கான பதில்களை நம்மிடமிருந்தே பெறுவதுதான்.

சிலசமயங்களில், காட்சிக்குள் செல்வது சுலபமாக இருக்கலாம். ஆனால் உள்ளே நுழைந்தபின் என்ன நடக்கப்போகிறது என்பது தெரியாமல் இருக்கலாம். அல்லது அந்தக் காட்சி எடுபடவேண்டும் என்றால் என்ன செய்யவேண்டும் என்பது தெரியாமல் இருக்கலாம். அப்படி நடந்தால், அந்தக் காட்சியில் இடம்பெறும் கதாபாத்திரங்களில் ஒவ்வொரு கதாபாத்திரத்தின் பார்வை யிலுமே அந்தக் காட்சியை நாம் யோசித்துப் பார்க்கலாம். அவை அத்தனையிலும் ஊடாக ஓடும்

ஒரு கருத்தோ விஷயமோ நமக்குத் தோன்றலாம். அதனால் அந்தக் காட்சி தெளிவடையலாம். நம்மை நாமே முழுதாக நம்பவேண்டும் என்பதுதான் விஷயம்.

இப்படி எழுதி வந்தால், கிட்டத்தட்ட *80–90வது* பக்கங்களில், நமது திரைக்கதை முடிவை நோக்கிப் போகிறது என்பது நமக்கு விளங்க ஆரம்பிக்கும். அந்த நேரத்தில், திரைக்கதையே தன்னை எழுதிச்செல்வதை உணரலாம். நாம் அந்தக் கதையை பேப்பரிலோ கணினியிலோ எழுத உருவான ஒரு கருவி மட்டுமே என்பது அப்போது தெரியும். அந்த நேரத்தில் நாம் எதுவுமே செய்யவேண்டாம். திரைக்கதையை அதன் போக்கில் விட்டுவிட்டால், நம் மூலமாக

அது தன்னையே எழுதிமுடித்து விடும். நாம் சென்ற அத்தியாயத்தில் பார்த்தது போல விடாமல் தினமும் சில பக்கங்கள் என்று எழுதினால், ஆறிலிருந்து எட்டு வாரங்களில் நமது திரைக்கதையின் முதல் வடிவம் (First Draft) உருவாகிவிடும். இதுதான் திரைக்கதை எழுதுவதன் முதல் கட்டம். வார்த்தை மழை (Words on Paper).

அடுத்த அத்தியாயத்தில் அடுத்த கட்டங்களைப் பற்றிப் பார்ப்போம்.

43

எழுதியதை வெட்டி எறியுங்கள்

நமது லட்சியமான திரைக்கதையின் முதல் வடிவம் (First Draft) என்பதை ஏழெட்டு வாரங்கள் உழைத்து எழுதி முடித்தாயிற்று. இனி என்ன செய்யவேண்டும்? எழுதிக்கொண்டிருக்கும்போதே முதலில் எழுதிய பக்கங்களைத் திருத்தவேண்டும் என்ற ஆசையைக் கட்டுப்படுத்தித்தான் இதை முடித்திருக்கிறோம். ஆகவே, இதுவரை எழுதியதை முற்றிலுமாக, நடுநிலையுடன் படித்துப் பார்க்கப் போகிறோம். அதுதான் இரண்டாவது கட்டம்.

'வார்த்தை மழை' என்ற முதல் கட்டத்தில், மனதுக்குத் தோன்றியவைகளையெல்லாம் எழுதியோ டைப் செய்தோ வைத்து விட்டோம். அவை எக்கச்சக்கமான பக்கங்களை ஆக்கிரமித்திருக்கலாம். 180-200 பக்கங்களில் நாம் எழுதியவற்றை அப்படியே படமாக எடுத்தால் அதில் பல க்ளிஷேக்கள் இருக்கக்கூடும். அல்லது அந்தப் படம் மூன்றரை மணி நேரம் ஓடக்கூடும். எனவே, இந்தப் பக்கங்களை 150-160 பக்கங்களாகக் குறைக்கப்போவதே இந்த இரண்டாவது கட்டம். சில காட்சிகளை முற்றிலும் நாம் நீக்க முடிவு செய்யலாம். அல்லது சில காட்சிகளைப் புதிதாகவும் எழுத நேரலாம். இதுவரை நாம் எழுதிய அனைத்துக் காட்சிகளையும் நடுநிலையோடு படிக்கவேண்டும் என்பது முக்கியம். அப்போதுதான் நல்ல காட்சி, பரவாயில்லாத காட்சி, மோசமான காட்சி என்று நம்மால் காட்சிகளைப் பிரித்துக்கொள்ள முடியும். முதல் கட்டத்தில், ஏற்கெனவே எழுதியவற்றை ஒரு முறை பார்த்து மாற்ற வேண்டும் என்று தோன்றும்போதெல்லாம் அதைச் செய்யாமல் மேலே மேலே எழுதிக்கொண்டே சென்று திரைக்கதையை முடிக்கவேண்டும் என்று பார்த்தோமல்லவா? அப்படித் தோன்றிய மாற்றங்களை இந்த இரண்டாவது கட்டத்தில்தான் செய்யவேண்டும்.

இங்கே ஒரு முக்கியமான விஷயத்தை கவனிப்போம். இது தமிழ்ப்படங்களின் சூழலைப் பற்றியது. இதுவரை நாம் பார்த்ததெல்லாம் தனியாக அமர்ந்து நம் மனதில் உள்ள கதையை எப்படித் திரைக்கதையாக மாற்றுவது என்பதையே. இதுதான் ஹாலிவுட் பாணி. அங்கே திரைக்கதை எழுத்தாளர்கள் என்று தனியாகப் பலர் உண்டு. அவர்களின் வேலையே இதுதான். அந்தத் திரைக்கதை நன்றாக இருந்தால் ஏதேனும் ஸ்டுடியோ அதனை வாங்கிக்கொண்டு, ஒரு இயக்குநரை அமர்த்தி, அந்தப் படத்தை எடுக்கும். ஆனால் தமிழில், இயக்குநரேதான் பெரும்பாலும் திரைக்கதை எழுத நேர்கிறது. தமிழ் மட்டுமில்லாமல் இந்தியாவிலேயே அப்படித்தான் படங்கள் எடுக்கப்படுகின்றன.

இதனால், ஒவ்வொரு இயக்குநருக்கும் ஒரு குழு இருக்கிறது. இந்தக் குழுவுடன் சேர்ந்து அமரும் இயக்குநர், 'ஒன்லைன்' என்று அவரது மனதில் உருவான கருவை மெல்ல மெல்ல ஊதிப் பெரிதாக்கி, திரைக்கதை என்ற ஒன்றை உருவாக்குகிறார். 'சீன் பிரிப்பது' என்று இதற்குப் பெயர். கதையை எப்படியெல்லாம் கொண்டு செல்லலாம், கதையின் எந்தெந்த இடங்களில் சுவாரஸ்யமான 'பஞ்ச்' காட்சிகள் வரவேண்டும் என்பதெல்லாம் இந்த விவாதத்தில்தான் உருவாகின்றன. எனவே, ஒரு வரி எழுதப்படும் முன்னரே, விவாதத்தில் முழுக்கதையும் சீன் பை சீனாகப் பெரும்பாலும் உருவாகிவிடுகிறது. இதற்குப் பின்னர்தான் அந்தத் திரைக்கதை அப்படியே எழுதிக்கொள்ளப்படுகிறது. எழுதும்போது இயக்குநர் அந்தக் கதையில் இன்னும் சில மாறுதல்களைச் செய்கிறார். கடைசியில் முழுத் திரைக்கதையும் தயாராகிறது. இதுதான் தமிழ்ப்பட ஃபார்முலா. அப்படியென்றால் தமிழ்ப்படங்களில் சிட் ஃபீல்டின் வழிமுறைகளை உபயோகிக்க முடியாதா? இப்படி விவாதத்தின் மூலம் சிறுகச்சிறுக உருவாகும் திரைக்கதையை எப்படி செப்பனிடுவது?

செப்பனிடுதல் அவசியம் முடியும். குழுவினரோடு அமர்ந்தாலும் சரி, தனியாக எழுதினாலும் சரி சிட் ஃபீல்டின் வழிமுறைகளை வைத்து இன்னும் சுலபமாக நமது மனதில் உள்ள கதையை விரிவாக்க முடியும். உருவாக்கும் நிறுவனங்கள் வேறுபட்டாலும், கார் என்பது ஒரேபோன்றதுதானே? சிட் ஃபீல்ட் சொல்லியுள்ள வழிமுறைகளும் அதேபோன்றவைதான். சிட் ஃபீல்டின் வழிமுறைகளைப் படித்து விட்டு அமர்ந்தால் இன்னும் தெளிவாக நமது கதையை விவாதித்து உருவாக்குதல் எளிது. என்னதான் விவாதத்தில் கதையை உருவாக்கினாலும், கதையின் முக்கிய கட்டங்களில் என்னென்ன நடக்கிறது என்பது நமக்கே தெரியும். அவைதான் ப்ளாட் பாயிண்ட்கள். ஒன்லைனின் போதே ஓரளவு இவை உருவாகிவிடும். நமது மனதில்

திரைக்கதை எழுதலாம் வாங்க

'திருப்பங்கள்' என்று நாம் எண்ணுபவை தான் இவை. அதேபோல் துவக்கம் எப்படி இருக்கவேண்டும், ஒவ்வொரு காட்சியும் எப்படி முன்னே செல்ல வேண்டும், காட்சிகளில் விறுவிறுப்பு இருக்கிறதா போன்றவையெல்லாம் விவாதத்தில் பேசப்பட்டு உருவாகின்றன. எனவே, ஹாலிவுட்டில் பேப்பரில் செய்வதெல்லாம் தமிழில் வாய்வழியாக விவாதத்தின்மூலம் முதலில் உருவாகிவிடுகிறது என்பதுதான் ஹாலிவுட்டுக்கும் தமிழுக்கும் இருக்கும் பெரிய வித்தியாசம். இப்படித் தமிழில் கதை உருவாகும் முறையைப் பற்றி இந்தப்புத்தகத்தின் கடைசி அத்தியாயங்களில் இன்னும் விரிவாகப் பார்க்கப்போகிறோம்.

ஆகவே, நாம் உருவாக்கிய திரைக்கதையை ஒவ்வொரு காட்சியாக கவனமாகப் படித்துப் பார்த்து, தேவையானதை வைத்துக்கொண்டு, மாற்ற முடிந்த காட்சிகளை மாற்றியோ அல்லது புதிதாகச் சேர்த்தோ திரைக்கதையை கச்சிதமாகச் சுருக்குவதுதான் சிட் ஃபீல்ட் சொல்லும் திரைக்கதை எழுதுவதன் இரண்டாவது கட்டம்.

இந்த இரண்டாவது கட்டம்தான் திரைக்கதை எழுதுவதிலேயே மிகவும் அலுப்பான கட்டம் என்பதையும் அவர் வலியுறுத்துகிறார். காரணம், முதலில் எழுதும்போது எக்கச்சக்கமான கற்பனையுடன் உற்சாகமாக எழுதியிருப்போம். ஆனால் எழுதியதைத் திருத்த வேண்டும் என்றால் எப்போதுமே அலுப்புதானே? அதில் கற்பனைக்கு அதிகம் வேலையில்லையல்லவா? இதற்கு சிட் ஃபீல்ட் வரையறுத்துள்ள கால அவகாசம் மூன்று வாரங்கள்.

இப்படித் திருத்தி முடித்த பின்னர், நமது கையில் 140-160 பக்கம் உள்ள திரைக்கதை இருக்கும். இப்போது மூன்றாவது கட்டத்துக்குச் செல்லவேண்டும். அதுதான் திரைக்கதை உயிர்பெறும் கட்டம். இந்தக் கட்டத்தில்தான் திரைப்படமாக எடுக்கப்படவேண்டிய திரைக்கதை இறுதி செய்யப்படுகிறது. இரண்டாம் கட்டத்தில் காட்சிவாரியாக சரி செய்தோம். இப்போது முதலிலிருந்து முழுதாக நமது திரைக்கதையை மனதில் ஓட்டி, எந்தெந்தக் காட்சிகளெல்லாம் சரியாக வரவில்லையோ, அவற்றை முற்றிலுமாக மாற்றி எழுதவேண்டும். திரைக்கதையை மெருகேற்ற வேண்டும். பேப்பரில் உள்ள கதாபாத்திரங்களை உயிரோடு நடமாடவைக்க வேண்டும். இந்தக் கட்டத்துக்கும் இரண்டாவது கட்டத்துக்கும் உள்ள வேறுபாடு இதில் நாம் செய்வதுதான் இறுதி வடிவம். இரண்டாவது கட்டத்தில், பெரும்பாலும் திரைக்கதையைச் சுருக்குவதில்தான் நேரம் சென்றிருக்கும். அதை மனதில் வைத்துக் கொண்டுதான் காட்சிகளில் கைவைத்திருப்போம். ஆனால் இதில் சுருக்குவது அதிகரிப்பது போன்றவையெல்லாம் இல்லை. இருக்கும் திரைக்கதையை எப்படி தத்ரூபமாக மாற்றுவது என்பது ஒன்றுதான் நோக்கம்.

அப்படி மெருகேற்றும் போது, நாம் மனதில் அனுபவித்து எழுதிய பல காட்சிகளை வெட்டி வீச நேரலாம். திரைக்கதைக்கு அதுதான் நல்லது என்றால் அதில் தயங்கக்கூடாது. இந்தக் காட்சிகளால் திரைக்கதைக்கு எந்தப் பயனும் இல்லை என்றால் அவற்றை நீக்கிவிடலாம். அவற்றைப் படமாக்கிக்கொண்டு பின்னர் எடிட்டிங்கில் வெட்டலாம் என்று யோசித்தால், அது செலவு வைக்கும். அதற்குமுன்னர் திரைக்கதை யிலேயே அவற்றை வெட்டுவது நல்லது.

எப்போதுமே எந்தப் படமாக இருந்தாலும், அவற்றில் நமது மனதைக் கவர்ந்த சில காட்சிகள் இருக்கும். அந்தப் படத்தை நினைத்தால் அந்தக் காட்சிகள் மட்டுமேதான் நினைவு வரும். பிற காட்சிகள் எல்லாம், இந்தக் காட்சிகளை நோக்கி நம்மை அழைத்துச் செல்லும் காட்சிகளாகத்தான் இருக்கும். அப்படிப்பட்ட சில காட்சிகள் நமது திரைக்கதையில் இருந்தால் கூட, அவை தனியே துருத்திக்கொண்டு தெரியாமல், கதையை முன்னே நகர்த்திச்செல்லும் காட்சிகளாகத்தான் இருக்கவேண்டும். சில உதாரணங்களாக, அன்பே சிவம், மைனா மற்றும் எங்கேயும் எப்போதும் படங்களின் பஸ் விபத்து, தளபதியில் ரஜினி ஷோபனாவிடம் உணர்ச்சிவசப்பட்டுப் பேசும் காட்சி, அந்நியனின் க்ளைமேக்ஸ், முதல் மரியாதையின் வடிவுக்கரசி திட்டிக்கொண்டே சிவாஜிக்கு சோறு போடும் காட்சி (இதனால்தான் சிவாஜியின் மனம் குயிலை நாடிச் செல்கிறது), தேவர் மகன் படத்தின் வெள்ளம் பாதிக்கப்பட்ட கிராமம், சூது கவ்வும் படத்தின் மணி கேட்கும் காட்சி போன்றவற்றைச் சொல்லலாம். இன்னும் எக்கச்சக்கமான உதாரணங்கள் இருந்தாலும், அவற்றை எழுத ஆரம்பித்தால் பக்கங்கள் போதாது. உங்களுக்குப் பிடித்த படங்களைப் பற்றி யோசியுங்கள். இப்படிப்பட்ட காட்சிகள் தானாக மனதில் எழும்.

இந்தக் காட்சிகளை வலிந்து திணிக்கக்கூடாது. நமது காட்சிகள் இப்படி இருக்குமா என்பது நமக்கே அவசியம் தெரியும். ஒருவேளை நமது மனது, குறிப்பிட்ட காட்சிகள் திரைக்கதையில் பொருந்தாது என்று நம்மிடம் சொன்னால், அதைக் கேட்கவேண்டும். உதாசீனப் படுத்தக்கூடாது.

இப்படி நமது திரைக்கதையை செப்பனிட்டு மெருகேற்றினால், திரைக்கதை தயார். இரண்டாவது கட்டத்தில் திரைக்கதையின் இரண்டாவது வடிவம் (Second Draft), மூன்றாவது கட்டத்தில் மூன்றாவது வடிவம் (Third Draft) ஆகியன முடிந்திருக்கும். திரைப்படமாக எடுக்கவேண்டிய திரைக்கதையாக இது இருக்கும். இவைதான் திரைக்கதை எழுதுவதில் சிட் ஃபீல்ட் சொல்லும் மூன்று கட்டங்கள். இரண்டாவது மற்றும் மூன்றாவது கட்டங்களுக்கு அவர் எந்தப் பெயரும் சூட்டவில்லை என்பதால், நமக்கு இஷ்டப்பட்ட பெயர்களை

திரைக்கதை எழுதலாம் வாங்க

வைத்துக்கொள்ளலாம்.

இப்படி மூன்று கட்டங்களாகத் திரைக்கதை எழுதுவதில் ஒரு மிகப்பெரிய முக்கியமான தலையாய பிரச்னை இருக்கிறது. இந்தப் பிரச்னை திரைக்கதை எழுதும் அனைவருக்குமே வரக்கூடியது. இது எத்தனை சீரியஸானது என்றால், இந்தப் பிரச்னையால் திரைக்கதை எழுதுவதையே முற்றிலும் நிறுத்திவிட்டு எழுந்து சென்றவர்கள் பலர்.

கொஞ்சம் விரிவாகப் பார்க்கலாம்.

44

திரைக்கதையை முடிக்க முடியாமல் மாட்டிக் கொள்ளும் போது என்ன செய்ய வேண்டும்?

சென்ற அத்தியாயத்தில், திரைக்கதை எழுதுவதன் மூன்று கட்டங்களை கவனித்தோம். இனி, அப்படித் திரைக்கதை எழுதும்போது நேரக்கூடிய ஒரு பெரிய ஆபத்தைப் பற்றிக் கவனிப்போம். இதை ஏற்கெனவே சுருக்கமாகப் பார்த்திருக்கிறோம். ஆனால் திரைக்கதையை நாம் எழுதிக்கொண்டிருக்கும் இந்தத் தருணத்தில்தான் இந்த ஆபத்தை எதிர்கொள்ளவேண்டிவரும் என்பதால் இப்போது இதைப்பற்றி விரிவாகத் தெரிந்து கொள்வது அவசியம். இந்த ஆபத்தின் பெயர் - Writer's Block.

திரைக்கதை எழுதியிருப்பவர்களுக்கும் எழுதிக் கொண்டிருப் பவர்களுக்கும், அடிக்கடி திடீரென ஒருவிதமான எதிர்மறையான எண்ணம் வரும். என்னவென்றால், இனிமேல் நம்மால் எழுத முடியாதோ? திரைக்கதையை முடிக்க முடியாமல் மாட்டிக் கொள்வோமோ? என்றெல்லாம் இந்த எண்ணத்தால் பல சிந்தனைகள் ஓடும். ஒருவித பயமும் ஏற்படலாம். அந்த இடத்தில் காட்சிகள் மனதில் தோன்றாமல் போகலாம். மொத்தத்தில், திரைக்கதை எழுதுவதை மூட்டைகட்டிவைத்து விட்டு வேறு எதாவது வேலை செய்யலாம் என்று நம் மனதில் இந்த எண்ணம் உறுதிப்பட்டுக்கொண்டே வந்து, எதுவுமே செய்யமுடியாமல் போவதில் கொண்டுவந்து விடும். இதைத்தான் 'Writer's Block' என்று ஆங்கிலத்தில் சொல்வார்கள்.

ஆனானப்பட்ட ஜேம்ஸ் கேமரூன் போன்ற ஹாலிவுட் இயக்குநர்களுக்கே

வரும் இந்த எண்ணம், நமக்கும் அவசியம் அவ்வப்போது தோன்றத்தான் செய்யும். அதிலும், சில காட்சிகளில் எப்படி முன்னேறுவது என்பதே தெரியாதபோது 'நம்மால் இனிமேல் திரைக்கதையே எழுத முடியாதோ?', 'நாம் எந்தத் திறமையும் இல்லாத நபரோ?' என்று அடிக்கடி மனதில் ஒருவித எண்ணம் வலுப்பட்டுக்கொண்டே வரும். நம்மையே நமது மனம் கேள்வி கேட்க ஆரம்பிக்கும். இதனால் தலைவலி உண்டாகலாம். 'ஒரே ஒரு சீனைக் கூட உன்னால் முடிக்க முடியவில்லை நீயெல்லாம் எப்படி பின்னாட்களில் திரைக்கதை எழுதி முடித்துவிட்டு திரைப்படத்தை இயக்கப்போகிறாய்?' என்ற கேள்வி மனதில் எழும்.

இந்த எண்ணம் வளர்ந்து கொண்டே வந்தால், இறுதியில் கணினியை (அல்லது பேப்பர்களை) எடுத்து வைத்து விட்டு 'இதற்கெல்லாம் நாம் லாயக்கில்லை; எழுத ஆரம்பிக்கும்போதே தெரியும் இது இப்படித்தான் அரைவேக்காடாக முடியும் என்பது' என்று மனம் முழுக்க நிரம்பியிருக்கும் எதிர்மறை எண்ணங்களால் இனிமேல் திரைக்கதை என்பதையே நினைத்துப் பார்க்கக்கூடாது என்ற முடிவுக்கு நாம் வர நேரிடும்.

ஆனால், இந்த எண்ணம் மிகவும் இயற்கைதான் என்பது சிட் ஃபீல்டின் அனுபவம். அவருக்குமே அடிக்கடி இப்படிப்பட்ட எண்ணங்கள் எழும் என்று அவர் சொல்வதிலிருந்து இது புரிகிறது.

எப்போதுமே புதிதாக எதையாவது நாம் செய்ய முயற்சிக்கும்போது இப்படிப்பட்ட எண்ணங்கள் எழுவது இயற்கைதான். இதற்கான காரணம், இயல்பாகவே மனதினுள் மறைந்திருக்கும் எதிர்மறைக் கருத்துகள். எதாவது ஒரு சிறிய சறுக்கல் ஏற்பட்டால் கூட அந்தக் கருத்துகள் வெளியே வர ஆரம்பித்துவிடும். 'அப்போதே சொன்னேன் பார்' என்று நம்மை நோக்கி இவை விரல்களை நீட்டும். உலகம் முழுக்க அவர் நடத்தும் பல திரைக்கதைப் பட்டறைகளில் இந்தப் பிரச்னைகள் உடைய மாணவர்களை அடிக்கடி சந்திப்பதாக சிட் ஃபீல்ட் குறிப்பிடுகிறார்.

இந்தப் பிரச்னையை எப்படித் தீர்ப்பது? மறுபடியும் முழுவீச்சில் எப்படித் திரைக்கதையை எழுத ஆரம்பிப்பது?

முதலில், இப்படி ஒரு பிரச்னை நமது மனதைத் தொல்லைப் படுத்துகிறது என்பதை நாம் உணரவேண்டும். அதன்பின் இந்தப் பிரச்னையிலிருந்து வெளியே வருவதற்கு எளிதான ஒரு வழிமுறையை சிட் ஃபீல்ட் பரிந்துரைக்கிறார். என்னவெனில், நாம் திரைக்கதை எழுதும்போது எப்போதெல்லாம் மனதில் இந்த எதிர்மறை எண்ணங்கள் எழுகின்றனவோ, அப்போதெல்லாம் தனியே ஒரு பேப்பரில் அப்படித்

தோன்றும் எண்ணங்களை எந்த விதமான சென்ஸாரும் இல்லாமல் அப்படியப்படியே எழுதிக்கொள்ளவேண்டும்.

'இந்தக் காட்சி சகிக்கவில்லை', 'இதைவிட ஐந்தாவது படிக்கும் சிறுவனே நன்றாக எழுதுவான்', நீயெல்லாம் என்ன திரைக்கதை எழுத்தாளன்?', 'இந்தக் காட்சியை என்னைவிட வேறு யாராவது நன்றாக எழுதுவார்கள். அவர்களிடம் கொடுத்து தான் இதனை முடிக்கவேண்டும்' என்றெல்லாம் மனதில் தோன்றுமேயானால், அவற்றை அப்படியப்படியே இந்தப் பேப்பரில் எழுதிக்கொள்ள வேண்டும். முதல் நாள் திரைக்கதை எழுத ஆரம்பிக்கும்போது, இரண்டு பக்கம் திரைக்கதை எழுதினால், நான்கு பக்கங்கள் இப்படிப்பட்ட எண்ணங்கள்தான் அதிகமாக இருக்கும் என்று சிட் ஃபீல்ட் சொல்கிறார். அடுத்த நாள் மூன்று பக்கங்கள் திரைக்கதை மற்றும் இரண்டு மூன்று பக்கங்கள் விமர்சனங்கள் இருக்கலாம். அதற்கும் அடுத்த நாள், நான்கைந்து பக்கங்கள் திரைக்கதை மற்றும் ஓரிரு பக்கங்கள் விமர்சனங்கள் என்று இருக்கும். இந்தக் கட்டத்தில் திரைக்கதை எழுதுவதை அப்படியே நிறுத்திவிட்டு அந்த விமர்சனங்களை எடுத்துப் பார்த்தால், ஒரு உண்மை தெரியும். எந்தக் காட்சி எப்படி இருந்தாலும் சரி, வசனங்கள், நடிப்பு, இடம், பொருள் ஆகிய எல்லாவற்றிலுமே அந்த விமர்சனங்கள் ஒரேபோன்றுதான் இருக்கும். அதாவது, 'எதுவுமே சரியில்லை', 'எல்லாமே மோசம்' என்ற வகையில்தான் அந்த விமர்சனங்கள் இருக்கும் என்பது புரியும்.

இது ஏனென்றால், மனம் எப்போதுமே அப்படித்தான். எப்போதுமே எதன்மீதாவது தீர்ப்புகளை அளித்துக்கொண்டே இருக்கும். எதையுமே எப்போது பார்த்தாலும் மதிப்பீடு செய்து கொண்டே இருக்கும். எனவே, இந்த எண்ணங்களை உள்ளே போட்டுப் புதைக்காமல் அவற்றை எழுதி விடுவதால், அந்த எண்ணங்கள் சிறுகச்சிறுக மறையும். இல்லாவிடில் உள்ளேயே இருந்து கொண்டு எப்போதுமே நம்மைத் துன்புறுத்திக்கொண்டே இருக்கும்.

ஒருவேளை மனம் சொல்வது உண்மையாகவே இருந்தால்கூட நாம் எழுதிய பக்கங்கள் மோசமாகவே இருந்தாலும்கூட அதுதான் நமக்கு முதல்படி. மோசமாக எழுத ஆரம்பித்தால்தான் அது பிந்நாட்களில் நன்றாக ஆகும். எடுத்த முதல் பக்கத்திலேயே அட்டகாசமாக எழுத ஆரம்பித்தால் நாம் அனைவருமே ஜீனியஸ்கள் என்று அர்த்தம். அது சாத்தியமும் இல்லை.

எனவே, இப்படிப்பட்ட பிரச்னை இருப்பதை முதலில் ஒப்புக்கொண்டு, அதன் குரலைக் கேட்கவேண்டும். இதன்பின் இந்தப் பிரச்னையைத் தீர்ப்பது எளிது. எப்படி?

இதனை ஒரு வாய்ப்பாகக் கருதவேண்டும் என்பது சிட் ஃபீல்ட்

கருத்து. எதற்கான வாய்ப்பு? வாழ்க்கையில் நாம் மேற்கொள்ளும் லட்சியங்களை அடைய நினைக்கும்போது எத்தனை பிரச்னைகள் வந்தாலும் அவற்றைச் சந்தித்து, உடைத்தெறிந்துவிட்டு இலக்கை அடைகிறோம் அல்லவா? அதேபோல், இந்தப் பிரச்னை நம்மைப் பரிசோதிக்கக் கிடைத்த ஒரு வாய்ப்பாகக் கருதவேண்டும்.

அப்படி மட்டும் ஒரு புரிதல் வந்து விட்டால், அதன்பின் அவசியம் நம் கையில் இருக்கும் திரைக்கதையை செப்பனிட்டுச் செதுக்குவதே நமது லட்சியம் என்று ஆகிவிடும். அப்போது நாம் என்ன செய்வோம்? நமது திரைக்கதையை முழுதாகப் படித்து, கதாபாத்திரங்களை இன்னும் தெளிவாக விளக்கிக்கொள்வோம். திரைக்கதையில் வரும் பெரும்பாலான பிரச்னை, அடுத்து நம் கதாபாத்திரம் என்ன செய்யப்போகிறது என்பதுதான். அதற்கு, அந்தக் கதாபாத்திரத்தை நன்றாகத் தெரிந்து கொண்டால்தான் விடை கிடைக்கும். அதற்குத்தான் இது.

சென்ற அத்தியாயங்களில் பார்த்ததையெல்லாம் நினைவு படுத்திக் கொள்ளுங்கள். ஒரு காட்சி சரியாக வராவிட்டால், ஒவ்வொரு கதாபாத்திரத்தின் பார்வையிலிருந்தும் அந்தக் காட்சியை நோக்கினால் தெளிவு பிறக்கலாம். அல்லது அந்த லொகேஷனை மாற்றிப்பார்க்கலாம். அல்லது நமது கதாபாத்திரங்களுக்குப் புதிய சம்பவங்கள் எழுதிப் பார்க்கலாம். சிலசமயம் அந்த முழுப் பகுதியையும் மாற்ற நேரலாம். எல்லாமே சிறுகச் சிறுகதான் நடக்கும். ஒவ்வொரு வரியாக ஒவ்வொரு வார்த்தையாக ஒவ்வொரு எழுத்தாக நமது கதை முன்னே சென்றே தீரும்.

திரைக்கதை எழுதும் கலை என்பதில் பிரதானமான உண்மை என்னவெனில், வார்த்தைகளை விடவும் மௌனமே கச்சிதமாகப் பொருந்தக்கூடிய காட்சிகளை உருவாக்குவதுதான். ஒரு காட்சிக்குள் சரியான நேரத்தில் நாம் நுழைந்துவிட்டால், ஒருசில வார்த்தைகளே அந்தக் காட்சியை விளக்குவதில் போதுமானது. பக்கம்பக்கமாக எழுதத் தேவையே இல்லை .

எனவே, Writer's Block என்ற திடீர் எதிர்மறை எண்ண ங்களின் வெளிப்பாடுதான் திரைக்கதை எழுதுகையில் நாம் சந்திக்கக்கூடிய மிகப்பெரிய அபாயம். நம்மை நாமே நம்பாமல் குறைகளைச் சொல்லிக்கொள்வது. நமது மனம் இதை எப்போது மே செய்து கொண்டுதான் இருக்கிறது. அதன் குரலை நாம் கேட்கவேண்டும் என்பதே முக்கியம்.. அதன்பின் அந்தக் குரல் சிறுகச்சிறுக மங்கிவிடும்.

இதன்பிறகு, கஷ்டப்பட்டு எழுதிவந்த நமது திரைக்கதையை வெற்றிகரமாக முடிக்கையில் நமது மனதில் எழும் சந்தோஷம் அலாதியானது. முதலில் மிகுந்த சந்தோஷத்தை அனுபவிப்போம்.

இதன்பிறகு ஓரிரு நாட்களில், இதுவரை திரைக்கதை எழுதிய அந்த மணித்துளிகளில் என்ன செய்வது என்றே தெரியாமல் போகும். இதனால் மனதில் ஒருவித வெறுமை உண்டாகலாம். நிறைய நேரம் தூக்கம் வரலாம். எல்லாவித உணர்ச்சிகளும் நம்மைத் தாக்கலாம்.

திரைக்கதை என்னும் குழந்தையை நாம் பெற்றாகிவிட்டது. அதன்பிறகு இப்படிப்பட்ட உணர்ச்சிகள் நமக்குள் எழுவது சகஜம்தானே? பல நாட்களாக நமது வாழ்க்கையிலும் உடலிலும் மனதிலும் ஒரு முக்கியமான அங்கமாகவே இருந்த திரைக்கதையை இப்போது முடித்தா யிற்று. அதுதான் நம்மை தினமும் எழுப்பி, இரவில் வெகு நேரம் விழிக்கவைத்தது. இப்போது அது முடிந்துவிட்டது. இனி என்ன என்று யோசிக்கையில் இதுபோன்ற உணர்ச்சித் தாக்குதல்கள் இயல்புதான். எப்பொதுமே எதோ ஒன்று முடியும்போது இன்னொன்றின் ஆரம்பம் துவங்கத்தானே வேண்டும்?

இதுதான் திரைக்கதை எழுதும் அனுபவத்தின் விளக்கம். இத்துடன் சிட் ஃபீல்டின் புத்தகத்தில் பதிநாலாவது அத்தியாயமான 'Writing the Screenplay' என்பது முடிகிறது.

அடுத்து என்ன? இதுவரை சொந்தமாக யோசித்துத் திரைக்கதை எழுதுவதைப் பார்த்தோம். அடுத்து, ஏற்கெனவே இருக்கும் கதை, கட்டுரை, நாடகம், நாவல் போன்றவைகளிலிருந்து (படைப்பாளிகளின் முறையான அனுமதியோடு) திரைக்கதையை எப்படி எழுதலாம் என்று பார்க்கப்போகிறோம்.

45

நாவலைப் படமாக்கும் போது எப்படித் திரைக்கதை எழுத வேண்டும்

இந்தப் புத்தகத்தில் 'Adaptation' என்ற சிட் ஃபீல்டின் பதினைந்தாவது அத்தியாயத்தை இனி பார்க்கப்போகிறோம். இந்த வார்த்தைக்கு, 'தழுவல்' என்று தமிழில் பொருள். ஏற்கெனவே இருக்கும் எதாவது ஒரு படைப்பைத் தழுவித் திரைக்கதை எழுதுவதே Adaptation. தழுவி எழுதுதல் என்றதுமே உரிய அனுமதி வாங்காமல் காப்பியடிப்பது என்று குதர்க்கமாகப் புரிந்து கொள்ளக்கூடாது.

இதுவரை இப்புத்தகத்தில் நாம் சொந்தமாக ஒரு திரைக்கதையை எப்படி உருவாக்கி எழுதுவது என்றுதான் பார்த்துக்கொண்டிருந்தோம். அதனை உருவாக்கும் வழிமுறைகளை முழுதாகப் பார்த்து முடித்தும் விட்டோம். அதேசமயம், பலசமயங்களில் ஏற்கெனவே நாம் படித்த ஒரு நாவலோ, சிறுகதையோ, வாழ்க்கை வரலாறோ, நாடகமோ ஏன் கவிதையோ கூட நம்மை வெகுவாகக் கவர்ந்திருக்கும். அப்படி நம்மை ஈர்த்த அந்தப் படைப்பை உரிய அனுமதியுடன் ஒரு திரைக்கதையாக எப்படி மாற்றுவது என்று தெரிந்து கொள்வதே இந்த அத்தியாயத்தின் நோக்கம்.

ஹாலிவுட்டில் அடிக்கடி இது நடக்கும். எந்தப் புத்தகமாவது நன்றாக விற்றுத்தீர்ந்துவிட்டால், உடனடியாக அதன் உரிமையை எதாவது ஸ்டுடியோவோ அல்லது நடிகரோ வாங்கி வைத்துவிடுவது வழக்கம். சமீபத்தில் வெளியான மார்ட்டின் ஸ்கார்ஸேஸியின் 'The Wolf of Wall Street' படம் அப்படிப்பட்டதுதான். அது ஒரு சுயசரிதை என்பது தெரிந்திருக்கும். ஜோர்டான் பெல்ஃபோர்ட் என்பவர் எழுதியது. அந்தப்

புத்தகத்தின் உரிமையை வாங்க நடிகர் ப்ராட் பிட்டுக்கும் லியனார்டோ டிகேப்ரியோவுக்கும் ஒரு பெரும் யுத்தமே நடந்தது. இறுதியில் வென்றது லியனார்டோ. இதில் என்ன வேடிக்கை என்றால், லியனார்டோ அந்தப் புத்தகத்தின் உரிமையை வென்ற அதே 2007ல், இன்னொரு புத்தகத்துக்காக இதே லியனார்டோ டிகேப்ரியோவுக்கும் பிராட் பிட்டுக்கும் இன்னொரு யுத்தமும் நடந்தது. ஆனால் அதில் வென்றது ப்ராட் பிட். அந்தப் படம் 'World War Z'. 2013ல் வெளியானது. இப்படி ஒரே வருடத்தில் இரண்டு புத்தகங்களுக்காக ஹாலிவுட்டின் இரண்டு சூப்பர்ஸ்டார்கள் அடித்துக்கொண்டனர். இரண்டில் பட்ஜெட்டை ஒப்பிடும் போது அதிக வசூல் செய்தது (மும்மடங்கு) The Wolf of Wall Street படம்தான். அதன் பட்ஜெட் 100 மில்லியன் டாலர்கள். வசூல் 387 மில்லியன் டாலர்கள். லியனார்டோ டிகேப்ரியோவின் நடிப்பு, பல விருதுகளையும் பெற்றது. அதேசமயம் World War z படத்தின் பட்ஜெட் 190 மில்லியன் டாலர்கள். வசூல் 540 மில்லியன் டாலர்கள். இந்தப் படத்தைத் தற்போது மறந்து விட்டவர்களே அதிகம்.

இது தற்போதைய செய்தி. கொஞ்சம் பின்னோக்கிப் பார்த்தால், ஹாலிவுட்டின் மிகப்பெரிய ஹிட் படங்களில் பெரும்பாலானவை புத்தகங்களிலிருந்து எடுக்கப்பட்டவைதான் என்பது புரியும். 'Gone with the Wind', 'Day of the jackal', 'Ten Commandments', 'Doctor Zhivago', 'Ben-Hur' என்று ஆரம்பித்து, 'Lord of the Rings', 'Harry Potter', 'Hunger Games', James Bond என்று இன்றும் மிகவும் அதிகமான எண்ணிக்கையில் புத்தகங்கள் ஹாலிவுட்டில் படமாக்கப்பட்டுக்கொண்டே இருக்கின்றன.

ஹாலிவுட்டை ஒப்பிடும்போது இந்தியாவில் இப்படிப்பட்ட புத்தகங்களைப் படமாக்குதல் கொஞ்சம் அரிதுதான். ஆனால் தற்போது ஹிந்தியில் சேதன் பகத்தின் புத்தகங்களுக்கும் அமிஷ் த்ரிபாதியின் (சிவனைக் கதாநாயகனாக வைத்து மூன்று ஃபாண்டஸி நாவல்கள் எழுதியவர்) புத்தகங்களுக்கும்தான் கிராக்கி அதிகம். இவர்களால் புத்தகங்கள் படமாக்கப்படுதல் அதிகமாக நடந்து கொண்டிருக்கிறது. தமிழை எடுத்துக்கொண்டால், புத்தகங்கள் படமாக்கப்படுதல் இருந்து கொண்டுதான் இருக்கிறது என்றாலும், தற்போது அது எப்போதாவதுதான் நடக்கிறது. பல வருடங்கள் முன்பு இது தமிழில் அதிக அளவில் நடந்த ஒரு விஷயம். கல்கியின் 'தியாகபூமி', 1939ல் படமாக வெளிவந்து பெரும்புகழ் அடைந்தது. அவர் எழுதிய 'கள்வனின் காதலி', 1955ல் வி.எஸ். ராகவன் என்ற வி. ஸ்ரீனிவாச ராகவன் (நடிகர் வி.எஸ்.ராகவன் அல்ல) இயக்கி, சிவாஜி நடித்து வெளிவந்திருக்கிறது. அவரது 'பார்த்திபன் கனவு' நாவலும் படமாக 1960ல் வந்திருக்கிறது.

கல்கியின் 'சிவகாமியின் சபதம்' நாவல், 'காஞ்சித்தலைவன்' என்ற

திரைக்கதை எழுதலாம் வாங்க

பெயரில் தழுவப்பட்டு எம்.ஜி.ஆர் நடித்த படமாக 1963ல் வெளிவந்தது. அதேபோல் கொத்தமங்கலம் சுப்பு, ஆனந்த விகடனில் எழுதிய 'தில்லானா மோகனாம்பாள்', 1968ல் திரைப்படமாக ஏ.பி. நாகராஜன் இயக்கத்தில் வெளிவந்தது. ஜெயகாந்தன் எழுதிய 'சில நேரங்களில் சில மனிதர்கள்', 'ஒரு நடிகை நாடகம் பார்க்கிறாள்' ஆகியவையும் குறிப்பிடத்தகுந்தவை.

இதுதவிர, இன்னும் ஏராளமான நாவல்கள் படமாக்கப் பட்டுள்ளன. உதாரணமாக வடுவூர் துரைஸ்வாமி ஐயங்கார் எழுதிய 'மைனர் ராஜாமணி' என்ற நாவல், 'பாலாமணி' என்ற பெயரில் 1937ல் வந்திருப்பதாக இணையம் சொல்கிறது. போலவே 'காஞ்சனா' (1952) எழுதியவர் லக்ஷ்மி, 'திரும்பிப்பார்' (1953) எழுதியவர் கருணாநிதி, 'மலைக்கள்ளன்' (1954) எழுதியவர் நாமக்கல் ராமலிங்கம், 'ரங்கூன் ராதா' (1956) எழுதியவர் அண்ணாதுரை, 'பாவை விளக்கு' (1960) எழுதியவர் அகிலன், 'சுமைதாங்கி' (1962) எழுதியவர் ரா.கி. ரங்கராஜன், 'உன்னைப்போல் ஒருவன்' (1966) எழுதியவர் ஜெயகாந்தன் (யாருக்காக அழுதான்) என்று ஆரம்பித்தால் நான்கைந்து பக்கங்கள் பட்டியல் போடும் அளவு தமிழில் புத்தகங்கள் படமாக்கப்பட்டிருக்கின்றன. இவற்றில் பிந்நாட்களில் மகேந்திரன் இயக்கிய 'முள்ளும் மலரும்' மற்றும் 'உதிரிப்பூக்கள்' ஆகியவை பிரபலமானவை. சுஜாதா, தமிழ்வாணன், சோ, ராஜாஜி, மகரிஷி, புஷ்பா தங்கதுரை, ஜாவர் சீதாராமன், அகிலன், வை.மு. கோதைநாயகி, பூவண்ணன், துமிலன், லக்ஷ்மி, தேவன், மு. வரதராசன், பொன்னீலன், அனுராதா ரமணன், ராஜேந்திரகுமார் என்ற ஒரு மிகப்பெரிய பட்டாளமே இந்தப் பட்டியலில் இருக்கிறது. போலவே தங்கர் பச்சான் இயக்கிய 'ஒன்பது ரூபாய் நோட்டு', அவரது நாவலை வைத்து அவரே எடுத்ததுதான்.

இப்படிப் படமாக்கப்பட்ட நாவல்களின் காலத்தைக் கவனித்தால், 1930களில் ஆரம்பித்து 80கள் வரை வருடத்துக்குக் குறைந்தபட்சம் மூன்று நான்கு புத்தகங்களாவது தமிழில் படமாக்கப்பட்டிருக்கின்றன. ஆனால் அதன்பிறகு இந்தக் காலாச்சாரம் வெகுவாக அருகிவிட்டது. தற்காலத்தில் முற்றிலுமே வழக்கொழிந்து விட்ட ஒன்றாக இது மாறியும் விட்டது.

இதுபோன்ற புத்தகங்களை எப்படித் திரைக்கதையாக மாற்றுவது?

(Adaptation) என்ற வார்த்தைக்கு, 'மாற்றியோ அல்லது சரி செய்தோ கச்சிதமாக்குதல்' என்று பொருள். ஒருவிதமான வடிவத்தில் இருக்கும் ஒன்றை இன்னொரு வடிவத்துக்குள் கொண்டுவரவேண்டும் என்றால் மாற்றுதல் அவசியம்தானே? ஒரு நாவலோ, சிறுகதையோ, கவிதையோ, கட்டுரையோ, நாடகமோ ஒவ்வொன்றும் ஒவ்வொருவிதமான

244

வடிவத்தில் இருப்பவை. ஏற்கெனவே இருக்கும் இப்படிப்பட்ட படைப்புகளைத் 'திரைக்கதை' என்ற வடிவத்தில் மாற்றுவதுதான் இருப்பதிலேயே கடினமான பணிகளில் ஒன்று என்பது சிட் ஃபீல்ட் கருத்து.

காரணம் என்ன?

புத்தகங்களை அப்படியப்படியே திரைக்கதையாக பக்கம் பக்கமாக மாற்றிக்கொண்டே வந்தால் அது சரியாக வராது. காரணம் ஒரு புத்தகத்தில் கிட்டத்தட்ட 500 பக்கங்கள் இருக்கலாம். அதனை அப்படியே எப்படித் திரைக்கதையாக்குவது? சில இடங்களைச் சுருக்கியும், சில இடங்களை வெட்டியும், சில இடங்களைத் திரைக்கதையில் புதிதாக எழுதியும் மாற்றியும்தான் திரைக்கதை உருவாக்கப்படுகிறது. காரணம், புத்தகம் என்ற ஒன்றில் அது நாவலாக இருக்கும்பட்சத்தில் கதை நடப்பது பிரதான கதாபாத்திரத்தை வைத்து மட்டும்தான். பிற கதாபாத்திரங்கள் நாவலில் இடம்பெற்றால்கூட, மொத்தக் கதையுமே பிரதான பாத்திரத்தின் கண்களின் வழியாகத்தான் எழுதப்படுகிறது. ஆனால் திரைக்கதையை அப்படி எழுத முடியாது. பிற பாத்திரங்களுக்கும் முக்கியத்துவம் கொடுத்துதான் ஒரு திரைக்கதை எழுதப்படவேண்டும். அதேபோல் ஒரு நாவலில் வர்ணனைகள் முக்கியமான பங்கை வகிக்கின்றன. கூடவே அவ்வப்போது நாவல் சற்றே திசைமாறியும் செல்வது உண்டு. ஆனால் திரைக்கதையை அப்படி எழுத முடியாது. ஒரே சீரான நேர்க்கோட்டில்தான் கதை எழுதப்பட வேண்டும். திரைக்கதையை அங்குமிங்கும் அலைபாயவைக்க முடியாது. ஏனெனில் திரைப்படம் என்பது குறைந்தபட்சம் இரண்டு மணி நேரங்களும், அதிக பட்சம் மூன்று மணி நேரமும் உடைய ஒரு வடிவம். இருட்டறையில் வந்து அமரும் ஆடியன்ஸை இந்த நேரத்துக்குள் திருப்திப்படுத்தினால்தான் அந்தப் படம் வெற்றிபெறும். எனவே திரைப்படத்தை நாவலைப்போல் கையாளமுடியாது.

இது நாவலுக்கு. இதைப்போலவே நாடகங்கள், கவிதைகள், கட்டுரைகள், சுயசரிதைகள் போன்ற பல கலைவடிவங்கள் உள்ளன. ஒவ்வொன்றுக்கும் ஒவ்வொருவிதமான கட்டமைப்பு உள்ளது. ஆனால் திரைக்கதை என்பதற்குக் கிட்டத்தட்ட ஒரே கட்டமைப்புதான். என்னதான் மாற்றி யோசித்து எழுதினாலும், சிட் ஃபீல்ட் சொல்லும் ப்ளாட் பாயிண்ட்கள், சுவாரஸ்யமான துவக்கம் (இன்சைட்டிங் இன்ஸிடெண்ட்), பிரதான பாத்திரத்தின் லட்சியம் போன்றவையெல்லாம் அவசியம் திரைக்கதையில் இருந்தே தீரும். இதனால் இப்படிப்பட்ட ஒவ்வொரு கலைவடிவத்தையும் திரைக்கதையாக மாற்றுவது ஒரு சவால். அதனை வெற்றிகரமாக நடத்திக்காட்ட என்னென்ன செய்யவேண்டும்?

திரைக்கதை எழுதலாம் வாங்க

சிட் ஃபீல்ட் இதையெல்லாம் விபரமாக இந்த அத்தியாயத்தில் விளக்கியிருக்கிறார். அவற்றை முழுதாகப் பார்க்கலாம். கூடவே இப்படிச் செய்கையில் நாம் கவனித்துப் பார்க்கவேண்டிய சில முக்கியமான விஷயங்களும் உள்ளன. அவற்றையெல்லாம் ஒவ்வொன்றாக இனிமேல் கவனிக்கலாம்.

46

பொன்னியின் செல்வனுக்கு திரைக்கதை எழுதுவது எப்படி?

ஒரு நாவலைத் திரைக்கதையாக மாற்றுவது எப்படி? முதலில் அந்தப் புத்தகத்தை சீன் பை சீனாக உடைத்துக் கொள்ள வேண்டும். அந்தப் புத்தகத்தில் சம்பவங்கள் எப்படி நடக்கின்றன என்பது இதன்மூலம் தெளிவாகிவிடும். முதலில் சம்பவம் 1. பின்னர் சம்பவம் 2, சம்பவம் 3 என்று இப்படி வரிசையாக ஒரு சீன் ஆர்டர் உருவாகிவிடும். இப்படி நாம் சம்பவங்களை சீன் பை சீனாகப் பிரிக்கும்போதே, கதைக்கு சம்மந்தமில்லாத சீன்களை வெட்டி வீசிவிட வேண்டும். கிட்டத்தட்ட 300–400 பக்கங்கள் உள்ள ஒரு நாவலைத் திரைக்கதையாக மாற்றும்போது இப்படிச் செய்தால்தான் திரைக்கதை கோர்வையாக, விறுவிறுப்பாக அமையும். நாவல்களில் இடம்பெறும் கதாபாத்திரங்கள் பல சம்பவங்களில் ஈடுபடுவார்கள். அந்தச் சம்பவங்களில் கதை இலக்கை நோக்கி நகராமலும் இருக்கக்கூடும். உதாரணமாக, பொன்னியின் செல்வன் நாவலில் பல இடங்களில் வந்தியத்தேவன் தனது குதிரையில் பயணிக்கும்போது அவனைச் சுற்றி இருக்கும் இயற்கை அழகில் மெய்மறந்துவிடுவது வழக்கம். பல பக்கங்களுக்கு அந்த வர்ணனைகள் நாவலில் இடம்பெறும். இந்தச் சம்பவங்களை அப்படியே திரைக்கதையில் எழுதி விடமுடியாது. காரணம் அவற்றில் கதை நகர்வதில்லை . எனவே இவற்றை அகற்றிவிட்டு, கதை வரிசையாக நகரும் சம்பவங்களையே திரைக்கதையில் எழுதவேண்டும்.

அதே போல், புத்தகங்களிலிருந்து திரைக்கதையை உருவாக்குகையில், அந்தப் புத்தகத்தின் கண்மூடித்தனமான அடிமையாக நாம் இருக்கக்கூடாது. காரணம் சென்ற அத்தியாயத்தில் பார்த்தது போல், புத்தகம் என்பது வேறு; திரைக்கதை என்பது வேறு.

திரைக்கதை எழுதலாம் வாங்க

விஷுவலாக ஒரு கதையைத்தான் இங்கே காட்டப்போகிறோம். இலக்கியத்தரமான நடையில் அல்ல. புத்தகம், கட்டுரை, கவிதை போன்றவற்றில் இருந்து ஒரு திரைக்கதை உருவாக்குவதில் உள்ள பொதுவான விதி என்னவென்றால், சில சமயங்களில் காட்சிகளை சேர்க்கவோ அகற்றவோ சுருக்கவோ மாற்றவோ தயங்கக்கூடாது என்பதே. இதைப்பற்றி இன்றைய அத்தியாயத்தின் இறுதியில் விரிவாக சில உதாரணங்களை நோக்குகையில் கவனிப்போம்.

இப்படி இன்னொரு கலைவடிவத்தில் இருந்து திரைக்கதையை உருவாக்குவதில் நாம் கவனிக்கவேண்டிய ஒரு விஷயமும் உள்ளது. என்னவெனில், கதாபாத்திரங்களுக்கும் சிச்சுவேஷன்களுக்கும் இடையே ஒரு சரியான சமன்பாடு (Balance) இருக்கவேண்டும். அதேசமயம், கதையின் ஒருமைப்பாடும் (Integrity) கலைந்துவிடக் கூடாது. உதாரணமாக, சிவகாமியின் சபதத்தை ஒரு திரைக்கதையாக எழுதுகிறோம் என்றால், கதையின் கருவான சிவகாமியின் சிறைமீட்டல் என்பது கலைந்துவிடக்கூடாது. இதைநோக்கித்தான் கதாபாத்திரங்களும் சம்பவங்களும் பயணிக்க வேண்டும். மாறாக, நரசிம்ம வர்ம பல்லவரின் கதையோ, அல்லது பரஞ் சோதியின் வாழ்க்கையில் நடக்கும் சம்பவங்களோ அல்லது வாதாபியில் நடக்கும் சம்பவங்களோ இந்த நோக்கத்தை மூடி மறைத்து விடக்கூடாது. மகேந்திரவர்ம பல்லவர், நரசிம்மவர்மர், பரஞ்சோதி ஆகியவர்கள் ஒரு பக்கத்திலும், புலிகேசி, நாகநந்தி ஆகியவர்கள் மற்றொரு பக்கத்திலும், இவர்களுக்குத் துணையாக கண்ணபிரான், ஆயனர் போன்றவர்கள் கதையின் நடுவிலும் நமது நோக்கத்தைத் தெளிவாகக் காட்டுவதற்கு உதவவேண்டும். காரணம், இப்படிப்பட்ட ஒரு மிகப்பெரிய நாவலைத் திரைக்கதையாக மாற்றும்போது அந்த நாவலின் பிரம்மாண்டத்தில் நமது மனதைப் பறிகொடுக்கும் ஆபத்து உள்ளது. அப்படிப்பட்ட சூழல்களில், திரைக்கதையின் நோக்கத்தை மறந்து விடக்கூடாது.

புத்தகங்களை இப்படி மாற்றும்போது, முதலில் ஒரு சில முறைகள் நடுநிலையாக அந்தப் புத்தகத்தைப் படித்துப் பார்க்கலாம். அப்படிச் செய்யும்போது ஒரு விஷயம் எப்படியும் தனியாக நிற்கும். என்னவெனில், புத்தகத்தில், கதாபாத்திரம் தனக்குத்தானே பேசிக்கொள்வதையோ சிந்தனை செய்வதையோ (Monologues) அப்படியே திரைக்கதையில் காண்பித்து விட முடியாது என்பது. ஒரு திரைப்படத்தில் இப்படிப்பட்ட எண்ணங்களை எப்படிக் காண்பிப்பது? யோசித்துப் பார்த்தால், கதாபாத்திரம் ஒரு இடத்தில் அமர்ந்திருக்க, பின்னணியில் அந்தப் பாத்திரத்தின் குரலிலேயே அந்த எண்ணங்கள் வாய்ஸ் ஓவராகப் பேசப்பட்டால், படம் பார்ப்பவர்களுக்கு எப்படி இருக்கும்? ஓரிரு நிமிடங்களில் அலுத்து விடும். எனவே, இப்படிப்பட்ட

இடங்களை டயலாக்காக மாற்றவேண்டும். நாவலில் தனக்குத்தானே பேசிக்கொள்வதை திரைக்கதையில் இன்னொரு கதாபாத்திரத்திடம் பேசுவதைப் போல மாற்றியமைத்தால் அந்த இடம் சுவாரஸ்யம் ஆகிவிடும். இதுபோன்ற சில நுணுக்கங்கள் அவசியம்.

சில சமயங்களில், புத்தகத்தை நன்றாகப் படித்து விட்டு மிகச்சுருக்கமாக அதன் சீன்களை எழுதிக்கொள்வது மிகவும் உபயோகப்படும். இதோ இப்படி:

1. ஆடிப்பெருக்கு சம்பவங்கள்.
2. வீரநாராயணபுரத்துக் கோவில் சம்பவம்.
3. கடம்பூர் அரண்மனையில் மர்மமான கூட்டத்தை வந்தியத்தேவன் ஒட்டுக்கேட்கிறான்.
4. ஆற்றங்கரையில் குந்தவை – வந்தியத்தேவன் சந்திப்பு.
5. வந்தியத்தேவன் தஞ்சாவூர் செல்கிறான்.
6. சேந்தன் அமுதன் – பழுவேட்டரையர் – வந்தியத்தேவன் சம்பவங்கள்.
7. அரண்மனையில் சுந்தரசோழரை சந்திக்கிறான்.
8. பழுவேட்டரையரிடம் சிறைப்படுகிறான்.
9. இருண்ட நிலவறை மூலம் தப்பிக்கிறான்.
10. கந்தமாறன் வந்தியத்தேவனை சந்தேகப்படுதல்.
11. பழையாறையில் ஆற்றங்கரையில் குந்தவையை மறுபடி சந்திக்கிறான்.
12. இலங்கை சென்று அருள்மொழிவர்மரிடம் குந்தவையின் ஓலையைக் கொடுக்க ஆயத்தமாகிறான்.
13. முதல்பாக முடிவு.

சில அத்தியாயங்களுக்கு முன்னர் பார்த்தது போல், கதையைப் பிரித்துக் கொள்ளும் முயற்சி இல்லை இது (முதல் பகுதி–14 பாயிண்ட்கள்; இரண்டாம் பகுதி – 28 பாயிண்ட்கள்; மூன்றாம் பகுதி – 14 பாயிண்ட்கள்). அது இனிமேல்தான். மாறாக, இந்தப் பாயிண்ட்களை கவனித்தால், ஒவ்வொரு பாயிண்ட்டும் கதையின் நாயகன் வந்தியத்தேவனையே பின்தொடர்கிறது என்பது புரியும். அதிலும் ஒவ்வொரு பாயின்ட்டிலும் ஒவ்வொரு இடம் வருகிறது. அந்த இடமும் முக்கியம். கதையில் நடக்கும் மிக முக்கியமான காட்சிகள் இவை. அவற்றில் எல்லாம் வந்தியத்தேவன் இருக்கிறான். எனவே

திரைக்கதை எழுதலாம் வாங்க

இவை நமக்குத் தேவை. இவை இல்லாமலும் பொன்னியின் செல்வன் முதல் பாகத்தில் பல சம்பவங்கள் இருக்கின்றன. ஆனால் அவற்றில் அதிக நேரம் செலவழிக்கக்கூடாது. அவைகளை சுருக்கமாக அந்தந்த இடத்தில் காட்டலாம். காரணம் அவற்றின்பின்னர் சென்றுவிட்டால் கதையின் மைய நோக்கம் பாதிக்கும். ஆடியன்ஸ் பொறுமையை அது சோதிக்கலாம்.

இப்படிப் புத்தகத்தின் பிரதான கதாபாத்திரத்தை வைத்து எழுதப்பட்ட காட்சிகளை சுருக்கமான பாயிண்ட்களாக எழுதிக் கொள்ளலாம். இந்த சுருக்கமான பாயிண்ட்களை லேசாக விரித்து, ஒரு பத்து பக்கங்களில் கதையை இதன்பின் எழுதலாம். அந்தப் பத்து பக்கங்களில் உள்ள கதையை இன்னும் சுருக்கி ஐந்து பக்கங்களுக்குள் கொண்டுவந்துவிட்டால், அந்த ஐந்து பக்கங்களில் முதல் பக்கம்தான் திரைக்கதையின் முதல் பகுதி (அறிமுகம்). இரண்டு, மூன்று - நான்காம் பக்கங்கள் திரைக்கதையின் நடுப்பகுதி (எதிர்கொள்ளல்). இதன்பின் ஐந்தாம் பக்கம் திரைக்கதையின் மூன்றாம் பகுதி ஆகிவிடும் (தெளிவான முடிவு). இப்போது, நம் கையில் இருக்கும் இந்த மூன்று பகுதிகளை இனிமேல் திரைக்கதையாக விரித்து எழுதத் துவங்கலாம். இப்படிச் செய்வது ஏனென்றால், புத்தகத்தின் மையமான சாரத்தை இப்படி பாயிண்ட்களாக எழுதிக்கொண்டு விட்டு, அதன்பின் அவற்றை மையமாக வைத்துத் திரைக்கதையை எழுதத்தான். இப்படிச் செய்வதன் மூலம் புத்தகத்தின் பிரம்மாண்டம் நம்மைப் பாதிக்காது. மாறாக நமக்கு அந்தப் புத்தகத்தின் மீது ஒரு வலுவான கட்டுப்பாடு இருக்கும்.

சிலசமயங்களில் ஒரு கலைவடிவத்தைத் திரைக்கதையாக மாற்றும்போது சில புதிய கதாபாத்திரங்களை சேர்க்கவேண்டி வரலாம். அல்லது இருக்கும் பாத்திரங்களை அகற்றவும் நேரலாம். சம்பவங்களை மாற்றலாம். உருவாக்கலாம். இவையெல்லாமே கதையை சுவாரஸ்யப்படுத்தும் ஒரே நோக்கோடு தான் செய்யப்பட வேண்டும். அப்படிச் செய்வதால் ஒரிஜினல் கலைவடிவம் சொல்லவரும் செய்தி, கதையின் போக்கு ஆகியவை மாறிவிடக்கூடாது என்பதும் முக்கியம். இதற்கு ஆங்கிலத்தில் பல உதாரணங்கள் உண்டு. தமிழை எடுத்துக்கொண்டாலும் 'காவல் கோட்டம்' நாவலுக்குள் இருபது பக்கங்களில் வரும் ஒரு மிகச்சிறிய கதையை வைத்துத்தான் 'அரவான்' திரைப்படம் உருவானது. அந்தக் கதையை ஒரு முழுநீளத் திரைப்படமாக விரித்து எழுதி எடுக்கப்பட்ட படம் அது. இப்படி ஒரு மிகச்சிறிய கதையைத் திரைப்படமாக எடுக்கும்போது சில கதாபாத்திரங்களை சேர்க்கலாம். மாற்றலாம். கதையை சுவாரஸ்யப்படுத்தலாம். 'பொன்னியின் செல்வன்' நாவலையே எடுத்துக்கொண்டாலும், அதில் வரும் நந்தினி ஒரு கற்பனைப் பாத்திரம்தான். அந்தப் பாத்திரம், பொன்னியின் செல்வனை எப்படியெல்லாம் சுவாரஸ்யப்படுத்துகிறது?

ஆங்கில உதாரணம் ஒன்றை எடுத்துக்கொண்டால், 'லார்ட் ஆஃப் த ரிங்ஸ்' படங்களின் இரண்டாம் பாகம் ஒரு சிறந்த உதாரணம். அதன் பெயர் – The Two Towers. உண்மையில் டால்கீன் எழுதிய நாவலில், சம்பவங்கள் வரிசைக்கிரமமாகத்தான் இடம் பெற்றிருக்கும். அதாவது, முதலில் போரோமிரின் இறப்பு. பின்னர் அரகார்ன், லெகொலாஸ் மற்றும் கிம்லி ஆகிய மூவரும் ரோஹான் நாட்டுக்குப் பயணப்படுதல். பின்னர் பூதங்களின் பிடியில் இருந்து தப்பி, காட்டுக்குள் புகும் மெர்ரி மற்றும் பிப்பின் ஆகியவர்களைப் பார்க்கிறோம். அப்போதுதான் காண்டால்ஃப், மறுபடியும் பிறப்பெடுத்து அந்தக் காட்டுக்குள் இவர்களைச் சந்திக்கிறார். பின்னர் ரோஹான் நாட்டில் மன்னர் தியோடனை அரகார்ன் மனம் மாற்றி, மக்கள் அனைவரையும் பாதுகாப்பாக ஹெல்ம்ஸ் டீப் என்ற இடத்தில் கொண்டுவிடச் செய்கிறான். இதன்பின்னர் மாபெரும் யுத்தம். பின்னர் காண்டால்ப் பிப்பினைத் தூக்கிக்கொண்டு மினாஸ் திரித் நகருக்குள் பிரவேசிக்கிறார். இதன்பின் ஃப்ரோடோவும் ஸாமும் மோதிரத்தை அழிக்க மார்டார் நோக்கிப் பயணப்படுவதைப் பார்க்கிறோம்.

இந்த வரிசையை அப்படியே படமாக எடுத்தால் அலுத்துவிடும் என்பதை இயக்குநர் பீட்டர் ஜாக்ஸன் புரிந்து கொண்டார். காரணம், ஒரு இடத்தில் வந்த கதாபாத்திரங்கள், மறுபடியும் பல அத்தியாயங்கள் கழித்துத்தான் நாவலில் வருகின்றன. எனவே, இந்த சம்பவங்களை ஒன்றோடொன்று இண்டர்கட் செய்து திரைக்கதை எழுதினார். இதனால் அந்த இண்டர்கட்களில் வரிசையாக எல்லாக் கதாபாத்திரங்களையும் பார்த்துக்கொண்டே இருக்கலாம். இப்படிச் செய்ததால் திரைக்கதை விறுவிறுப்பாக அமைந்து ஆடியன்ஸின் பாராட்டையும் பெற்றது.

அடுத்த அத்தியாயத்தில் Adaptation பற்றி இன்னும் சில சுவாரஸ்யமான தகவல்களைக் கவனிப்போம்.

47
சரித்திரச் சம்பவங்களுக்குத் திரைக்கதை எழுதுவது எப்படி?

சென்ற அத்தியாயத்தில் நாவல்களைத் திரைக்கதையாக மாற்றுவது பற்றிக் கவனித்தோம். சில சமயங்களில் சரித்திரச் சம்பவங்களைத் திரைக்கதையாக மாற்றக்கூடிய நிலை வரலாம். அவற்றை எப்படித் திரைக்கதையாக எழுதுவது?

சரித்திர நிகழ்ச்சிகளுக்கும் நாவல்களுக்கும் வேறுபாடு உள்ளது. நாவல் என்பது ஆரம்பத்தில் இருந்து முடிவு வரை பல சம்பவங்கள் கோர்க்கப்பட்டு குறிப்பிட்ட பக்கங்களில் எழுதப்பட்டுத் தயாராக இருக்கும் படைப்பு. எனவே சென்ற அத்தியாயத்தில் பார்த்தபடி அதனைத் திரைக்கதையாக மாற்றும்போது, நம் கண் முன்னர் பல சம்பவங்கள் தயாராக இருக்கும். அவைகளை மாற்றியோ குறைத்தோ அதிகப்படுத்தியோ திரைக்கதை எழுதி விடலாம். உதாரணமாக, 'சிவகாமியின் சபதம்', 'பொன்னியின் செல்வன்' ஆகியவை சரித்திர சம்பவங்களாக இருந்தாலும், கல்கியால் நாவல் வடிவில் விரிவாக எழுதப்பட்டவை. எனவே அவைகளைத் திரைக்கதையாக மாற்றவேண்டும் என்றால் சம்பவங்களைத் தேட அவசியம் இல்லை.

ஆனால், சரித்திரம் என்பது என்றோ ஒரு நாள் நடந்த ஒரே ஒரு சம்பவமாக இருக்கக்கூட வாய்ப்பு உள்ளது. பல சம்பவங்கள் அந்தச் சூழலில் நமக்குத் தெரிய வாய்ப்பு இல்லை. நமக்குக் கிடைத்த தகவல்களை மட்டும் வைத்துக்கொண்டு முழுத் திரைக்கதையையுமே கட்டமைக்கவேண்டி வரலாம்.

உதாரணமாக, மாமன்னர் அசோகர், கலிங்கத்துப் போர் முடிந்தவுடன் மனம்மாறி யுத்தத்தைக் கைவிட்டு, புத்தமதத்தைப் பரப்பத் துவங்கினார்

என்பது நாம் எல்லாரும் படித்த சரித்திரம். ஆனால் இதைத்தவிர அசோகரின் வாழ்க்கையைப் பற்றிய சரித்திரபூர்வமான தகவல்கள் நம்மிடம் இல்லை என்பதே உண்மை. அசோகவதனா என்ற சமஸ்கிருத நூல் (கி.பி இரண்டாம் நூற்றாண்டு) மற்றும் இலங்கையைச் சேர்ந்த தீபவம்சம் மற்றும் மஹாவம்ஸம் ஆகிய நூல்களிலிருந்தே இதுவரை தெரிந்திருக்கும் அசோகரின் வாழ்க்கைக் குறிப்புகள் எடுக்கப்பட்டிருக்கின்றன. இதுதவிர, அசோகரால் நிறுவப்பட்ட ஸ்தூபிகளிலிருந்தும் சில தகவல்கள் கிடைத்திருக்கின்றன. எனவே, மாமன்னர் அசோகரைப் பற்றிய ஒரு தமிழ்ப்படம் எடுக்கப்பட்டால், அவரது வாழ்க்கையின் முக்கியமான சம்பவங்களைத் தவிர, பிற தகவல்கள் எல்லாமே கற்பனையாகத்தான் சேர்க்கப்படும். ஏனெனில் கையில் உள்ள உண்மையான தகவல்களை வைத்துக்கொண்டு ஒரு குறும்படம்தான் எடுக்கமுடியும். ஆனால் அதில் ஒரு விஷயத்தை மறந்துவிடக்கூடாது. கதையின் ஒருமைப்பாடு மற்றும் கதாபாத்திரங் களின் சமன்பாடு.

இதனைக் கொஞ்சம் விரிவாகக் கவனிக்கலாம். ஹிந்தியில் 2001ல் 'அசோகா' என்ற படம் எடுக்கப்பட்டது. படத்தின் இயக்குநர் – சந்தோஷ் சிவன். ஷாருக் கான் அசோகராக நடித்தார். சிறிய வில்லன் வேடத்தில் அஜீத் கூட இந்தப்படத்தில் உண்டு என்பது தெரிந்திருக்கும். ஆனால் சரித்திரத்தில் நாம் படித்திருக்கும் அசோகர் மேல் இருக்கும் மரியாதை இந்தப் படத்தின் ஹீரோ ஷாருக்கானின் அசோகர் மேல் மக்களுக்கு வரவில்லை. இதனால் படம் தோல்வியடைந்தது.

கதையின் ஒருமைப்பாடு கலைந்து விடக்கூடாது; கதாபாத்திரங் களுக்கும் சிச்சுவேஷன்களுக்கும் ஒரு சமன்பாடு இருக்கவேண்டும் என்று சென்ற அத்தியாயத்தில் நாம் பார்த்த ஒரு முக்கியமான விஷயம் இங்கே பொருத்திப் பார்க்கப்படவேண்டும். ஷாருக் கான் தற்காலத்தில் நடிப்பது போலவே ஒரு ரொமாண்டிக் ஹீரோவாக அந்தப் படத்தில் நடித்தார். அதை மக்கள் ஒப்புக்கொள்ளவில்லை. ஒரு மாமன்னன், தனது வாழ்க்கையின் முக்கியமான போருக்குப் பிறகு மனம் மாறி போரையே புறக்கணித்து இறைவன் வழியில் திரும்புவது எத்தனை பெரிய விஷயம்? ஆனால், அந்தப் படம் ஒரு கடுமையான மசாலாவாகவே இருந்ததால், அசோகரை அப்படிப் பார்க்க இயலாமல் படத்தைப் புறக்கணித்தனர் ஆடியன்ஸ். எனவே, நமக்குக் கிடைத்துள்ள குறைந்தபட்சத் தகவல்களை வைத்து எப்படிப் படமெடுக்கக் கூடாது என்பதற்கு அசோகா ஓர் உதாரணம். அசோகர் என்றதும் மனதில் எழும் ஒருவித மரியாதை கலந்த பெருமை உணர்ச்சியை வெளிப்படுத்தும் வகையில் அந்தப் படம் எடுக்கப்பட்டிருக்கவேண்டும். குறிப்பாக கலிங்கத்துப் போரும், அதன்பின்

அசோகரின் மனமாற்றமும் ஆடியன்ஸின் மனதைத் தொடக்கூடிய வகையில் இருந்திருக்க வேண்டும். ஆனால் அப்படி அமையவில்லை.

தமிழில் இப்படி வந்துள்ள சரித்திரப் படங்களைக் கவனித்தால், ஒரு உண்மை புரியும். கிடைத்துள்ள குறைவான தகவல்களை வைத்தே, அந்தக் கதாபாத்திரத்தின் தியாகம் அல்லது லட்சிய வெறியை உள்ளது உள்ளபடிக் காண்பித்தால் அந்தப் படம் அவசியம் ஆடியன்ஸின் மனதைக் கவர்ந்துள்ளதே அந்த உண்மை . அதாவது, கதையின் ஒருமைப்பாடு மற்றும் கதாபாத்திரங்களுக்கும் சிச்சுவேஷன்களுக்கும் உள்ள சமன்பாடு. 'வீரபாண்டிய கட்டபொம்மன்' ஒரு உதாரணம். ஆங்கிலேயர்களை எதிர்த்துத் தூக்கில் இடப்பட்ட வீரபாண்டியன் என்ற பாளையக்காரரின் கதையே உணர்ச்சிமிக்க திரைக்கதையாக சக்தி கிருஷ்ணசாமியால் எழுதப்பட்டு, சிவாஜி நடிக்க 1959ல் வெளியானது. நடிப்பு, வசனங்கள், ஆங்கிலேயர்களை எதிர்த்த மன்னன் என்ற அம்சங்கள் கச்சிதமாக ஒன்று சேர்ந்ததால் ஆடியன்ஸுக்கு இந்தப் படம் மிகவும் பிடித்தது. இன்றுவரை சிவாஜியின் நடிப்புக்கு உதாரணமாக சொல்லப்படும் படங்களில் ஒன்றாகவும் ஆனது.

தமிழ்ப்படங்களுக்கே உரிய இன்னொரு அம்சமும் சரித்திரப் படங்களில் உண்டு. அதாவது நாட்டார் கதைகள் என்ற விஷயம். எம்.ஜி.ஆர் நடித்த 'மதுரை வீரன்' மற்றும் கமல்ஹாஸனின் 'விருமாண்டி' ஆகிய படங்கள் இதற்கு உதாரணம். ஒருவகையில் வசந்தபாலனின் 'அரவான்' கூட அப்படிப்பட்டதுதான். 'காவல் கோட்டம்' நாவலின் ஒரு சிறு பகுதி அது என்பதை சென்ற அத்தியாயத்தில் பார்த்தோம்.

விருமாண்டி படத்தில், விருமாண்டியின் கதை ஒரு பெரிய பாடலில் சொல்லப்படுகிறது. 'கருமாத்தூர் காட்டுக்குள்ளே ஒரு காலத்தில்' என்று தொடங்கும் அப்பாடலில், விருமாண்டி, பேய்க்காமன் ஆகிய மனிதர்களைப் பற்றிய கதையும், விருமாண்டி கிணற்றுக்குள் தள்ளப்பட்டதும், அதன்பிறகு அந்தக் கிணறு மூடப்பட்டதும், அதனாலேயே அவன் கடவுளாக மாறியதும் விபரமாக வருகின்றன. இதுதான் விருமாண்டியின் மூலக்கதை. விருமாண்டி என்ற மனித தெய்வத்தின் கதையை, தற்காலத்துக்கு ஏற்றவாறு மாற்றி, உணர்ச்சிகளுடன் விறுவிறுப்பாக எடுத்ததால், அப்படம் ஓடியது. இதேதான் மதுரை வீரன் படத்துக்கும் பொருந்தும். ஆடியன்ஸ் இந்தக் கதாபாத்திரங்களை நேசித்தனர். அந்தப் பாத்திரங்களில் நடித்த நடிகர்களையும் தாண்டி, மதுரை வீரனுக்கும் விருமாண்டிக்கும் நேரும் இன்னல்கள் அந்தந்தக் காலகட்டத்தில் ஆடியன்ஸை உணர்ச்சிவசப்படவைத்தன.

இதுதான் நமக்கு மிகக்குறைவாகவே தெரிந்த சரித்திரத்தைத்

திரைக்கதையாக எழுதும் சூட்சுமம். ஆங்கிலத்தில் இதற்கு எக்கச்சக்கமான உதாரணங்கள் உண்டு. Butch Cassidy and the Sundance Kid என்ற மிகப்பிரபலமான திரைப்படம் அப்படிப்பட்டதுதான். புட்ச் கேஸிடி மற்றும் சண்டான்ஸ் கிட் ஆகிய இருவருமே 1890க்களில் வாழ்ந்த பிரபல கொள்ளையர்கள். இளைஞர்கள். ரயில்களைக் கொள்ளையடித்து, போலீஸ் துரத்தலில் நாட்டை விட்டே ஓடி, பொலிவியாவில் கொல்லப்பட்டனர். இதைத்தவிர அவர்களின் வாழ்க்கையில் வேறு தகவல்கள் இல்லை.

ஆனால், இவைகளை வைத்தே பல கற்பனைச் சம்பவங்களை உருவாக்கி 1969ல் பால் நியூமேன் மற்றும் ராபர்ட் ரெட்ஃபோர்ட் நடித்து வில்லியம் கோல்ட்மேனின் திரைக்கதையில் வெளியான படம் அது. அவருக்கு சிறந்த திரைக்கதைக்கான ஆஸ்கரும் கிடைத்தது. படத்தைப் பார்த்தால், எப்படி இரண்டு கொள்ளையர்களை ஆடியன்ஸ் நேசித்தனர் என்பது புரியும். அப்படிப்பட்ட வலுவான திரைக்கதையால் எதையுமே சாதிக்க இயலும். எனவே, சரித்திரச் சம்பவங்களை வைத்துத் திரைக்கதையை எழுத விரும்பினால்,

கதையில் வரும் மனிதர்கள் எடுக்கும் முடிவுகள், அவர்களின் உணர்வுகள் ஆகியவற்றில் முழுக்கவே கற்பனையைக் கலக்கலாம்; அதனைப் பற்றிக் கவலைப்படத் தேவையில்லை. அதுதான் அந்தத் திரைக்கதையின் வெற்றி. ஆனால், சரித்திரபூர்வமான சம்பவங்கள் மற்றும் அவற்றின் விளைவுகள் ஆகியவற்றை அவசியம் துல்லியமாக அளிக்கவேண்டும். கற்பனையாக எழுதப்பட்ட சம்பவங்கள், இந்த உண்மைச் சம்பவங்களை நோக்கி அந்தக் கதாபாத்திரங்களைக் கூடியமட்டும் உணர்ச்சிகரமாக அழைத்துச் செல்லவேண்டும். ஆடியன்ஸின் மனதை அப்போதுதான கவர முடியும்.

சில சமயங்களில் வெற்றிகரமாக ஓடிய ஒரு திரைப்படத்தின் இரண்டாம் பாகத்தை எழுதவேண்டி வரலாம். இதுவும் நமது Adaptation அத்தியாயத்தில் சேர்த்திதான். இது ஹாலிவுட்டில் மிக அதிகமாக நடக்கும் விஷயம். எந்தப் படமாவது நன்றாக ஓடினால், உடனடியாக அதன் இரண்டாம் பாகம் தயாராகிவிடும். அப்போதுதான் டாலர்களை அள்ளமுடியும். சில சமயம் மூன்றாம் பாகம், நான்காம் பாகம் என்று வரிசையான பாகங்கள் வருவதும் உண்டு. க்ளிண்ட் ஈஸ்ட்வுட் நடித்த Dirty Harry (ஐந்து பாகங்கள்), மெல் கிப்ஸன் நடித்த Lethal weapon (நான்கு பாகங்கள்), போலீஸ் அகாடமி (ஏழு பாகங்கள்), ஸ்டார் ட்ரெக் (11 பாகங்கள்), ஸ்டார் வார்ஸ் (ஆறு பாகங்கள்) போன்றவை சில உதாரணங்கள். உச்சபட்சமாக, ஜேம்ஸ் பாண்ட் படங்களில் இதுவரை மொத்தம் 23 அதிகாரபூர்வமான படங்களும், ஒரு அதிகாரபூர்வமில்லாத படமும் (Never say Never Again) வந்துள்ளன.

ஒரு படத்தின் அடுத்தடுத்த பாகங்களை எப்படி எழுதுவது? டெர்மினேட்டர் திரைப்படம் வெற்றிகரமாக ஓடி, சில வருடங்கள் கழித்து அதன் இரண்டாம் பாகத்தை எழுத அமர்கிறார் ஜேம்ஸ் கேமரூன். அப்போது அவர் மனதில் ஓடியது முதல் படத்தையே பார்க்காத ஆடியன்ஸாக இருந்தாலும் இந்தப்படம் அவர்களுக்குப் பிடிக்கவேண்டும் என்ற எண்ணம்தான். இதனால் கதையில் துணிந்து ஒரு மாற்றம் செய்தார். முதல் பாகத்தில் வில்லன்தான் இதில் ஹீரோ. அப்படியென்றால் முழுக்கதையையும் மாற்றவேண்டுமே? அப்படித்தான் சிறுவன் ஜான் கான்னரைக் காப்பாற்ற அந்த ஹீரோ ரோபோ வருவது போலவும், அதனைத் தடுக்க இன்னமும் சக்திவாய்ந்த வில்லன் ரோபோ முயல்வதுபோலவும் திரைக்கதை எழுதப்பட்டது. கூடவே, உறுதியான சில குணாதிசயங்களை அந்தச் சிறுவனுக்கு அளித்தார் ஜேம்ஸ் கேமரூன். அந்தச் சிறுவன் சொல்லித்தான் அர்நால்ட் ரோபோ பிறரைக் கொல்வதை நிறுத்துகிறது. அந்தச் சிறுவனின் உணர்வுகள் ரோபோவின் மனதில் புகுந்ததால்தான் இறுதியில் தன்னையே தியாகம் செய்கிறது.

அடுத்த அத்தியாயத்தில் நாடகங்கள் மற்றும் சுயசரிதைகள் ஆகிய வற்றிலிருந்து எப்படித் திரைக்கதையை உருவாக்குவது என்று கவனிக்கலாம்.

48

நாடகம் to திரைக்கதை

நாடகங்களிலிருந்து திரைக்கதைகளை எப்படி எழுதுவது? தமிழில் பல வெற்றிகரமான நாடகங்கள் இருக்கின்றன. ஒருகாலத்தில் தமிழில் கொடிகட்டிப் பறந்த துறை இது. அப்படிப்பட்ட வெற்றிகரமான நாடகங்களில் ஒன்றைத் தேர்வு செய்து திரைக்கதை எழுதுகிறோம் என்றால், பின்பற்ற வேண்டிய சில வழிமுறைகள் இருக்கின்றன.

நாடகம் என்பது எப்படி நடைபெறுகிறது? பெரிய மேடை. அதில் நடிகர்கள் தங்களது பாத்திரங்களை ஏற்று நடிக்கிறார்கள். மேடையின் முன்னே ஆடியன்ஸ். நாடகங்களில் இடம்பெறும் பல சம்பவங்கள், வார்த்தைகளிலேயே துவங்கி முடிந்துவிடுகின்றன. இப்படிப்பட்ட சம்பவங்கள் பலமுறை கதாபாத்திரங்களால் நினைவுகூரப்படுகின்றன. மேடை ஒன்றிலேயே அத்தனை காட்சிகளும் நடந்து முடிவதால், அந்த மேடை என்பது நாடகத்துக்குப் பெரியதொரு கட்டுப்படுத்தப்பட்ட வட்டாரமாக இருக்கிறது.

இதனால் தான் ஷேக்ஸ்பியர் அவரது நாடகங்களில் நாடகமேடையை ஆங்காங்கே விமர்சித்திருக்கிறார். 'இப்படியொரு தகாத மரத்துண்டின்மீது ஃப்ரான்ஸின் அளப்பரிய களங்களைக் கொண்டு வரமுடியுமா?' என்று அவரது குரல், Henry V நாடகத்தில் கேட்கிறது. அதிலேயே, ஓரிரு வரிகள் கழித்து 'உங்களது கற்பனைகளினால் இவற்றையெல்லாம் காணுங்கள்' என்றும் குழுமியிருக்கும் மக்களிடம் சொல்கிறார் ஷேக்ஸ்பியர். ஆனால் இப்படிப்பட்ட கட்டுப்பாடுகளையெல்லாம் தாண்டி ஆடியன்ஸைக் கவர்ந்திழுக்க அவரால் முடிந்தது.

நாடகத்திலிருந்து திரைக்கதை எழுதுவதில் முக்கியமான அம்சம், அவற்றில் சொல்லப்படும் பேசப்படும் காட்சிகள் சிலவற்றை விஷுவல்களாகக்

காட்டுவதில் இருக்கிறது. எந்த நாடகத்தை எடுத்துக்கொண்டாலும், அதில் மேலே பார்த்தவாறு சில சம்பவங்கள் பேசப்படும். அவற்றைக் காட்டக்கூடிய பிரம்மாண்டம் நாடகங்களில் இருக்காது. உதாரணமாக ஒரு பெரிய போர்க்களத்தை அதன் பிரம்மாண்டம் குறையாமல் எப்படி நாடகத்தில் காட்டுவது? இப்படிப்பட்ட காட்சிகளை விஷுவல்களாக எழுதிக்கொள்ளவேண்டும். அவற்றைக் காட்டவும் வேண்டும். அதுதான் இப்படிப்பட்ட சம்பவங்களைத் திரைக்கதையில் சுவாரஸ்யப்படுத்தும்.

நாடகங்களில் பேசிக்கொண்டே இருக்கக்கூடிய காட்சிகளைத் திரைக்கதையில் முடிந்தவரை சுருக்கவேண்டும். அதேசமயம் அந்தக் காட்சிகளின் உள்ளர்த்தம் மாறிவிடக்கூடாது. அதேபோல் நாடகத்தில் ஒரே பின்னணியில் ஒரே இடத்தில் நடக்கக்கூடிய இந்தக் காட்சிகளையெல்லாம் வேறு வேறு பின்னணிகளில் திரைக்கதையில் காட்டலாம். ஆடியன்ஸுக்கு அதே நாடகத்தைத் திரையில் பார்க்கும் எண்ணம் வரக்கூடாது என்பதுதான் முக்கியம். இடங்கள், காலங்கள், பின்னணிகள், விஷுவல்கள் ஆகியவற்றின்மூலம் ஒரு நல்ல நாடகத்தை அதே உணர்வைத் தரக்கூடிய திரைக்கதையாக எழுதுவதில்தான் ஒரு நல்ல திரைக்கதையாசிரியரின் பங்கு இருக்கிறது.

இது நாடகங்களுக்கு. ஒருவேளை யாராவது மனிதர்களின் வாழ்க்கையைத் திரைக்கதையாக மாற்றினால்? நம்மைச்சுற்றி எத்தனையோ மனிதர்கள் வாழ்ந்து மறைகிறார்கள். அவர்களில் சிலர் பிரபலங்களாகவும் ஆகிறார்கள். அவர்களைப் பற்றிய புத்தகங்கள், அவர்களே எழுதிய சுயசரிதைகள், ஆவணப்படங்கள் போன்றவை அவர்களின் வாழ்க்கைக்கு சாட்சியாக இருக்கின்றன. அப்படிப்பட்டவர்களின் வாழ்க்கையை எப்படித் திரைக்கதையாக எழுதுவது?

உதாரணமாக, தமிழ்நாட்டில் பிறந்து மனிதர்களின் மனதில் நீங்கா இடம் பிடித்த வ.உ.சிதம்பரம் பிள்ளையைப் பற்றி ஒரு படம் எடுக்கவேண்டும் என்று வைத்துக்கொள்வோம். அதை 'கி.பி 1872ம் ஆண்டு செப்டம்பர் 5ம் தேதி ஓட்டப்பிடாரத்தில் வ.உ.சி என்ற குழந்தை பிறந்தது' என்று ஒரு வாய்ஸ் ஓவர் போட்டு வ.உ.சி பிறந்த தினத்திலிருந்து காட்டுகிறோம் என்றால் அந்தத் திரைப்படம் பலமணிநேரங்கள் ஓடும் படமாக இருந்தால்தான் அவரது முழு வாழ்க்கையையும் தெரிந்து கொள்ளமுடியும் அல்லவா? அந்தப் படத்தால் நாம் சொல்லவரும் எந்த நல்ல விஷயங்களும் இதனால் அடிபட்டுப் போய்விடவும் வாய்ப்புகள் இருக்கின்றன.

அப்படிச் செய்யாமல், வ.உ.சியின் வாழ்க்கையில் நடந்த முக்கியமான சம்பவங்களை மட்டும் எடுத்துக்கொண்டு, அவற்றை உணர்ச்சிகரமான காட்சிகளாக எழுதிப் படமாக்கினால், அந்தப் படம் மறக்கமுடியாத

படமாக அவசியம் ஆகிவிடும். அப்படித்தான் 'கப்பலோட்டிய தமிழன்' திரைப்படம் 1961ல் பி.ஆர். பந்துலுவால் எடுக்கப்பட்டது. இதேபோல்தான் மணிரத்னத்தின் 'இருவர்' படமும். ஆனந்தன், தமிழ்ச்செல்வன் ஆகிய இரண்டு ஆளுமைகளுக்குள் நிலவிய நட்பும் போட்டியும் மறக்கமுடியாத வகையில் திரைக்கதையாக எழுதப்பட்ட படம் அது. அதிலும் அந்த இரண்டு கதாபாத்திரங்களின் வாழ்க்கையில் நடைபெற்ற முக்கியமான சம்பவங்கள் மட்டுமே இடம்பெற்றிருக்கும். அப்போதுதான் ஆடியன்ஸால் அந்தச் சில சம்பவங்களை நினைவும் வைத்திருக்க முடியும். அப்போதுதான் அந்த ஆளுமைகளைப் பற்றி அவர்களால் யோசித்தும் பார்க்க முடியும். உளவியல் ரீதியான ஒரு காரணம் இது. படுவேகமாக சம்பவங்களின் வரிசை வந்து சென்றால் எதுவுமே நினைவில் நிற்காமல் போய்விடும்.

1982ல் ரிச்சர்ட் அட்டன்பரோவால் எடுக்கப்பட்ட 'காந்தி' திரைப்படத்தில் காந்தியின் வாழ்க்கையின் மூன்றே நிலைகள் மட்டுமே காட்டப்பட்டிருக்கும். முதலாவதாக, இளமையில் சட்டம் படித்தபோது பிரிட்டிஷார்களால் எப்படியெல்லாம் இந்தியா அடிமைப்படுத்தப்பட்டிருக்கிறது என்பதை அவர் தெரிந்து கொள்வது; இரண்டாவதாக, அஹிம்சை முறையிலான போராட்டத்தை எப்படி காந்தி பின்பற்றத் துவங்கினார் என்பது; மூன்றாவதாக, முஸ்லிம்களுக்கும் ஹிந்துக்களுக்கும் இடையே அமைதியையும் சாந்தியையும் எப்படிக் கொண்டுவர முயன்றார் என்பது. இதே படத்தை ஆரம்பத்தில் இருந்து இறுதிவரை காந்தியின் வரலாற்றைக் காட்டி எந்தக் காட்சியும் மக்களின் மனதில் தங்காமலும் எடுத்திருக்க முடியும். ஆனால் அப்படி எடுக்காமல், இந்த மூன்று நிலைகளை வைத்துக்கொண்டு காந்தியின் வாழ்க்கையின் மிக முக்கியமான சம்பவங்களைக் காட்டியதால், படமும் உணர்ச்சிகரமாகவும் மனதைத் தொடும்படியாகவும் அமைந்திருந்தது. படத்துக்கு எட்டு ஆஸ்கர்களும் கிடைத்தன.

ஹாலிவுட்டில் வெளியாகும் ஆளுமைகளைப் பற்றிய எப்படிப்பட்ட படமாக இருந்தாலும் இந்த வழிமுறையில்தான் எடுக்கப்பட்டிருக்கும். 'லாரன்ஸ் ஆஃப் அரேபியா' (Laurance of Arabia), 'சிடிஸன் கேன்' (Citizen Cane), எ ப்யூட்டிஃபுல் மைண்ட்' (A Beautiful Mind), 'தி ஆவியேட்டர்' (The Aviator) போன்றவை சில உதாரணங்கள். தமிழில் சிறந்த படங்களான 'பாரதி', 'பெரியார்' ஆகிய படங்கள் இப்படி எடுக்கப்பட்டிருந்தால், இன்னும் அதிக மக்களைச் சென்று சேர்ந்திருக்கும் என்று தோன்றுகிறது. மாறாக அந்தப் படங்களில் வரிசையாகப் பிறப்பில் இருந்து இறப்பு வரை எல்லாச் சம்பவங்களும் இடம் பெற்றதால், அவர்களின் வாழ்க்கையின் மிக முக்கியமான சம்பவங்களுமே, மிகக்குறைந்த நேரமே காட்டப்படும் சூழ்நிலை ஏற்பட்டு விட்டது என்றும் தோன்றுகிறது.

அடுத்ததாக, ஒரு செய்தித்தாளின் செய்தியிலிருந்தோ அல்லது பத்திரிகைகளில் வந்த கட்டுரையிலிருந்தோ திரைக்கதை எழுதுவது பற்றிப் பார்க்கலாம். இதற்கு முதலில் சம்மந்தப்பட்டவர்களின் அனுமதி அவசியம் வேண்டும். அதன்பின், அந்தச் சிறிய கட்டுரையையோ அல்லது செய்தியையோ திரைக்கதையாக எழுத நம்மைத் தூண்டுவது எது என்ற தெளிவு வேண்டும். அந்தக் கதாபாத்திரத்தின் துணிகரம், அல்லது அந்தச் செய்தியின் அபத்தம், அல்லது அந்தக் செய்தியில் இடம்பெற்றிருக்கும் திருப்பம், எது நம்மைத் தூண்டுகிறது? அந்தக் கதை யாரைப்பற்றியது? இது தெரிந்தால், கதாபாத்திரங்களை விரிவாக விளக்கிக்கொள்ளலாம். பின்னர் அவர்களுக்கான கேரக்டர் ஸ்கெட்ச்கள் எழுதலாம்.

அதன்பின் அந்தச் செய்தியை வைத்துக்கொண்டு முந்தைய அத்தியாயங்களில் பார்த்தது போல் முதலில் ஒன்லைன், அதன்பிறகு நான்கைந்து பக்கங்களில் அந்தக் கதையை எழுதிக்கொள்வது, பின்னர் விரித்து எழுதுவது ஆகியவற்றைச் செய்யலாம்.

திரைக்கதையைப் புதிதாக எழுதுவதோ அல்லது ஏற்கெனவே இருக்கும் ஒரு கலைப்படைப்பைத் திரைக்கதையாக மாற்றுவதோ, + எதுவாக இருந்தாலும், விடாமல் எழுதவேண்டும் என்பது முக்கியம். இதோ இவை ஹாலிவுட்டின் தலைசிறந்த திரைக்கதையாசிரியரான ஸ்டூவர்ட் பீட்டியின் (Stuart Beattie) வார்த்தைகள்.

'ஒரு எழுத்தாளனாக நீங்கள் செய்யவேண்டியதெல்லாம் எழுதிக் கொண்டே இருப்பதுதான். திரையுலகின் இன்றியமையாத அம்சங்களில் ஒன்று இப்படி எழுதுவதன் மூலமாக உருவாகும் நம்பிக்கை நட்சத்திரங்கள். எழுதிக்கொண்டே இருந்தால் அவசியம் அது நடந்தே தீரும். பிரம்மாண்டமான இந்தத் திரையுலகின் உள்ளே நம்மால் செல்லவே இயலாது என்று எண்ணாமல், உங்கள் எழுத்தால் அந்த உலகின் கதவை உடைக்க முடியும் என்று உறுதியாக நம்புங்கள். சிறந்த திரைக்கதைகளைப் படியுங்கள். சிறந்த படங்களைப் பார்த்துக்கொண்டே இருங்கள். அவசியம் உங்களால் ஒரு அற்புதமான திரைக்கதையாசிரியராக ஆகமுடியும்',

இறுதியாக, Adaptation - ஏற்கெனவே ஒரு வடிவத்தில் இருக்கும் படைப்பைத் திரைக்கதை வடிவத்துக்கு மாற்றுவதைக் குறித்த சில வார்த்தைகள்.

Adaptation என்பது என்ன? ஒரிஜினல் படைப்பை அச்சு அசல், வரிக்கு வரி மாறாமல் அப்படியே திரைக்கதை எழுதுவது அல்ல Adaptation என்பது. மாறாக, ஒரு புத்தகம் என்பது ஒரு புத்தகம் மட்டுமே. ஒரு நாடகம் என்பது ஒரு நாடகம் மட்டுமே. ஒரு கட்டுரை என்பது ஒரு

கட்டுரை மட்டுமே. அதேபோல் ஒரு திரைக்கதை என்பது ஒரு திரைக்கதை மட்டுமே. அடாப்டேஷன் (தழுவுதல்) என்பது எப்போதுமே மற்றொரு கலைப்படைப்பை வைத்து எழுதப்பட்ட ஒரிஜினல் திரைக்கதை என்பதை மறந்து விடவேண்டாம். இவையெல்லாமே ஒன்றுக்கொன்று வேறுபட்ட வடிவங்கள்.

இத்துடன் சிட் ஃபீல்டின் புத்தகத்தின் பதினைந்தாவது அத்தியாயமான 'Adaptations' என்பது முடிகிறது. வரும் அத்தியாயத்தில், திரைப்படத் துறையின் இன்றியமையாத ஒரு அம்சத்தை விரிவாகக் காணப்போகிறோம். தமிழில் பல்வேறு வெற்றிப்படங்கள் இந்த வழிமுறையின் மூலமாகத்தான் மெருகேற்றப்பட்டிருக்கின்றன. ஒரு சிறிய க்ளூ கொடுக்கவேண்டும் என்றால், கிருஷ்ணன்–பஞ்சு, பாரதி–வாசு, ராபர்ட்–ராஜசேகரன், கமல்ஹாஸன்–க்ரேஸி மோகன், இளையராஜா–வைரமுத்து, மணிரத்னம்–ரஹ்மான் என்று சொல்லலாம். யோசியுங்கள்.

49

கூட்டணி அமைத்து திரைக்கதை

‘கிருஷ்ணன் பஞ்சு’ என்ற பெயர் தமிழ்த் திரையுலகில் மறக்கமுடியாத பெயர்களில் ஒன்று. 'பராசக்தி', 'ரத்தக்கண்ணீர்' என்ற இரண்டு பிரம்மாண்ட ஹிட்களின் இயக்குநர்கள் இவர்கள். அதற்கு முன்னரே ‘நல்லதம்பி’, 'பைத்தியக்காரன்' ஆகிய படங்களை என். எஸ். கிருஷ்ணனை வைத்து இயக்கியவர்கள். பின்னர் 'சர்வர் சுந்தரம்', 'பெற்றால்தான் பிள்ளையா', 'உயர்ந்த மனிதன்' போன்ற படங்களையும் இயக்கியிருக்கிறார்கள். 1944ல் ஆரம்பித்த இவர்களின் கூட்டு, 1985 வரை தொடர்ந்தது. இவர்களில் கதை மற்றும் திரைக்கதையை கச்சிதமாக செதுக்குவதில் கிருஷ்ணனும், படப்பிடிப்பில் திரைக்கதையை கவனமாகப் படமாக்குதல் படத்தொகுப்பு ஆகியவற்றைப் பஞ்சுவும் தங்களுக்குள் பிரித்துக்கொண்டு இயங்கினர். ஒவ்வொருவரும் மற்றவரின் பலம் பலவீனம் அறிந்து இறுதிவரை இணைபிரியாமல் செயல்பட்டனர்.

இதேபோல் நகைச்சுவைப் படங்களில் கமல்ஹாஸன்–க்ரேஸி மோகன் கூட்டணியை மறக்கமுடியாது. பாரதிராஜா–பாக்யராஜ், பாரதிராஜா –ஆர். செல்வராஜ் போலத் தமிழில் இன்னும் எக்கச்சக்கமான கூட்டணிகளை நம்மால் சொல்லமுடியும். கிருஷ்ணன்–பஞ்சுவைப் பற்றி மட்டும் இங்கே விபரமாகச் சொல்லியிருப்பதன் காரணம், அவர்களைப் பற்றி அதிகம் தெரியாது என்பதால்தான்.

திரைப்படங்கள் உருவாக்கத்தில் ஒரு இன்றியமையாத விஷயத்தைத்தான் இந்த அத்தியாயத்தில் கவனிக்கப் போகிறோம். சென்ற அத்தியாய இறுதியில் கொடுக்கப்பட்டிருந்த சில பெயர்களை வைத்தே இந்த அத்தியாயத்தைப் படிக்கத் துவங்கும் முன்னரே இதனை சிலர் யூகித்திருக்கலாம். 'கூட்டாகச் செயல்படுதல்' என்ற Collaboration தான் அது.

ஒரு திரைப்படம் என்பது ஒரே ஒருவரின் முயற்சியில் எடுக்கப்பட இயலாது. சினிமாவின் துவக்ககாலத்தில் சார்லி சாப்ளின் போன்றவர்கள் தங்களது படங்களைத் தானே எழுதி, இயக்கி நடித்திருந்தாலும், படத்தின் பிற வேலைகளுக்கு அவசியம் பிறரின் உதவி தேவைப்பட்டே இருந்தது. அது இப்போதும் தொடர்கிறது. எத்தனை புத்திசாலியாக ஒரு இயக்குநர் இருந்தாலும், அவரது மனதில் நினைத்த அதே வடிவத்தில் ஒரு திரைப்படத்தை உருவாக்கப் பிறரை நம்பியே ஆகவேண்டும். இப்படி எடுக்கப்படும் எந்தத் திரைப்படமாக இருந்தாலும், அதில் கலை, ஒளிப்பதிவு, இசை, தொழில்நுட்பம் போன்றவற்றின் கூட்டு அவசியம். இப்படியாக, 'ஒன்றுசேர்ந்து செயல்படுதல்' என்பது திரைப்படத்தை உருவாக்கும் நபர்கள் மட்டுமல்லாது அந்தப் படத்தில் உபயோகப்படுத்தப்படும் பிற விஷயங்களுக்குமே பொருந்துவதைக் காணமுடியும்.

இப்படி உருவாகும் படத்தில் திரைக்கதை எழுதுவது மட்டுமே நாம் நாமாகச் செய்ய முடியும் விஷயம். இதற்குத் தேவையெல்லாம் ஒரு பேனா, சில பேப்பர்கள் அல்லது ஒரு கணினி மட்டுமே. சில சமயம் இப்படித் தனியாக எழுதுவது பலன் தரலாம். இன்னும் சில சமயங்களில் கூட்டாகச் சேர்ந்து திரைக்கதைகள் எழுதுவது உதவலாம். இப்படித் தனியாக எழுதினாலும் சரி – கூட்டாக எழுதினாலும் சரி இரண்டுக்குமே பாஸிடிவ் நெகடிவ் பாயிண்ட்கள் உள்ளன. தனியாகத் திரைக்கதை எழுதுவதன் ப்ளஸ் பாயிண்ட் – வேறு யாரும் நமது திரைக்கதையில் தலையிடாமல், நாம் நினைத்ததை நினைத்தபடிக் கொண்டு வரலாம். இப்படி எழுதுவதன் நெகட்டிவ் பாயிண்ட் யாருமற்ற ஒரு அறைக்குள் அமர்ந்து எழுதும்போது, சில சமயங்களில் அடுத்து என்ன எழுதவேண்டும் என்பதே தெரியாமல் போய்விடலாம். அல்லது எழுதும்போது மனதில் உள்ளதை எப்படி எழுதவேண்டும் என்பதில் சிக்கல்கள் நேரலாம். நாம் நினைத்த அருமையான திரைக்கதையை எழுதுகையில் அப்படி இல்லாமல் மொண்ணையாகவோ அல்லது க்ளிஷேக்களுடன் நிரம்பியதாகவோ ஆகும்போது எழும் கோபமும் இயலாமை கலந்த வருத்தமும் மிகக் கொடியது. இதனால் சுய பச்சாதாபம் எழுந்து, இறுதியில் திரைக்கதை எழுதவே நாம் லாயக்கு இல்லை என்ற எண்ணம் வலுப்பட்டுவிட நேரும்.

இதனால்தான் நில சமயங்களில் திரைக்கதையாசிரியர்கள் ஒன்றுசேர்ந்து செயல்படுவதுண்டு. இன்னும் சில சமயங்களில், நிர்ப்பந்தங்களாலும் திரைக்கதையாசிரியர்கள் ஒன்று சேர்வதுண்டு. பிரபலமான நாவலாசிரியர்களான சுபா (சுரேஷ் – பாலகிருஷ்ணன்) கூட்டணி, ஒன்றுசேர்ந்து எழுதுவதற்கு ஒரு உதாரணம். பல வருடங்களாக

ஒன்றுசேர்ந்து நாவல்கள் எழுதிய இந்தக் கூட்டணி, அதன்பின் திரைக்கதை எழுதத் துவங்கி, இன்று பல படங்களைத் தாண்டி வெற்றிகரமாக இணைந்து செயல்பட்டுக்கொண்டிருக்கிறது. இயக்குநர் ஷங்கர்–சுஜாதா கூட்டணி இன்னொரு உதாரணம். சுஜாதா மணிரத்னத்துடனும் இணைந்து திரைக்கதைகள் எழுதியிருக்கிறார்.

இப்படி ஒருவர் மற்றொருவருடன் இணைகையில், சில முக்கியமான விஷயங்கள் அவசியம் முன்கூட்டியே முடிவு செய்து கொள்ளப்படுதல் வேண்டும். அவை:

1. கூட்டணியின் அடிப்படை விதிகளை முன்கூட்டியே முடிவு செய்து கொள்ளுதல்.
2. திரைக்கதை எழுதுவதற்கான முன்னேற்பாடுகள்.
3. திரைக்கதை எழுதுதல்.

இவற்றை அடுத்த அத்தியாயத்தில் விபரமாக கவனிப்போம்.

எல்லாவற்றுக்கும் முதலில், திரைக்கதை எழுதும்போது யாருடன் கூட்டாகச் சேர்ந்து செயல்படப்போகிறோம் என்பதில் தெளிவாக இருக்க வேண்டும். சில சமயங்களில் நில நிர்ப்பந்தங்களால் கூட்டணியில் செயல்பட நேரிடும். உதாரணமாக, தயாரிப்பாளரின் நிர்ப்பந்தத்தால் இரண்டு வெவ்வேறு திரைக்கதையாசிரியர்களோ அல்லது ஒரு இயக்குநரும் ஒரு திரைக்கதையாசிரியருமோ கூட்டாகச் செயல்படவேண்டி வரலாம். அப்போதெல்லாம் 'இவருடன் நாம் வேலை செய்யமுடியுமா? இருவரது சிந்தனைகளும் ஒன்றுசேர இயலுமா?' என்பதில் தெளிவாக இருக்கவேண்டும். இல்லாவிட்டால் அது தேவையில்லாத ஈகோ பிரச்னையில் கொண்டு போய்விட்டு, ஒட்டு மொத்தத் திரைக்கதையுமே எழுதப்படாமலே போவதில் முடியக்கூடும்.

திரைக்கதை எழுதுவதில் கூட்டணி என்பது எப்படிச் செயல்படுகிறது என்பதை யோசித்துப் பார்த்தால், ஒரு நபர் கணினியின் முன்னே அமர்ந்து கொண்டு வேகமாக டைப் செய்து கொண்டு, அவ்வப்போது அருகே இருக்கும் காஃபியை உறிஞ்சிக்கொண்டு இருக்க, இன்னொரு மனிதர் அந்த அறையில் மேலும் கீழும் வேகமாக நடந்து கொண்டு வசனங்களை மழைபோல பேசிக்கொண்டு இருப்பதே பலாரது மனதிலும் எழும் எண்ணமாக இருக்கும். ஒருவேளை ஐம்பது அறுபது ஆண்டுகள் முன்னால் அப்படி இருந்திருக்கலாம். தற்போது அப்படியெல்லாம் யாரும் செயல்படுவதில்லை. மாறாக, ஒவ்வொருவருமே கடினமாக உழைத்தே திரைக்கதையை உருவாக்குகின்றனர்.

திரைக்கதையைக் கூட்டணியாக எழுதும்போது யார் யார் என்னென்ன செய்யப்போகிறார்கள் என்பதை முன்கூட்டியே முடிவு செய்து கொள்ளுதல் மிகவும் அவசியம். இது ஏன் என்றால், திரைக்கதை எழுத இணையும்போது ஒவ்வொருவரின் இயல்பும் மற்றவரால் பாதிக்கப்பட்டு விடக்கூடாது. ஒருவருக்கு வசனங்கள் இயல்பாக எழுத வரும்; இன்னொருவருக்குத் திரைக்கதையில் காட்சியமைப்பு நன்றாக வரும் என்று வைத்துக்கொள்ளலாம். இப்படிப்பட்ட இருவர் இணையும்போது, திரைக்கதை நன்றாக அமைக்கும் நபர், 'நான் வசனங்கள் எழுதுகிறேன் – நீ காட்சிகளை அமைப்பதில் கவனம் செலுத்து' என்று சொல்லி அதன்படியே செயல்பட்டால், இருவரின் வேலையும் எதிர்பார்த்த விளைவுகளைத் தராது. சொதப்பலில்தான் கொண்டுபோய் விடும். அதேபோல் இருவருமே திரைக்கதை எழுதுவதில் கில்லாடிகள் என்றால், சேர்ந்து அமர்ந்தே திரைக்கதையை உருவாக்குதல் வேண்டும். ஒருவர் மற்றொருவரின் புகழைக்கண்டு பொறாமைப்படக்கூடாது.

ஹிந்தித் திரைக்கதை எழுத்தாளர்கள் சலீம்–ஜாவேத் கூட்டணி இதற்குச் சரியான உதாரணம். 1971ல் இணைந்த இந்த ஜோடி, 1982 வரை இணைபிரியாமல் பணியாற்றியது. இவர்கள் இருவரும் இணைந்து எழுதிய 24 திரைக்கதைகளில் 20 படங்கள் சூப்பர் ஹிட்கள். இவர்களில் சலீம் கான் (நடிகர் சல்மான் கானின் தந்தை) கதை மற்றும் சம்பவங்களை உருவாக்குவதில் கவனம் செலுத்த, ஜாவேத் அக்தர் (பிரபல ஹிந்திக் கவிஞர்) வசனங்கள் எழுதுவதில் கில்லாடியாக விளங்கினார். இவர்கள் பெயர் போஸ்டர்களில் இருந்தாலே அந்தப் படம் சில்வர் ஜூப்ளி என்ற பெரும்புகழ் இருவருக்கும் கிட்டியது. இந்தியாவில் திரைக்கதை மட்டுமே எழுதிப் பிரபலமானவர்களில் இவர்கள் இருவரும் முக்கியமானவர்கள்.

அமிதாப் பச்சனின் திரை வாழ்க்கையைக் கட்டமைத்தவர்களில் இந்த இருவரும் முக்கியமானவர்கள். 'ஷோலே' இவர்களின் கைவண்ணம்தான். அதேபோல் 'தீவார்' (தமிழில் ரஜினி நடித்து 'தீ'யாக வெளியானது), 'டான்' (பில்லா), 'தோஸ்தானா' (கமல்–சரத்பாபு நடித்து 'சட்டம்' என்று வெளிவந்தது), 'யாதோங் கி பாராத்' (கிட்டத்தட்ட தென்னிந்திய மொழிகள் அத்தனையிலும் ரீமேக் செய்யப்பட்டது. தமிழில் எம்.ஜி.ஆர் நடித்த 'நாளை நமதே'), தமிழில் நல்லநேரமாக வெளிவந்து ஹிந்தியில் 'ஹாத்தி மேரே சாத்தி' என்று ரீமேக் செய்யப்பட்ட படம் – இப்படி இவர்கள் கைவைத்த படமெல்லாம் சூப்பர் ஹிட்டானது. ஆனால் ஈகோவால் பிரச்னையாகி இருவரும் 1982வில் பிரிந்தனர். அதன்பின்னும் 1987ல் 'மிஸ்டர் இண்டியா' என்ற பிரம்மாண்ட ஹிட் இவர்கள் ஏற்கெனவே எழுதியிருந்த திரைக்கதையை வைத்து எடுக்கப்பட்டது

திரைக்கதை எழுதலாம் வாங்க

(தமிழில் பாக்யராஜின் 'என் ரத்தத்தின் ரத்தமே').

இந்தியத் திரையுலகம், ஜீனியஸ்களாக விளங்கிய இந்த இருவரின் கூட்டு முயற்சியை இவர்களின் ஈகோ பிரச்னையால் இழந்தது. அப்படிப் பிரிந்தவர்கள், பல வருடங்கள் முகம் கொடுத்துக் கூடப் பேசிக்கொள்ளவில்லை என்பது நமக்குத் தேவையான முக்கியமான தகவல். இங்குதான் நாம் மேலே பார்த்த விஷயங்கள் உதவிக்கு வருகின்றன *(கூட்டணியில் ஒருவர் மற்றொருவரை நன்கு அறிதல் முக்கியம். பொறாமை அறவே கூடாது).*

மற்றொருவருடன் சேர்ந்து திரைக்கதை எழுத விரும்பினால், சரியான விகிதத்தில் வேலையை முடிக்கும் விதம் தெரிந்திருக்க வேண்டும். முதலிலேயே அப்படித் தெரிவது சந்தேகம்தான் (ஒருவர் பிரபல இயக்குநராக இருந்து மற்றொருவர் வசனகர்த்தாவாக இருந்தால் அது சாத்தியம். அதாவது ஒருவர் சொல்லியபடி மற்றொருவர் செய்வது. ஆனால், நாம் இங்கே பார்ப்பது, ஒரேபோன்ற இருவர் திரைக்கதை எழுதச் சேர்வதைப்பற்றி). எனவே, முடிந்தவரை தவறுகள் செய்து, அப்படிப்பட்ட தவறுகளால் பாடங்கள் கற்றுக்கொண்டு, அதன்பின் அந்தப் பாடங்கள் மூலமாகவே ஒவ்வொருவரின் பங்களிப்பையும் முடிவு செய்து கொண்டு செயல்பட்டால் கூட்டணி உறுதியாகிவிடும் என்பது சிட் ஃபீல்டின் கருத்து.

50

கூட்டு முயற்சியே திரைக்கதையின் சாரம்

இரண்டு பேர் சேர்ந்து திரைக்கதை எழுதுகிறார்கள் என்றால், அவர்களின் கூட்டு முயற்சி என்பது எப்படி இருக்கவேண்டும்? உதாரணமாக, இதைப் படிக்கும் உங்களிடம் ஒரு கதை இருக்கிறது என்று வைத்துக்கொள்வோம். சிறுகச்சிறுக முன்னேறி, தற்போது திரைக்கதையை விரித்து எழுதும் கட்டம். இன்னொருவருடன் ஜோடி சேர்ந்து எழுதினால் நன்றாக வரும் என்பது உங்கள் எண்ணம். அந்தக் கூட்டணி எப்படி இருந்தால் திரைக்கதை அருமையாக வரும் வாய்ப்புகள் அதிகம்?

இந்தக் கூட்டு முயற்சி என்பது உங்களுக்கும் உங்களது பார்ட்னருக்கும் எவ்வாறு தோன்றுகிறது? உங்கள் இலக்குகள் என்னென்ன? உங்கள் எதிர்பார்ப்புகள் என்ன? இந்தக் கூட்டு முயற்சியில் நீங்கள் என்ன செய்யப்போகிறீர்கள்? உங்கள் பார்ட்னரின் பங்களிப்பு என்ன? தேவைப்பட்டால், எல்லாவற்றுக்கும் முதலில் இதைப்பற்றிய ஒரு நல்ல புரிதலை வளர்த்திக்கொள்வது நல்லது. இந்த விஷயங்களில் தெளிவாக இல்லாவிட்டால் அது ஈகோ யுத்தத்தை வளர்க்கும். எனவே, ஒவ்வொருவரின் பங்கைப் பற்றியும் இரண்டு மூன்று பக்கங்களுக்கு வெளிப்படையாக ஒரு கட்டுரையை எழுதி, இருவரும் மற்றவரின் கட்டுரையைப் படித்தால் இந்தப் புரிதல் மேம்படும் என்பது சிட் ஃபீல்டின் கருத்து.

போலவே வெளிப்படையாகப் பேசிக்கொள்வதும் சிறந்தது. யார் கணினியில் அமர்ந்து எழுதப்போகிறார்கள்? திரைக்கதையை எழுதுவது எங்கே நடக்கப்போகிறது? எப்போது? இருவரும் சேர்ந்து வேலை செய்யத் தோதான நேரம் என்ன? ஒருவேளை இருவரும் தனித்தனியே வேலை செய்து, எழுதிய பக்கங்களை மொத்தமாக

அல்லது அவ்வப்போது படித்துப்பார்க்கப்போகிறீர்களா? அல்லது ஒரே அறையில் இருந்து கொண்டே திரைக்கதையை எழுதப் போகிறீர்களா? இருவருக்கும் நிறைய நேரம் இருக்கிறதா அல்லது இருவரும் வேறு வேலைகளில் இருந்து கொண்டு பார்ட் டைமாகத் திரைக்கதை எழுதப்போகிறீர்களா?

இவை எல்லாவற்றையும் வெளிப்படையாகப் பேசுவதே சிறந்தது. இதுதான் சென்ற அத்தியாயத்தில் கவனித்த முதல் பாயிண்ட். கூட்டணியின் அடிப்படை விதிகளை முடிவுசெய்து கொள்ளுதல்.

கூடவே, செய்யப்போகும் வேலைகளைப் பட்டியல் இட்டுக்கொள்வதும் நல்லது. எங்காவது சென்று ரிஸர்ச் செய்ய வேண்டி இருக்கிறதா? யாரையாவது பேட்டிகாண வேண்டி இருக்கிறதா? நூலகம் சென்று குறிப்புகள் எடுக்கவேண்டுமா? இண்டர்நெட்டில் எதையாவது தேடவேண்டுமா? யார் யாருக்கு என்னென்ன செய்யப் பிடித்திருக்கிறதோ அதைச் செய்யலாம். ஆனால் தெளிவாக, சமமாக இந்த வேலைகளைப் பங்கிட வேண்டியது அவசியம்.

இதையெல்லாமே ஆரம்பித்துச் செய்ய எப்படியும் ஓரிரு வாரங்கள் ஆகலாம். அந்தநேரத்தில் எதாவது அவசரமாகச் செய்து அது தோல்வியடைந்து விடுமோ என்ற பயம் வேண்டாம். ஏனெனில் கூட்டு முயற்சியில் முதலில் சில நாட்கள், அடுத்தவர் நம்மை நல்லவனாக நினைக்கவேண்டும் என்று நினைத்துக்கொண்டே நம்மையும் அறியாமலேயே நடிப்பது சாதாரணமாக நடக்கும் விஷயம். அதேபோல் கூட்டுச் சேர்ந்த மறுநாளே திரைக்கதை எழுதுவதும் வேண்டாம். முதலில் அடிப்படை விதிகளை இருவரும் பேசிக்கொண்டு நன்றாக அமைத்துக்கொள்ளவேண்டும். திரைக்கதை எழுத ஆரம்பித்தல் என்பது கட்டக்கடைசியான வேலையாகத்தான் இருக்கவேண்டும். இதுதான் சென்ற அத்தியாயத்தில் பார்த்த மூன்றில் இரண்டாவது பாயிண்ட். திரைக்கதை எழுதுவதற்கான முன்னேற்பாடுகள்.

எழுதத் துவங்குமுன்னர், எழுத நினைக்கும் கதைக்கான களனைத் தயார்செய்து வைத்துக்கொள்ளவேண்டும். எப்படி? இந்தப் புத்தகத்தின் ஆரம்பத்தில் இருந்து நாம் பார்த்த அத்தனை வழிமுறைகளையும் வைத்துத்தான். சுருக்கமாக:

கதையை முதலில் ஓரிரு வரிகளில் எழுதிக்கொள்ளுவது அதன்பின் கதைக்கான தயாரிப்பு ரிஸர்ச் அதன்பின் கதாபாத்திரங்கள் உருவாக்கம் கதாபாத்திரங்களை விரிவாக எழுதிக்கொள்வது (கேரக்டர் ஸ்கெட்ச்) பின்னர் அவைகளை சுவாரஸ்யமாக ஆக்குவது பிரதான பாத்திரத்தின் இலக்கு என்ன? எதைநோக்கி அது பாடுபடப்போகிறது? – கதையின் முடிவைத் தெரிந்து கொள்வது கதையின் ஆரம்பம்

என்ன? – இரண்டு ப்ளாட் பாயிண்ட்கள் என்னென்ன? – கதையில் முரண்பாடுகள் இருக்கின்றனவா? உட்புற, வெளிப்புற முரண்பாடுகளை எப்படிக் காண்பிக்கப்போகிறோம்? – ஏதாவது சஸ்பென்ஸ் நிறைந்த திரைக்கதை என்றால், குற்றத்தை யார் செய்தார்கள் என்பது முதலில் உங்களுக்கே தெரியுமா? இவைதான் திரைகக்தை எழுதுவதற்கெல்லாம் முன்னர் நமது கையில் இருக்கவேண்டிய தகவல்கள். இவையெல்லாம் தெரிந்தால்தான் திரைக்கதை வெற்றிகரமாக முடியும். திரைக்கதையை உருவாக்கப்போவது நாம்தான் என்பதால், நமக்கு இவையெல்லாம் தலைகீழ்ப் பாடமாக இருக்கவேண்டும்.

இவற்றைத் தயார் செய்தபின்னர், கதையைப் பாயிண்ட் பாயிண் டாக எழுதிக்கொள்ளுதல். அப்படி எழுதும் போது ஒவ்வொரு பாயிண்ட்டைப் பற்றியும் விபரமாக விவாதித்து அதன்பின்னர் இருவருக்கும் தெளிவு பிறந்தபின்னர் அதனை எழுதிக்கொள்ளுதல் நலம். ஒருவேளை இருவருக்கும் எங்காவது கருத்து வேறுபாடு எழுந்தால், இருவருமே அவர்களுக்குத் தோன்றும் காட்சியமைப்பைத் தனியாக எழுதலாம். பின்னர் அவற்றை எடுத்துப் படித்தோ விவாதித்தோ அந்தக் காட்சியைக் கட்டமைக்கலாம். இப்படித் திரைக்கதை எழுதுவதற்கான முன்னேற்பாடுகளைக் கவனித்தபின்னர், திரைக்கதையை எழுத அமரலாம். இதுதான் மூன்றாவது பாயிண்ட் திரைக்கதை எழுதுதல்.

இதில்தான் பொறிபறக்கும் விவாதங்கள் நிகழலாம். 'நான் சொல்வதே சரி நீ சொல்வது தவறு' என்ற விஷயம் அடிக்கடி நடக்கும். இங்கே ஒரே விஷயத்தை மட்டும் நன்றாக மனதில் நிறுத்திக்கொள்ளவேண்டும். அது இந்தக் கூட்டணி எதற்காக? ஒரு அட்டகாசமான திரைக்கதையை சேர்ந்து எழுதுவதற்காக என்ற விஷயம். இலக்கு நமது மனதில் தெளிவாக இருந்தால், என்னதான் பிரச்னை என்றாலும் அதை சரிசெய்துவிட முடியும்.

இப்படிச் செயல்படுவதற்கான மிக முக்கியமான அம்சம் கருத்துப் பரிமாற்றம். அதுதான் வேறு எந்தவிதமான உறவுக்குமே அவசியம். சேர்ந்து வேலைசெய்யும்போது சில சமயம் நம்மை அறியாமலேயே மற்றவர்கள் நமது மனதைக் காயப்படுத்தக்கூடும். அப்போதெல்லாம் வெளிப்படையாக அதனைச் சொல்லி, அதனால் நமது மனம் பாதிக்கப்பட்டுள்ளது என்பதை அடுத்தவருக்கு மென்மையாக சுட்டிக்காட்ட வேண்டும். இல்லாவிடில் அது மிகப்பெரிய ஈகோவாக வளர்ந்து, உறவு முறிதலில் கொண்டுபோய் விட்டுவிடும். இது ஒரு உளவியல் ரீதியான உண்மை . எப்போது 'இரண்டு' என்று ஆகிறதோ அங்கே பிரச்னைகள் முளைவிடுவதும் சகஜம்தான்.

கூட்டு முயற்சிக்கு சிட் ஃபீல்ட் சொல்லும் பரிந்துரை, முப்பது முப்பது பக்கங்களாக எழுதிக்கொள்வது நல்லது என்பதையே. நாம் முப்பது

பக்கங்கள் எழுதி, அதனை நமது பார்ட்னர் திருத்தலாம். அவர் எழுதும் அடுத்த முப்பது பக்கங்களை நாம் திருத்தலாம். இப்படி மாற்றி மாற்றி எழுதித் திரைக்கதையை முடிக்கலாம்.

சிலமுறைகள் நமது பார்ட்னர் எழுதியிருப்பது சரியில்லை என்று அவருக்குச் சொல்ல வேண்டியிருக்கலாம். அதை எப்படி வெளிப்படையாகச் சொல்வது? இது கத்தி மீது நடப்பது போன்றது. நாம் சொல்லும் கருத்தால் அவர் கோபித்துக்கொண்டு சென்று விட அத்தனை வாய்ப்புகளும் உள்ளன. காரணம் இங்கே நமது முடிவுகளுக்கான அவரது எதிர்வினைகளை நாம் சந்திக்கப்போகிறோம். இப்படிக் கருத்து சொல்வதில் தனிப்பட்ட விதத்தில் நமக்கு எந்தக் கோபமோ பொறாமையோ இல்லை என்பதைப் புரியவைக்கவேண்டும். இப்படி யாராவது நம்மிடம் சொன்னால் நாம் எப்படி ரியாக்ட் செய்வோம்? முதலில் என்ன சொல்லப்போகிறோம் என்பதையும், அதன்பின் அதை எப்படிச் சொல்லப்போகிறோம் என்பதையும் தெளிவாகத் தயார் செய்து கொள்ளவேண்டும். திருமணத்தைப் போலவே, இந்தக் கூட்டு முயற்சியிலும் பிரதான விதி, தெளிவான கருத்துப் பறிமாற்றம்தான்.

இப்படியாக முதல் வடிவத்தைத் தயார் செய்து விட்டால், அதன்பின்னர் நாம் ஏற்கெனவே பார்த்தது போன்று, அந்த வடிவத்தில் இருந்து இரண்டாவது, மூன்றாவது வடிவங்களைத் தயார் செய்யமுடியும். தனியே அமர்ந்து எழுதுவதைவிட இங்கே இவை சீக்கிரம் உருவாவதைக் காணமுடியும். சேர்ந்து விவாதிப்பதன் நன்மை இது.

தமிழில் பெரும்பாலும் ஒரு கதையை உருவாக்கும்போது சற்றே வித்தியாசமாக இந்த முறைமை பின்பற்றப்படுகிறது. முதலில் ஒரு ஒன்லைனை உருவாக்கும் இயக்குநர், தனது மனதில் ஓரளவு அந்தக் கதையைத் தயார் செய்து கொள்கிறார். அதன்பிறகு அவருடைய குழுவைச் சேர்ந்தவர்களோடு விவாதம் நடக்கிறது. இந்த விவாதத்தில் பல பக்கங்களிலிருந்தும் பல்வேறு கருத்துகள் பேசப்பட்டு ஒன்று சேர்க்கப்படுகின்றன. இந்தக் கருத்துகளில் சில, சுவாரஸ்யமான காட்சிகளாகவும் பின்னால் உருவெடுக்கலாம். இப்படிப்பட்ட அத்தனை இன்புட்களையும் வைத்துக்கொண்டு இயக்குநர் திரைக்கதையை எழுதி முடிக்கிறார். நாம் திரையில் பார்த்து ரசிக்கும் பல ஆச்சரியப்படவைக்கும் காட்சிகள் எல்லாமே இப்படி உருவானவைதான். பெரும்பாலும் இயக்குநரின் மனதில் உருவாகியிருந்தாலும், அந்தக் காட்சிகள் முழுவடிவம் பெறுவது இப்படிப்பட்ட விவாதங்களில்தான். இதுதான் விவாதிப்பதன் நன்மை. பல சமயங்களில் நாம் ஒரு விதத்தில் மட்டுமே திரைக்கதையை அணுகிக்கொண்டிருக்கலாம். அந்தச் சமயங்களில் நம்மோடு திரைக்கதையில் வேலை செய்யும்/எழுதும் நபர் வேறு பல

கோணங்களில் கருத்துகள் சொல்லலாம். இதனால் திரைக்கதைக்கு எப்போதும் நல்லதுதான்.

இறுதியாக, இப்படி சேர்ந்து உருவாக்குவதில் காப்பிரைட் பிரச்னைகளும் வராமல் இருப்பதில்லை. Pulp Fiction படத்தின் திரைக்கதையை க்வெண்டின் டாரண்டினோவுடன் சேர்ந்து எழுதியவர் ரோஜர் ஏவெரி (Roger Avary). படத்தின் பெரும்பான்மையான திரைக்கதையை ஏவெரி எழுதியிருந்தாலும், மிக முக்கியமான சில காட்சிகள் (தன்னிச்சையாக காருக்குள் சுடுவது, ஜூல்ஸையும் வின்ஸெண்ட்டையும் நோக்கி வரும் குண்டுகள் அவர்கள் மீது பாயாமல் இருப்பது போன்றவை) எழுதியவர் ஏவெரிதான். ஆரம்ப காலத்தில் நட்புடன் இருந்த இந்த ஜோடி, பின்னர் மனக்கசப்புடன் பிரிய நேர்ந்தது. இப்போதும் அவ்வப்போது இவர்களின் பேட்டிகளில் பல்ப் ஃபிக்ஷனுக்கு ஒரு உரிமைப்போர் நடப்பதைக் காணமுடியும். இதற்காகத்தான் இந்த அத்தியாயத்தின் துவக்கத்தில் விதி முறைகளை நிர்ணயித்துக் கொள்ளவேண்டும் என்று கவனித்தோம். வெற்றிகரமான திரைக்கதை முயற்சிகளில் கூட்டு முயற்சி இன்றியமையாதது. கொஞ்சம் தமிழ் சினிமாவை கவனித்தாலே திரைக்கதைகளில் கூட்டு முயற்சிகள் எப்படியெல்லாம் வெற்றியடைந்துள்ளன என்பதை அறியலாம்.

இத்துடன் ‘On Collaboration’ என்ற சிட் ஃபீல்டின் அத்தியாயம் முடிகிறது.

51

எழுதிய திரைக்கதையைத் தூக்கி எறியுங்கள்

திரைக்கதையை முழுதாக எழுதி முடித்தபின்னர் என்ன செய்ய வேண்டும்?

சென்ற அத்தியாயத்தில் பார்த்தபடி சேர்ந்தோ தனியாகவோ ஒரு திரைக்கதையை இதுவரை பார்த்த வழிமுறைகளின்படி எழுதி முடித்தாகிவிட்டது. நமது பலமாத உழைப்பு இதோ நம் கைகளில் தவழ்கிறது. அடுத்ததாக, உடனடியாக ஒரு தயாரிப்பாளரைத் தேடி ஓடாமல் நாம் செய்யவேண்டிய சில வேலைகள் இன்னும் மிச்சம் இருக்கின்றன.

திரைக்கதை எழுதியதும் முதல் வேலையாக அதனைப் ப்ரிண்ட் செய்துகொள்வது அவசியம். அல்லது கையில் எழுதப்பட்டிருந்தால் அதனைத் தட்டச்சு செய்துகொள்ளலாம். ஒருவேளை கணினியில் எழுதப்பட்டிருந்தால் அதனை வேறு எங்காவது சேமித்து வைப்பதும் அவசியம். மின்னஞ்சல்களில் வைத்துக்கொள்ளலாம். ஹார்ட் டிஸ்க்களில் போட்டுவைத்துக் கொள்ளலாம். அல்லது இணையத்தில் சேமிக்கலாம். டிவிடியில் எழுதிக்கொள்ளலாம். மொத்தத்தில் அது டைப் செய்யப்பட்ட லேப்டாப் அல்லது கணினியைத் தவிர வேறு எங்காவது பத்திரமாக இருப்பது நல்லது. எப்போது வேண்டுமானாலும் கணினி பழுதாகலாம் என்பதை மறக்கக்கூடாது.

இதன்பின்னர் நமது திரைக்கதை எடுபடுமா எடுபடாதா என்று தெரிந்து கொள்வது அவசியம். 'எடுபடாத திரைக்கதையை யாராவது இத்தனை கஷ்டப்பட்டு எழுதுவார்களா?' என்று யாரேனும் கேட்கலாம். ஆனால், நமது மனதில் உள்ள கதை எப்போதுமே நமக்கு நல்ல

கதையாகத்தான் இருக்கும் என்பதை மறந்து விடக் கூடாது. பிறரின் கருத்து என்ன என்பதைத் தெரிந்து கொள்ளாமல் நமது கதையை மார்க்கெட் செய்யக்கூடாது. கூடவே, நாம் எழுத ஆரம்பித்த காலத்தில் திரைப்படங்களில் ஒரு குறிப்பிட்ட ட்ரெண்ட் இருந்திருக்கலாம். அதை நம்பி நாமும் அதே ட்ரெண்டில் எழுதியிருக்கலாம் (அல்லது அந்த ட்ரெண்டே இல்லாமல் முற்றிலும் வேறு ஒரு ட்ரெண்டில் கூட எழுதியிருக்கலாம்). ஆனால் எழுதி முடித்த பின்னர், இத்தனை மாதங்களில் மக்களின் ரசனை எப்படி இருக்கிறது? நமது திரைக்கதை அவர்களுக்குப் பிடித்திருக்கிறதா? அல்லது இடைப்பட்ட காலத்தில் அதேபோன்ற படம் எதாவது வந்திருக்கிறதா? இல்லை வேற்றுமொழிகளில் இதைப்போன்ற சாயல் உடைய படம் உள்ளதா? இத்தனை கேள்விகளுக்கும் இனிதான் விடைதேடவேண்டும்.

ஹாலிவுட்டை உதாரணமாக எடுத்துக்கொண்டால், ஒரேபோன்ற படங்கள் ஒரே சமயத்தில் வெளிவருவது அடிக்கடி நடக்கும் நிகழ்ச்சி. 1998ல் 'டீப் இம்பேக்ட்' (Deep Impact) மற்றும் 'ஆர்மகெட்டன்' (Armageddon) ஆகிய படங்கள் இரண்டு மாத இடைவெளியில் வெளியாகின. அதேபோல் 'த இல்யூஷனிஸ்ட்' (The Illusionist) மற்றும் க்ரிஸ்டோஃபர் நோலனின் 'த ப்ரஸ்டீஜ்' (The Pres tige) ஆகிய படங்கள் 2006ல் வெளியாகின. மிகச்சமீபத்தில், ஹாலிவுட்டில் ஹெர்குலீஸ் மீது திடீர் வெறி உருவாகி, The Legend of Hercules படம் வெளியாக, அதைத் தொடர்ந்து, WWE புகழ் ராக் நடித்த 'Hercules' என்ற படமும் வெளியானது. இது ஹாலிவுட்டில் நடந்தால் பிரச்னையில்லை. காரணம் அங்கே மிகப்பெரிய ஸ்டுடியோக்கள் இந்தப் படங்களின் பின்னே இருப்பதால் எப்படியும் போட்ட பணத்தை எடுத்துவிடுவது சாத்தியம். ஆனால் தமிழில் கஷ்டப்பட்டு எழுதும் திரைக்கதை ஏற்கெனவே வெளியாகிய படத்தைப் போல இருந்தால் அந்தப் படம் எடுக்கப்படாமலேயே போய்விடக்கூடிய வாய்ப்புகள் மிக அதிகம். கூடவே தமிழில் இன்னொரு பிரச்னையும் உண்டு. ஈயடிச்சாங்காப்பி அடிப்பதற்கும் இன்ஸ்பிரேஷனுக்கும் இன்னும் தெளிவான வித்தியாசம் பலருக்கும் தெரியாத சூழல் நிலவுகிறது. அதனால் நமக்குத் தெரியாமலேயே வேறொரு படம் போல (ஆங்கிலமோ அல்லது உலகப்படமோ அல்லது இந்திய மொழிகளில் வெளியான படமோ) ஒரு காட்சியோ சில காட்சிகளோ இருந்தால் 'அது ஒரு காப்பி' என்ற தகவல் மிகவும் எளிதாக ஃபேஸ்புக், ட்விட்டர் போன்ற தளங்களில் வெளியாகி, அந்தப் படத்தை மிகவும் பாதிக்கக்கூடிய சூழலும் நிலவுகிறது.

எளிமையாகச் சொல்லவேண்டும் என்றால், காப்பியடிப்பது என்பது கொஞ்சம்கூடப் படைப்பாற்றலே இல்லாமல் அப்படி அப்படியே

திரைக்கதை எழுதலாம் வாங்க

இன்னொரு படத்திலிருந்து வெட்டி வைப்பது; இன்ஸ்பிரேஷன் என்பது ஒரிஜினலுக்குச் செய்யும் மரியாதை. ஒரிஜினலை விடவும் அற்புதமாகவும் படைப்பாற்றல் மிகுந்ததாகவும் இருக்கும் படைப்பு. இன்ஸ்பிரேஷனால் வெளிப்படும் படைப்புகள் ஒரிஜினலுக்கு இன்னும் மரியாதையையே கூட்டும். இதனால்தான் நாம் எழுதும் திரைக்கதை (அல்லது எழுதி முடித்த திரைக்கதை) பிற படங்களைப் போல தோன்றாமல் தனித்துவமாக இருக்கவேண்டிய அவசியம் முன்னைவிட இப்போது மிக அதிகம். இதனாலேயே, நமது திரைக்கதை எடுபடுமா என்பதை முதலில் தெரிந்து கொள்வது அவசியமாகிறது.

நமக்கு நன்கு தெரிந்த நண்பர்கள் எப்படியும் சிலர் இருப்பார்கள். நமது வளர்ச்சியை அருகில் இருந்து பார்த்துக் கொண்டிருப்பவர்கள் இவர்கள். இந்த நண்பர்களை அணுகி, நமது திரைக்கதையைக் கொடுத்துப் படித்துப் பார்க்கச் சொல்லலாம். எதுவாக இருந்தாலும் வெளிப்படையாகப் பேசக்கூடிய நண்பர்களாக அவர்கள் இருப்பது அவசியம். சினிமாக்களை அதிகம் பார்ப்பவர்களாக இருந்தால் இன்னும் நல்லது. திரைக்கதைக்கும் நாவலுக்கும் இருக்கும் வித்தியாசத்தை அவர்களுக்கு விளக்கி, திரைக்கதையைக் கொடுத்துப் படிக்கச்சொல்லி, அவர்களின் கருத்தைக் கேட்பது அவசியம்.

பொதுவாகப் பலரும் நமது முகத்துக்கு நேராக எதிர்கருத்துகளைச் சொல்லத் தயங்குவார்கள். அதுதான் மனித இயல்பு. எனவே, முதலிலேயே 'இதைப் படித்து விட்டு நீ சொல்லப்போகும் கருத்து எனக்கு மிகவும் முக்கியம். அதனை வைத்துத்தான் என் திரைக்கதையைத் திருத்தப்போகிறேன்' என்பதை விளக்கிவிட்டால் அவர்களால் சுலபமாக உண்மையைச் சொல்லிவிடமுடியும். உண்மையைச் சொல்லாமல் இருப்பதால்தான் நமக்கு வலி அதிகரிக்கிறது என்பதை அவர்கள் புரிந்து கொண்டு விட்டால் போதுமானது.

திரைக்கதையில் ஏதேனும் அவசியமான மாற்றங்களை அவர்கள் சொன்னால், அதைச் செய்வது நல்லது. இது நமது திரைக்கதை என்பதால், அவர்கள் அந்த மாற்றத்தைச் சொல்லும்போதே அது எடுபடுமா எடுபடாதா என்பது தன்னிச்சையாகவே நமக்குப் புரியும். அப்படி எடுபடும் என்று தோன்றினால் உடனடியாக அவற்றை மாற்றிவிடவேண்டும்.

இப்படி நண்பர்களிடம் கருத்துக் கேட்டபின்னர் என்ன செய்யவேண்டும்?

நீங்கள் ஒருவேளை சினிமாத்துறையில் இருந்தால், திரைக்கதை பற்றியும் அதன் முக்கியத்துவம் பற்றியும் உலகின் சிறந்த திரைக்கதையாளர்கள் பற்றியும் அவர்களின் நுணுக்கங்கள் பற்றியும் நன்றாகத் தெரிந்த சிலர் சினிமாத்துறையில் இருப்பது உங்களுக்குத் தெரியவரும். இப்படிப்பட்ட

சிலர் அமைதியாக உதவி இயக்குநர்களாகவோ அல்லது கதைக் குழுவிலோ அல்லது வேறு எதாவது பிரிவிலோ இருக்கலாம். திரைக்கதை அமைப்பைப்பற்றி நன்கு தெரிந்த இவர்களின் கருத்தும் மிகவும் முக்கியம். இவர்களின் கருத்து அவசியம் திரைக்கதையை முன்னேற்றும்.

இப்படி எல்லா வகையிலும் நமது திரைக்கதை பற்றிய கருத்துகளைக் கேட்டாயிற்று. அவற்றில் நல்ல கருத்துகளையும் திரைக்கதையில் போட்டுத் திரைக்கதையை மெருகேற்றியாயிற்று. அதன்பின்னர் என்ன செய்யலாம்? தயாரிப்பாளர்களின் அலுவலகங்களுக்குப் படையெடுக்கலாமா?

இல்லை. அதற்கும் முன்னால் இன்னொன்று இருக்கிறது. அப்படி மாற்றிய திரைக்கதையைக் கடாசிவிட்டு நமக்குப் பிடித்த வேறு வேலைகளைச் செய்வதுதான் அது.

இத்தனை காலம் கஷ்டப்பட்டு எழுதியதை ஏன் கடாச வேண்டும்? அப்படிக் கடாசுவதற்கா இத்தனை மாற்றங்களையும் செய்தோம்? காரணம் இருக்கிறது. எல்லா மாற்றங்களையும் செய்து முழு வடிவத்தை அடைந்த திரைக்கதையைக் குறைந்தபட்சம் ஒரு வாரகாலமாவது நாம் திரும்பிப் படிக்கக்கூடாது. இப்படி ஒரு சிறிய இடைவெளி கொடுத்துவிட்டு மறுபடியும் படித்தால் அவசியம் அது பல எண்ணங்களைக் கிளறும். இதுவரை திரைக்கதை எழுதி வந்த காலகட்டத்தில் அந்தக் கதையுடனே நாம் வாழ்ந்ததால் அந்த கதையுடன் சம்மந்தப்பட்ட ஒருவித வட்டத்துக்குள்ளேயே நமது மனம் உழன்றுகொண்டிருக்கும். எனவே சில சமயங்களில் இன்னுமே சில காட்சிகளை சரிப்படுத்த முடியாமல் இருக்க வாய்ப்பு உண்டு. இதனால் எல்லாவற்றையும் எழுதி முடித்த பின்னரும் ஓரிரண்டு காட்சிகள் நமது மனதை உறுத்தலாம். இதனால்தான் எல்லாவற்றையும் முடித்தபின்னர் குறைந்தபட்சம் ஒரு வார காலமாவது திரைக்கதையின் பக்கமே ஒதுங்கக்கூடாது. அந்தக் காலகட்டத்தில் இத்தனை காலம் நம்மைப் புரிந்து கொண்டு உதவிய மனைவி, குழந்தைகள், காதலி, பெற்றோர் ஆகியவர்களைக் கூட்டிக்கொண்டு எங்காவது சென்று வரலாம்; வீட்டிலேயே இருந்தபடி நன்றாகத் தூங்கலாம்; படங்கள் பார்க்கலாம்; காலாற நடக்கலாம்; நண்பர்களைச் சந்திக்கலாம் நமக்குப் பிடித்தவற்றைச் செய்யவேண்டும் என்பதே நோக்கம்.

அப்படி ஒரு வாரம் கழித்து நமது திரைக்கதையை மறுபடி எடுத்துப் படிக்கும்போது மனம் லேசாகியிருக்கும். திரைக்கதையின் வட்டத்திற்குள்ளிருந்து அவசியம் வெளியேறியிருப்போம். இதனால் முன்னர் யோசிக்கமுடியாத சில காட்சிகளை இப்போது யோசிக்கமுடியும். அவற்றை இன்னும் செதுக்கலாம்.

திரைக்கதை எழுதலாம் வாங்க

இப்போது ஒருமுறை நமது திரைக்கதையைப் படித்தபின்னர், மூன்று விஷயங்களைச் செய்யவேண்டும்.

1. நம்மை இந்தத் திரைக்கதை எழுதத் தூண்டியது எது? கதையா, கதாபாத்திரமா, சம்பவமா அல்லது வேறு எதாவது ஒன்றா? மிகவும் வெளிப்படையாக உண்மையை எழுதவேண்டும். ஓரிரு பக்கங்களில் இதை விபரமாக எழுதிக்கொள்ளவேண்டும்.

2. நாம் எந்த விதமான திரைக்கதையை எழுதி முடித்திருக்கிறோம்? முதலில் எழுத நினைத்தது ஆக்ஷன் படமாக இருக்கலாம். ஆனால் எழுதி முடிக்கையில் அது ஒரு காமெடிப் படமாக மாறி யிருக்கலாம். இப்படி, எழுத நினைத்தபோது என்ன நினைத்தோம்? அதை எவ்வாறு முடித்திருக்கிறோம் என்பதை விபரமாக ஓரிரு பக்கங்களில் எழுதிக்கொள்ளவேண்டும்.

3. இப்பொது கடைசியாக, நாம் என்ன எழுத நினைத்தோமோ, அப்படி நமது திரைக்கதை வரவில்லை என்றால், அப்படி அதனை ஆக்க நாம் என்ன செய்யவேண்டும்? இதற்கான வெளிப்படையான பதிலை ஓரிரு பக்கங்களில் எழுதிக்கொள்ளவேண்டும்.

இந்த மூன்று விபரங்களில் தெளிவாக இருப்பது எப்போதும் நல்லது. அப்போதுதான் நமது நோக்கமும் முடிவும் ஒன்றாக இருக்கும். அப்படி இருப்பதுதான் வெற்றிகரமான திரைக்கதைக்கு அடையாளம்.

அடுத்த அத்தியாயத்தில், திரைக்கதையை எழுதி முடித்துவிட்ட பின்னர் செய்யவேண்டிய இன்னும் சில விஷயங்களைக் கவனிப்போம்.

52

எழுதிய திரைக்கதையை மார்க்கெட்டிங் செய்வது எப்படி?

திரைக்கதையை எழுதிமுடித்த உடனேயே நமது வேலை முடிந்து விடுவதில்லை; எழுதி முடித்த திரைக்கதையை எப்படியெல்லாம் முடிந்தவரை செம்மைப்படுத்துவது என்பது பற்றிய குறிப்புகள் அவை. அப்படி செம்மைப்படுத்திய திரைக்கதையை எப்படி மார்க்கெட் செய்வது? எப்படி தயாரிப்பாளர்களைப் பிடிப்பது? எப்படி நமது திரைக்கதையைப் படமாக்குவது?

தமிழ்நாட்டை எடுத்துக்கொண்டால், சில வருடங்களுக்கு முன்பு வரை, எதாவது ஒரு திரைப்படத் தயாரிப்பாளரைச் சந்திப்பது என்பது மிகவும் கடினமான காரியமாக இருந்தது. அதிலும் சினிமாவில் இல்லாதவர்கள் தங்களது திரைக்கதையையோ அல்லது கதையையோ தயாரிப்பாளர்களிடம் சொல்வதற்கு எந்த வாய்ப்புமே இல்லை. இயக்குநர்களின் அசோஸியேட் அல்லது அஸிஸ்டெண்ட்டாக இருந்தாலோ அல்லது சினிமாத்துறையில் இருந்தால் மட்டுமே சில பல போராட்டங்களுக்குப் பிறகு அந்த வாய்ப்பு கிடைக்கும். அதிலும் ஏற்படும் போட்டி மிக அதிகமாக இருக்கும். ஆனால், முன்னெப்போதையும் விட இப்போதுதான் திரைத்துறையில் வாய்ப்புகள் மிக அதிகம். புதிய கதைகளைத் திரைத்துறை தேடுகிறது. இப்படிப்பட்ட கதைகள் நம்மிடம் இருந்தால் திரைப்படத்தை நாம் எடுத்து முடிக்கும் வாய்ப்புகள் அதிகம்.

எப்படி?

இது குறும்படங்களின் யுகம். மிகத் தரமான பல குறும்படங்கள் உலகம் முழுக்கவே இணையத்தில் தினந்தோறும் புதிதாக

ஏற்றப்படுகின்றன. இந்தக் குறும்படங்களைத் திரைத்துறையினர் மட்டும்தான் எடுக்கவேண்டும் என்பது இல்லை. அழுத்தமான கதையைத் தங்கள் மனதில் வைத்துக்கொண்டிருப்பவர்கள் யாராக இருந்தாலும் ஒரு குறும்படத்தை எடுத்து மக்களின் பார்வைக்கு முன்னர் தற்போது வைக்கலாம். அந்தப் படம் நன்றாக இருந்தால் எந்தவித மார்க்கெட்டிங்கும் இல்லாமலேயே இணையத்தில் இலவசமாகவே ஷேர் செய்யப்படும். பலரது கவனத்தையும் அவசியம் கவரும்.

அதேபோல் தொலைக்காட்சிகளிலும் பல குறும்பட நிகழ்ச்சிகள் வந்துவிட்டன. இந்த நிகழ்ச்சிகளில் கலந்து கொண்டு வெல்பவர்கள் திரைத்துறையிலும் வந்து வெற்றிப்படங்களைக் கொடுப்பதைப் பார்த்து வருகிறோம். 'பீட்சா' (கார்த்திக் சுப்பராஜ்), 'சூது கவ்வும்' (நலன் குமரசாமி), 'காதலில் சொதப்புவது எப்படி' (பாலாஜி மோகன்), 'தெகிடி' (ரமேஷ்), 'பண்ணையாரும் பத்மினியும்' (அருண் குமார்) போன்ற இயக்குநர்கள் குறும்படப் பின்னணியில் இருந்து வந்தவர்களே. இன்னும் தற்போது தயாரிப்பில் இருந்துவரும் படங்களிலும் சிலவற்றைக் குறும்பட இயக்குநர்களே இயக்கி வருகிறார்கள். இம்மாத இறுதியில் வெளிவரப்போகும் 'முண்டாசுப்பட்டி' படத்தின் இயக்குநர் ராமும் அப்படியே.

இத்தகைய நல்ல குறும்படம் ஒன்று, தயாரிப்பாளர்களின் கதவைத் தட்டும் திறமை வாய்ந்தது என்று அவசியம் சொல்லலாம். எனவே, தற்காலத்தில் திரைப்பட ஆர்வம் இருப்பவர்கள் குறும்படங்களில் இருந்து ஆரம்பிக்கலாம். நல்லதொரு குறும்படத்தை எடுக்க ஒரு ஸ்மார்ட்ஃபோனே போதுமானது. அந்தக் குறும்படம் நாளை உங்களின் விசிட்டிங் கார்டாகக் கூட இருக்கலாம். முதல் படம் சரியாக வரவில்லையா? உடனடியாக குறும்படங்களை எடுப்பதை நிறுத்தி விடாமல் ஒவ்வொன்றாக எடுத்துப் பழகலாம். மனதில் ஆர்வம் இருந்தால் அவசியம் வெற்றி உறுதி.

இது இளைஞர்களின் காலம். நீங்கள் திரைத்துறையில் இருந்தால் அவசியம் உங்கள் திரைக்கதை படமாக எடுக்கப்படும் வாய்ப்பு மிக அதிகம். திரைக்கதை வழக்கமான அதே தமிழ் சினிமா செண்ட்டிமெண்ட்களையும் காட்சிகளையும் கொண்டிராமல், அவசியம் புத்துணர்வோடு இருக்கவேண்டும் என்பதுதான் ஒரே நிபந்தனை. அப்படி மட்டும் இருந்து விட்டால் அது தயாரிப்பாளர்களின் கவனத்தைக் கவர்ந்தே தீரும்.

இப்படித்தான் நம்மை நாமே மார்க்கெட் செய்து கொள்ள வேண்டும். நம்மிடம் இருப்பது சிறந்த திரைக்கதை என்பதை வேறு யாரும் வந்து உலகுக்கு உரத்துச் சொல்லும் வாய்ப்புகள் மிகக்குறைவு. எனவே நமது உழைப்பை இப்படிப்பட்ட வாய்ப்புகள் மூலம் நாம்தான்

வெளியுலகுக்கு எடுத்துச்சொல்லவேண்டும்.

திரைக்கதை எழுதி அதனைத் தயாரிப்பாளர்கள் படித்து, அவர்களுக்கு மிகவும் பிடித்துவிட்டது. நம்மையே அவர்கள் படத்தை இயக்கச் சொன்னால் நம்மால் அது முடியுமா? திரைத்துறையில் உதவி இயக்குநர்களாகவும் இணை இயக்குநர்களாகவும் இருப்பவர்களால் அது முடியும். படப்பிடிப்புத் தளத்தில் என்ன நடக்கிறது என்பதே தெரியாத ஒரு நபரால் தனது திரைக்கதையைப் படமாக்க இயலுமா?

படத்தை இயக்குவது என்பது அவசியம் கடினமான வேலைதான். இயக்குநர் ஆவதற்கு அவசியம் முன் அனுபவம் முக்கியம். அது இல்லாமல் புதிதாகச் சென்று படம் இயக்க மணி ரத்னம், ராம் கோபால் வர்மா போன்ற சிலரால் மட்டுமே முடியும். அதிலும் இந்த இருவரும் யாரிடமும் வேலை செய்திருக்காவிட்டாலும் அவர்களுக்குப்படப்பிடிப்புத்தளமும் அங்கே நடக்கும் சம்பவங்களும் பழக்கம். அதனால் அவர்களால் எந்த அனுபவமும் இல்லாமல் இயக்க முடிந்தது. அது மிகவும் அரிது.

அதே சமயம் இப்போதெல்லாம் இயக்குநர்களிடம் குருகுலவாசம் போல இருந்து தொழில் கற்றுக்கொள்வது அவசியம் இல்லை என்ற காலகட்டம். குறும்படங்கள் எடுக்கும்போதே அவசியம் நல்ல அனுபவம் கிடைத்துவிடும். மெல்ல மெல்ல அந்த அனுபவம் மெருகேறும். சரி. தயாரிப்பாளர்களின் கவனத்தைக் கவரும்படி திரைக்கதை எழுதி விட்டால் போதுமா? திரைப்படம் எடுக்க அது போதும்தான். ஆனால், திரைத்துறையில் நிலைத்து நிற்க அது போதாது. முதல் படத்தை எடுத்து முடித்து, அடுத்தடுத்த படங்களை எடுக்கவேண்டும் என்றால், நாம் செய்யவேண்டிய தலையாய வேலை நம்மை நாமே அப்டேட் செய்து கொண்டே இருப்பதுதான்.

எந்தத் துறையில் இருந்தாலும், அந்தத் துறையைப் பற்றி நன்றாகத் தெரிந்தால்தானே அதில் நிலைக்க முடியும்? அது திரைத்துறைக்கும் பொருந்தும். அதில் முதல்படி தமிழின் சிறந்த படங்களைப் பார்ப்பது. ஆரம்பத்தில் இருந்து இன்றுவரை தமிழின் சிறந்த இயக்குநர்கள், ஒளிப்பதிவாளர்கள், எடிட்டர்கள், இசையமைப்பாளர்கள், கலை இயக்குநர்கள், நடன இயக்குநர்கள், நடிகர்கள், நடிகைகள், மேலும் சிறந்த டெக்னீஷியன்கள் யார் என்பதெல்லாம் உங்களுக்குத் தெரிந்திருக்கவேண்டும். நாம் இருக்கும் களத்தில் ஆரம்பத்தில் இருந்து இன்றுவரை என்னென்ன நடந்திருக்கிறது என்பதெல்லாம் தெரிந்தால்தான் நம்மால் நிலைத்து நின்று விளையாடமுடியும் இல்லையா? இவர்களின் சிறந்த படங்கள் எல்லாவற்றையும் நாம் பார்த்திருக்கவேண்டும். நாம் மனதில் நினைத்துவைத்திருக்கும் கதை என்றோ பல வருடங்களுக்கு முன்னரே வந்திருக்கலாம். அந்தப் படம்

எப்படியெல்லாம் எடுக்கப்பட்டிருக்கிறது என்பது தெரிந்தால் நமது கதையை அப்படி இல்லாமல் இன்னும் வித்தியாசமாக எப்படியெல்லாம் எடுக்கலாம் என்பது நமக்குத் தெரியவரும்.

இப்படி தமிழ்ப் படங்களை நன்றாக ஆராய்ந்தபிறகு, இந்தியாவின் பிற மொழிகளில் எப்படிப்பட்ட படங்கள் வந்திருக்கின்றன என்பதைத் தெரிந்து கொள்வது நல்லது. இந்தியப் படங்களைத் தெரிந்து கொண்ட பிறகு உலக அளவில் வெளிவந்திருக்கும் அத்தனை சிறந்த படங்களையும் பார்க்கத் துவங்கலாம். இதையெல்லாம் செய்து கொண்டே இருந்தால்தான் மனதில் ரசனை என்பது முளைவிட்டு வளரும். கூடவே, உலகின் பல நாடுகளின் கதை சொல்லும் முறை நன்றாக நமக்குப் புரியும். இதனால் ஏற்படும் Exposure அளவிடமுடியாதது.

அதேபோல், நாம் எடுக்க இருக்கும் படம் எந்த ஜானர் (வகை) என்பது நன்றாகத் தெரிந்திருக்கவேண்டும். அப்போதுதான் அந்த ஜானருக்கே உரிய விதிகள் என்னென்ன, இதுவரை அப்படிப்பட்ட படங்கள் என்னென்ன வந்திருக்கின்றன என்பதெல்லாம் நன்றாகப் புரியும். அப்படங்களைப் பார்த்து நிறைய ஹோம்வொர்க் செய்யலாம் (ஹோம்வொர்க் என்றதும் காப்பி அடிப்பது என்று புரிந்து கொள்ளக்கூடாது).

அடுத்ததாக, உலக அளவில் திரைத்துறையின் பல வல்லுநர்கள் எக்கச்சக்கமாகப் புத்தகங்கள் எழுதியிருக்கின்றனர். இதோ இந்தத் தொடரே கூட அப்படிப்பட்ட புத்தகம் ஒன்றில் இருந்து எடுக்கப்பட்டதுதான். இதைப்போன்ற புத்தகங்கள் படிப்பது அவசியம் மிகவும் உபயோகமானது. அவற்றில் இருந்து பல அனுபவங்களைப் பெற முடியும். நமது அறிவும் பெருகும். இது ஏன் என்றால், தமிழின் படைப்பாளிகள் பலரும் தங்களுக்குத் தெரிந்ததைப் பிறருக்கு எடுத்துச்சொல்லும் வகையில் புத்தகங்கள் எழுதவில்லை. ஆனால் ஹாலிவுட்டையும் உலகப் படங்களையும் எடுத்துக்கொண்டால் இப்படிப் பிறருக்குப் புத்தகங்கள் வாயிலாகக் கற்றுக்கொடுத்தவர்கள் ஏராளம் என்பதால்தான். தமிழிலேயே சினிமாவைப் பற்றிய சிறந்த புத்தகங்கள் கிடைத்தால் வெளியே சென்று தேடத் தேவையில்லை. நமது 'திரைக்கதை எழுதலாம் வாங்க' தொடர் துவங்கப்பட்டது இதே நோக்கோடுதான். அந்த நோக்கம் இந்தத் தொடர் முடியும் இந்தத் தருவாயில் வெற்றி அடைந்திருந்தால் மிகவும் மகிழ்ச்சி.

அதேபோல், நமது தாய்மொழியில் வெளிவந்திருக்குக்கும் நல்ல இலக்கியங்களைப் படிப்பது இன்னொரு நல்ல விஷயம். இதனால் எக்கச்சக்கமான கதைக்கருக்கள் நமக்குக் கிடைக்கும். தமிழில் சிறந்த எழுத்தாளர்கள் ஏராளம். இவர்களின் சிறுகதைகள், நாவல்கள், கட்டுரைகள் போன்றவையெல்லாம் பல புதிய கற்பனைகளை நமது

மனதில் எழுப்ப வல்லன. ஆங்கிலம் சரளமாகப் படிக்கத் தெரிந்தவர்கள் அந்தப் பக்கமும் தாவலாம்.

திரைக்கதை எழுதுவது, படம் எடுப்பது என்பதெல்லாம் ஒரு போர்க்களத்துக்குச் செல்வது போல. போர்க்களத்துக்கு யார் வேண்டுமானாலும் சென்று போர் புரிந்து விட முடியாது என்பதைப்போலவே, யார் வேண்டுமானாலும் திரைக்கதையோ அல்லது திரைப்படமோ எடுத்து விடமுடியாது. ஒருவேளை முதல் ஒன்றிரண்டு திரைக்கதைகள் எந்தத் தயாரிப்பும் இல்லாமல் முடியலாம். அதற்குமேல் திரைத்துறையில் நிலைத்து நிற்க, நாம் மேலே பார்த்த எல்லாமே மிகவும் அவசியமானவை. இத்தனை தயாரிப்போடு ஒருவர் இருந்தால்தான் அவரது படங்கள் நிலைத்து நிற்கமுடியும். காரணம், எத்தனைக்கெத்தனை தயாரிப்புடன் களத்தில் இறங்குகிறோமோ அத்தனைக்கத்தனை அந்தப் படமும் திரைக்கதையும் ஆடியன்ஸுக்கு மறக்கமுடியாத அனுபவத்தைக் கொடுக்கும்.

தமிழில் பல்லாண்டு காலமாக நிலைத்து நிற்கும் எல்லா இயக்குநர்களும் இப்படிப்பட்டவர்களே.

இறுதியாக, திரைக்கதை எழுதுவதற்குத் தேவையான இரண்டு விஷயங்கள் கடமை உணர்ச்சி (Commitment) மற்றும் தியாகங்கள் (Sacrifice). இடைவிடாத கடமை உணர்ச்சிதான் திரைக்கதையை முடிக்க உதவும். அதேபோல் அப்படி நாம் நினைத்த இலக்கை அடையவேண்டும் என்றால் சில தியாகங்கள் அவசியம் நடக்கும். இவை இன்றியமையாதவை.

வரும் அத்தியாயத்தில், சிட் ஃபீல்டின் திரைக்கதை முறையை எளிதாக நினைவு வைத்துக்கொள்ள ஒருசில சுவாரஸ்யமான வழி முறைகளைக் கவனிப்போம். இத்தனை பெரிய புத்தகத்தின் இறுதியில் எல்லாவற்றையும் நினைவு வைத்துக்கொள்ள இவை உதவும்.

53
முக்கியமான ஐந்து திரைக்கதைப் பயிற்சிகள்

இந்தப் புத்தகத்தை விடாமல் படித்து வந்த திரைக்கதை ஆர்வலர்களுக்காக சில மிகவும் முக்கியமான பயிற்சிகளை இனி நாம் காண இருக்கிறோம். இந்தப் பயிற்சிகள், இதுவரை நாம் பார்த்த அத்தனை அத்தியாயங்களையும் எளிதில் நினைவு வைத்துக்கொள்ளவும், திரைக்கதையை ஆரம்பத்தில் இருந்து எழுதிப் பார்க்கவும் மிகவும் உதவியாக இருக்கும்.

>> *பயிற்சி: 01*

நாம் ஐம்பது வாரங்களுக்கு முன்னர் பார்த்த முதல் சில அத்தியாயங்கள் நினைவிருக்கிறதா? ஒரு ஒன்லைன் நமது மனதில் தோன்றுவதில் தொடங்கி, நமது ஒன்லைனை Subject என்ற பதத்தால் விளக்கியிருந்தோம். Subject என்பது Action *(நிகழ்வு)* + Character *(கதாபாத்திரம்)* என்று விளக்கப்படும்.

அதாவது, நமது திரைக்கதையின் Subject *(பொருள்)* என்ன? எதனைப்பற்றி? யாரைப்பற்றி? ஒரு சில வார்த்தைகளால் நமது திரைக்கதையைச் சொல்ல முடியுமா?

'முடியும்' என்றால், கதையின் பிரதான கதாபாத்திரம் யார்? அந்தக் கதாபாத்திரம் செய்ய நினைப்பது என்ன? அப்போது என்ன நடக்கிறது? இந்தக் கேள்விகளுக்கு விடையளிக்கும் நோக்கில் நமது கதையை சுதந்திரமாக எந்தத் தடைகளும் இல்லாமல் எழுதிப் பார்க்கவேண்டும். இதற்குச் சில நாட்கள் பிடிக்கலாம். இந்த ஆரம்பகட்டத்தில் கதை தெளிவாக நமது மனதில் இருக்காது. சிலசமயங்களில் ஓரிரு

வரிகளிலேயே கூட இந்தக் கதை முடிந்துவிடக்கூடும். இருந்தாலும், நமது ஒன்லைனைப் பற்றி யோசிக்கும்போது மனதில் தோன்றுபவை எல்லாவற்றையும் எழுதிக்கொள்வது நல்லது.

சில சமயம் துண்டுதுண்டாக சம்பவங்கள் தோன்றலாம். சில சமயம் எழுதுவதே வரிசையாக இல்லாமல் பிய்த்துப்பிய்த்து எழுதத்தோன்றும். அதையெல்லாம் எந்தத் தயக்கமும் இல்லாமல் அப்படியப்படியே எழுதுதல் நல்லது. இந்த நிலையில் பிரதான பாத்திரம் என்று ஏராளமான பாத்திரங்கள் மனதில் தோன்றியிருக்கும். அதேபோல் ஏராளமான சம்பவங்களும் தோன்றலாம். தவறில்லை.

இப்படி ஒன்றிரண்டு பக்கங்கள் மனதில் தோன்றியவையெல்லாம் எழுதிக்கொண்டபின்னர், அவற்றையெல்லாம் மூன்றே மூன்று பத்திகளாக சுருக்கிக்கொள்ளவேண்டும். இதில் முதல் பத்தி ஆரம்பம். இரண்டாம் பத்தி எதிர்கொள்ளல். மூன்றாம் பத்தி தெளிவான முடிவு. இந்த ஒவ்வொரு பத்தியிலும் அதனதன் நோக்கங்களை எழுதிக்கொள்ளவேண்டும்.

நாம் இதுவரை எழுதிக்கொண்ட சம்பவங்களை வைத்து, முதல் பத்தியில் கதை எப்படி ஆரம்பிக்கிறது என்று எழுதலாம். இரண்டாம் பத்தியில் பிரதான கதாபாத்திரத்துக்கு என்ன சிக்கல்கள் நேருகின்றன என்று எழுதலாம். மூன்றாவது பத்தியில் சிக்கல்களைப் பிரதான பாத்திரம் எப்படித் தீர்த்து தனது நோக்கத்தை அடைகிறது என்று எழுதிக்கொள்ளலாம். ஒவ்வொரு பத்தியும் ஓரிரண்டு வார்த்தைகளே இருக்கவேண்டும் என்பது முக்கியம்.

இதுதான் முதல் படி. ஏராளமாக யோசித்ததில் இருந்து இப்படி சுருக்கமாக மூன்று பத்திகள் ஒவ்வொன்றும் ஓரிரு வரியில் எழுதினால், நமது கதை என்ன என்பதில் தெளிவு கிடைக்கும்.

இந்தப் பயிற்சியில் தெளிவு கிடைக்கும்வரை அடுத்த பயிற்சிக்குச் செல்லக்கூடாது.

›› ***பயிற்சி: 02***

மனதில் எழுந்த ஒன்லைனை சென்ற பயிற்சியில் நன்றாக விளக்கியபின், அதை அப்படியே விட்டுவிட்டு, நமக்கு மிகவும் பிடித்த இரண்டு மூன்று படங்களைப் பார்ப்பதே இரண்டாம் பயிற்சி. அப்படிப் பார்க்கும்போது அந்தப் படங்களின் மூன்று பகுதிகள் எப்படி விளக்கப்பட்டிருக்கின்றன என்று ஹோம் வொர்க் செய்தல் வேண்டும்.

ஏற்கெனவே இப்படங்களைப் பார்த்திருந்தாலும், இப்போது மறுபடி பார்த்து, ஒவ்வொரு பகுதிக்கான (ஆரம்பம், எதிர்கொள்ளல், தெளிவான முடிவு) காட்சிகள் என்னென்ன? அவற்றில் என்ன நடக்கிறது

என்று தெளிவாகப் புரிந்து வைத்துக்கொள்ளவேண்டும். உலகின் எந்த மொழியாக இருந்தாலும் எப்படிப்பட்ட படமாக இருந்தாலும் அவை அவசியம் அறிந்தோ அறியாமலோ மூன்று பகுதிகளாகத்தான் பிரிக்கப்பட்டிருக்கும் என்பதால் அவசியம் திரையுலக மேதைகள் எப்படியெல்லாம் இந்த மூன்று பகுதிகளில் சுவாரஸ்யமாகக் காட்சிகளை அமைத்திருக்கிறார்கள் என்பது இதனால் தெளிவாக விளங்கும். (ஆனால் அப்படிக் கவனித்து அந்தக் காட்சிகளை அப்படியே காப்பியடித்து விடக் கூடாது என்பதும் முக்கியம்).

›› பயிற்சி: 03

முதலிரண்டு பயிற்சிகளை விரிவாக முடித்தபின்னர், இனி நமது கதைக்குள் இறங்கக்கூடிய பயிற்சிகள் ஆரம்பம். இந்தப் பயிற்சியில், நான்கு விஷயங்களைத் தயார் செய்து கொள்ளவேண்டும்.

1. நமது கதையின் முடிவு என்ன?
2. நமது கதையின் ஆரம்பம் என்ன?
3. முதல் ப்ளாட் பாயிண்ட்
   (முதல் பகுதியில் இருந்து இரண்டாம் பகுதிக்குக் கொண்டு செல்லும் சம்பவம்)
4. இரண்டாம் ப்ளாட் பாயிண்ட்
   (இரண்டாம் பகுதியில் இருந்து மூன்றாம் பகுதிக்குக் கொண்டு செல்லும் சம்பவம்)

இந்த நான்கில் ஒன்று தெரியாவிட்டாலும்கூட மேலே செல்லக்கூடாது. உட்கார்ந்து இந்த நான்கும் தெளிவாகத் தெரிந்தபின்னர்தான் திரைக்கதையைப் பற்றி யோசிக்கவே துவங்கவேண்டும். குறிப்பாக, முடிவு தெரியாவிட்டால் நமது கதை தெளிவாக அமையாது.

முடிவு தெரிந்ததும், அப்படிப்பட்ட முடிவை நோக்கிச் செல்லக்கூடிய ஆரம்பம் என்ன என்று யோசிக்கவேண்டும். நமது கதையை எப்படித் துவங்குவது? ஆரம்ப நிகழ்ச்சி அருமையாக இருந்தால்தான் ஆடியன்ஸைத் தியேட்டரில் சுவாரஸ்யமாக அமரவைக்கமுடியும். உதாரணம்: காக்க காக்க, ஜெண்டில்மேன், சூது கவ்வும், ஆடுகளம், இந்தியன் போன்ற படங்கள்.

அடுத்து, இந்த அறிமுகத்தில் இருந்து கதை எப்படித் துவங்குகிறது? அதுதான் முதல் ப்ளாட் பாயிண்ட். 'அறிமுகம்' என்ற முதல் பகுதியில் இருந்து 'எதிர்கொள்ளல்' என்ற இரண்டாம் பகுதிக்கு நம்மை அழைத்துச்செல்லும் சம்பவம் எது? பிரதான கதாபாத்திரம்

அடைய நினைக்கும் நோக்கம் எப்படி ஆரம்பிக்கிறது?

அதேபோல், 'எதிர்கொள்ளல்' என்ற பகுதியில் இருந்து 'தெளிவான முடிவு' என்ற மூன்றாம் பகுதிக்கு நம்மை அழைத்துச்செல்லும் சம்பவம் எது? அதுதான் இரண்டாம் ப்ளாட் பாயிண்ட். க்ளைமேக்ஸை நோக்கிய முதல் அடி. இந்த நான்கு சம்பவங்களும் தெரிந்தபின்னர், நமது திரைக்கதை எழுதும் நோக்கம் கொஞ்சம் எளிதாக மாறுகிறது.

இந்தப் பயிற்சியில் உள்ள நான்கு விஷயங்கள் நன்றாகத் தெரிந்த பின்னர்தான் அடுத்த பயிற்சிக்குச் செல்லவேண்டும்.

›› ***பயிற்சி: 04***

பயிற்சி மூன்றில் நாம் தயார் செய்துவைத்துக்கொண்ட நான்கு விஷயங்களை வைத்துக்கொண்டு திரைக்கதையின் அவுட்லைனைத் தயார் செய்வதுதான் பயிற்சி நான்கு. கீழ்க்கண்டவற்றை தவறாமல் ஒவ்வொன்றாக இதில் செய்யப்போகிறோம். இவற்றில் ஒவ்வொரு படியும் முடிந்தபின்னர்தான் அடுத்த படிக்குச் செல்லவேண்டும்.

1. பயிற்சி மூன்றில் நாம் பார்த்த நான்கு விஷயங்களையும் (முடிவு, ஆரம்பம், இரண்டு ப்ளாட் பாயிண்ட்க ள்) தெளிவாக எழுதிக்கொள்ளவேண்டும்.

2. நமது ஆரம்பச் சம்பவத்தை அரைப்பக்க அளவில் நன்றாக விரித்து எழுதிக்கொள்ளவேண்டும் (சுவாரஸ்யமான ஓப்பனிங்).

3. இந்தச் சம்பவம் முடிந்தபின்னர் முதல் பகுதியில் நடக்கும் பிற சம்பவங்களை மொத்தமாக, சுருக்கமாக அரைப்பக்க அளவில் எழுதவேண்டும்.

4. வேறு ஒரு தாளிலோ அல்லது கணினியின் ஃபைலிலோ முதல் ப்ளாட் பாயிண்ட்டை விரிவாக அரைப்பக்க அளவில் எழுதிக்கொள்ளவேண்டும்.

5. முதல் ப்ளாட் பாயிண்ட் முடிந்ததும் பிரதான கதாபாத்திரம் எதிர்கொள்ளும் சிக்கல்கள் நான்கை இதன்பின்னர் வரிசையாக எழுதிக்கொள்ளவேண்டும். இவை உட்புறப் பிரச்னைகளாகவோ (மனம்), வெளிப்புறப் பிரச்னைகளாகவோ (ஆக்ஷன்) இருக்கலாம்.

6. இதன்பின் ஒரு பக்க அளவில் இந்த நான்கு சம்பவங்களையும் விவரித்து எழுதவேண்டும். பாயிண்ட் 5ல் சுருக்கமாகத்தான் இவற்றை லிஸ்ட் போட்டிருக்கிறோம். எனவே இந்தப் பாயிண்ட்டில் இவைகளை வரிசையாக, ஒன்றோடொன்று சம்மந்தப்படும்படி விரித்து ஒரு பக்க அளவில் எழுதவேண்டும்.

7. இதன்பின்னர் இரண்டாம் ப்ளாட் பாயிண்ட்டில் என்ன நடக்கிறது என்பதை பாயிண்ட் நான்கில் (முதல் ப்ளாட் பாயிண்ட்) பார்த்தது போல் அரைப்பக்க அளவில் எழுதிக்கொள்ளவேண்டும்.

8. இரண்டாம் ப்ளாட் பாயிண்ட் முடிந்ததும் வரும் மூன்றாம் பகுதியில் என்ன நடக்கிறது என்பதை மொத்தமாக, சுருக்கமாக அரைப்பக்க அளவில் எழுதிக்கொள்ளவேண்டும்.

9. கடைசியாக, இறுதிக் காட்சி என்ன? கதை எப்படித் தெளிவாக முடிகிறது என்பதை விரிவாக அரைப்பக்க அளவில் எழுதவேண்டும்.

இந்தப் பாயிண்ட்களைத் தெளிவாக, நன்றாக ஊன்றிப் படித்துக் கொள்ளுங்கள். இந்த நான்காவது பயிற்சி மிகவும் முக்கியமான பயிற்சி. இந்த வரிசைப்படி செய்தால் நமது திரைக்கதையின் சுருக்கம் கிட்டத்தட்ட தயார்.

வரிசையாக ஆரம்பத்தில் இருந்து முதல் ப்ளாட் பாயிண்ட், எதிர்கொள்ளல், இரண்டாம் ப்ளாட் பாயிண்ட், முடிவு என்று வரிசையாக நமது திரைக்கதை தயாராக இந்தப் பயிற்சி உதவுகிறது. இதை முழுதாக முடிக்காமல் அடுத்த பயிற்சிக்குச் செல்லக்கூடாது.

›› பயிற்சி: 05

நமது பிரதான கதாபாத்திரம் யார்? அந்தப் பாத்திரம் அடைய நினைக்கும் தேவை என்ன? அந்த லட்சியத்தை நோக்கிச் செல்வதற்குத் தூண்டுகோலாக இருக்கப்போகும் உணர்ச்சிகள் என்னென்ன? அந்தப் பாத்திரத்தின் கூடவே யாராவது இருந்து உதவப்போகிறார்களா? இவையெல்லாவற்றையும் ஓரிரு வரிகளில் சுருக்கமாக, தெளிவாக எழுதிக்கொள்ளலாம்.

நமது பிரதான பாத்திரத்தின் பாயிண்ட் ஆஃப் வ்யூ என்ன? உலகில் எல்லாரையும் நல்லவர்கள் என்றோ, அனைவரும் கெட்டவர்கள் என்றோ தனது மனதில் இருக்கும் பாயிண்ட் ஆஃப் வ்யூ வழியாக எப்படிப் பார்க்கிறது? பாயிண்ட் ஆஃப் வ்யூ என்பது ஒரு நம்பிக்கை மட்டுமே. தெளிவாக எழுதி விளக்கிக்கொள்ளவும்.

அதேபோல் கதாபாத்திரத்தின் உறுதியான மனப்பான்மை (Attitude) என்ன? பாயிண்ட் ஆஃப் வ்யூ என்பது ஒரு பார்வை மட்டுமே. அதில் சரி/தவறு என்று முடிவெடுக்கும் தன்மை இல்லை. ஆனால், ஆட்டிட்யூட் என்ற மனப்பான்மையில் அறிவு சார்ந்த முடிவு எடுக்கப்படுகிறது. அது, சரி/தவறு என்று தரம் பிரிக்கப்படுகிறது.

அடுத்து, நமது கதாபாத்திரம் ஏதேனும் மாற்றத்தை இறுதியில் அடைகிறதா? இதையும் தெளிவாக, சில வரிகளில் விளக்கிக்கொள்ளவும்.

54

தொடரும் பயிற்சிகள்

இந்தப் பயிற்சியில் கேரக்டர் ஸ்கெட்ச் (Character Sketches) எனப்படும் கதாபாத்திரங்களைப் பற்றிய விபரங்களைப் பற்றிப் பார்க்கப்போகிறோம்.

›› பயிற்சி: 06

நமது திரைக்கதையின் முக்கியமான சில பாத்திரங்களைப் பற்றி (ஹீரோ, ஹீரோயின், வில்லன் இத்யாதி) ஒவ்வொருவருக்கும் ஏழு முதல் பத்து பக்க அளவில் எழுதிக்கொள்ளவேண்டும். அவர்களின் பிறப்பிலிருந்து ஆரம்பிக்கலாம். எங்கு பிறந்தனர்? அவர்களின் பெற்றோர் யார்? அவர்களின் தொழில்/வேலை என்ன? நமது பாத்திரத்துடன் கூடப்பிறந்தவர்கள் உள்ளனரா? அவர்களுடன் நமது பாத்திரத்தின் உறவு எப்படிப்பட்டது? இன்னும் மனதில் தோன்றும் அத்தனை விபரங்களும் வேண்டும். இதன்பின் அடுத்த பத்து வருடங்கள். பள்ளி, அங்கு எப்படிப்பட்ட வாழ்க்கை, நண்பர்கள், தோழிகள், படிப்பு, விளையாட்டு, கல்லூரி, காதல்கள் ஆகியவை முழுவதும் தெளிவாக நமக்குத் தெரியவேண்டும்.

இதன்பின் அடுத்த பத்து ஆண்டுகள். வேலை அல்லது வியாபாரம் அல்லது அந்தக் காலகட்டத்தில் எப்படி நமது பாத்திரம் வாழ்கிறது என்ற விபரங்கள். அலுவலகத்தில் பிறருடன் எப்படிப்பட்ட உறவு? மேலதிகாரியிடம் நல்ல பெயர் வாங்கும் நபரா அல்லது எப்போதும் திட்டு வாங்கிக்கொண்டே இருக்கும் ஆளா? திருமணம் ஆகிவிட்டதா? வெட்டியாக சுற்றும் நபரா? பிழைப்புக்கு என்ன செய்கிறது நமது பாத்திரம்? காதல் உண்டா? கள்ளக்கடத்தல் செய்கிறதா? இப்படி எழுதும்போது வேலை/தொழில், தனிப்பட்ட விபரங்கள், தனிமையில் நமது பாத்திரம் யார் (Professional, Personal & Private details) ஆகிய

திரைக்கதை எழுதலாம் வாங்க

மூன்று விஷயங்களை மறக்கவேண்டாம்.

இப்படிப்பட்ட விபரங்கள் எழுத ஆரம்பிக்கும் முன், சில நாட்கள் எந்தத் தொந்தரவும் இல்லாமல் (டிவி, செல்ஃபோன் இத்யாதி) இவர்களைப் பற்றி சிந்திக்கலாம். மனதில் தோன்றுவதை எல்லாம் வெளிப்படையாக எழுதிக்கொள்ளலாம். அதன்பின் உட்கார்ந்து அவற்றை ஒழுங்குபடுத்தலாம். ஒருவேளை எதாவது விஷயம் நமக்குத் தெளிவாகப் புரியவில்லை என்றால், அந்த விஷயத்தைப் பற்றியே தனியாக இரண்டு பக்கங்கள் எழுத முயலலாம். ரிஸர்ச் செய்யலாம். எழுதலாமா வேண்டாமா என்ற ஊசலாட்டம் தோன்றும் விஷயங்களை அவசியம் எழுதிக்கொள்ளவேண்டும் என்பதும் முக்கியம். இவற்றை ஏன் செய்யவேண்டும்? கதாபாத்திரத்தின் முழு விபரமும் நம் விரல் நுனிகளில் இருந்தால், சில கடினமான நேரங்களில் இந்தப் பாத்திரம் எப்படி எதிர்வினை (reaction) செய்கிறது என்பது எளிதாகப் புரியும். அதைவைத்தே திரைக்கதையில் பரபரப்பை உருவாக்கலாம்.

எல்லாவற்றுக்கும் மேல், நமது பாத்திரத்தைப் பற்றி நமக்குத் தெரியாமல் வேறு யாருக்குத் தெரியப்போகிறது? இந்தப் பயிற்சியை உள்ளபடி முடித்தால், கதாபாத்திரங்கள் நமது நெருங்கிய நண்பர்கள் ஆகி யிருப்பதை உணரலாம். திரைக்கதைக்கு அந்த உணர்வு அவசியம்.

› › பயிற்சி: 07

இந்தப் பயிற்சி, கதாபாத்திரங்களுக்கு நேரும் சிக்கல்கள் பற்றியது. எந்தத் திரைக்கதையையும் சுவாரஸ்யம் ஆக்குவது இந்த சிக்கல்கள்தான். உங்களுக்குப் பிடித்த எந்தப் படத்தையும் பற்றி யோசியுங்கள் கதாநாயகன் நாயகிக்கு நேரும் சிக்கல்களும் சோதனைகளும் உங்களை எப்படியெல்லாம் சுவாரஸ்யப்படுத்தின?

நமது பிரதான பாத்திரத்துக்கு நேரும் சிக்கல்கள் எப்படிப்பட்டவை? உட்புற சிக்கல்களா (internal conflicts) அல்லது வெளிப்புற சிக்கல்களா? (External Conflicts). அதாவது, மனம் சம்மந்தப்பட்ட சிக்கல்களா அல்லது வெளிப்புற பாதிப்புகளால் ஏற்படும் சிக்கல்களா? ஒருவேளை இவை இரண்டும் கலந்ததாகவும் அவை இருக்கலாம்.

நமது பாத்திரத்தின் பிரதான நோக்கம் தெரிந்து விட்டால் இப்படிப் பட்ட சிக்கல்களை நன்றாகவும் சுவாரஸ்யமாகவும் வைக்கலாம். கூடவே சென்ற பயிற்சியில் நாம் செய்த கேரக்டர் ஸ்கெட்ச்களும் உள்ளன என்பதால் அத்தனை பாத்திரங்களுமே நமக்கு நன்றாகத் தெரிந்தவைகளாக மாறிவிடும். இதனால் இப்படிப்பட்ட சிக்கல்களை அவர்களின் குணாதிசயத்தை வைத்து நம்மால் அமைக்க முடியும்.

கூடவே, நமது பிரதான பாத்திரத்துக்கு ஏதேனும் உளவியல் பாதிப்பு

ஏற்பட்டிருக்கிறதா? உளவியல் என்றதும் ஓடவேண்டாம். எளிதாக விளக்கினால், உலகில் உள்ள அனைவருக்குமே சிறுவயதில் ஏதேனும் பாதிப்புகள் நேர்ந்திருக்கும் வாய்ப்புகள் அதிகம். உறவினர்களாலோ, சுற்றுப்புறத்தில் இருப்பவர்களாலோ, நமது மனதிலேயே இருக்கும் ஏதேனும் பயத்தின் காரணமாகவோ (சிலந்தி, கரப்பான்பூச்சி பயம் என்பது இந்த வகையைச் சேர்ந்தது) ஏதேனும் சம்பவம் நிகழ்ந்திருக்கலாம்.

அந்தச் சம்பவத்தின் விளைவாக வாழ்க்கை முழுதுமே அது சம்மந்தப்பட்ட விஷயத்தின் மீது நமக்கே தெரியாத வெறுப்பு நமது மனதில் இருக்கலாம். உதாரணமாக, சிறுவயதில் வீட்டில் இருட்டில் தனித்து விடப்பட்டிருக்கும் ஒரு பாத்திரத்தின் மனதில் பெற்றோர்களைப் பற்றிய வெறுப்பு அதற்கே தெரியாமல் மனதில் வளர்ந்திருக்கலாம். இந்த வெறுப்பு, திரைக்கதையின் முக்கியமான ஒரு கட்டத்தில் வெடித்து வெளிப்படலாம். இதனால் சிக்கல்கள் அதிகமாகலாம்.

இப்படி ஏதேனும் உளவியல் பாதிப்பால் முக்கிய சம்பவங்களை நம்மால் உருவாக்க முடியுமா? (சூது கவ்வும் தாஸின் மனதில் இருக்கும் ஷாலு இப்படிப்பட்டவள்தான். அதேபோல் கேளடி கண்மணி அஞ்சு கதாபாத்திரம், சிறுவயதில் தனது தந்தை தன்னை சரியாகக் கவனிக்காமல் ராதிகா பாத்திரத்துடன் சுற்றுகிறார் என்ற கோபத்திலேயே வளர்கிறது). இப்படிப்பட்ட உளவியல் காரணங்களுக்கு Circle of Being என்று பெயர்.

இதுவரை கவனித்ததெல்லாம் திரைக்கதை எழுதுவதற்குமுன்னர் என்னென்ன செய்யவேண்டும் என்பது பற்றிய பயிற்சிகள். இனிமேல் திரைக்கதை எழுதும்போது செய்ய வேண்டிய பயிற்சிகளைப் பார்க்கப்போகிறோம்.

›› பயிற்சி: 08 திரைக்கதையின் முதல் பகுதி (ஆரம்பம்)

திரைக்கதையின் முதல் பகுதி என்பது 'அறிமுகம்' என்ற பகுதி. இது கிட்டத்தட்ட 30 பக்கங்களைத் தாண்டாமல் இருக்கலாம். முதல் பகுதிக்குத் தேவை, பதிநான்கு பாயிண்ட்கள் என்பதைச் சில வாரங்கள் முன்னர் பார்த்தோம். எனவே, இந்த முதல் முப்பது பக்கங்களுக்குத் தேவையான பதிநான்கு பாயிண்ட்களை எழுதிக்கொள்வதே இந்தப் பயிற்சி.

நமக்கு ஏற்கெனவே ஆரம்பம் தெரியும். அதேபோல் முதல் பாகத்தின் இறுதியில் உள்ள ப்ளாட் பாயிண்ட் ஒன்றும் தெரியும் (பயிற்சி மூன்று). எனவே முதல் பாயிண்ட்டும் பதிநான்காவது பாயிண்ட்டும் ஏற்கெனவே நம் கையில் உள்ளன. இனித் தேவைப்படுவதெல்லாம் பன்னிரண்டு பாயிண்ட்களே.

ஆரம்பத்தில் துவங்கி ப்ளாட் பாயிண்ட் 1 வரை என்ன நடக்கிறது என்பதை பாயிண்ட் பாயிண்டாக பதிநான்கு பாயிண்ட்களில் எழுதிக்கொள்ளலாம். ஒவ்வொரு பாயிண்ட்டையும் இரண்டு மூன்று வாக்கியங்களுக்குமேல் போகாமல் எழுதவேண்டும். இவைகளை முழுதாக எழுதிமுடித்தபின்னர் பலமுறை இந்தப் பாயிண்ட்களை நமது மனதில் ஓட்டிப் பார்க்க வேண்டும்.

இந்தத் திரைக்கதை ஆரம்பிப்பதற்கு முன்னர் எதாவது கதை இருக்கிறதா? (Backstory). இருந்தால் அந்தக் கதையையும் தனியாக எழுதிக்கொள்ளலாம். அவற்றில் நடக்கும் சம்பவங்கள் நமது கதையை பாதிக்கக்கூடும். சுருக்கமாக, Backstory என்பது, கதை தொடங்கும்போது நமது பிரதான பாத்திரம் எங்கிருந்து வருகிறது, அதற்கு என்ன நடந்திருக்கிறது என்பதுதான்.

›› ***பயிற்சி: 09 முதல் பத்து பக்கங்கள்***

முதல் பகுதியின் பதிநான்கு பாயிண்ட்க ளை எழுதியாயிற்று. இனி என்ன செய்யவேண்டும்? திரைக்கதைக்கு அட்டகாசமான, சுவாரஸ்யமான ஆரம்பத்தை எழுத வேண்டும். இதில் கதாபாத்திரங்கள் அறிமுகம், கதையில் என்ன நடக்கப்போகிறது என்ற க்ளூ, பிரதான பாத்திரத்தின் நோக்கத்தைப் பற்றிய அறிமுகம் ஆகியவை ஆடியன்ஸைக் கவரும் வகையில் வரவேண்டும்.

எழுதத் துவங்குமுன்னர் உங்களுக்குப் பிடித்த படங்களை ஒரு இன்ஸ்பிரேஷனுக்காகப் பார்க்கலாம். அந்தப் படங்களில் எப்படிப்பட்ட ஆரம்பங்கள் இருக்கின்றன? எப்படி அந்தக் காட்சிகள் உங்களைக் கவர்ந்தது என்றெல்லாம் யோசிக்க அது உதவும்.

எப்போதுமே முதல் பத்து பக்கங்கள்தான் இருப்பதிலேயே எழுதக் கடினமான பக்கங்கள். முதன்முதலில் எழுத ஆரம்பிப்பதால் அவைகள் முதல்தடவையிலேயே சரியாக வந்துவிடாது. ஆனால் எழுத எழுதத்தான் அவை செம்மைப்படும். எனவே எந்தத் தயக்கமும் இல்லாமல் எழுதத் துவங்கலாம். சீன் பை சீனாக, ஒவ்வொரு காட்சியாக நமது பாயிண்ட்கள் திரைக்கதையில் உயிர்பெறுவது ஒரு அலாதியான உணர்வு.

›› ***பயிற்சி: 10 – அடுத்த இருபது பக்கங்கள்***

முதல் பத்து பக்கங்களை எழுதியபின்னர், எழுதுவதில் கொஞ்சம் பயிற்சி ஏற்பட்டு விடும். எனவே இனி நமது கையில் இருக்கும் பாயிண்ட்களை வைத்து திரைக்கதையை விரிவாக்குவது அவ்வளவு கடினமாக இருக்காது. இருப்பினும் எழுதிக்கொண்டு போகும்போது இதற்கு முன்னர் எழுதிய பக்கங்களைத் திருத்தலாம் என்ற எண்ணம்

தோன்றிக்கொண்டே இருக்கும். ஆனால் அப்படிச் செய்யாமல் மேலே எழுதிக்கொண்டு போவதே நல்லது.

திருத்தங்களை இரண்டாவது ட்ராஃப்ட்டில் பார்த்துக் கொள்ளலாம். இருபது பக்கங்களை முடித்தபின்னர், கடைசி பத்து பக்கங்களில்தான் நமது முதல் ப்ளாட் பாயிண்ட் விரியப்போகிறது என்பதால் அந்தக் காட்சிகளைக் கவனத்துடன் எழுதவேண்டும். பயிற்சி மூன்றில் ஏற்கெனவே முதல் ப்ளாட் பாயிண்ட்டை விலக்கியிருக்கிறோம் என்பதால் அந்தச் சம்பவங்களைக் காட்சிகளாக எழுதும்போது முடிந்தவரை சுவாரஸ்யமாக எழுதவேண்டும் என்பது மட்டுமே ஒரே விதி. இப்படி எழுதும்போது, காட்சிகளை வளவள என்று விவரிப்புகளாக எழுதாமல், முடிந்தவரை விஷுவலாக எழுதுவது நல்லது.

இப்படியாக இந்தப் பயிற்சிகளின் மூலம் திரைக்கதையின் முதல் முப்பது பக்கங்களை ('ஆரம்பம்') எழுதிமுடிக்கலாம். அதன்பின்னர் நாம் கவனிக்கவேண்டியது அடுத்த பகுதி ('எதிர்கொள்ளல்') மற்றும் Interval Block என்று இந்தியப் படங்களில் அழைக்கப்படும் பகுதி. இவைகளையும் இறுதிப் பகுதியான 'தெளிவான முடிவு' என்பதையும் இனி கவனிக்கலாம்.

55

Go Write your Screenplay

சென்ற அத்தியாயத்தில், திரைக்கதையின் முதல் பகுதிவரை எழுதிப் பார்க்கும் பயிற்சிகளை கவனித்தோம். இனி மற்ற பயிற்சிகளையும் தொடர்ந்து நோக்குவோம்.

›› *பயிற்சி: 11 இண்டர்வெல் ப்ளாக் (அல்லது) மிட் பாயிண்ட்.*

தமிழ்ப் படங்களில் இன்றியமையாத பகுதி இந்த இண்டர்வெல் ப்ளாக். இடைவேளைக்கு சற்று முன்னர் ஆரம்பிக்கும் ஒரு சிறிய சுவாரஸ்யமான சீன் அல்லது சீக்வென்ஸ். இந்தப் பகுதியின் நோக்கம், ஆடியன்ஸை இடைவேளைக்கு அடுத்து என்ன நடக்கப்போகிறது என்பதை எதிர்பார்க்க வைப்பது. இதே உத்தி ஹாலிவுட்டின் திரைக்கதை முறைகளிலும் உண்டு. அதனை அங்கே 'மிட் பாயிண்ட்' என்று அழைப்பார்கள். ஹாலிவுட் மற்றும் உலகப் படங்களில் இந்த மிட் பாயிண்ட் என்பது கிட்டத்தட்ட படத்தின் பாதியில் வரும் முக்கியமான சீன். இந்தியப் படங்களாக இருந்தால் இண்டர்வெல்லுக்கு முன் வரும் காட்சி,

இந்த மிட் பாயிண்ட்டுக்கான பயிற்சி – உங்களுக்குப் பிடித்த சில படங்களை எடுத்துக்கொண்டு, அதன் மிட் பாயின்ட் எப்படி வடிவமைக்கப்பட்டுள்ளது என்று கவனிப்பதுதான். எப்படியெல் லாம் சுவாரஸ்யமாக (அல்லது) அலுப்பாக இந்தக் காட்சி வடிவமைக் கப்பட்டுள்ளது? இக்காட்சிகளைப் பார்ப்பதால் உங்களால் இந்தக் காட்சிகளை எழுதுவதைப் பற்றி ஏதேனும் கற்றுக்கொள்ள முடிகிறதா?

›› *பயிற்சி: 12 – திரைக்கதையின் இரண்டாம் பகுதியை எழுதுதல்.*

'எதிர்கொள்ளல்' என்ற திரைக்கதையின் இரண்டாம் பகுதி மொத்தம்

கிட்டத்தட்ட அறுபது பக்கங்கள் இருக்கலாம். 'அறிமுகம்' என்ற திரைக்கதையின் முதல் பகுதியை (முதல் முப்பது பக்கங்கள்) ப்ளாட் பாயிண்ட் ஒன்றுடன் முடிக்கிறோம். அதன்பின் வரும் அறுபது பக்கங்களை இரண்டு பாகங்களாகப் பிரிக்கலாம். முதல் பாகம் முப்பது பக்கங்கள். அது சென்ற பயிற்சியில் நாம் பார்த்த மிட் பாயிண்ட் (அல்லது) இண்டர்வெல் ப்ளாக்குடன் முடிகிறது. அதன்பின் வரும் அடுத்த முப்பது பக்கங்கள்தான் இந்த இரண்டாம் பாகம். இரண்டு மணி நேரங்கள் ஓடக்கூடிய படம் ஒன்றில் இப்படித்தான் 'எதிர்கொள்ளல்' என்ற திரைக்கதையின் இரண்டாம் பகுதி பிரிக்கப்படுகிறது.

ப்ளாட் பாயிண்ட் ஒன்றுக்குப் பிறகுதான் நமது கதை ஆரம்பிக்கிறது. அப்படி ஆரம்பித்த கதையில் என்ன நடக்கிறது என்பதை ஏற்கெனவே பயிற்சி நான்கில் சுருக்கமாக எழுதிவிட்டோம். இனி இவைகளை விவரிக்க வேண்டும். அப்படி விரிவாக எழுதும்போது அவ்வப்போது சில சுவாரஸ்யமான சம்பவங்களை ஆங்காங்கே விதைக்க வேண்டும். இவைகளை எப்படிச் செய்வது என்பதையும் ஏற்கனவே கவனித்திருக்கிறோம்.

நமது கதையை 14+28+14 = 56 பாயிண்ட் களாக எழுதிக்கொள்ள வேண்டும் என்று முன்னர் கவனித்திருக்கிறோம் அல்லவா? இதைத்தான் இனி பின்பற்ற வேண்டும். முதல் முப்பது பக்கங்களை ஏற்கெனவே பதினான்கு பாயிண்ட்களாக பயிற்சி எட்டில் எழுதியிருக்கிறோம். இனி இரண்டாம் பகுதிக்கான கதைக்குத் தேவையான 28 பாயிண்ட்களை ஒவ்வொரு வரியாக எழுதவேண்டும். இவைகளை விரிவாக்கினால் இரண்டாம் பகுதிக்கான சீன்கள் தயார். இப்படி எழுதும்போது நம்மிடம் ஏற்கெனவே இரண்டாம் ப்ளாட் பாயிண்ட் தயாராக இருப்பதால் (பயிற்சி மூன்று மற்றும் நான்கு) நமக்கு இனி தேவையெல்லாம் 27 பாயிண்ட்கள்தான். கவனத்துடன் ஒவ்வொரு பாயிண்ட்டாக எழுதி, தேவைப்பட்டால் அவற்றை மாற்றிப்போட்டும் பார்க்கலாம். மனதில் திருப்தி எழும்வரை இந்தப் பயிற்சியை நிறுத்தக்கூடாது. இந்த 27 பாயிண்ட்களில் ஆங்காங்கே திருப்பங்கள்/சுவாரஸ்யமான காட்சிகள் ஆகியவை வைக்கப்படவேண்டும்.

இவற்றை எழுத சில டிப்ஸ்கள்:

இரண்டாம் பகுதியின் நோக்கமே 'எதிர்கொள்ளல்'தான். அதாவது பிரதான பாத்திரம், அதன் லட்சியத்தை நோக்கிப் போகும்போது ஏற்படும் சோதனைகளை எதிர்கொள்வது. எனவே இந்தப் பகுதியில் ஏராளமான முரண்கள் (Conflict) தேவை. வில்லனுக்கும் ஹீரோவுக்கும் முரண்கள் நேரலாம். ஹீரோவுக்கும் அவன் நண்பனுக்குமோ அல்லது குடும்பத்துக்குமோ அல்லது கதாநாயகிக்குமோ அல்லது

வேறு யாருடனோ முரண்கள் நிகழவேண்டும். இந்த முரண்கள் சுவாரஸ்யமாக இருக்கவேண்டும்.

- எங்காவது எழுத முடியாமல் தடுக்கினால், அந்தக் காட்சியில் இடம்பெறும் பிற பாத்திரங்களின் பாயிண்ட் ஆஃப் வ்யூவில் இருந்து யோசித்துப் பார்க்கலாம். தெளிவு பிறக்கும்.
- இந்த இரண்டாம் பகுதியில் ஆங்காங்கே திருப்பங்கள் நிகழ்ந்தால் அந்தத் திருப்பங்களை மனதில் வைத்துக்கொண்டு பிற காட்சிகளை அவற்றை நோக்கியும், அவை முடிந்தபின்னர் அவற்றில் இருந்து அடுத்த திருப்பத்தை நோக்கியும் எழுதலாம்.
- இந்தத் திருப்பங்களில் இறுதியான திருப்பம்தான் இரண்டாம் ப்ளாட் பாயிண்ட். க்ளைமேக்ஸை நோக்கி நம்மை அழைத்துச்செல்லும் காட்சி (அல்லது) சீக்வென்ஸ்.

பயிற்சி: 13 திரைக்கதையின் மூன்றாம் பகுதியை எழுதுதல்.

மூன்றாம் பகுதிதான் 'தெளிவான முடிவு', திரைக்கதை இந்தப் பகுதியில்தான் தெளிவாக முடிகிறது. பிரதான கதாபாத்திரத்தின் நோக்கம் நிறைவேறியதா இல்லையா என்று இங்கேதான் தெரியப் போகிறது. இதுதான் க்ளைமேக்ஸ்.

முதல் பகுதிக்கான 14 பாயிண்ட்கள், இரண்டாம் பகுதிக்கான 28 பாயிண்ட்கள் ஆகியவற்றை எழுதியபிறகு, இனி நமக்குத் தேவை கடைசி 14 பாயிண்ட்கள். இரண்டாம் ப்ளாட் பாயிண்ட் நடந்தபின்னர் நடக்கப்போகும் காட்சிகளை இந்தப் பதினான்கு பாயிண்ட்களில் எழுதலாம். அப்படி எழுதும்போது இந்தக் கடைசிப் பகுதியில் நடக்கப்போகும் இரண்டு மூன்று முக்கியமான நிகழ்வுகளை மனதில் வைத்துக்கொள்ளுங்கள் (உதாரணம்: ஹீரோ எழுச்சியடைவது, வில்லனின் மரணம், ஹீரோயின் மனம் திருந்துவது முதலியன). அவற்றை மையமாக வைத்துப் பிற பாயிண்ட்களை யோசிக்கலாம்.

நமது திரைக்கதை எப்படி முடியப்போகிறது என்பதைப் பயிற்சி மூன்று மற்றும் பயிற்சி நான்கில் ஏற்கெனவே எழுதிவைத்துவிட்டதால் இந்தப் பகுதியைக் கொஞ்சம் எளிதாக எழுதமுடியும். ஏற்கெனவே கஷ்டப்பட்டு முதல் இரண்டு பகுதிகளையும் (முதல் 90 பக்கங்கள்) எழுதிவிட்டதாலும் கடைசி முப்பது பக்கங்களை எழுதுவது எளிதாக மாற வாய்ப்பு உண்டு. அப்படி எழுதும்போது நேர்மையாக, அந்தக் கதாபாத்திரங்களுக்கு நடக்கும் இயற்கையான முடிவுகளைத்தான் எழுதவேண்டும். ஆடியன்ஸ் கைதட்டவேண்டும் என்பதை மட்டும் மனதில் வைத்துக்கொண்டு செயற்கையான காட்சிகளை எழுதி விடக்கூடாது.

பயிற்சி: 14 **திரைக்கதையின் இரண்டாம் மூன்றாம் வடிவங்கள்.**

ஒருமுறை முழுதாகத் திரைக்கதையை எழுதியபின்னர், அதனைச் செப்பனிட வேண்டும். தெளிவாக மாற்றி எழுதி இறுதி வடிவத்தைத் தயார் செய்யவேண்டும். இதற்கான பயிற்சி மூன்று கேள்விகளுக்கு விடை கண்டு பிடிப்பதில் உள்ளது.

4. நம்மை இந்தத் திரைக்கதை எழுதத் தூண்டியது எது? கதையா, கதாபாத்திரமா, சம்பவமா அல்லது வேறு எதாவது ஒன்றா? மிகவும் வெளிப்படையாக உண்மையை எழுதவேண்டும். ஓரிரு பக்கங்களில் இதை விபரமாக எழுதிக்கொள்ளவேண்டும்.

5. நாம் எந்த விதமான திரைக்கதையை எழுதி முடித்திருக்கிறோம்? முதலில் எழுத நினைத்தது ஆக்ஷன் படமாக இருக்கலாம். ஆனால் எழுதி முடிக்கையில் அது ஒரு காமெடிப் படமாக மாறி யிருக்கலாம். இப்படி, எழுத நினைத்தபோது என்ன நினைத்தோம்? அதை எவ்வாறு முடித்திருக்கிறோம் என்பதை விபரமாக ஓரிரு பக்கங்களில் எழுதிக்கொள்ளவேண்டும்.

6. இப்பொது கடைசியாக, நாம் என்ன எழுத நினைத்தோமோ, அப்படி நமது திரைக்கதை வரவில்லை என்றால், அப்படி அதனை ஆக்க நாம் என்ன செய்யவேண்டும்? இதற்கான வெளிப்படையான பதிலை ஓரிரு பக்கங்களில் எழுதிக்கொள்ளவேண்டும்.

இவை தெரிந்தபின்னர், நாம் நினைத்தபடி நமது திரைக்கதையை முடிக்கமுடியும். நண்பர்களிடம் கருத்து கேட்டும், விஷயம் தெரிந்தவர்களிடம் படிக்கக் கொடுத்தும் திரைக்கதையை மெருகேற்றலாம்.

இப்படி மெருகேற்றிய பின்னர் ஒரு வாரம் முதல் பத்து நாட்கள் திரைக்கதையின் பக்கமே வராமல் வேறு எதையாவது செய்துவிட்டு, பின்னர் அமைதியாக எந்த இடையூறும் இல்லாமல் முழுதாகத் திரைக்கதையைப் படித்து, ஒவ்வொன்றாக மனதில் தோன்றும் இறுதி மாற்றங்களைச் செய்யவேண்டும். அப்படிச் செய்தால் திரைக்கதையின் இறுதி வடிவம் தயார்.

இத்துடன் நமக்குத் தேவையான எல்லாப் பயிற்சிகளும் முடிந்தன. உங்கள் திரைக்கதையை இந்தப் பயிற்சிகளின் துணையுடன் எழுதுங்கள். அவசியம் வெற்றி நிச்சயம். விடாப்பிடியாக, ஒரே நோக்கத்துடன் எழுதவேண்டும் என்பதே முக்கியம்.

இறுதியாக...

இந்தப் புத்தகத்தை எழுத சிட் ஃபீல்டின் அத்தனை புத்தகங்களையும் பலமுறை படிக்க நேர்ந்தது. இப்புத்தகத்தில் 'Screenplay' என்ற

திரைக்கதை எழுதலாம் வாங்க

அவரது ஒரு புத்தகம் மட்டும் இல்லை. மாறாக அவரது அத்தனை புத்தகங்களின் சாரமும் இருக்கிறது என்பதுதான் உண்மை. கூடவே இந்தப்புத்தகத்துக்காக பல படங்களை மறுபடியும் பார்த்தேன். பல திரைக்கதைகளைப் படித்தேன்.

தொடரை வெள்ளிமலரில் எழுதிய ஒரு வருட காலமாக இதுமட்டும்தான் என் முக்கிய வேலையாக இருந்தது. எழுதிய நோக்கமெல்லாம், திரைப்படங்களைப் பற்றிய தொழில்நுட்ப அறிவு இல்லவே இல்லாத எளிய மக்களுக்கும் திரைக்கதை என்பதன் பொருள் புரிய வேண்டும் என்பது மட்டுமே. அந்த நோக்கம் இந்தப் புத்தகத்தால் நிறைவேறியது என்றால் மிகவும் மகிழ்ச்சி.

திரைப்படத்துறையில் இருப்பவர்களுக்கும், திரைப்படம் எடுக்க நினைப்பவர்களுக்கும், திரைப்படங்களைப் பாடமாக எடுத்துப் படிப்பவர்களுக்கும், திரைக்கதைகளின் பின்னால் உள்ள சுவாரஸ்யங்களை மட்டுமே தெரிந்து கொள்ள நினைப்பவர்களுக்கும், இன்னும் திரைப்படங்களின் மீது அளவில்லாத ஆர்வம் இருக்கும் ஏராளமானவர்களுக்கும் ஓரளவாவது இந்தப் புத்தகம் உதவும் என்றாலே இப்புத்தகம் எழுதப்பட்ட நோக்கம் நிறைவேறிவிட்டது என்று பொருள்.

நீங்கள் என்ன வேலையைச் செய்து கொண்டிருந்தாலும் சரி; உங்களது கனவுத் திரைக்கதையை இப்போதே எழுத ஆரம்பியுங்கள். இதுதான் அதற்கான சரியான நேரம். யார் தடுத்தாலும் உங்கள் லட்சியத்தை நழுவவிடவேண்டாம். விடாமுயற்சியோடு எழுதினால் வெற்றி நிச்சயம்.

இன்னொரு சந்தர்ப்பத்தில் மீண்டும் அவசியம் சந்திப்போம்.

Go Write your Screenplay.

இரண்டாம் பாகம்
அல்லது
'தமிழ்த் திரைக்கதை எழுத்தாளன் ஆவது எப்படி?'

திரைக்கதை எழுதுவது என்பது லேசுப்பட்ட அனுபவம் இல்லை. அது ஒரு மிகக்கடினமான பணி. மனதில் இருக்கும் ஒரு கருவை 120 பக்கத் திரைக்கதையாக வெளிப்படுத்துவது சுலபம் இல்லை. கடந்த ஆறு வருடங்களாகத் திரைப்படங்களில் இருப்பவன் திரைக்கதை எழுதுதல், திரைக்கதை செப்பனிடுதல் ஆகிய இரண்டையும் செய்து கொண்டிருப்பவன் என்ற முறையில், திரைக்கதைகள் பற்றிய என் கருத்து என்ன? என் அனுபவத்தில் நான் கண்டு கொண்டவைகள் என்னென்ன? நான் படித்த திரைக்கதை மேதைகளின் கருத்துகள் என்னென்ன? அவை தமிழுக்கு எப்படி செல்லுபடியாகும்?

முதல் Tips என்ன ?

Scene 1 - Prepare yourselves

அப்படியென்றால்? என் மனதில் ஏதோ கதை ஒன்று இருக்கிறது. உடனே திரைக்கதை எழுதிவிடலாமா? அது என்ன Prepare yourselves?

பதில் மனதில் கதை தோன்றியதுமே திரைக்கதை எழுத உட்கார்வது ஆபத்து. திரைக்கதையை எழுதுவதற்கு நம்மை எப்படித் தயார் செய்து கொள்கிறோம் என்பதுதான் முக்கியம். தயாரிப்பு என்றால், முதலில், திரைக்கதை எழுதுவது பற்றி நமக்கு என்ன தெரியும் என்பதை நன்றாக அலசிக்கொள்ள வேண்டும். அப்படியென்றால், திரைக்கதை எந்த வடிவத்தில் எழுதிக்கொள்ளப்போகிறோம்? தமிழில் டைப் செய்யத் தெரியுமா? நமது மனதில் இருக்கும் கதை, இரண்டு மணி நேரப் படமாக வந்தால் தாங்குமா? நம் கதையில் என்ன புதிதாக உள்ளது? நமது கதை படமாக வந்தால் தமிழ்த் திரைப்பட உலகுக்கு அதனால் என்ன பயன்? நம் திரைக்கதை போலவே வேறு படங்கள் உள்ளனவா? அப்படி இருந்தால் அவைகளுக்கும் நமக்கும் என்ன வேறுபாடு? நமது திரைக்கதையில் வரப்போகும் கனமான தருணங்களை நாம் எப்படி எழுத்தில் கொண்டுவரப்போகிறோம்? ஒரு எமோஷனல் காட்சியை ஒரே பத்தியில் சொல்லிவிடமுடியும். அதேசமயம், ஒரு பக்கத்துக்கும் மேல் சொல்லப்படக்கூடிய காட்சிகளும் உண்டு. எப்படி இக்காட்சிகளை எழுதப்போகிறோம்? எழுதுவதில் முன் அனுபவம் உள்ளதா? (ரெண்டு மூணு ஃபேஸ்புக் ஸ்டேட்டஸ் போட்டிருக்கேன்..

அதுல ஒண்ணு ரெண்டு பிச்சிகிச்சு.. நூறு லைக்ஸுக்கும் மேல என்று பதில் வந்தால் சுத்தம் என்று புரிந்து கொள்க).

என்னவெல்லாம் படித்திருக்கிறோம்? தமிழின் (அல்லது நம் தாய்மொழியின்) மிகச்சிறந்த இலக்கியங்களைக் கொஞ்சமாவது படித்திருக்கிறோமா? நல்ல படங்கள் பார்த்திருக்கிறோமா? நமக்கு முன்னர் வாழ்ந்து மறைந்த திரைக்கதை மேதைகள் யார்? (தமிழில் இளங்கோவன் என்பவரைத் தெரியுமா? ஸ்ரீதரின் படங்கள் பார்த்திருக்கிறீர்களா?) இங்லீஷ் திரைக்கதைகள் படித்திருக்கிறோமா? (திரைக்கதை ஜாம்பவான்கள் அட்லீஸ்ட் ஐந்து பேரின் திரைக் கதைகளைப் படித்திருக்கவேண்டும்) ஆதிகாலத் தமிழ்த்திரை வரலாற்றிலிருந்து இப்போது வரை ஓரளவாவது தெரிந்திருக்கவேண்டும் (மாடர்ன் தியேட்ட்டர்ஸ் சுந்தரத்தின் மகன் பெயர் என்ன? அவர் என்ன செய்திருக்கிறார்?).

இவைதவிர, திரைக்கதை எழுதினால் பணம் கிடைக்கும், காரில் செல்லலாம், நடிகைகளின் தொடர்பு கிடைக்கும், கஞ்சா அடிக்கலாம், LSDயை நாக்கில் சொட்டிக்கொண்டு சொர்க்கத்துக்கே செல்லலாம், தூய, வடிகட்டிய சாராயம் கிடைக்கும்... Please. இப்படிப்பட்ட எண்ணங்கள் உங்கள் மனதில் இருந்தால் அவற்றைச் சுத்தமாக அடித்துத் துவைத்துக் காயப்போட்டு, இவையெல்லாம் கிடைக்கும் வண்ணம் எளிதில் வேறொரு தொழில் செய்வது நல்லது. திரைப்படத்துறையில், திரைக்கதையில் நீங்கள் வெற்றிபெற வேண்டும் என்றால், குறைந்தபட்சம் ஒருசில வருடங்கள் ஆகும். அதிலும் அந்த வருடங்கள் அத்தனையிலுமே தினம்தோறும் திரைக்கதை எழுதுவதில் ஒரு Passion இருந்தே ஆகவேண்டும். இந்த passionதான் உங்களின் ஒரே உந்துசக்தியாக இருக்கும்.

ஏனெனில், திரைக்கதை ஒன்றை எழுதிமுடிக்கக் குறைந்தபட்சம் 36 மாதங்கள் ஆகும். இதன்பின் அத்திரைக்கதையை நன்றாகச் செப்பனிட இன்னொரு 36 மாதங்கள். ஆக, முழுநேரத் திரைக்கதை எழுத்தாளராக நீங்கள் இருந்து, தினமும் எட்டு மணி நேரம் திரைக்கதையில் செலவழித்தால், ஆறு மாதங்களில் இறுதி ட்ராஃப்டைத் தயார் செய்யலாம் (தோராயமாக). இந்த ஆறு மாதங்கள் உயிர்பிழைக்க உங்களிடம் பணம் இருக்கவேண்டும். காரணம், முதல் படம் என்பதில் இயக்குநருக்கே சரியாக சம்பளம் வராமல் போகும் வாய்ப்புகளே அதிகம். அதற்கும் முன்னால், தயாரிப்பாளர் கமிட் ஆகாமல், திரைக்கதையை மட்டும் எழுதிப் பார்ப்போமே என்று நீங்கள் அமர்ந்தால் அதில் ரிஸ்க் மிக அதிகம். ஏனெனில், எடுக்கப்படுமாபடாதா என்றே தெரியாத ஒரு படத்துக்காக உங்கள் வாழ்நாளில் ஆறு மாதங்களை நீங்கள் செலவு செய்யப் போகிறீர்கள். அதற்கான பணமும், நேரமும் உங்களிடம்

உள்ளதா? உண்டு, என்னால் அடுத்த ஆறு மாதம், வேலையை விட்டுவிட்டு, இருக்கும் பணத்தில் திரைக்கதை எழுதி முடிக்கமுடியும் என்று உறுதியாக உங்கள் மனதில் தோன்றினால் ஒழிய, தயாரிப்பாளர் கமிட் ஆகாமல் இருக்கும் படங்களுக்கு எழுதுவதை நிறுத்துதல் (தவிர்த்தல்) நலம்.

ஒருவேளை தயாரிப்பாளர் இருக்கிறார் என்றால், இயக்குநருடன் சேர்ந்து அந்தத் தயாரிப்பாளரை ஒருமுறை சந்தித்து, உங்கள் வேலையை உறுதிப்படுத்திக் கொள்ளுதல் நலம். ஏனெனில், தயாரிப்பாளர்தான் உங்களுக்குப் படியளக்கப் போகிறார். இதனால் துவக்கத்திலேயே இயக்குநருடன் பேசி, ஒரு உடன்படிக்கையைச் செய்து கொண்டு, உங்களை அவரிடம் அறிமுகப்படுத்திக் கொள்ளுங்கள்.

இதெல்லாம் பின்னால் விரிவாகப் பார்க்கலாம்.

முதலில், நான் மேலே கேட்ட கேள்விகளுக்குப் பதில் தயார் செய்து வைத்துக்கொள்ளுங்கள்.

திரைக்கதை எழுத நீங்கள் தயாரா?

Scene 2 - Prepare Yourselves 2

பொதுவாகத் திரைக்கதை என்றால், ஒரு படத்துக்குத் தேவையான காட்சிகளை எழுத்து வடிவத்தில் தயாராக வைத்துக்கொள்வது என்றவரைக்கும் ஒரு பொதுவான புரிதல் எல்லாருக்கும் இருக்கிறது. அதேசமயம், Script என்பதற்கும், Screenplay என்பதற்கும் வித்தியாசங்கள் உண்டு என்ற எண்ணமும் பலரிடம் ஓடிக்கொண்டிருப்பது எனக்குத் தெரியும். என் திரைக்கதை வகுப்புகளிலேயே பலர் இந்தக் கேள்வியை என்னிடம் கேட்டிருக்கின்றனர்.

ஸ்க்ரிப்ட் என்றாலும், ஸ்க்ரீன்ப்ளே என்றாலும் ஒன்றேதான். இரண்டுக்கும் மாறுபாடே இல்லை. இதைத் தெளிவாக உங்கள் மனதில் பதித்துக்கொள்ளுங்கள். கதை, சினாப்ஸிஸ், சம்மரி, ஒன்லைன் ஆர்டர், சீன் ஆர்டர், திரைக்கதை என்று பல வஸ்துக்கள் திரைக்கதை என்ற பயணத்தில் உண்டு. அவைகளை ஒவ்வொன்றாக, விரிவாக இதில் கவனிக்கத்தான் போகிறோம். இவற்றையெல்லாம் பின்னால் கவனிக்கலாம்.

முதலில், எடுத்துக்கொண்ட டாபிக் – நீங்கள் திரைக்கதை எழுதத் தயாரா?

தயார் என்று உங்களால் எப்படிச் சொல்லமுடியும்?

நம் மனதில் ஒரு கதை இருக்கிறது என்று வைத்துக்கொள்ளலாம்.

எதுவோ ஒரு படம் பார்க்கிறோம். அதில் ஒரு காட்சி வருகிறது. அந்தக் காட்சியை வைத்துக்கொண்டே ஒரு பெரிய படம் எடுக்கலாமே என்று தோன்றுகிறது கௌதம் வாசுதேவுக்கு காட்ஃபாதர் படம் பார்த்தபின் அதில் வரும் ஒரு காட்சியை வைத்துக்கொண்டு 'அச்சம் என்பது மடமையடா' படம் எடுக்கலாம் என்று தோன்றியிருக்கிறது. அப்படி தாராளமாக நமக்குத் தோன்றலாம். அல்லது, எதுவோ ஒரு நாவல் படிக்கிறோம். இதை அப்படியே உருவி விடலாமே என்றும் தோன்றலாம். அல்லது இப்படிப் பல Sourcகள். ஒரிஜினலாகவேகூட நம் மனதில் ஒரு கதை தோன்றலாம்.

இப்படி ஒரு கதை தோன்றி, அதைத் திரைக்கதையாக எழுதவேண்டும் என்று ஒரு Impulse உதித்ததும் நீங்கள் செய்யவேண்டியது என்ன? முதலில் எல்லாவற்றுக்கும் முதலில் அப்படி ஒருவேளை ஒரு திரைக்கதையை எழுதினால், அதை எப்படி மார்க்கெட் செய்வது என்பதில் உங்களுக்குத் தெளிவான திட்டம் ஒன்று இருக்கவேண்டும்.

இதை ஏன் சொல்கிறேன்? காரணம் உண்டு. நீங்கள் பல மாதங்கள் செலவழித்து ஒரு திரைக்கதை எழுதலாம். அது நன்றாகவேகூட இருக்கலாம். ஆனால், எழுதியதை எப்படிப் படமாக எடுப்பீர்கள்? அல்லது, எப்படிப் படமாக எடுக்க வைப்பீர்கள்? நமக்கென்ன தயாரிப்பாளர்கள் நெருங்கிய சொந்தமா? நாம் சென்றதும் உடனடியாக நமது திரைக்கதையைப் படித்துவிட்டு, உடனே அட்வான்ஸை எடுத்து நீட்டிவிடுவார்களா? செக்யூரிடி லெவலிலேயே நாம் வடி கட்டப்பட்டு விடுவோம் என்பதுதான் உண்மை. நம் பக்கம் திரும்பத் தயாரிப்பாளர்களுக்கு நேரமோ, அவசியமோ துளிக்கூட இல்லை.

எனவே, எப்படி நம் திரைக்கதையை மார்க்கெட் செய்யப்போகிறோம்? இதில் மிகத்தெளிவான திட்டம் நம்மிடம் இருந்தாகவேண்டும். இது இல்லாவிட்டால், திரைக்கதை முடித்தபின் நாம் டிப்ரஷனால் பாதிக்கப்படும் அபாயம் உண்டு.

உறுதியான திட்டம் ஒன்றை வகுத்துக்கொள்ளுங்கள். திரைக்கதை முடிந்ததும் அந்தத் திட்டத்தை அப்படியே பின்பற்றுங்கள்.

அடுத்ததாக, நமக்கு ஒருசில குறும்பட இயக்குநர்கள் நண்பர்களாக இருக்கலாம். அவர்கள் நம்மிடம் வந்து, 'நான் ஒரு படம் எடுக்கப் போறேன். ஒரு திரைக்கதை எழுதிக்கொடுங்களேன்' என்று கேட்கலாம். இதற்கு இப்போது வாய்ப்புகள் மிக அதிகம்.

அப்படி அவர்கள் கேட்டதும், உடனடியாக நம் மனம், 'திரைக்கதை முடித்ததும் சிலபல லட்சங்கள் கிடைக்கும்; உடனடியாக அதை வைத்துக்கொண்டு பாங்காக் போகலாமா அல்லது கார் வாங்கலாமா' என்ற ரீதியில் யோசிக்க ஆரம்பிக்கும். அவர்கள் நம்மிடம் பேசிய

அந்தத் தருணத்தில் குஜாலான குஷி ஒன்று வரும். டாரண்டினோ ரேஞ்சுக்கு நம்மைக் கற்பனை செய்து கொள்வோம்.

ஆனால் பெரும்பாலான இப்படிப்பட்ட தருணங்களில் உண்மை எதுவாக இருக்கும் தெரியுமா?

உங்களிடம் அப்படி எழுதச்சொன்ன நபருக்குத் திரைக்கதை எழுத வராமல் இருக்கும் வாய்ப்புகளே அதிகம். அடுத்ததாக, அவர்களுக்குத் தயாரிப்பாளர்கள் கிடைத்திருக்கமாட்டார்கள். எனவே நமக்குக் கொடுக்கப் பணம் இருக்காது. ஆனாலும், திரைப்படம் என்ற கேரட்டைக் காட்டியே நம்மிடம் வேலை வாங்க நினைப்பார்கள். அப்படி நாம் எழுதிக்கொடுத்தாலும், 'உங்க பேர் வராது. என் பேர்தான் திரைக்கதை என்பதில் வரும்' என்று சொல்லிவிடுவார்கள். இதற்கும் வாய்ப்புகள் மிக மிக அதிகம்.

அவர்கள் ஏன் இப்படிச் சொல்லவேண்டும்? காரணம், தமிழில் முதல் படத்தில், கதை, திரைக்கதை, வசனம், இயக்கம் என்று வரிசையாகப் போட்டுக்கொள்வதுதான் பாதுகாப்பு என்றே இன்னும் பலரும் எண்ணுகிறார்கள். பிறரின் பெயரை அங்கே போட்டால் 'என்னடா இது.. எவனோ கதை எழுதிருக்கான். முதல் படத்திலேயே கதையை யோசிக்கத் தெரியாதவன் எப்படிப் படம் எடுப்பான்?' என்று தயாரிப்பாளர்கள் கேட்டு விடக்கூடும் என்பது பலரின் எண்ண ம்.

நமக்கும், 'சரி பணம் கொடுக்கிறேன் என்கிறான். பெயர் வராமல்போனால்தான் என்ன? எழுதிப் பார்க்கலாமே' என்ற நப்பாசை வரும். ஆனால், இப்படிப்பட்ட பார்ட்னர்ஷிப்களில் 99% பாதியிலேயே முறிந்துவிடும். காரணம் படமே எடுக்கப்படாது. தயாரிப்பாளர்கள் கிடைக்கமாட்டார்கள். இதுதான் நடக்கும். ஏனெனில், அந்த இயக்குநர், நம்மிடம் வந்ததே ஒரு முறையான திட்டமிடல் இல்லாமல்தான். இதனால் நமது மாதங்கள் வீணே கழியும். நேரம் செலவாகும். இறுதியில் மன உளைச்சலே மிஞ்சும்.

எனவே, உங்களை யாராவது திரைக்கதை எழுத அழைத்தால், முதலில் தயாரிப்பாளர் ரெடியா என்று கேட்டு, தயாரிப்பாளரிடம் உங்களை அறிமுகப்படுத்தச்சொல்லிக் கேளுங்கள். அவரிடம் பேசியதும் உங்கள் பங்குத் தொகையை முன்வைத்து, அதில் குறைந்தபட்சம் 30%ல் இருந்து 50% வரை ஒரு தொகையை அட்வான்ஸாகப் பெற்றுக்கொள்ளுங்கள். அட்வான்ஸ் பணம் கையில் கிடைத்தால் மட்டுமே திரைக்கதையில் 'உ லாபம்' என்று எழுதித் துவங்கலாம். இது எதுவுமே நடக்கவில்லை என்றால் நடையைக் கட்டுதல் சாலச்சிறந்தது (இதில் விதிவிலக்குகள் உண்டு. இயக்குநர் உங்கள் நெருங்கிய நண்பர் என்றால் அவசியம் எழுதித் தரலாம். இதெல்லாம் தனிப்பட்ட முடிவுகள்தான்).

இதில் இன்னும் கூடச் சிலவற்றைச் சொல்லவேண்டும். அவற்றை அடுத்த எபிஸோடில் பார்க்கலாம்.

Scene 3 - The general problems

கடந்த இரண்டு எபிஸோட்களிலும், திரைக்கதை எழுத நீங்கள் தயாரா என்று பேசிக்கொண்டிருந்தோம். திரைக்கதை எழுதும் முறையைக் கவனிக்கும் முன், கமர்ஷியல் படங்களில் திரைக்கதை எழுதுவதில் என்னென்ன பிரச்னைகள் நடக்கின்றன என்று போன எபிஸோடில் லேசாகக் கவனித்தோம். தொடர்வோம்.

பொதுவாகத் தன்னை நிரூபித்துக்காட்டவேண்டும் என்ற ஆர்வம் பலருக்கும் உண்டு. ஆனால் அதில் திரைத்துறைக்கு வரவேண்டும் என்று நினைப்பவர்கள் பொதுவாகத் தேர்ந்தெடுக்கும் துறை இயக்கம். காரணம், இதில்தான் பணமும் அதிகாரமும் அதிகம். ஒரே ஒரு படத்தை நீங்கள் எப்படியாவது இயக்கி அது வெற்றியடைந்து விட்டால், பூமியில் எதைப்பற்றியும் கருத்து சொல்ல நீங்கள் தயாராகிவிட்டீர்கள் என்று அர்த்தம். எந்தப் பிரச்னை நடந்தாலும் அதில் உங்கள் கருத்துதான் டைம் பத்திரிக்கையில் தலைப்புச் செய்தியாக வரப்போகிறது என்று நீங்களே நம்பிவிடும் அளவு மீடியா உங்களைத் துரத்தும். ஓவர்நைட்டில் செலிப்ரிட்டி. அதேபோல் நீங்கள் போகுமிடம் எல்லாம் உங்களைத் தங்கத்தட்டில் வைத்துத் தாங்குவார்கள். இதற்குக் காரணம் உண்டு. தமிழ்நாட்டில் மட்டும்தான் மீடியா இப்படி இருக்கிறது. நடிகர்கள் நடிகைகள்/இயக்குநர்கள் ஆகியவர்களைப் பார்த்தாலே ஆன் த ஸ்பாட் ஆர்கஸம்.

இதில் இரண்டாவது, மூன்றாவது, நான்காவது என்று வரிசையாக நீங்கள் படமெடுக்க ஆரம்பித்து விட்டால் சீனியர் இயக்குநர் ஆகிவிடுவீர்கள். அப்புறம் என்ன? அகில உலகப் பிரச்சனைகள் பற்றித் தாராளமாகக் கருத்து சொல்லலாம். ட்ரம்ப்பை வம்புக்கு இழுக்கலாம். என்னென்னமோ செய்யலாம். இதில் கிடைக்கும் அதிகாரம்+பணம் என்பதை மனதில் வைத்துக்கொண்டுதான் தமிழக மக்கள்தொகையில் சினிமாப் பக்கம் வர நினைக்கும் முக்கால்வாசி பேர் இயக்குனராகவேண்டும் என்று நினைக்கின்றனர். இயக்குநர் ஆகவேண்டும் என்றால், திரைக்கதை எழுதத் தெரியாமல் இருந்தால்கூடப் போதும். நல்ல டெக்னீஷியன்களை வேலைவாங்கத் தெரிந்தாலே குன்ஸாக இயக்குநர் ஆகிவிடலாம் (நல்ல இயக்குநர் ஆக உயிரையே கொடுக்கவேண்டும். அது வேறு டாபிக்).

இயக்குநர் ஆகவேண்டும் என்று நினைக்கும் பல அரைகுறை நபர்களால்தான் திரைக்கதை எழுதும் நபர்களுக்குப் பிரச்னை. இவர்கள் எல்லோராலும் அல்ல. இவர்களில் அடுத்தவர் உழைப்பை உறிஞ்சி

வாழ்வதில் எந்தவித வெட்கமும் இல்லாத கும்பல் ஒன்று உள்ளது. இவர்கள்தான் திரைக்கதை எழுதுபவர்களின் வில்லன்கள். இவர்களால், திரைக்கதை எழுதுபவர்கள் தற்கொலை செய்து கொள்ளும் நிலைக்கே சென்றிருக்கிறார்கள் என்றால் அது மிகையே அல்ல. அதுதான் நிஜம்.

எப்படி? நான் இப்படிப்பட்ட ஒரு ஆள் என்று வைத்துக் கொள்வோம். என் சர்க்கிள்களில் தேடுகிறேன். ஒரு ஆடு சிக்குகிறது. கையில் ஒன்றிரண்டு கதைகள் வைத்துள்ளது. அதை நைச்சியமாக அழைக்கிறேன். கதையைப் படிக்கிறேன். என்னைப்பற்றி அளந்து விடுகிறேன். அந்த ஆடும் அதை நம்பிவிடும். 'நாம சேர்ந்து வொர்க் பண்ணலாம். படம் பண்ணப் ப்ரொட்யூசர் சீக்கிரம் கிடைச்சிருவாரு' என்றெல்லாம் சொல்லி ஆட்டை நம்ப வைக்கிறேன். ஆடும் தீவிரமாகத் திரைக்கதை எழுத ஆரம்பிக்கிறது.

திரைக்கதை வந்ததும், மெதுவாக ஒரு வாரம், பத்து நாள் கழித்து, 'படிச்சேன்.. நிறைய மாத்தணுமே' என்று முதல் கட்டையைப் போடுகிறேன். அவரும் சம்மதிக்கிறார். அடுத்த கட்டையாக, 'படத்துல திரைக்கதைல என் பேருதான் வரும்.. முதல் படம்ல. சுஜாதாவே அப்படித்தான் தெரியும்ல.. பாலகுமாரன் கிட்ட கேட்டுப் பாருங்க கதை கதையா சொல்வாரு' என்றெல்லாம் கெத்தாகப் பேசி உங்களைக் குழப்புகிறேன். நீங்கள் மன உளைச்சலால் பாதிக்கப்பட்டு பல இரவுகள் தனக்குத்தானே புலம்புவீர்கள். எனக்கு அதெல்லாம் முக்கியம் இல்லை. யாரோ எழுதிய திரைக்கதையில் என் பெயரைப் போடுவேன். இதெல்லாம் எனக்கு சகஜம்தானே? எனக்குத் தேவை திரைக்கதை. அதை அந்த ஆடு எப்படியும் அனுப்பிவிடும். அப்படி ப்ரெய்ன்வாஷ் செய்திருக்கிறேன்.

சில நாட்களில், ஓரளவு தைரியமான ஆடு என்றால், 'க்ரெடிட்ஸ் அவசியம் வேணும்' என்று சொல்லிவிடும். அப்போது நான் என்ன சொல்வேன் என்றால், 'திரைக்கதைல அப்போ ரெண்டு பேரோட பேரும் போட்டுக்கலாம். அதுல என் பேரு முதல்ல வரும். உங்க பேரு ரெண்டாவதா வரும்.. இல்லாட்டி திரைக்கதை உதவி, கதை உதவி, கதைக்குழு, இப்படி எங்காவது உங்க பேரு வரும்' என்று நிர்தாட்சண்யமாகச் சொல்லிவிடுவேன். அதன்பின் ஆடு பணம் கேட்டால், 'ஹெஹே.. மொதல் படங்க.. எனக்கே ரெண்டோ மூணோதான் வரும். இதுல ஃப்ரீயா வொர்க் பண்ணுங்க.. அடுத்த படத்துல வாங்கிக் கொடுத்துடுறேன்' என்ற பதில் கொடுப்பேன்.

ஒட்டு மொத்தமாக, ஆடுகளைக் கூப்பிட்டு வந்து கரகர என்று கழுத்தை அறுப்பேன். இதுதான் என் பாணி.

இப்படிப்பட்ட அரைகுறைகள்தான் தமிழ்த் திரையுலகில் ஆங்காங்கே

திரைக்கதை எழுதலாம் வாங்க

மண்டிக்கிடக்கிறார்கள். ஒரே ஒரு குறும்படம் கூட எடுத்திருக்க மாட்டார்கள். ஆனால் அளந்து விடுவது ஷங்கருக்கே கதையைச் சொல்லி டைரக்ஷன் கற்றுக்கொடுப்பது தான்தான் என்பதாக இருக்கும். உண்மையில் நான் இங்கே கொடுத்திருப்பது கம்மி. திரைக்கதை எழுதத் தெரிந்த நல்லவர்கள் இப்படிப்பட்ட டுபாக்கூர்களிடம் சிக்கிக்கொண்டு பலத்த மன உளைச்சல் அடைந்து சினிமாவை விட்டே விலகியிருக்கிறார்கள்.

இதற்கெல்லாம் காரணம் என்ன? நமது மெலிந்து கொடுக்கும் தன்மைதான். என்னிடம் யாராவது இப்படிப் பேசினால் இரண்டாகக் கிழித்து விடுவேன். எனவே இப்படி என்னிடம் யாரும் பேசியதில்லை. ஆனால் பொதுவாக, இப்படிப்பட்ட டுபாக்கூர்களை உண்மை என்று நம்பும் நபர்கள், இவர்கள் மூலம் வாய்ப்பு வருகிறதே என்று வளைந்து கொடுத்துப் போகிறார்கள். அதனால் தனக்குத்தானே கூர்மையான ஆப்பை எடுத்து சொருகியும் கொள்கிறார்கள்.

இப்படிப்பட்ட டுபாக்கூர்களை நம்பவே வேண்டாம். உண்மையில், உங்கள் உழைப்பை நம்பி உங்களை அழைக்கும் நபர்கள் எப்படி இருப்பார்கள் தெரியுமா? க்ரெடிட்ஸைப் பற்றி முதலிலேயே சொல்லிவிடுவார்கள். உங்கள் உழைப்புக்கு ஏற்ற க்ரெடிட்ஸ் கட்டாயம் கிடைக்கும். அதேபோல் உங்களுக்கான பணத்தையும் நீங்கள் கேட்கும் முன்னரே பேசிவிடுவார்கள். மனதில் வஞ்சம் இல்லாமல், டீம் வொர்க்கால் முன்னேற வேண்டும் என்று நினைப்பவர்கள் இப்படிப்பட்ட பாஸிடிவான நபர்களே. இவர்களைப் பார்த்ததும் அடையாளம் கண்டு கொண்டு விடலாம்.

அடுத்தமுறை கவனியுங்கள். யார்யார் உங்களிடம் க்ரெடிட்ஸ், பணம் ஆகியவற்றை முன்கூட்டியே பேசி, உங்களுக்குத் தக்க மரியாதை தருகிறார்களோ, அவர்களிடம் நம்பி நீங்கள் வேலை செய்யலாம். ஓசியிலேயே ஓ..ம்ம் சரி.. ஓசியிலேயே கோல் போட்டுவிட்டுப் போகும் நபர்களைக் கண்டதும் காறித் துப்பிவிட்டு வந்து விடுங்கள். அப்போதுதான் அவன் இன்னொரு ஆளை ஏமாற்றமாட்டான். இல்லையா? அப்படிப்பட்ட ஆட்களைப் பற்றி வெளிப்படையாக வெளியே சொல்லிவிடுவேன் என்று சொல்லுங்கள்.

இதுதான் தற்காலத்தில் தமிழ்த் திரையுலகில் நடக்கும் மாபெரும் மோசடி. இப்போதுகூட உங்களைச்சுற்றி இது நடந்து கொண்டுதான் இருக்கிறது. எனவே, இதில் இருந்து பிழைப்பது உங்கள் கையில்தான் இருக்கிறது. எதைக்கண்டும் பயப்படாமல், வாய்ப்பு போய்விடுமே என்று நினைக்காமல், வெளிப்படையாக, வெட்டு ஒன்று துண்டு இரண்டு என்று பேசினால் இவர்கள் ஓடிவிடுவார்கள் என்பதை

நினைவில் வைத்துக்கொள்ளுங்கள். ஒருபோதும் இலவசமாக வேலை செய்யவேண்டாம். க்ரெடிட்ஸ் இல்லாமல் வேலை செய்ய வேண்டாம். இதை நன்றாக நினைவில் வையுங்கள்.

இதை நான் எழுதவேண்டிய நிலை என்னவென்றால், எனக்கு இப்படிப்பட்ட பல கதைகள் தெரியும். திரைக்கதை நன்றாக எழுதக் கூடிய நபர், ஃபீல்டை விட்டே போவது என்று முடிவு செய்தால் அது எப்படிப்பட்ட பரிதாபம்? இதை இங்கே வேறு யாரும் எழுதமாட்டார்கள் என்பதால் நானே இதை எழுதுகிறேன். திரைக்கதை என்பதற்குத் தமிழில் உரிய இடத்தைப் பெற்றுத்தரவேண்டும் என்பதும் என் goalகளில் ஒன்று. வரும் வருடங்களில் இது உறுதியாக நடக்கும்.

Scene 4 - திரைக்கதைக்கு நம்மைத் தயார் செய்தல்

திரைக்கதை எழுதத் தயாராக இருப்பவர்களுக்கு நேரும் பிரச்சனைகள் என்ன என்று கவனித்தோம். நான் சென்ற எபிஸோடில் சொன்னது ஒரு சிறிய உதாரணம்தான். பொதுவாக, எப்போதும் எச்சரிக்கையாக இருத்தல் நலம். க்ரெடிட்ஸ்+பணம் ஆகிய இரண்டும் வெளிப்படையாகப் பேசி வாங்குதல் நலம். நீங்கள் வாயே திறக்காவிட்டால் உங்கள் பங்குப் பணம் வேறு யாருக்கோ போய்விடும் என்பதை நினைவு கொள்ளுங்கள்.

அடுத்ததாக, ஒரு திரைக்கதை எழுத்தாளனுக்குரிய குணங்கள் என்னென்ன? கொஞ்சம் விரிவாகப் பார்க்கலாம்.

திரைக்கதை எழுத்து தான் இனி வாழ்க்கை என்று தீர்மானித்து விட்டபின்னர், முதலில் தேவை வாசிப்பு. கண்ணில் பட்டதெல்லாம் வாசித்தல் நலம். பத்திரிக்கைகள், நாவல்கள், Non fiction என்று கண்ணில் பட்டதெல்லாம் படிக்கவேண்டும். முக்கியமாகப் பல திரைக்கதைகளைப் படித்து, அப்படங்களைப் பார்த்து இரண்டையும் ஒப்பிட்டிருக்க வேண்டும். அப்போதுதான் சீன்களைப் புதிதாகவும் சினிமாடிக்காகவும் யோசிக்க இயலும்.

சரி எதையெல்லாம் படிப்பது?

சுஜாதா, ராஜேஷ்குமார், பிகேபி, சுபா, இந்திரா சௌந்தர்ராஜன், ராஜேந்திரகுமார், பி.டி.சாமி, கலாதர் என்று தமிழ் பல்ப்பில் இல்லாத பெயர் இல்லை. பாக்கியம் ராமசாமியின் அப்புசாமியும் சீதாப்பாட்டியும் சீரீஸ் படித்திருக்கிறீர்களா? தேவனின் துப்பறியும் சாம்புவைத் தெரியுமா? தமிழ்வாணனின் சங்கர்லாலைப் பரிச்சயம் உண்டா? ஜாவர் சீதாராமன் என்ற பெயரைத் தெரியுமா? உடல் பொருள் ஆனந்தி? இவையெல்லாம் ஒரு சில உதாரணங்கள் மட்டுமே. நிஜமாகவே எண்பதுகளிலும் தொண்ணூறுகளிலும் தமிழ் பல்ப்பைப்

திரைக்கதை எழுதலாம் வாங்க

படிக்க இரண்டு கைகள் பற்றாது. அவ்வளவு இருக்கும். இப்போது தமிழில் பல்ப் கம்மியாகி, இலக்கியவாதிகள் அதிகமாகிவிட்டனர். படிப்பவர்களை விடவும் எழுதுபவர்கள் அதிகம் என்ற ஜோக் உண்டு.

இலக்கியம் படிக்கவேண்டும் என்றால் யாரைப் படிக்கலாம்? அதற்கும் பட்டியல் தயார். சாரு நிவேதிதா அழகான பட்டியல் ஒன்றைப் போட்டுக் கொடுத்திருக்கிறார். தி.ஜானகிராமன், தி.ஜ.ரங்கநாதன், நகுலன், கோபி கிருஷ்ணன், ஆதவன், ஆ.மாதவன், ந.முத்துசாமி, இந்திரா பார்த்தசாரதி, க.நா.சு, அசோகமித்திரன், சுஜாதாவின் கணையாழியின் கடைசிப் பக்கங்கள், ப.சிங்காரம், கரிச்சான் குஞ்சு, கு.ப.ராஜகோபாலன், எம்.வி.வெங்கட்ராம், சார்வாகன் ஆகியவர்களே அவர்கள். சாருவையும் ஜெயமோகனையும் எஸ்.ராவையும் சேர்த்துக் கொள்ளலாம். அழகிய பெரியவன், சரவணன் சந்திரன், ஷோபா சக்தி, லக்ஷ்மி சரவணக்குமார் என்று நமக்குப் பிடித்த யாரையும் படிக்கலாம். இவர்கள் ஒவ்வொருவரின் இரண்டிரண்டு புத்தகங்களாவது குறைந்தபட்சம் படித்திருக்க வேண்டும்.

இங்க்லிஷில் இஷ்டத்துக்குப் படிக்கலாம். மனதுக்குத் தோன்றிய எழுத்தாளரின் புத்தகங்கள் படிக்கலாம்.

ஒரு ஆறு மாதம் கணக்கு வைத்துக்கொள்ளுங்கள். அந்தக் காலத்துக்குள் இவர்கள் அனைவரையும் படிக்கவேண்டும் என்று நினைத்து, நிறைவேற்றுங்கள். படித்து முடித்த பின்னர் நீங்கள் காணும் உலகம் வேறாக இருக்கும். அடித்துச் சொல்கிறேன்.

இவையோடு சேர்த்து, தமிழ் சினிமா பற்றியும் உலக சினிமா பற்றியும் நன்றாகப் படிக்கவேண்டும். இணையத்தில் தேடுங்கள். தமிழ் ஸ்டுடியோ அருணின் 'ப்யூர் சினிமா' கடைக்குச் செல்லுங்கள். அல்லது அவர்களின் வெப்சைட் பாருங்கள். புத்தகங்களை வாங்கிவிடலாம். 'டிஸ்கவரி புக் பேலஸ்' செல்லலாம். 'பனுவல் புத்தகநிலையம்' போகலாம். இன்னும் பல கடைகள் உள்ளன.

ஓகே. வாசிப்பு முடிந்தது. அடுத்ததாக வேறென்ன குணங்கள்?

உங்கள் ஒவ்வொருவருக்கும் ஒரு பர்சனாலிடி அவசியம் தேவை. அப்படியென்றால்? ஓகே. உங்களிடம் வந்து டிமானிடைசேஷன் பற்றிக் கருத்து கேட்டால் சொல்லத் தெரிந்திருக்க வேண்டும். மோதி பற்றிக் கேட்டால் உள்ளது உள்ளபடி சொல்லவேண்டும். ட்ரம்ப் யார்? ஜல்லிக்கட்டுக்குப் பின்னர் இருக்கும் பிரச்னைகள் என்னென்ன? தோனிக்கும் ஸ்ரீனிவாசனுக்கும் இருக்கும் தொடர்புகள் என்ன? எதைக் கேட்டாலும் தெரிந்திருக்கவேண்டும் (ஆழமாக இல்லாவிட்டாலும் அட்லீஸ்ட் குறைந்தபட்சமாகவாவது). நம்மைச் சுற்றி நிகழும் அரசியலில் என்னென்ன நடக்கிறது என்று தெரியவேண்டும்.

அதேபோல், பிம்பங்களை உடைக்கப்வேண்டும். பெரியாரைப் பற்றித் தெரிந்திருக்க வேண்டும். அவரது புத்தகங்கள் படித்திருக்க வேண்டும். அவரைப் போல் மிகச்சிறந்த 'பிம்பங்களைக் கட்டுடைப்பவன்' (Iconoclast) வேறு யாருமே இல்லை. உங்களுக்கு மிகவும் பிடித்த செலிப்ரிடிகள் யார்? அவர்களை விட்டு வெளியே வாருங்கள். யாரைப்பற்றியும் விமர்சிக்கத் தெரிந்திருக்க வேண்டும். கண்மூடித்தனமாக யாரையும் பின்பற்றக்கூடாது.

மனித இனம் எப்படி உருவானது என்று தெரியவேண்டும் (Anthrapology). மனித இனம் உருவானதில் இருந்து இன்றைய நடப்பு தினம் வரையிலும் என்னென்ன நடந்தது என்று தெரிந்திருக்கவேண்டும். இது மிக மிக முக்கியம். இயக்குநர் கற்றது தமிழ் ராம் அடிக்கடி அறிவுறுத்தும் விஷயம் இது. இதைத் தெரிந்து கொண்டால்தான் மனிதர்களைப் பற்றிய திரைக்கதைகள் சிறப்புறும்.

உலகில் இருக்கும் தத்துவங்கள் என்னென்ன? ஒவ்வொன்றுக்கும் என்ன தொடர்பு? வித்தியாசம்? மதங்கள் எவை? அவைகளின் நோக்கங்கள் என்ன? ஆண்கள் பெண்களைப் பற்றிய உங்கள் கருத்து என்ன? குடிப்பது சரியா தவறா? இரவில் பெண்கள் நடமாடலாமா? எதுவாக இருந்தாலும் அதனை எந்தச் சார்பு நிலையும் இல்லாமல் சீர்தூக்கிப் பார்க்கத் தெரியவேண்டும்.

எந்தத் தத்துவத்தின் பின்னாலும் கண்மூடித்தனமாக ஓடக்கூடாது. இத்தனை நாட்கள் நீங்கள் அப்படி இருந்திருக்கலாம். ஆனால், இனி யார் பின்னாலும்/எதன்பின்னாலும் பைத்தியம் போல ஓடக்கூடாது. கேள்விகள் கேட்கவேண்டும். அலசி ஆராயவேண்டும். மிகவும் பிடித்தவற்றைக் குறிப்பாகக் கேள்விகள் கேட்கவேண்டும். தாமரை இலைத் தண்ணீர் போல மாறவேண்டும்.

ஒட்டுமொத்தமாகச் சொல்லப்போனால், எதன்மீதும் பற்றில்லாமல் துறவி போல் ஆகவேண்டும் (துறவின் மீதும் பற்றுக் கூடாது). எல்லாமே தெரிந்திருக்கவேண்டும். இது ஏன் என்றால், அப்போதுதான் எதைப் பற்றி வேண்டுமானாலும் உள்ளது உள்ளபடி எழுதமுடியும். எதன் மீதாவது பற்று இருந்தால் அதைப்பற்றிய பாசிடிவ் மேட்டர்கள் மட்டும்தான் நம் திரைக்கதையில் இடம்பெறும். அது தவறு. இரண்டு பக்கமும் இருக்கவேண்டும்.

எனது மாணவர் ஒருவர், திருநங்கைகளைப் பற்றிய திரைக்கதை எழுதப்போவதாகச் சொன்னார். ஒருமாதம் ஆளையே காணோம். ஒரு மாதம் கழித்து முழுத் திரைக்கதையுடன் வந்தார். பெங்களூரில் அந்த ஒரு மாதமும் திருநங்கைகளுடனேயே மூட்டை முடிச்சுகளுடன் வாழப் போய்விட்டார். அவர்களுடனேயே உண்டு உறங்கி, அவர்களின்

ஒவ்வொரு பழக்கவழக்கத்தையும் அருகே இருந்து பார்த்து, அவர்களில் ஒருவராகவே மாறிவிட்டார். இதுதான் டெடிகேஷன். இத்தகைய டெடிகேஷன் எதைச் செய்தாலும் இருக்கவேண்டும். இன்னும் சில குணங்கள் உண்டு. அவற்றை அடுத்த எபிஸோடில் காணலாம்.

Scene 5 - Who is a Screenplay Writer?

திரைக்கதை எழுத்தாளராக நீங்கள் ஆகவேண்டும் என்றால் நீங்கள் உங்களை எப்படித் தயார்செய்து கொள்ளவேண்டும் என்று பார்த்தோம். அத்துடன் இன்னும் சில விஷயங்களைச் சொல்ல நினைத்தேன். அவைகளை இனி கவனிப்போம். திரைக்கதை எழுதத்துவங்கும் முன் இவை கட்டாயம் தேவை என்பது என் தனிப்பட்ட கருத்து. எனவேதான் இவைகளையே இன்னும் விரிவாகப் பார்த்துக்கொண்டிருக்கிறோம். வாசிப்பு, உங்களை நீங்களே பட்டை தீட்டிக்கொள்ளுதல் ஆகியவையோடு சேர்த்து, உங்களுக்குத் தேவையான நான்கு முக்கியமான அம்சங்கள் உள்ளன. இவை உங்களிடம் இருந்தால், அவசியம் வெற்றிகரமான நபராக நீங்கள் ஆயே தீருவீர்கள். உங்களின் வெற்றிப்பயணத்தை யாராலும் தடுக்கவே முடியாது. இந்தப் புத்தகத்தின் முதல் பாகம் படித்திருப்பவர்களுக்கு இந்த நான்கும் முன்னமே தெரியும். நினைவிருக்கிறதா? ஒரு கதாபாத்திரத்தை நன்றாக மேம்படுத்தும் நான்கு அம்சங்கள். அதே நான்கு, உங்கள் வாழ்வையும் மேம்படுத்தும் திறன் வாய்ந்தவை.

1. உறுதியான நோக்கம் (Goal)

2. பாயிண்ட் ஆஃப் வ்யூ (POV)

3. ஆட்டிட்யூட் (Attitude)

4. மாற்றம் (Transformation)

சுருக்கமாக, ஒரு திரைக்கதை எழுத்தாளனுக்கு இவையெல்லாம் ஏன் தேவை என்றும், இவை நம் வாழ்க்கையை எப்படி மேம்படுத்தும் என்றும் இனி கவனிக்கலாம்.

1. நோக்கம் – எந்தக் கதாபாத்திரத்துக்கும் ஒரு நோக்கம் தேவை. அந்த நோக்கம் நோக்கி அது எத்தனை உறுதியாகப் பயணிக்கிறதோ அத்தனைக்கத்தனை கதையும் சுவாரஸ்யமாக, உணர்வுபூர்வமாக இருக்க வாய்ப்புண்டு. இதேபோல் நமது வாழ்க்கையிலும் நமக்கு ஒரு நோக்கம் இருக்கவேண்டும். நாம் ஏன் வாழ்கிறோம்? இனி என்னவாக ஆகப்போகிறோம்? இன்னும் சில வருடங்களில் நாம் எங்கே எப்படி இருப்போம் என்பதில் மிகத்தெளிவாக நாம் இருக்கவேண்டும்.

உதாரணமாக என்னையே எடுத்துக்கொண்டால், *2005*லேயே நான்

திரைப்படங்களில் வேலை செய்வேன் என்பது எனக்கு நன்றாகத் தெரியும். எனக்குச் சிறுவயது முதலே திரைப்படங்களில் ஆர்வம் எக்கச்சக்கமாக உண்டு. திரைப்படங்களைப் பார்க்கும்போதெல்லாம் படம் எடுக்கவேண்டும் என்று தோன்றிக்கொண்டே இருக்கும். ஒரு impulse போல. குறிப்பாக வெஸ்டர்ன்கள், டேவிட் ஃபிஞ்ச்சரின் படங்கள் (Seven), டாரண்டினோ, செர்ஜியோ லியோனி படங்கள் பார்க்கையில் இந்த எண்ணம் மண்டை முழுதும் ஓடும். அப்போதெல்லாம், ஷூட்டிங் ஸ்பாட்டில் நான் நின்றுகொண்டிருப்பது போலவே உணர்வேன். என்னைச்சுற்றிப் படப்பிடிப்பு நடந்து கொண்டிருக்கும். இந்த எண்ணம் உச்சத்துக்குப் போனது, 'குரு' படத்தில் Barso re Megha பாடலைத் தியேட்டரில் பார்த்துக் கொண்டிருந்தபோதுதான். அதில் க்ரேன் பிரம்மாண்டமாக உயர்ந்து தணியும்போது உள்ளுக்குள் டமால் என்று இந்த எண்ணம் வெடித்துச் சிதறியது. அதை மறக்கவே முடியாது. எந்தெந்த ஷாட்கள் என்றுகூட நினைவில் இருக்கிறது.

இந்த எண்ணம் வலுவடைந்து கொண்டே வந்தது. 2007ல் திரைப்படக் கல்லூரியில் சேர்ந்தே தீருவது என்று முடிவெடுத்தேன். கோவையில் வேலைசெய்து கொண்டிருந்த சமயம். அப்போதுதான் வேறொரு நிறுவனத்தில் இருந்து இன்னொரு வேலைவாய்ப்பும் வந்தது. இரண்டில் என்ன செய்யலாம் என்று யோசித்து, புதிய வேலையைத் தேர்ந்தெடுத்தேன். வேலை செய்து கொண்டே திரைப்படங்கள் பற்றிய புத்தகங்களும், திரைக்கதைகளும் ஏராளமாகப் படித்தேன். ஒரு திரைப்படக்கல்லூரி மாணவன் போல.

இதனால் திரைக்கல்லூரியில் சேராமலேயே திரை அறிவு வளர்ந்தது. ஒருசில வருடங்களில் நான் நினைத்தது போலவே திரைப்படங்களுக்குள் வந்தும் விட்டேன். அதிலும், திரைக்கதை

யில்தான் வரவேண்டும் என்பதும் உறுதியாக நான் நினைத்ததுதான். பல்லாண்டுகள் முன்னர் எப்போது ஸிட் ஃபீல்டைப் படித்தேனோ அப்போது முடிவு செய்தது அது. அதையே தமிழிலும் கொண்டுவந்ததில் மிகவும் மகிழ்ச்சி. குருவுக்குச் செய்த பணிவிடை போல.

இதுதான் நோக்கம். நீங்கள் என்னவாக ஆகப்போகிறீர்கள்? அப்படி ஆகிவிட்டதாகத் தினமும் சில நிமிடங்கள் கற்பனை செய்து பார்க்கலாம். அது ஒரு உத்வேகத்தைக் கொடுக்கும். உங்களின் கனவு கட்டாயம் நினைவாகும். இதை visualization என்பார்கள். இதைத் தேடிப் பாருங்கள். கூடவே, இன்னும் சிலகாலத்தில் நீங்கள் செய்யவேண்டியவைகளைத் தெளிவாக எழுதிக்கொள்ளுங்கள். தினமும் அதனைப் படித்துப் பாருங்கள். உங்கள் மனம் புத்துணர்வடையும். பல வழிகள் தோன்றும். நோக்கம் நிறைவேறும். இது Goal Setting. நான் இதுவரை சாதித்தவைகள்

அத்தனையுமே கோல் செட்டிங்காக, குறிவைத்து அடித்தவைதான். குருட்டாம்போக்கில் என் வாழ்வில் எதுவுமே நடந்ததில்லை. ஒவ்வொரு படியும் நானாகச் செதுக்கியதுதான். நாம் ஒன்றைச் செய்யவேண்டும் என்று நினைத்துத் தீவிரமாக அதில் முயன்றால் சமுதாயம் நமக்கு உதவும். இதில் சந்தேகமே படவேண்டாம். என் ஒவ்வொரு நோக்கத்தை நோக்கி நான் தீவிரமாகச் செல்லும்போதும் உண்மையாகவே நான் கேட்காமலேயே பல உதவிகள் கிடைத்தன. நான் பாஸிடிவாக இருந்ததால் சமுதாயமும் அதே பாசிடிவ் எனர்ஜியோடு எனக்கு உதவியது.

இதுதான் முதல் ஸ்டெப். நோக்கம். Goal. உங்களிடம் நோக்கம் இல்லையென்றால் இன்றில் இருந்து துவக்குங்கள். நோக்கத்தை டெவலப் செய்யுங்கள். சாதிக்கலாம். ஒன்று இல்லாவிட்டால் குட்டிக்குட்டியாகப் பல நோக்கங்களை எழுதி வைத்துக்கொள்ளலாம். சொல்லி அடிக்கும் கில்லியாக மாறலாம். ப்ரூஸ்லீ என்ற மாமனிதன் உருவானது இப்படித்தான். அவர் தனக்குத்தானே எழுதிய கடிதம் நெட்டில் உண்டு. படித்துப் பாருங்கள். ஜிம் கேரி, மிகவும் ஏழ்மை நிலையில் இருந்தபோது எழுதிக்கொண்ட காசோலையை நெட்டில் பாருங்கள். இன்னும் பல உதாரணங்கள் உண்டு.

நமக்குள் இருக்கும் பிரம்மாஸ்திரம் இது. சிலர் இதை எள்ளி நகையாடலாம். அவர்கள் அதே இடத்தில்தான் இருப்பார்கள். நாம் எங்கோ போய்விடுவோம். சாதிக்கத்தானே வாழ்க்கை? பெஞ்ச்சைத் தேய்ப்பதற்கா பிறந்தோம்?

2. பாயிண்ட் ஆஃப் வியூ நீங்கள் உலகை எப்படிப் பார்க்கிறீர்கள்? அதுதான் பாயிண்ட் ஆஃப் வியூ. உலகமே மோசம்.. உலகமே நல்லது.. எல்லாரும் வெஜிடேரியன்கள் ஆகவேண்டும்.. அனைவரும் பீஃப் சாப்பிடவேண்டும்.. கடவுளே இல்லை.. மக்கள் அனைவரும் சந்தர்ப்பவாதிகள்.. இப்படி உங்கள் மனம் இந்த உலகை எப்படிப் பார்க்கிறது? இதுதான் பாயிண்ட் ஆஃப் வியூ. இது கட்டாயம் அனைவருக்கும் இருக்கவேண்டும். அது சரியா தவறா என்பதை நோக்கி அனைவரும் பயணப்படவேண்டும். அது உங்களுக்கு ஒரு பெர்சனாலிடியைக் கொடுக்கும். பெர்சனாலிடி இருந்தால் தனித்துத் தெரிவீர்கள். அது எப்போதும் நல்லது.

3. ஆட்டிட்யூட் பாயிண்ட் ஆஃப் வியூவை செயலில் காட்டினால் அது ஆட்டிட்யூடாக மாறும். எல்லாரும் சிக்கன் சாப்பிடவேண்டும் என்று பாயிண்ட் ஆஃப் வியூ இருக்கும் ஒருவர், எல்லார் வாயிலும் சிக்கனைத் திணித்தால் அது ஆட்டிட்யூடாக மாறுகிறது. எனவே, உங்கள் பாயிண்ட் ஆஃப் வியூவைச் செயலில் காட்டுங்கள்.

அது முடிந்தவரை பாஸிடிவாகவே இருக்கட்டும். இது உங்கள் ஆளுமைத்திறனை மேம்படுத்தும்.

4. மாற்றம் (Transformation)- நான் சொல்லியவற்றைச் செய்து பார்த்தீர்கள் என்றால், உங்களின் ஒரிஜினல் நிலையில் இருந்து சில படிகள் மாற்றம் அடைவீர்கள். எல்லோரின் வாழ்க்கையிலும் மாற்றம் உண்டு. ஒரேபோன்றா நாமெல்லாரும் இறக்கும் வரை இருக்கிறோம்? சிந்தனை மாறினால் வாழ்வும் மாறும். அதுதான் தேவை. ஒரு நோக்கத்தை உருவாக்கிக்கொண்டு அதை நோக்கி நடைபோடத் துவங்குங்கள். அதுதான் மாற்றம். இது நல்ல மாற்றமாக இருக்கும்.

அப்படி மாறும்போது ஒன்றை மட்டும் மறக்கவே வேண்டாம். அது யாருக்கும் இன்னல்கள் தரக்கூடாது. நாம் வாழ்வது போலவே பிறருக்கும் உரிமை உண்டு. அனைவரும் சமம். பாஸிடிவாகவே இருக்கவேண்டும்.

உங்களிடம் உறுதியான நோக்கம் இருந்தால், அதைச் செயலில் காட்டினால், வாழ்க்கை மாற வேண்டும் என்று நீங்கள் நினைத்தால், நீங்கள் எண்ணியபடி வாழ்வு மாறியே தீரும். அதை யாராலும் தடுக்கவே முடியாது. இது கட்டாயம் நடக்கும். நடந்தே தீரும்.

இந்த நான்கும் திரைக்கதை எழுத மட்டுமல்ல, நம் வாழ்க்கையை செப்பனிடவும் கட்டாயம் உதவும். அதற்கு நானே உதாரணம். நான் எப்படி இருந்தேன்.. எப்படி மாறினேன்.. எப்படி என்னை முழுக்கவும் மாற்றியமைத்துக்கொண்டேன் என்பதை அடுத்த எபிஸோடில் சொல்கிறேன். அது சுயதம்பட்டம் அல்ல. ஒரு வெட்டி தத்தியாக இருந்த என்னாலேயே மாற முடிந்தது என்றால் யார் வேண்டுமானாலும் கட்டாயம் அட்டகாசமாக மாறமுடியுமே. அதற்காக..

Scene 6 – என் (சுருக்கமான) சரித்திரம்

சரி. சென்ற எபிஸோடில், Goal Setting பற்றியும், ஒரு திரைக்கதை எழுத்தாளனாக, நமது பர்ஸனாலிடியை மாற்றிக்கொள்வது பற்றியும் (நான்கு அம்சங்கள்) கவனித்தோம். அதை இன்னும் உள்ளூற இன்று பார்ப்போம்.

பள்ளியில் படிக்கும்போது நான் மிக மிக மிக அமைதியான பையன். கிட்டத்தட்ட ஐந்தாவதில் இருந்து பனிரெண்டாவது வரையிலுமே அப்படித்தான். அப்போது என்னை யாராவது கவனித்திருந்தால், இவனெல்லாம் எதாவது பெஞ்ச்சைத் தேய்த்துக் கொண்டு திராபையான ஆசாமியாக, யாருக்கும் தெரியாமலேயே வாழ்ந்து மறைந்து விடுவான்

என்றுதான் நினைத்திருப்பார்கள் என்பதில் சந்தேகமே இல்லை . கூடவே, குனிந்த தலை நிமிராமல் நடப்பேன். எளிதில் என்னை நீங்கள் ஏமாற்றிவிடலாம்.

உலக அனுபவம் துளிக்கூடக் கிடையாது. எப்போது பார்த்தாலும் புத்தகங்கள் படித்துக்கொண்டே இருக்கும் ஒரு Sloth. ஒரு கடும் தத்தி (ஆனால், மிகச் சிறிய வயதில் இருந்தே, கண்ணில் பட்ட புத்தகங்களைப் படித்து விடுவேன். உதாரணம்: அதன் முக்கியத்துவத்தைத் துளிக்கூடத் தெரிந்து கொள்ளாமல் பள்ளி நாட்களில் Crime and Punishment படித்து முடித்தது. பொடி எழுத்துகள். முடித்ததும் எக்கச்சக்கத் தலைவலி வந்தது நன்றாக நினைவிருக்கிறது).

எனக்கு நண்பர்களும் இல்லை. ஓரிருவர் மட்டுமே. இப்படி ஒரு மொக்கையான பீசுடன் யார்தான் நண்பர்களாக இருப்பார்கள்? பெண்களுடன் பேசியதே இல்லை. ஏன் வாழ்கிறோம் என்றே தெரியாமல், ஜடமாக உலவிக்கொண்டு இருந்தேன். அப்போதுதான் என் வாழ்க்கையையே மாற்றிப்போட்ட புத்தகத்தைப் படிக்க நேர்ந்தது. இது நடந்தது என் பனிரெண்டாவது வகுப்பில்.

இன்றுவரை அப்படிப்பட்ட புத்தகத்தை அதன்பின் நான் படித்ததே இல்லை. அந்தப் புத்தகம் கட்டாயம் ஒரு வெடிகுண்டு. அந்தக் குண்டு என்னுள் வெடித்ததன் காரணமாக, அடுத்த சில மாதங்களில் என்னால் என்னை முற்றிலுமாக மாற்றிக்கொள்ளமுடிந்தது.

அந்தப் புத்தகத்தை எழுதியவரும் என்னைப்போலவேதான் இருந்திருக்கிறார் என்பதை அப்புத்தகத்திலேயே மிகவும் விபரமாகச் சொல்லியிருப்பார். அவரது பர்சனாலிடியும் என் பெர்சனாலிடியும் ஏறக்குறைய ஒன்றுதான். இதைப் படித்தது மே, வாழ்க்கையில் முதல்முறையாக ஒரு பாசிடிவ் வைப்ரேஷனை உணர்ந்தேன். இவர் செய்தது போலவே நாமும் செய்யலாம் என்று முடிவெடுத்தேன். அன்றில் இருந்து, எனது ஒவ்வொரு செயலையும் கவனிக்க ஆரம்பித்தேன்.

1. எனது நடை குனிந்த தலை நிமிராமல் இருந்த நடையை மாற்றினேன். வேண்டுமென்றே நெஞ்சை நிமிர்த்திக்கொண்டு நடக்க ஆரம்பித்தேன். ஆரம்பகாலங்களில், பல மாதங்கள், உலகமே என்னைப் பார்த்து சிரிப்பது போலவே இருக்கும். (பிறந்ததில் இருந்து அப்படியே இருந்துவந்ததை மாற்றினால் எப்படி இருக்கும்? செய்து பாருங்கள் தெரியும்). ஆனாலும் விடாப்பிடியாக என் நடையை மாற்றினேன். நெஞ்சு நிமிர்த்தியே இருந்ததால், வீட்டிலேயே தண்டால், பஸ்கிகள் எடுத்தேன். உலக்கையை வைத்துக்கொண்டு சுழற்றி, நெஞ்சை ஒரு ஷேப்புக்குக் கொண்டு வந்தேன்.

2. பேச்சு நானாகவே போய் அனைவரிடமும் பேச ஆரம்பித்தேன். விடாப்பிடியாகப் பேசிப் பழகினேன். மனதில் இருப்பதை மிக வெளிப்படையாக சொல்லப் பழகினேன். எந்தக் கபடமான எண்ணமும் இல்லாமல் வெளிப்படையாகப் பேச ஆரம்பித்தேன்.
3. உருவம்–சோம்பேறி போல இருந்த என் உருவத்தை மாற்றிக் கொண்டேன். உயரத்துக்கு ஏற்ற உடைகள் அணியப் பழகினேன். முடியை மாற்றிக்கொண்டேன்.
4. ஊர் சுற்ற ஆரம்பித்தேன். ப்ராக்டிகலான அறிவை அடைந்தேன்.
5. ஒரு லட்சியத்தை வளர்த்துக்கொண்டேன். எப்படியாவது, எதையாவது சாதிக்கவேண்டும் என்பதே அது.

இவைகளால் மெல்ல மெல்ல என் வாழ்க்கை மாறியது. பல நண்பர்கள் கிடைத்தனர். கல்லூரியில் கூட ஓரளவு பழையபடியேதான் இருந்தேன். ஆனாலும் தினம்தினம் பொறுமையாக, படிப்படியாக என்னை மாற்றிக்கொண்டே இருந்ததன் விளைவு, UG முடியும் நேரத்தில் முற்றிலுமாக மாறிவிட்டேன். இதற்கு ஆன காலம் மூன்று ஆண்டுகள்! என் ஒட்டு மொத்த பர்சனாலிடியையும் முற்றிலும் மாற்றிக்கொண்டு புதிய மனிதனாக நான் உருவானதற்கு ஆன காலம் அது.

அன்றில் இருந்து இன்றுவரை அப்படியே இருந்துவருகிறேன். என் வாழ்க்கையையே மாற்றிய அந்தப் புத்தகத்தையும், அதை எழுதியவரையும் என்னால் மறக்கவே முடியாது. அவர்மேல் பல விமர்சனங்களை, அவரைப் பற்றித் தெரியாத பலரும் ஒரு Fashion ஸ்டேட்மெண்ட்டாக சோஷியல் மீடியாவில் எழுதி வருவதைக் கவனித்துக் கொண்டுதான் இருக்கிறேன். ஆனால், அவரை நீங்கள் உள்ளது உள்ளபடி படித்தால், கட்டாயம் உங்கள் வாழ்க்கைக்கான பல பாயிண்ட்கள் அவரிடம் இருந்து கிடைக்கும் என்பதில் சந்தேகமே இல்லை.

அவர்தான் மோஹன்தாஸ் கரம்சந்த் காந்தி. நான் படித்த புத்தகம் 'An experiment with Truth'. தமிழில், ‘சத்திய சோதனை’. மிக மிக ஆச்சரியகரமாக, இதை எழுதிக்கொண்டிருக்கும் இன்று அவர் இறந்த நாள். எழுதத் துவங்குகையில் இதை நான் உணரவே இல்லை. இப்போது இதை முடிக்கையில்தான் இதை முழுவதுமாக உணர்கிறேன்.

என் வாழ்க்கையையே மாற்றியமைத்த காந்தி இல்லாவிடில், நான் கட்டாயம் எங்கோ ஒரு மூலையில் இன்னும் அதே தத்தியாக, கூன் நிமிராமல், தலையைக் கவிழ்த்துக்கொண்டு, உலகைப் பற்றியும் வாழ்க்கையைப் பற்றியும் எந்தப் பிரஞ்ஞையும் இல்லாமல் இருந்து கொண்டிருந்திருப்பேன். என் வாழ்க்கையை 180 டிகிரிகள் ஒட்டுமொத்தமாக மாற்றிய காந்திக்கு எப்படி நன்றி சொல்வது?

அவசியம் சத்திய சோதனையைப் படியுங்கள். பிடித்தோ பிடிக்காமலோ உங்களின் வாழ்க்கை ஓரளவாவது மாறும்.

Scene 7 – வாழ்க்கையை கவனித்தல்

'திரைக்கதை' என்ற ஒன்றை எழுத ஆரம்பிப்பதற்கு முன்னர் நாம் நம்மை எப்படியெல்லாம் தயார் செய்து கொள்ளவேண்டும் என்பதைப்பற்றிப் பார்த்துக்கொண்டிருக்கிறோம். தொடருவோம்.

ஓகே. புத்தகங்களைப் படித்தாயிற்று. திரைக்கதைகளைப் படித்து, படங்களைப் பார்த்து, நன்றாக நம்மைத் தயார்படுத்திக் கொண்டா யிற்று. பெர்சனலாக, நமது பர்சனாலிடியை கவனித்து, நம்மை மாற்றிக்கொள்ள முயற்சி செய்தாயிற்று. இனி என்ன செய்யவேண்டும்?

நம்மைச் சுற்றியுள்ள விஷயங்களை நன்றாக அலசிப்பார்க்கத் தெரிய வேண்டும். அப்படியென்றால்?

முதலில், நீங்கள் எங்கிருந்து வருகிறீர்கள்? கிராமமா நகரமா சிற்றூரா? அந்த ஊரில் உங்கள் வாழ்க்கை எப்படி இருந்தது? அந்த ஊரில் நிலவிக்கொண்டிருக்கும் பிரச்னைகள் என்னென்ன? அந்தப் பிரச்னைகள் உங்களது கவனத்தில் இருக்கின்றனவா?

ஓர் உதாரணமாக, இரண்டு வருடங்களுக்கு முன்னர், ஓசூரில் தமிழ் இந்து நாளிதழின் வாசகர் திருவிழா நிகழ்ந்தது. ஆதவன் தீட்சண்யா, நான், கே.வி. ஆனந்த் மற்றும் அமுதவன் ஆகியோர் பிரதான விருந்தினர்களாகக் கலந்து கொண்டோம். அதில் ஆதவன் தீட்சண்யா விரிவாகப் பேசினார். ஓசூரின் பின்னணி, அங்கு நிலவிய அமைதியான சூழல், கார்ப்பரேட் நிறுவனங்கள் எப்படியெல்லாம் ஓசூரை ஆக்கிரமித்தன, அந்த ஆக்கிரமிப்பால் எப்படியெல்லாம் மக்களுக்கு இடையூறுகள் நிகழ்ந்தன, இப்போதைய ஓசூரின் கள நிலவரம் என்ன இவை எல்லாவற்றைப் பற்றியும் விரிவாக அவரது கருத்துகளை முன்வைத்தார். இந்தப் பிரச்னைகள் எல்லாமே நாளிதழ்களாலும் இதர மீடியாக்களாலும் கவனிக்கப்படவேண்டும் என்பது அவரது குரலாக இருந்தது.

நான் பேசுகையில், இதனைக் குறிப்பிட்டு, இப்படிப்பட்ட பின்னணியில் இருந்து ஒருவேளை நான் ஒரு திரைப்படம் இயக்க வந்தால், இந்தப் பிரச்னையைத்தான் முதலில் என் திரைப்படத்தில் வைப்பேன் என்று பேசினேன். அப்போதுதான் இப்படிப்பட்ட பிரச்சனைகள் அனைத்து மக்களிடமும் போய்ச் சேரும் என்றும் சொன்னேன். இதைத்தான் முதலில் சொன்னேன் நம்மைச் சுற்றியுள்ள பிரச்னைகளைப் பற்றி நமக்கு முதலில் நன்றாகத் தெரிய வேண்டும். நான் சொன்னபடி புத்தகங்கள் படித்து, திரைப்படங்கள் பார்த்து வந்திருந்தால், இதற்குள்

உங்களுக்கு ஒருவகையான புரிதல் வந்திருக்கும். இதற்கெல்லாம் முன்னர் நீங்கள் எப்படி இருந்தீர்களோ அதைவிடவும் ஓரளவாவது புரிதல் நிலையில் ஒரு படி மேலே போயிருப்பீர்கள். எனவே, முதலில் இருந்த சாதி, மத, இன, அரசியல் ரீதியான நிலைப்பாடுகள் மாறியிருக்கும் (என்று நம்புகிறேன். நல்ல வாசிப்பின் நோக்கமே இதுதான்).

அப்போது, இந்தப் புதிய புரிதலில், அனைத்து மக்களும் சமம் என்று புரிந்து கொண்டிருப்பீர்கள். அப்படியென்றால், சக மனிதன் ஒருவனுக்கு நேரும் துயரமும் சோகமும் அநீதியும் நம்முடையவைதானே? எனவே, நாம் கஷ்டப்படாமல் வளர்ந்திருந்தாலும் கூட, அவர்கள் கஷ்டப்பட்டால் அந்தப் பிரச்னைகளை நாம் பேசியே ஆகவேண்டும் என்று புரிந்து கொண்டிருப்பீர்கள்.

இதனால்தான், முதலில் நம்மைச்சுற்றிய பிரச்னைகள் என்னென்ன என்பதை நன்றாகத் தெரிந்து கொள்ளவேண்டும். அப்படித் தெரிந்து கொண்ட பின், அந்தப் பிரச்னையை நமது கதைகளில் எப்படியெல்லாம் முன்வைக்கலாம் என்பதையும் ஆராய்ந்து பார்க்கவேண்டும்.

பிரச்னைகளை முன்வைத்து ஒரு புத்தகம் எழுதலாம். நாவல் எழுதலாம். குறும்படம் எடுக்கலாம். திரைக்கதைகூட எழுதலாம். எப்படியெல்லாம் அவைகளைப் படைப்பாக மாற்றலாம் என்று யோசித்துப் பாருங்கள். இதுதான் உங்களது திரைக்கதையை அத்தனை பேரிடமும் உணர்ச்சிபூர்வமாகக் கொண்டு சேர்க்கும் முதல் கருவி. ஆயுதம்.

அதற்காக, வறண்டு போய், பிரச்னைகளை மட்டுமே பேசிக்கொண்டிருந் தால் அது ஒரு பிரச்சாரப் படமாக மாறிவிடும். மாறாக, உணர்ச்சி பூர்வமான களங்கள், கதாபாத்திரங்கள், வசனங்கள், காட்சிகள், இவைகள் அனைத்தையும் இணைக்கக் கூடிய அழுத்தமான கதை ஆகியவையும் வேண்டும். உதாரணம் 'ஜோக்கர்'. ஜோக்கர் படத்தில் எத்தனை பிரச்னைகள் கையாளப்பட்டன? ஆனால் அவற்றுக்கெல்லாம் பின்னணியாக ஒரு அழுத்தமான கதை இருந்ததுதானே? மன்னர் மன்னன் என்ற கதாபாத்திரம் ஏன் இப்படியெல்லாம் நடந்து கொள்கிறது? அதன் நோக்கம் என்ன? கவனித்துப் பார்த்தால், அழுத்தமான ஒரு பின்னணி கண்டிப்பாக இருக்கிறது என்று புரியும். இதுதான் உங்கள் ஆத்மார்த்தமான படைப்பாகவும் இருக்கும் வாய்ப்புகள் அழுத்தமாக உண்டு.

எனவே, முதலில் உங்களைச் சுற்றியுள்ள பிரச்னைகள் என்னென்ன என்பதை அறிந்துகொள்ள முயற்சி செய்யுங்கள். பிரச்னை புதிதாக இருக்கலாம்; நீங்கள் எப்போதோ அனுபவித்ததாகவும் கூட இருக்கலாம். அதை வைத்து ஒரு கதையைத் தயார் செய்ய முடியுமா? யோசித்துப் பாருங்கள்.

திரைக்கதை எழுதலாம் வாங்க

ஆம் முடியும் என்றால், முதலில் பிரச்னையை விரிவாக எழுதிக் கொள்ளுங்கள். அதைப்பற்றிய தகவல்களைச் சேகரியுங்கள். களஆய்வு செய்யுங்கள். ஒருசில வாரங்கள் இதைச் செய்தாலே, மெல்ல மெல்ல ஒரு கதை மெலிதாக நமது மனதில் தோன்றுவதை உணரமுடியும்.

எனவே, உங்களைச் சுற்றியுள்ள பிரச்னைகளை வைத்துப் பிற மக்களுக்கு நீங்கள் சொல்லக்கூடிய கதை ஏதேனும் உள்ளதா?

இதை மட்டும் யோசியுங்கள்.

Scene 8 – கற்பனைச் சம்பவங்களை எழுதுதல் பற்றி..

'திரைக்கதை' என்று எதையும் எழுத நினைக்குமுன்னர், நம்மை எப்படியெல்லாம் தயார்படுத்திக்கொள்ளவேண்டும் என்று பார்த்து வருகிறோம்.

சென்ற எபிஸோடில், நம்மைச்சுற்றி நடக்கும் நிகழ்வுகளைக் கவனித்து, நம் சமுதாயப் பிரச்னைகளை எப்படிக் கதையாகக் கொண்டுவரலாம் என்று கவனித்தோம்.

சரி. முற்றிலும் கற்பனைச் சம்பவங்களை அப்படியென்றால் முதல் திரைக்கதையாக எழுதக் கூடாதா? அதில் என்ன பிரச்னை?

தாராளமாகச் செய்யலாம். அதில் எந்தப் பிரச்னையும் இல்லை. திரைக் கதையைத் தயார் செய்யும் பலருக்குமே ஏதேனும் ஒரு சம்பவம் மனதில் இருக்கும். அதை வைத்தே திரைக்கதை எழுதப்படும். அந்தச் சம்பவம் அத்திரைக்கதையின் மையப்புள்ளியாக இருக்கும். எனவே, அந்த மையப்புள்ளி உண்மையோ கற்பனையோ எப்படி வேண்டுமானாலும் இருக்கலாம். படிப்பதற்கு பார்ப்பதற்குச் சுவாரஸ்யமாக இருக்கிறதா இல்லையா என்பதுதான் ஒரே நோக்கம். ஏனெனில் நாம் இயங்கிக்கொண்டிருப்பது வணிகத் திரைப்பட உலகில்தான். வணிகத் திரைப்படங்களின் இலக்கணம், ஆடியன்ஸை இழுப்பது/ ஈர்ப்பது. இதனால் வணிகப் படங்களுக்கு என்றே சில திரைக்கதை இலக்கணங்கள் இருக்கின்றன. அவையெல்லாம் என்னென்ன என்பது நமது 'திரைக்கதை எழுதலாம் வாங்க' போன்ற திரைக்கதை நூல்களைப் படித்த நண்பர்களுக்கு நன்றாகத் தெரியும். எப்படியுமே இதையெல்லாம் பிறகு விரிவாகப் பார்க்கத்தான் போகிறோம்.

ஒரு திரைக்கதையில் செய்யக்கூடாதவை என்னென்ன? உண்மையில் திரைக்கதை எழுத எந்த விதிகளும் இல்லை. ஆனால் திரைக்கதையில் என்னவெல்லாம் செய்யக்கூடாது என்பதற்குப் பல விதிகள் உள்ளன.

1. முதலாவதாக, நமது திரைக்கதையில் எந்தக் குறிப்பிட்ட சாதியையோ மதத்தையோ சமூகப் பிரிவையோ இழிவாக/கொடூரமாகக்

காண்பிக்கக்கூடாது.

அப்படியென்றால்?

உதாரணமாக, 'உன்னைப்போல் ஒருவன்' படத்தில், ஒரு குறிப்பிட்ட இடத்தில், பாதிக்கப்பட்ட ஒருவன், முஸ்லிம் தீவிரவாதியைப் பார்த்துப் பேசுவதாக ஒரு வசனம். 'உங்களுக்கென்ன? ஒண்ணு போயிட்டா கூட மீதி மூணு இருக்கே?' – இதுதான் வசனம். இதற்கு என்ன அர்த்தம் என்றால், ஒரு மனைவி இறந்தால் என்ன? பாக்கி மூன்று மனைவிகள் உள்ளார்களே? பின் ஏன் கவலைப்படுகிறீர்கள்? என்பதே அர்த்தம்.

இந்த வசனம் ஒரு ஜனரஞ்சகப் படத்தில் 'நுழைக்கப்பட்டால்' (ஆம். எழுதப்பட்டால் என்றெல்லாம் இதை சொல்லவே முடியாது) என்ன ஆகும்? அதுவும், இந்தியா முழுதும் வலதுசாரி ஆதிக்கம் மேலோங்கியிருக்கும் தற்காலத்தில்? கட்டாயம் பிரச்னை வெடிக்கும். ஏற்கனவே முஸ்லிம்கள் என்றாலே தீவிரவாதிகள் என்ற மிகத்தவறான எண்ணம்தான் பெருவாரியான ஊடகங்களால் மக்கள்மேல் திணிக்கப்படுகிறது. இப்போது யுனைடட் ஸ்டேட்ஸின் புதிய ஜனாதிபதியான டொனால்ட் ட்ரம்ப்பே இப்படித்தான் நினைக்கிறார். ஏழு முஸ்லிம் நாடுகளின் பிரஜைகளை உள்ளே வரக்கூடாது என்று தடுக்கிறார். அப்படியென்றால், முழுக்க முழுக்கக் காவியாக மாறிக்கொண்டு வரும் இந்தியாவில் இத்தகைய வசனங்கள் எப்படிப்பட்ட பாதிப்பை ஏற்படுத்தும்?

இதுதான் பிரச்னை.

உன்னைப்போல் ஒருவன், எந்தவித சமுதாயப் புரிதலும் இல்லாமல், 'எ வெட்னஸ்டே' படத்தையே மாற்றி, முஸ்லிம் எதிர்ப்பு வசனங்களை உள்ளே நுழைத்து எழுதப்பட்ட படம். கிட்டத்தட்ட பிஜேபி அரசின் மேனிஃபெஸ்டோ என்றே சொல்லலாம். இப்படிப்பட்ட படத்தில் சமுதாயப் பிரச்னை கிளப்பக்கூடிய வசனங்களை வேண்டுமென்றே நுழைத்தால் அது தவறுதானே?

அப்படியென்றால் ஒரு கேள்வி எழலாம். ஒருவேளை இந்தியாவில் ஆங்காங்கே தாவூத்தால் வைக்கப்பட்ட குண்டு வெடிப்புகள் பற்றிய படம் எடுத்தால், அதுவும் முஸ்லிம்களை வில்லனாகத்தானே சித்தரிக்கும்? அது நியாயமா?

தாவூத்தை முஸ்லிம்களே தங்களில் ஒருவனாக ஏற்றுக்கொள்ள மாட்டார்கள். அவன் ஒரு கொடியவன். அவனை தாராளமாக விமர்சிக்கலாம். அதனால் தப்புகள் ஏற்படாது. ஆனால் பொதுவாக, 'உன்னைப்போல் ஒருவன்' போல, ஒரு மதத்தை வேண்டுமென்றே தவறாகச் சித்தரித்துதான் எழுதக்கூடாது.

இது மிகவும் முக்கியம். இங்கே ‘மதம்’ என்பதற்கு ஒரு உதாரணம் பார்த்தோம். இதுபோலவே சாதி எந்த சாதியையும் தூக்கிப்பிடிக்காமல் (தேவர் மகன், கொம்பன்), எந்த சாதியையும் கீழே இறக்காமல் (நான் மகான் அல்ல இதில் வில்லன்களைக் கவனித்துப் பாருங்கள். கூடவே, பழம்காலத்தில் இருந்து இப்போது வரை, வில்லனின் அடியாட்கள் என்றால் எந்த சாதி/மதங்கள் தவறாமல் இடம் பெறுகின்றன என்பதையும் கவனியுங்கள்), எந்த மதத்தையும் தூக்காமல்/இறக்காமல், யாரையும் வேண்டுமென்றே புண்படுத்தாமல் நமது திரைக்கதை அமையவேண்டும்.

இன்னொரு உதாரணமாக, இன்றும் பல படங்களில் 'பொம்பிள' என்ற வார்த்தை சகஜமாக உபயோகிக்கப்படுவதைப் பார்க்கலாம். அதேபோல் 'பொண்டாட்டி' என்ற வார்த்தையும். நம் சமூகமே ஆணாதிக்கம் வாய்ந்தது என்பதால் இதெல்லாம் பலருக்கு அவர்கள் அறியாமலேயே வந்துவிடுகிறது. அதுதான் பிரச்னை. பெண்களை ஏன் இழிவுபடுத்தவேண்டும்? அதேபோல், ஆரம்பகாலத்தில் இருந்தே தமிழ்ப்படங்களில் திருநங்கைகள் இழிவு செய்யப்பட்டதைப்போல் வேறுயாரும் கொடுமைகளை அனுபவித்ததே இல்லை.

இதெல்லாம் செய்யக்கூடாது என்று நமக்கு எப்போது புரியும்? யோசித்துப் பாருங்கள். பிறப்பில் இருந்து ஏதோ ஒரு சாதி/மதத்தின் பிடியிலேயேதான் வளர்கிறோம். நம் பெற்றோர், சுற்றத்தினர் ஆகியோர் நம்மை அப்படித்தான் வளர்க்கின்றனர். அவர்களை அவர்களது பெற்றோர் அப்படி வளர்த்திருக்கின்றனர். அவர்களை அவர்களது பெற்றோர்ஞ். இப்படி, கற்பனையே செய்து பார்க்க முடியாத காலகட்டத்தில் இருந்தே சாதியின் பிடியிலும், மதத்தின் பிடியிலும் நாம் சிக்கிக்கொண்டுதான் வளர்கிறோம். 'நாம் இப்படித்தான் வளர்ந்திருக்கிறோம்' என்றே நம் மனதில் எந்த எண்ணமும் தோன்ற முடியாத அளவு நாம் அனைவராலும் மூளைச்சலவை செய்யப்பட்டே வளர்கிறோம்.

இதிலிருந்து வெளிவரும் ஒருவன் ஒருவள் எழுதும் திரைக்கதை என்ன கான் விருது வாங்கும் திரைக்கதையாகவா இருக்கும்? இந்த அத்தனை பிடிப்புகளும் அதிலும் இருக்கும்தானே? எனவே, இதிலிருந்து வெளியே வரவேண்டும் நாம் சார்ந்த சாதியை/மதத்தை விமர்சிக்கவேண்டும் என்றால், வாசிப்பு ஒன்றேதான் மருந்து. தொடர்ந்து படித்துக்கொண்டே இருந்தால், தானாக இந்தத் தளை அறுபடும். சாதிப்பிடிப்பு/மதப்பிடிப்பு போன்ற அத்தனை தவறான பிடிப்புகளும் நம்மை விட்டு ஒழியும். அதற்கு, விருப்பு வெறுப்பற்ற வாசிப்பே முக்கியம்.

அம்பேத்கர் மற்றும் பெரியார் ஆகிய பெயர்களைக் கேட்டதும்

காதைப் பொத்திக்கொள்பவர்களை நான் கவனித்திருக்கிறேன். முதலில் அனைவரும் அவர்களைப் படிக்கவேண்டும். அப்போதுதான் நம்மைச்சுற்றி நிகழும் பிரச்னைகளின் முழுப்பரிமாணமும் விளங்கும். இதற்குத்தான் விருப்பு வெறுப்பில்லாமல் படிக்கவேண்டும் என்று குறிப்பிட்டேன்.

எனவே, வாசிப்பில் ஈடுபட்டு, தனது மற்றும் தன் சமூகத்தின் பிரச்னைகளை நன்றாக உணர்ந்து ஒருவன் ஒருவள் வெளியே வந்தால், அவளது அவனது திரைக்கதையில் நாம் பார்த்த பிரச்னைகள் இருக்காது. அந்தத் திரைக்கதை உண்மையிலேயே தெளிவாக இருக்கும். எனவே, இப்பிரச்னை தீர, வாசிப்பே அருமருந்து. கூடவே, உலகின் நல்ல படங்களையும் பார்க்கலாம். அவையும் நமது மனதை மாற்றும். ஒரு மனிதனாக மட்டும் இருந்தாலே போதுமானது. சாதி/மதம்/ சமுதாயம் ஆகியவற்றைக் கண்மூடித்தனமாகத் தூக்கிப்பிடிக்கவே தேவையில்லை.

Scene 9 – திரைக்கதையில் என்ன எழுதலாம்?

சென்ற எபிசோடில், ஒரு முக்கியமான விஷயத்தை மதி குமார் என்ற நண்பர் கருத்தாக இட்டிருந்தார். என்னவெனில், சென்ற எபிசோடில், என்னவெல்லாம் திரைக்கதையில் இருக்கக்கூடாது என்று கவனிக்கையில், அறம் சார்ந்த விஷயங்களையெல்லாம் நான் சொல்கிறேன் என்பது போல் இருந்தது என்பது அவரது கருத்தின் சாரம். அதாவது, பெண்களை இழிவுபடுத்தக்கூடாது என்றெல்லாம் எழுதியிருந்தேன் இல்லையா? நமது வாழ்க்கையில் அறம் சார்ந்த கோட்பாடுகளை நாம் வைத்துக்கொண்டிருந்தோம் என்றால், திரைக்கதையிலும் அது பிரதிபலிக்கும். அப்படி வரிசையாக அறம் போதிப்பது திரைக்கதை எழுத்தாளனின் வேலையில்லையல்லவா? போலவே, ஒருவேளை நமது நாயகனோ அல்லது பிற கதாபாத்திரங்களோ அப்படிப்பட்டவர்களாக இருந்தால், அப்போதும் அப்படிப்பட்ட பிரயோகங்களை உபயோகிக்கக்கூடாதா? கூடாது என்றால் அது தப்புதானே? இதுதான் அவரது கருத்தின் சாரம்.

அப்போதுதான், அப்படிப்பட்ட ஒரு பார்வையும் இந்தத் தொடரின்மீது இருக்கிறது என்பதே புரிந்தது. உண்மையில் என் நோக்கம் அறத்தை போதிப்பது இல்லவே இல்லை என்று அவருக்குப் பதில் எழுதினேன். அவரும் அதைப் புரிந்து கொண்டார். எனவே, இந்த எபிசோடில் இந்தக் குறிப்பிட்ட தலைப்பை விரிவாகப் பார்த்து விடலாம் என்று தோன்றுகிறது.

ஓகே. திரைக்கதை எழுதும்போது எந்தவித சார்பும் இல்லாமல் எழுதவேண்டும் என்பது ஒன்று மட்டும்தான் என் கருத்து. அதாவது,

உங்களுக்கு அரசியல் பிடிக்காமல் இருக்கலாம். ஆனால் அரசியல்வாதிக் கதாபாத்திரம் ஒன்றை உருவாக்கும்போது அந்தப் பாத்திரம் அரசியல் பேசித்தானே ஆகவேண்டும்? அரசியல் பிடிக்காது என்பதால் அந்தக் கதாபாத்திரத்தையே தூக்கி விடுவது தப்புதானே?

அதேபோல்தான், உங்கள் திரைக்கதையில் ஒரு பக்கா ரவுடிக் கதாபாத்திரம் இருக்கலாம். அப்போது அது ரவுடி பாஷையில்தான் பேசியாகவேண்டும். நீங்கள் அறம் சார்ந்த நியாயவான் என்பதால் ரசுவி வள்ளலார் போலப் பேசினால் திரைக்கதை டண்டணக்கா ஆகிவிடும். திரைக்கதை எழுத்தாளனின் தனிப்பட்ட குணநலன்கள் திரைக்கதையின் மீது பாயக்கூடாது. கூடவே கூடாது. நீங்கள் ரஜினி ரசிகர் என்பதால் உங்கள் ஹீரோவும் ரஜினி ரசிகராக இருந்தால், படிப்படியாக உங்கள் அத்தனை குணங்களும் அந்தக் கதாபாத்திரத்துக்கும் வந்து விடும். எனவே, கதாபாத்திரத்தை உருவாக்கும்போது, கதைக்கு ஏற்றபடி உருவாக்குவதே சிறந்தது. கதைப்படி நம் கதாபாத்திரம் ரஜினி ரசிகராகவோ கமல் ரசிகராகவோ இருந்தால் கதைக்கு அது உதவும் என்றால் மட்டுமே அப்படி உருவாக்க வேண்டும்.

ஒரு திரைக்கதையில் என்ன வேண்டுமானாலும் இருக்கலாம். பெண்களை அவமதிக்கலாம். சாதி ரீதியான கருத்துகள் இருக்கலாம். சென்ற எபிஸோடில் நான் கூடாது என்று சொன்னது அத்தனையும் கூட இருக்கலாம். ஆனால், அது அத்தனைக்கும் மிகத் தெளிவான காரணங்கள் இருக்கவேண்டும். Justification. அது ஒன்று மட்டும்தான் தேவை. காரணமே இல்லாமல், வேண்டுமென்றே நமது மனதில் பிறர்மீது காழ்ப்பு இருக்கிறது என்பதால் மட்டுமே அந்தக் காழ்ப்பை வசனங்களாக வைக்கக்கூடாது. இதுவும் மிக முக்கியம். எனவே, நமது உரிமையை மிகக் கவனமாகக் கையாளவேண்டும்.

ஆரண்யகாண்டத்தில், ஆண்ட்டிகளை கரெக்ட் செய்வது பற்றி ஒரு காட்சி உண்டு. நான் நேற்று சொன்னபடி பார்த்தால் அந்தக் காட்சி தவறு. ஆனால் அப்படத்தில் அது கட்டாயம் நன்றாகத்தான் இருந்தது. காரணம், அதில் அந்தக் குறிப்பிட்ட கதாபாத்திரம் அப்படிப்பட்டதுதான். அதேபோல், அதையெல்லாமே மிகவும் நகைச்சுவையாக, லேசான பாணியில்தான் சொல்லியும் இருந்தனர். கூடவே, அதில் இருக்கும் ஒரு குறிப்பிட்ட விஷயம் பின்னால் சிங்கப்பெருமாள் பசுபதியைக் கொல்லச்சொல்லும் காட்சிக்கு லீடாகவும் இருந்தது. எனவே அதில் தப்பில்லை .

இதுதான் வித்தியாசம். எதைவேண்டுமானாலும் திரைக்கதையில் வைக்கலாம். ஆனால் அதற்கு ஒரு காரணம் இருக்கவேண்டும்.

அப்படியென்றால் கொம்பன் போன்ற படங்கள் சரியா? தேவர்

மகனில், தேவர் காலடி மண்ணே என்று ஒரு பாடலே இருந்ததே? அதுவும் சரிதானே?

இங்குதான் நமது பகுத்தறியும் தன்மை பயன்படும். பயன்படவேண்டும். தேவர் மகன் படம், தேவர் சாதியைச் சேர்ந்த சிலரின் கதை. அதில் ஊரிலேயே மரியாதையுடன் விளங்கும் பெரிய தேவர் ஒருவரைப் பற்றிய பாடல் வேண்டும் என்பது சிச்சுவேஷன். அந்த சிச்சுவேஷனில் மரியாதையான, பிரச்னையைத் தூண்டாத வரிகள் இருந்தாலே போதுமானது. ஆனால், அழுத்தம் திருத்தமாக, 'தேவர் காலடி மண்ணே ' என்பதுபோன்ற வரிகள் இடம்பெற்றதால் இன்றுவரை பல பிராந்தியங்களில் தேவர்களுக்கும் தலித்களுக்கும் பிரச்னை நடந்து கொண்டுதான் இருக்கிறது. இதுதான் அடிப்படையில் நடந்த தவறு. இப்படித்தான் செய்யக்கூடாது. இது எப்படி இருக்கிறது என்றால், நான் சண்டை வளர்க்க வேண்டுமென்றே இந்தப் பாடலை ஒலிக்கவைத்தாலே போதுமானது. பிறரது சாதிவெறியைத் தூண்டும் கருவியாக இந்தப் பாடல் இன்றுவரை பயன்பட்டுக் கொண்டிருக்கிறது. அது எவ்வளவு பெரிய கொடுமை?

நான் சொல்ல வந்தது புரிகிறதல்லவா? சாதியைத் தூக்கிப்பிடிக்கும் வேண்டுமென்றே கீழிறக்கும் கருத்துகள் அடியோடு தவிர்க்கப்பட வேண்டியவைதான். ஆனால், ஒரு குறிப்பிட்ட சாதியைக் காட்ட வேண்டும் என்றால் எந்தப் பிரச்னையையும் தூண்டாதவகையில் காட்டவேண்டும்/எழுதவேண்டும்.

இதுதான் நான் சென்ற எபிஸோடில் சொன்ன எல்லாவற்றுக்குமே பொருந்தும். இதை சரியாகப் பகுத்துப் பார்ப்பதில்தான் ஒரு திரைக்கதை எழுத்தாளனாக நமது கடமை இருக்கிறது. அந்தக் கடமையைச் சரிவரச்செய்ய, வாசிப்பு அவசியம் ஒரு மிகப்பெரிய உதவியைப் புரியும். வாசித்துக்கொண்டே இருந்து, பகுத்தறிவை உபயோகப்படுத்தி சிந்தித்தால் மட்டுமே எது சரி எது தவறு என்பது புரியும்.

எனவே, திரைக்கதை எழுதுவதில் எந்த விதிகளும் இல்லைதான். ஆனால் அதற்காக ஒரு சாதிக்கலவரமே நம்மால் உருவாகி விடக்கூடாது. அட்லீஸ்ட் அதற்காவது பகுத்தறிவு உபயோகப்படவேண்டும். சாதிக்கலவரம் என்று சொன்னது ஒரு உதாரணத்துக்காக. எந்தப் பிரச்னையையும் நாம் வேண்டுமென்றே நமது திரைக்கதை மூலம் தூண்டிவிடக்கூடாது என்பதே நோக்கமாக இருக்கவேண்டும். கதை என்பதை மட்டும் நோக்கமாகக் கொண்டு, என்னவேண்டுமானாலும் செய்யலாம். ஆனால் தகுந்த காரணங்கள் இருந்தே ஆகவேண்டும். நம்மால் எந்தப் பிரச்சனையும் தெரிந்தோ தெரியாமலோ உருவாகி விடக்கூடாது என்பதில் கவனம் தேவை.

Scene 10 – *திரைக்கதையில் எவற்றைச் செய்யக்கூடாது?*

திரைக்கதை பற்றிய சில பொதுவான விஷயங்களைப் பார்த்துக் கொண்டிருக்கிறோம். எக்காலத்திலும், திரைக்கதையில் நமக்குப் பிடித்த/பிடிக்காத விஷயங்களை வேண்டுமென்றே நுழைத்து, பீற்றிக் கொள்ளக்கூடாது என்பதைக் கவனித்தோம். எதை எங்கே நுழைத்தால் எப்படிப்பட்ட பிரச்சனைகள் சமுதாயத்தில் வரும் என்பதையெல்லாம் நன்றாக அறிந்து கொண்டும், அதை அப்படியே செய்வதற்குப் பெயர், தடித்தனம். அதை ஒரு திரைக்கதை எழுத்தாளராக நாம் செய்யவே கூடாது. கதைக்கு அவசியம் தேவை என்றால் மட்டுமே அப்படிச் செய்யவேண்டும். அவைகளுக்கான தெளிவான காரணங்களும் கதையில் இருக்கவேண்டும் (Justification). திரைக்கதை எழுதுபவன் அனைவருக்கும் பொதுவானவன். இதை மறந்துவிடக்கூடாது.

அடுத்ததாக, ஒரு திரைக்கதையில் என்னவெல்லாம் செய்யக்கூடாது?

வெறுமனே ஒரு ஓப்பனிங் சாங், இரண்டு மூன்று பில்டப் காட்சிகள், மொக்கையான வில்லன், கிராமத்தில்/ நகரத்தில் இருந்து கொண்டே சூப்பர்மேன் போன்ற அனைத்து சக்திகளையும் கொண்ட ஒரு ஹீரோ, இரண்டு மூன்று டூயட்கள், க்ளைமேக்ஸில் கெட்டவர்கள் அனைவரையும் கொன்று போட்டு விட்டு சுபமாகக் கதையை முடிக்கும் ஹீரோ என்பது தமிழின் பழைய டெம்ப்ளேட். அத்தனை சூப்பர் ஹீரோக்களுக்கும்... ச்சே... Wannabe சூப்பர்ஸ்டார்களுக்கும் சொல்லப்படுகிறது . இயக்குநர்களும், 'இது தமிழில் இதுவரைக்கும் வராத கதை.. நம்ம ஹீரோவை வெச்சி இப்படிலாம் யாருமே எடுத்ததில்லை' என்று பேட்டிகளும் கொடுக்கின்றனர்.

இதில் இன்னொரு பிரச்சனை என்னவென்றால், இந்த டெம்ப்ளேட்டை வைத்துக்கொண்டே கொஞ்சமாவது சுவாரஸ்யமான கதையைச் சொல்ல முடியும். இந்த ஆண்டு தெலுங்கில் வெளியான 'ரங்கஸ்தலம்' படம் ஒரு அட்டகாசமான உதாரணம். அதைப் பார்த்தாலே, அது மிகப்பழைய கதை என்று புரிந்துவிடும். ஆனால் அதில் கதாபாத்திரங்கள், இசை, எடுக்கப்பட்ட விதம், ஒளிப்பதிவு ஆகியவை அற்புதமாக மாறி, அப்படத்தை ஒரு அருமையான அனுபவமாக மாற்றின.

ஆனால், நம் இயக்குநர்களோ, தியேட்டர் பக்கமே திரைப்பட விரும்பிகள் செல்லவே துணியாத படங்களையே இப்படிக் கொடுக்கிறார்கள். கேட்டால், 'இது அந்த நடிகரின் ரசிகர்களுக்காக மட்டுமே' என்று ஒரு கொடூர சப்பைக்கட்டு வேறு. அப்படியென்றால், அந்த ரசிகர்களுக்கு மட்டுமே ஒரு சந்தா வசூலித்து, அவர்களுக்கு மட்டும் அந்தப் படங்களைக் காட்டுங்கள். பொதுவான திரைப்பட விரும்பிகள் அந்தப் பக்கமே போகாமல் தவிர்க்க அது உதவுமே?

நீங்கள் மட்டும் இப்படி, ஓப்பனிங் சாங், சூப்பர்ஹீரோவாக நமது ஹீரோவைக் காட்டுதல், ஐம்பது அறுபது பேரைத் துளிக்கூடத் தயங்காமல் ஹீரோ கொலைசெய்தல், மொக்கை வில்லன், 23 டூயட்கள், வில்லனை விடவும் கேரக்டரைசேஷனில் அலுப்புத் தட்டும் ஹீரோயின், உட்கார்ந்து பார்க்க முடியாத 3040 சீன்கள் என்றெல்லாம் திரைக்கதை எழுதினீர்கள் என்றால், அது திரைக்கதை என்ற அருமையான விஷயத்தைக் கட்டிவைத்துப் பாலியல் பலாத்காரம் செய்வதற்குச் சமம் என்பதைப் புரிந்து கொள்ளவேண்டும்.

எதாவது ஒரு தயாரிப்பாளர் உங்களிடம் வருகிறார் என்று வைத்துக்கொள்வோம். “அஜீத்/விஜய்/விக்ரம்/சூர்யா கால்ஷீட் இருக்கு தம்பி.. ஒரு கதை பண்ணிக்கொடுங்க பார்க்கலாம்’ என்று கேட்டால், நீங்கள் நினைவு வைத்துக்கொள்ளக்கூடிய ஒரே விஷயம், ‘கில்லி, துப்பாக்கி, கத்தி, அமர்க்களம், கண்டு கொண்டேன் கண்டு கொண்டேன், ஜெமினி, தில், தூள், சாமி, முகவரி, காக்க காக்க, வாரணம் ஆயிரம், கஜினி’ முதலிய படங்களாகவே இருக்க வேண்டும். மாறாக, பார்க்கவே முடியாத பல படங்கள் உங்கள் நினைவில் வந்தால், நீங்கள் வெளியே வரமுடியாத ஒரு படுகுழியில் விழுந்துவிட்டீர்கள் என்பதுதான் நிஜம்.

நம் ஹீரோக்களை வைத்துக்கொண்டே நல்ல, சுவாரஸ்யமான படங்கள் கொடுக்கமுடியும் என்பதற்குத் தரணியும், சரணும், முருகதாஸும், கௌதம் வாசுதேவும் உதாரணங்கள். அவர்களின் திரைக்கதைகளை நினைத்துப் பார்க்கலாம். ஆரம்பத்தில் இருந்து இறுதிவரை சீட் நுனியில் அமரவைக்கும் பரபரப்பான ஆக்‌ஷன் படத்தை மிக எளிதாக நமது ஹீரோக்களுக்காகக் கட்டாயம் எழுதமுடியும். அதில் சந்தேகமே வேண்டாம். அதை அவர்களும் படித்துவிட்டு அல்லது கேட்டு விட்டு ஓகே சொல்வார்கள். அதுவும் உறுதி.

சரி, பெரிய நடிகர்களை வைத்துப் படமெடுக்கும் இயக்குநர்களுக்கு இதெல்லாம் தெரியாதா என்ன?

காரணம் எளிது. நான் சொன்னபடி ஒரு அரதமொக்கையான டெம்ப்ளேட்டில் உங்களால் வெறும் பதினைந்து நாட்களில் ஒரு திரைக்கதையை உருவாக்கிவிடமுடியும். குறைந்த செலவில் நிறைந்த லாபம். அதுதான் உண்மை. இவர்களை வைத்துக்கொண்டு நல்ல திரைக்கதையை உருவாக்கி எழுதி முடிக்க எப்படியும் நான்கில் இருந்து ஆறு மாதங்கள் வரை ஆகும். அதற்கு வியர்வை சிந்தவேண்டும். கஷ்டப்படவேண்டும். அதெல்லாம் எதற்கு? எழுதுடா உடனடியாக ஒரு திரைக்கதை இதுதான் பெரும்பாலும் இப்போது நடக்கும் ப்ராசஸ் (பெரும்பாலும் என்றுதான் சொல்லியிருக்கிறேன். ஆங்காங்கே நல்ல முயற்சிகளும் நடந்து கொண்டுதான் இருக்கின்றன).

இதில் பாதிக்கப்படப்போவது நடிகர்கள்தான். இயக்குநர்கள் ஜாலியாக அடுத்த படத்துக்குப் போய் விடுவார்கள். ஆனால், சரியும் இமேஜ் நடிகருடையதாகவேதான் இருக்கும். இது நம் நடிகர்களுக்குப் புரிவதில்லை. அவர்களிடம் ஒரு Long Term Plan இல்லை (தன்னுடைய கேரியரில், அடுத்த சில வருடங்களில் தான் எங்கே இருக்கவேண்டும் என்று தெளிவாகத் திட்டமிட்டு நடிக்கும் நடிகர்கள் சிலரே உண்டு).

எனவே, உங்கள் திரைக்கதையை முதலில் மதியுங்கள். அதைப் பணம் வாங்கிக்கொண்டு வன்கலவி செய்துவிடாதீர்கள். அதை மட்டும் நீங்கள் செய்து விட்டால், பின் எப்போதும் மரியாதை கிடைக்காது. முதலில், திரைக்கதை நன்றாக வரவேண்டும் என்று நினையுங்கள். நல்ல கமர்ஷியல் திரைக்கதை ஒன்றை எழுதுங்கள். அனைத்துத் தரப்பு ஆடியன்ஸுக்கும் அது பிடித்து, அனைவரும் வந்து, கொடுத்த பணத்துக்கு இரண்டு மணி நேரம் அமர்ந்து நன்றாக ரசித்துவிட்டுப் போகவேண்டும். இதுதான் கமர்ஷியல் திரைக்கதையின் நோக்கமாக இருக்க வேண்டும். மாறாக, வெறியர்களுக்கு மட்டுமே படம் எடுத்துக் கல்லா கட்டிவிடலாம் என்ற எண்ணத்தை விட்டுவிடுங்கள்.

அப்போதுதான் நீங்கள் விரும்பி வந்த தொழிலுக்குக் கொஞ்சமாவது நேர்மை செய்த நபராக இருப்பீர்கள். அப்படி இருந்தால்தான் அந்தத் தொழிலும் உங்களிடம் நிலைக்கும்.

நல்ல கமர்ஷியல் திரைக்கதையை எப்படி எழுதுவது? இந்தப் புத்தகத்தின் முதல் பாகத்தைப் படித்தாலே அது விளங்கிவிடும்.

Scene 11 - தமிழ்த் திரைக்கதை எழுத்தாளன் சந்திக்கும் பிரச்னை

தமிழ்ப்படங்களுக்குத் திரைக்கதை எழுதுவது பற்றிப் பார்த்து வருகிறோம். திரைக்கதை எழுத என்னவெல்லாம் தேவை; நம்மை எப்படியெல்லாம் தயார் படுத்திக்கொள்ளவேண்டும் என்று கவனித்து, திரைக்கதையில் என்னவெல்டாம் இருக்கக்கூடாது என்று பார்த்தோம். அந்த வரிசையில், சென்ற எபிசோடில், கமர்ஷியல் படத்துக்குத் திரைக்கதை எழுதுவதில் ஒரு நேர்மை இருக்கவேண்டும் என்று கவனித்தோம். இப்படிப்பட்ட சில விஷயங்களைக் கவனித்தால் திரைக்கதை எழுதுதல் எளிதாக இருக்கும் என்பதால் இதையெல்லாம் பார்த்துவருகிறோம்.

அந்த வகையில், இந்த எபிஸோடில், தமிழ்த் திரைப்படங்களில் வெகுவாக இடம்பெற்றுவரும் ஒரு முக்கியமான பிரச்சனையைக் கவனிக்கலாம்.

பொதுவாக எந்தத் தமிழ்ப்படமாக இருந்தாலும் சரி, காட்சிகள் ஆடியன்ஸை சுவாரஸ்யப்படுத்தவேண்டும். அதுதான் கமர்ஷியல்

திரைக்கதைக்கு முக்கியமான அம்சம். காட்சிகள் உங்கள் மனதில் எந்தவித ரியாக்ஷனையும் ஏற்படுத்தவில்லை என்றால் அந்தப் படம் படுத்துவிடும். இது எல்லாருக்குமே தெரிந்ததுதான். என்றாலும், திரைக்கதை எழுதும்போது இது நம் கண்ணை மறைத்துவிடும். இதனால் நமது திரைக்கதையும் எத்தனைதான் புதிய கருத்துகளை வைத்திருந்தாலும், எளிதில் யூகிக்கக்கூடிய காட்சிகள் அடங்கிய திரைக்கதையாக மாறி, மக்கள் மனதில் எந்தவிதமான தாக்கத்தையும் ஏற்படுத்தாமல் போய்விடும். அது ஏன்? அது எப்படித் திரைக்கதை எழுதும்போது நம் கண்கள் கட்டப்படும்? எழுதும்போதே, இது நல்ல காட்சி; இது மோசமான காட்சி என்றெல்லாம் நம்மால் உணரமுடியாதா? காட்சிகள் ஏன் predictable ஆக அமையும்? இதைத் தடுக்க இயலாதா?

நீங்கள் ஒரு ஒன்லைன் வைத்திருக்கிறீர்கள் என்று வைத்துக்கொள்ளலாம். அதைக் கொஞ்சம் கொஞ்சமாக டெவலப் செய்கிறீர்கள். ஒன்லைன் என்பது கதைச்சுருக்கமாக ஆகிறது. பின்னர் ட்ரீமெண்ட்டாக மாறுகிறது (முதல் பாகத்தில் விபரமாக இதைப் படிக்கலாம்). பின்னர் திரைக்கதையாக மாறுகிறது. ஒரு ஒன்லைன், முழுத் திரைக்கதையாக மாறுவதற்கு எப்படியும் நான்கிலிருந்து ஆறு மாதங்கள் ஆகும். யாராவது வந்து உங்களிடம் 'அதெல்லாம் மூணே வாரத்துல முழுசா முடிச்சிட்டேன் தெரியுமா?' என்று சொன்னால் அது பெரும்பாலும் டுபாக்கூர் என்று அறிக. பல மாதங்களாக மனதில் டெவலப் செய்ததை, மூன்று வாரத்தில் எழுதி முடித்ததாக வேண்டுமானால் வைத்துக்கொள்ளலாம். நான் சொல்லவருவது, ஐடியாவாக இருந்ததை அடுத்த சில வாரங்களில் திரைக்கதையாக எழுதிமுடித்ததாக யாரேனும் சொன்னால்: ஒன்று அது அவர்களின் முதல் ட்ராஃப்ட்டாக இருக்கலாம்; இரண்டு அது மிகமிக rough ஆன, செப்பனிடப்படாத வெர்ஷனாக இருக்கலாம்.

எனவே, பல மாதங்கள் தேவைப்படும் process இது. தினமும் காலையிலிருந்து இரவுவரை திரைக்கதையையே கட்டிக்கொண்டு அழுதால்தான் அது பல மாதங்களின் முடிவில் முழுமையான திரைக்கதையாக முடியும். உங்கள் வாழ்க்கையின் 46 மாதங்களை முழுதாக சாப்பிடும் வேலை இது (இதற்குத் தயாராக இருந்தால் மட்டுமே திரைக்கதை எழுத வரலாம். இன்ஸ்டண்ட்டாகப் பணமும் புகழும் வேண்டும் என்றால் அதற்கு வேறு வேலைகள் உள்ளன என்று அறிக. அப்படி நினைக்கும் ஆசாமிகளுக்குத் திரைக்கதை எழுதுவது சரிப்படாது).

எனவே அப்படி இரவும் பகலும் திரைக்கதையையே நினைத்து வாழ்வதால், நமக்கு இயல்பிலேயே இருக்கக்கூடிய முடிவெடுக்கும்

திறன் இந்தத் திரைக்கதையைப் பொறுத்த மட்டிலும் வெகுவாக மழுங்கிவிட்டிருக்கும் வாய்ப்புகளே மிக அதிகம். இதனால், இந்தக் காட்சி நல்லது; இந்தக் காட்சி மோசமானது என்றெல்லாம் நம்மால் பிரித்துணரவே இயலாது. நம்முடன் விவாதத்தில் ஈடுபடும் நண்பர்களுக்கும் இதே பிரச்னைதான் இருக்கும். எனவே, ஒரு டீமாகச் செயல்படும் மொத்த நபர்களுக்கும் பெரும்பாலும் இந்தப் பிரச்சனை இருக்கும். இருந்தே தீரும்.

இதனால்தான் பல சமயங்களில் நல்ல இயக்குநர்களின் படமாக இருந்தாலுமே, காட்சிகள் எளிதில் யூகிக்கக்கூடியவையாக மாறுகின்றன. இதனால்தான் நாம் அவற்றைக் கழுவி ஊற்றுகிறோம். ஆனால் நமக்கு இந்தப் பிரச்சனை புரியாது. எனவே இயக்குநர்களையும் பிறரையும் திட்டுகிறோம். 120/– ரூ கொடுத்துப் படம் பார்க்கும் ஆடியன்ஸ், தனக்குப் படம் பிடிக்கவேண்டும் என்று நினைப்பதில் தப்பில்லைதான். ஆனால் இனிமேல் படம் பார்க்கையில், இந்தக் காரணத்தையும் எண்ணிப் பாருங்கள்.

சரி, – ஒரு கேள்வி. எப்போதுமே இது இப்படித்தான் இருக்கும் என்றால், சூது கவ்வும், பீட்ஸா, இன்று நேற்று நாளை (எங்களின் படம்), பருத்தி வீரன், கில்லி, காக்கா முட்டை, விசாரணை, இன்னும் ஆயிரக்கணக்கான வெற்றிகரமான கமர்ஷியல் படங்களின் காட்சிகள் எப்படி சுவாரஸ்யமாக இருந்தன?

பதில் இது போன்ற வெற்றிகரமான கமர்ஷியல் படங்களின் காட்சிகள் அனைவருக்கும் பிடித்துப்போனதன் பின்னணியில் உறுதியாக யாரேனும் ஒரு நபரின்/குழுவின் திறன் இருக்கும். இதற்குப் பல வாய்ப்புகள் உண்டு. அதாவது, அந்தந்தப் படங்களில், முதலிலிருந்து கடைசிவரை objective ஆக/நடுநிலையாகத் திரைக்கதையை உற்றுக் கவனித்து, எந்த நேரத்திலும் திரைக்கதை நம்மை நோக்கி விரிக்கும் மாயவலையில் மாட்டிவிடாமல், விழிப்புணர்வுடன் இருக்கும் நபர்/குழுவைப்பற்றியே சொல்கிறேன். அது கடினம்தான் என்றாலும் நடக்காதது இல்லை. அப்படி ஒரு குழு இல்லை என்றால், இயக்குநரே அந்த வேலையை கவனத்துடன் செய்திருப்பார். ஒரு திரைக்கதையைப் பலருக்கும் அனுப்பிப் படிக்கவைத்துக் கருத்து கேட்பது சகஜமே.

எப்படியென்றால், திரைக்கதை எழுதும்போது காட்சிகளின் உள்ளே சென்று மாட்டிக்கொண்டு விடுவோம் என்பதில் நாம் துவக்கத்திலேயே தெளிவாக இருக்கவேண்டும். காட்சிகள் நல்லவையா/கெட்டவையா என்று நம்மாலேயே யூகிக்கமுடியாமல் போகும்போது, ஒரு சிறிய Break எடுத்துக்கொண்டு, ஒரு சில நாட்கள் நன்றாக Refresh செய்துவிட்டு, மறுபடியும் திரைக்கதையின் பக்கம் வரவேண்டும். இதை ஒரு

நீண்டநாள் பழக்கமாக விடாமல் செய்துவந்தால், அவசியம் நமக்கு அந்தக் கலை கைகூடும்.

இதுதான் காட்சிகளை சுவாரஸ்யமாக்கும் ஒரே வழி. ஒரு திரைக்கதையை விவாதங்களின் மூலமாக உருவாக்கிக்கொண்டே போவதில், நல்ல/கெட்ட காட்சிகளைப் பகுத்தறியும் திறன் மிகவும் முக்கியம். அதை நாம்தான் வளர்த்துக்கொள்ளவேண்டும். அதுதான் ஒரு திரைக்கதை எழுதும் ஆசாமிக்கு மிகவும் முக்கியமான ஆயுதம். அதேபோல், தொடர்ந்து பல நாட்கள் திரைக்கதையில் செலவழிக்கும்போது நமது மனம் மிகவும் மெகானிகலாக மாறி, இயந்திரமாக ஆகிவிடும். அப்படி ஆனால், நம்மால் நல்ல காட்சிகளை யோசிக்க இயலாமல் போய்விடும். எனவே, நம்மை நாமே நன்றாகக் கவனித்துக்கொண்டு வந்து, இப்படிப்பட்ட நிலைக்கு நமது மனம் செல்வதை உணர்ந்ததும் ஒரு ப்ரேக் விட்டுவிடவேண்டும். ஒருசில நாட்கள் நமக்குப் பிடித்தவற்றைச் செய்துவிட்டு, மறுபடியும் திரைக்கதைக்குள் வரலாம்.

Scene 12 - கதையை உருவாக்கல்

Quick tip.

Do not fall in love with a shot or a few shots in a film, when you write.. This will make you to believe in thinking in shots. Will never work out. Ka put. Always, think in terms of the entirety of the story. Story works. Story always would work. Shots will never work if you are a screenwriter, since it is the work of a cinematographer.

உங்களுக்குப் பிடிச்ச படத்தை ரசிக்கலாம். ஷாட்ஸை study செய்யலாம். ஆனால் உங்க படத்தை ஷாட்ஸை வெச்சி மட்டும் உருவாக்காதீங்க. முதலில் திரைக்கதையைத் தயார் செய்து கொள்ளவும். அது இருந்தா ஷாட்ஸ் என்ன.. சீன் என்ன.. சீக்வென்ஸ் என்ன.. எல்லாமே உங்க அடிமை. ஆனால் திரைக்கதை மட்டும் இல்லன்னா நீங்க காலி. ஷாட்ஸ் ஒரு ஒளிப்பதிவாளரின் வேலை. அவரோடு வேலை செய்யுங்க. ஆனால் திரைக்கதையை முதலில் தயார் செய்து கொள்ளவும்.

Scene 13 - விருப்பு வெறுப்பின்றி எழுதிப் பழகுக

திரைக்கதைகளை எழுதத் துவங்குமுன்னர் கவனிக்க வேண்டிய ஒரு சில விஷயங்களைப் பார்த்துவருகிறோம்.

ஒரு திரைக்கதை எழுத்தாளனாக மாறுவதற்கு என்னவெல்லாம் தேவை என்பதை முன்னரே கவனித்தோம். அதில் இருக்கும் அத்தனை விஷயங்களைவிடவும் முக்கியமான விஷயம் ஒன்று என்னவென்றால் – பிடித்த பிடிக்காத விஷயங்களைத் திரைக்கதையில் போட்டுக் குழப்பாமல் இருப்பது.

இதைக் கொஞ்சம் விரிவாகப் பார்க்கலாம். இது மிகவும் முக்கியம் என்பதால்.

ஒரு திரைக்கதை எழுத நினைக்கிறோம். அதில் கஞ்சா விற்கும் நபர் ஒருவரைப் பற்றி எழுதவேண்டி வருகிறது என்று வைத்துக்கொள்ளலாம். அல்லது அதைப்போல் வேறு எதாவது (Brothel, டாஸ்மாக், சைக்கோ கொலைகாரர்கள் இத்யாதி. சமூகத்தில் இருக்கும் மோசமான உலகங்கள் என்று வைத்துக்கொள்ளலாம்).

நம்மில் பலருக்கும் பல விருப்பு வெறுப்புகள் இருக்கின்றன. அதில் தப்பில்லை. ஆனால், ஒருவேளை நமக்கு இத்தகைய விஷயங்கள் பிடிக்காமல் போனால், அவற்றை வைத்து உருவாகக்கூடிய அழகான கதைகள் கிடைக்காமலேயே போய்விடும். அதுதான் இதில் பிரச்னை. நீங்கள் நேர்மையான, நல்ல நபராக இருக்கலாம். ஆனால் அதற்காக, என் கதையில் கூட இதெல்லாம் இடம்பெறக் கூடாது என்று வீறாப்புடன் இருந்தால் உங்களால் நல்ல திரைக்கதைகள் எழுத இயலாமல் போய்விடும். உங்களுக்குப் பிடித்த கதைகள் மட்டுமே எழுதினால், வட்டத்துக்குள் சிக்கி விடுவீர்கள்.

நம்மில் பலரிடமும் இந்தப் பிரச்னை இருப்பதைக் கவனித்திருக்கிறேன். என் நெருங்கிய நண்பன் ஒருவனுக்கு டாரண்டினோவின் படங்களே பிடிக்காது. அதில் தப்பில்லைதான். ஆனால் அவனுக்கு, டாரண்டினோ படங்கள் வன்முறையை விதைக்கின்றன என்று ஒரு எண்ணமும் இருக்கிறது. அப்படியென்றால் உன்னால் ஸ்கார்ஸேஸியின் பல படங்கள், கை ரிட்சி படங்கள், செர்பியன் ஃபிலிம் போன்ற படங்கள், புதுப்பேட்டை, ஆரண்ய காண்டம் ஆகிய படங்கள் எல்லாம் பார்க்க இயலாதே என்று கேட்டேன். அவனும் அதை ஒத்துக்கொண்டான். அப்படியென்றால் உனக்குத் திரை ரசனையில் கிடைக்கவேண்டிய முழுமையான அனுபவங்க்ள் கிடைக்காதே? ஆம். ஆனால் இதுவே எனக்குப் போதும். ஓகே. நல்லதுதான். படங்கள் பார்ப்பது அவரவர் இஷ்டம். ஆனால் இப்படிப்பட்ட ஜட்ஜ்மெண்ட்கள் இருக்கும் நபரால் திரைக்கதைகளை முழுமையாக எழுத இயலாது (இதில் இன்னொரு வகையும் உண்டு. டாரண்டினோ படம் பிடிக்காது. ஆனால், ஆரண்ய காண்டம் பிடிக்கும்; புதுப்பேட்டை பிடிக்கும். ஞே..!! இது என்ன உட்டாலக்கடி?)

ஏன் என்று சொல்கிறேன். உங்கள் கதையில் ஒரு வன்முறைக் காட்சி வருகிறது. உங்களுக்கோ கதையில் இடம் பெறும் வன்முறை பற்றிய ஜட்ஜ்மெண்ட்கள் உண்டு. அப்படியென்றால் அந்தக் காட்சியை விரைவில் முடித்து விட்டு எப்போதடா அடுத்த காட்சிக்குள் போகலாம் என்றே உங்களுக்குத் தோன்றிக் கொண்டிருக்கும். இதனால்,

முழுமையாக வரவேண்டிய காட்சிகள் அரைகுறையாகத் தொக்கி நிற்கும்.

இது ஒரு சிறிய உதாரணம் மட்டுமே. பிடிக்காது என்ற இடத்தில் காதல், சண்டைகள், நெருக்கமான காட்சிகள், ரத்தம் என்று எதுவேண்டுமானாலும் இருக்கலாம். திரைக்கதை என்பதில் நீங்கள் இறங்கும் போது இது எல்லாவற்றையும் தூக்கி எறிந்து விட்டு, கதைக்காக மட்டுமே திரைக்கதை என்ற தெளிவு உங்களுக்கு வரவேண்டும். அந்தக் குறிப்பிட்ட காட்சி முழுமையாக எழுதப்படவேண்டும். விருப்பு வெறுப்புக்களைத் தூக்கி எறிய வேண்டும். இது ஒரு திரைக்கதை எழுத்தாளனுக்கு மிகவும் முக்கியமான அம்சம். நான் ஏற்கனவே சொன்னபடி, நீங்கள் பல புத்தகங்களைப் படித்து, திரைக்கதைகளைப் படித்து ஒப்பிட்டு, உங்களை முழுமையாகத் தயார் செய்து கொண்டீர்கள் என்றால், இந்தப் பிரச்சனைகள் உங்களை விட்டுவிட்டு ஓடிவிடும். அதில் சந்தேகமில்லை. இருப்பினும், பொதுவில் இதைப்பற்றி எழுதவேண்டும் என்று தோன்றியது.

விருப்பு வெறுப்புகளை ஒழியுங்கள். கூடுவிட்டுக் கூடு பாயுங்கள். அப்போதுதான் நல்ல திரைக்கதை உங்கள்வ்ஸ் மூலமாக வெளியே வரும். காட்சிகள் மட்டுமே முக்கியம். நமக்குப் பிடித்தவை/ பிடிக்காதவை முக்கியம் அல்ல.

Scene 14 - இறுதியாக...

இந்த பாகத்தில் நான் சொல்லியிருக்கும் பதிமூன்று விஷயங்கள் என் அனுபவத்தில் நான் கண்டுகொண்டவை. இவை எனக்குப் பல விதங்களிலும் பல பாடங்கள் கற்றுக் கொடுத்ததை நான் அறிவேன். எனவே, அவைகளை இப்புத்தகம் படிக்கும் அனைவருக்கும் எடுத்துச்சொன்னால், யாராவது ஓரிருவருக்காவது பயன்படும் என்றே இந்தப் புதிய பதிப்பில் முற்றிலும் புதிதாக இந்த இரண்டாம் பாகம் சேர்க்கப்பட்டுள்ளது. படித்துப் பயன்பெறுங்கள்.

வெற்றி அடைய வாழ்த்துகள்.